ஆ. ஜீவா (1985)
(தொகுப்பாசிரியர்)

திண்டிவனம் அருகிலுள்ள சின்னநெற்குணம் கிராமத்தைச் சார்ந்தவர். பள்ளி ஆசிரியராகப் பணிபுரிபவர். மயிலம் தமிழ்க் கல்லூரி, உலகத் தமிழாராய்ச்சி நிறுவனத்தில் பயின்றவர். மரபார்ந்த இலக்கியத்தோடு நவீன இலக்கியத்திலும் கலையியல் ஆய்விலும் ஈடுபாடு உடையவர்.

நடுநாட்டுச் சிறுகதைகள்

தொகுப்பாசிரியர்

ஆ. ஜீவா

எதிர் வெளியீடு

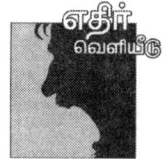

நடுநாட்டுச் சிறுகதைகள்
தொகுப்பு: ஆ. ஜீவா

முதல் பதிப்பு: ஜனவரி 2023
எதிர் வெளியீடு,
96, நியூ ஸ்கீம் ரோடு, பொள்ளாச்சி - 642 002
தொலைபேசி: 98948 75084, 99425 11302

விலை: ரூ. 450

Nadunattu Sirukathaikal
Compiled by A. Jeeva

Copyright © A. Jeeva
First Edition: January 2023

Published by
Ethir Veliyeedu, 96, New Scheme Road, Pollachi - 2
email: ethirveliyedu@gmail.com
www.ethirveliyeedu.com

ISBN: 978-81-959664-8-6
Cover Design: Santhosh Narayanan
Printed at Jothy Enterprises, Chennai.

All rights reserved. No part of this book may be reprinted or reproduced or utilised in any form or by any electronic, mechanical or other means, now known or hereafter invented, including Photocopying and recording, or in any information storage or retrieval system, without permission in writing from the Publisher.

நடுநாட்டுத் தலைமகன்
இராசேந்திரசோழனுக்கு...
(அஸ்வகோஷ்)

பொருளடக்கம்

அணிந்துரை 09

நடுநாட்டு இலக்கியம்: நெட்டோட்டமான ஓர் அறிமுகம் 13

1. புதிய நந்தன் 23
   புதுமைப்பித்தன்
2. அழியாச் சுடர் 30
   மௌனி
3. தந்தை 40
   கம்பதாசன்
4. குற்றப் பரம்பரை 50
   தமிழ்ஒளி
5. யுகசந்தி 57
   ஜெயகாந்தன்
6. புற்றிலுறையும் பாம்புகள் 74
   இராசேந்திரசோழன்
7. மீன் 81
   பிரபஞ்சன்
8. குயிற்குஞ்சு 92
   வே. சபாநாயகம்
9. சாதிக் கத்தரிக்கோல் 98
   பரிக்கல் ந. சந்திரன்
10. சன்மானம் 107
    செய்யாறு தி.தா. நாராயணன்
11. சேதி 119
    இரா. இராமமூர்த்தி
12. செந்தமிழ் நகர் 128
    நாகரத்தினம் கிருஷ்ணா
13. நீரில்லாத மேகங்கள் 141
    எஸ். சீதாராமன்

14. தழும்புகள் 148
    மணிநாத்
15. தம்பலா 157
    பாரதிவசந்தன்
16. சுவரொட்டி 177
    பாவண்ணன்
17. வெள்ளை மாடு 188
    தங்கர் பச்சான்
18. தப்புக் கொட்டை 213
    கண்மணி குணசேகரன்
19. பள்ளத் தெரு 225
    விழி.பா. இதயவேந்தன்
20. ஆகாசத்தின் உத்தரவு 236
    இமையம்
21. வேட்டை 248
    பவா செல்லதுரை
22. மூன்று பெர்னார்கள் 257
    ரமேஷ் – பிரேம்
23. சாயுங்காலம் 264
    ஜீ. முருகன்
24. கறுகுதல் 270
    சுதாகர் கத்தக்
25. செத்துப் போன பூமி 285
    செஞ்சி தமிழினியன்
26. வீதி சமைப்போர் 295
    அ. வெண்ணிலா
27. ஆண்களின் படித்துறை 306
    ஜே.பி. சாணக்யா
28. வள்ளி ஒயின்ஸ் 325
    அசதா
29. சூலப்பிடாரி 334
    காலைபரவன்
30. மண் யோனி 349
    குமார் அம்பாயிரம்

அணிந்துரை

கலை இலக்கியப் பண்பாட்டுத் தளங்களில் தமிழகத்தின் 'நடுநாடு' என அடையாளப்படுத்தப்படும் பெரும்பகுதி வட தமிழ்நாட்டில் தனித்துக் காணப்படும் அடையாளங்களை முன்னிறுத்துகிற முப்பது சிறுகதைகளின் தொகுப்பாகும் இது.

இது என்ன நடுநாடு? புதிய பிரச்சினை? என்று சிலர் கேட்கலாம். ஏற்கெனவே தமிழகத்தைத் துண்டாடும் நோக்கோடு பல கருத்தாக்கங்கள் முன்வைக்கப்பட்டு இதுவே, தமிழ்த் தேசியத்திற்கும் தமிழக மக்களுக்கும் எதிரான கருத்தியலுக்குத் துணைபோகுமோ என்று அஞ்சிவரும் நிலையில் இப்படிப் புதியதாக ஒரு கருத்தாக்கத்தை முன்னிறுத்தினால் அது தமிழ்த் தேசியத்திற்கும் தமிழக மக்களுக்கும் எதிராகப் போகாதா? என்றும் சிலர் கேட்கலாம், நியாயம். தமிழகம், தமிழ்நாடு என்பது சமூகம், ஒரு தேசிய இன அடையாளம் என்றாலும் இந்தத் தேசிய இனத்திற்குள் வட்டார, பகுதி வாரியான அடையாளங்கள் தனித்தன்மையோடு இயங்கித்தான் வருகின்றன.

ஏற்கெனவே, தென் தமிழகத்தின் திருநெல்வேலிச் சீமை அடையாளம், கரிசல் காட்டு அடையாளம், நாஞ்சில் நாட்டு அடையாளம், மேற்கே கொங்கு மண்டலம், கிழக்கே தஞ்சைத் தரணியின் அடையாளம் முதலான பல்வேறு அடையாளங்கள் நிலவி வருவது கண்கூடு. இப்படி நிலவி வரும் அடையாளங்களை எவரும்

மறுப்பதில்லை. மாறாக, இவற்றை ஏற்று அங்கீகரித்துக்கொண்டுதான் வாழ்ந்து வருகிறோம்.

இவற்றுள் எதுவும் தமிழ்த் தேசியத்திற்கு எதிராக அமையாது. இதனால் தமிழ்த் தேசியத்திற்கு ஏதும் குந்தகம் விளையாது என்னும்போது, நடுநாட்டால் மட்டும் சிக்கல் விளையும் என்பது எந்த நோக்கிலும் ஏற்கத்தக்கதல்ல.

இன்றைய நடுநாடு என்பது ஏற்கெனவே ஒருங்கிணைந்த தென்னார்க்காடு மாவட்டம். தற்போது கடலூர், விழுப்புரம் ஆகியவற்றைத் தலைநகராகக் கொண்டு நிலவி வரும் நிலப்பகுதி. திருவண்ணாமலை நகரத்தைத் தலைநகராகக் கொண்டு நிலவி வரும் பகுதி, கிழக்குப் பகுதியிலுள்ள புதுச்சேரிப் பகுதி, தெற்கே திருச்சி மாவட்டம் செல்லும்போது வழியே குறுக்கிடும் வெள்ளாற்றின் வடகரைப் பகுதிகளை உள்ளடக்கியதுதான் நடுநாடு. இந்த நடுநாட்டு மக்கள் வாழ்வு, பண்பாடு, கலை இலக்கிய நடவடிக்கைகள், வாழ்வியல் செயல்பாடுகள் ஆகிய அனைத்தும் நடுநாட்டுப் பண்பாடாகிறது.

தமிழ்ச் சமூகம் சாதியக் கட்டமைப்பைக் கொண்ட சமூகமாக நிலவுவதால் தமிழ்ப் பண்பாடு என்பது தமிழில் நிலவும் சாதிகளின் பண்பாடாகவும் அமைவதைக் காணலாம். இச்சாதியப் பண்பாடு கடந்து வட்டார அளவிலான பண்பாடு, பழக்க வழக்கங்கள், பண்டைய தொல்குலக்குழுப் பண்பாடு முதலானவையும் தொடரத்தான் செய்கின்றன. இந்நிலையில், இப்படி நிலவும் இவ்வனைத்து அம்சங்களையும் உள்ளடக்கிய நடவடிக்கைகளையே நாம் நடுநாட்டுப் பண்பாடு என்கிறோம். இத்துடன் இவ்வெல்லைப் பகுதிக்குள் வாழும் மக்களின் பேச்சு மொழியும் பண்பாடும் பழக்கவழக்கங்களும்கூட நடுநாட்டு அடையாளங்களாகக் கருதப்படுகின்றன.

மொழிசார் கலைகள் பலதரப்பட்டவையாக விளங்கினாலும் அவற்றுள் முக்கியப் பாத்திரம் வகிப்பது சிறுகதைகளும் கவிதைகளும் நவீனங்களும் ஆகும். இவற்றுள், சிறுகதை என்னும் வடிவத்தை மட்டும் அடையாளப்படுத்தி, அதற்கு முக்கியத்துவம் தந்து தொகுக்கப்பட்டதுதான் இந்த நடுநாட்டுச் சிறுகதைத் தொகுப்பு.

வாழ்வின் தடம் பதியப்படுவதிலும் வெளிப்படுத்தப்படுவதிலும் பல வகைகள் உண்டு. இது மக்கள் வாழ்நிலையைப் பொறுத்து அமைவது. மக்கள் காலம் காலமாக வேர்பிடித்து வாழ்ந்து வந்தவர்களாக இருக்கலாம். சிலர் இரண்டு தலைமுறை, மூன்று தலைமுறை வாழ்ந்து மண்ணோடு அறியப்பட்டவர்களாக இருக்கலாம் அல்லது வழிப்போக்கனாகப் பத்து நாள், பதினைந்து நாள் தங்கிச் செல்லக்கூடியவனாக இருக்கலாம். எவர் எப்படியானாலும் அவரவர் அனுபவத்திற்கேற்ப அவரவருக்குமான வாழ்க்கைப் பதிவுகள் நிகழ்கின்றன. இந்நிகழ்வே அவரவருடைய திறனுக்கேற்பவும் ரசனைக்கேற்பவும் படைப்பிலக்கியங்களாக, சிறுகதைகளாக இங்கு வெளிப்பட்டு இருக்கின்றன.

வட்டார வழக்கென்பது, வட்டார வாழ்க்கையை மட்டும் சார்ந்து நிலவுவது அன்று. அது வட்டார மொழி, வட்டாரப் பழக்கவழக்கங்கள் ஆகியவற்றைச் சார்ந்து வெளிப்படுகிறது. இவற்றை வைத்தே வட்டார இலக்கியம் தீர்மானிக்கப்படுகிறது. இதில் முக்கியமாக நாம் கவனிக்க வேண்டியது ஒரு படைப்பு வட்டார இலக்கியமாக ஏற்கப்பட வேண்டும் என்பதற்காகவே வட்டார வழக்குச் சொற்களை வலிந்து திணிக்கக் கூடாது. அதே போல, வட்டார இலக்கியமாக உயிர்த்தெழ வேண்டிய ஒரு படைப்பை உரிய வட்டாரச் சொற்களால் அங்கீகரிக்காமல் அவற்றைத் தவிர்த்த நிலை மொழியின் வழியே வெளிப்படுத்தி விடக்கூடாது.

அந்த வகையில், இத்தொகுப்பில் இடம்பெற்றுள்ள படைப்புகளை நோக்கின் எவைஎவை வட்டார இலக்கியம், எவைஎவை வட்டார மொழி சார்ந்து அடையாளப்படுத்தி வகைப்படுத்தப்பட்டுள்ளது என்பது புரிய வரும். இக்கதைகளின் வட்டாரத் தன்மை சார்ந்த தாக்கங்களும் புரிதல்களும் அதன் ஏற்ற இறக்கங்களும் பலம் பலவீனங்களும் வெளிப்படும். நடுநாட்டு இலக்கிய வரலாற்றை அடையாளப்படுத்தும் அக்கறையில் இது முதல் முயற்சியாகும். இக்கதைகளின் குறைநிறைகள் மனம் திறந்து பேசப்படும்போது புரியவரும். இந்தப் புரிதல் அடுத்தடுத்த முயற்சிகளை மேலும் செழுமைப்பட வைக்கும். நடுநாட்டு இலக்கியம் என்ற அடையாளமும் வலுப்பெறும்; செழுமையடையும்.

இந்த முயற்சியில் செய்வன எதையும் செவ்வனே செய்ய வேண்டும் என்ற விழைவோடு நடுநாடு என்ற கருத்தாக்கத்தின் வேர்களைப்

பற்றிச் சென்று தகவல்கள் பூர்வமாகச் சேகரித்து வழங்கியுள்ள படைப்பிலக்கிய ஆர்வலர் அன்பு நண்பர் சின்னநெற்குணம் ஆ.ஜீவா, உடன் ஒத்துழைத்த நண்பர்கள், தோழர்கள் நூலின் அணி சேர்க்கைக்குக் கைப்பிரதி எடுத்துத் தந்த 'மண் மொழி' உதவி ஆசிரியர் பொன்.மாயவன் ஆகியோர் அனைவருக்கும் என் நெஞ்சார்ந்த நன்றி.

மயிலம்
06-06-2022

வாழ்த்துகளுடன்,
இராசேந்திரசோழன்

நடுநாட்டு இலக்கியம்:
நெட்டோட்டமான ஓர் அறிமுகம்

நடுநாட்டு இலக்கியத்திற்குப் பாரம்பரியமான இலக்கிய நீட்சியும் செழுமையும் சங்கப் பாடலில் இருந்தே தொடங்குகிறது. தொல்குடி வேந்தனான மலாடு நாட்டைச் சார்ந்த தற்போதைய திருக்கோவிலூர் பகுதியை ஆண்ட மலையமானைப் பற்றிக் கபிலர், பரணர், ஔவை, அம்மூவனார் போன்றோர் பாடிய புறப் பாடல்கள்.

அருவாளர்கள் வாழ்ந்த பகுதியான தற்போதைய புதுச்சேரியின் பாகூர், திருபுவனை உள்ளடக்கிய பகுதியைப் பற்றி உருத்திரன் கண்ணனார் பாடிய பட்டினப்பாலைப் பாடல். வீரை வெளியன் தித்தனார், வீரை வெளியனார் பாடிய அகப்பாடல்.

ஓவியக் குடியைச் சார்ந்த தற்போதைய திண்டிவனப் பகுதி ஓய்மா நாட்டை ஆண்ட நல்லியக்கோடனைப் பற்றி இடைக்கழிநாட்டு நல்லூர் நத்தத்தனார் பாடிய சிறுபாணாற்றுப்படைப் பாடல், கிடங்கில் காவிதி கீரங்கண்ணனார், கிடங்கில் காவிதி பெருங்கொற்றனார், கிடங்கில் குலபதி நக்கண்ணனார் போன்றோர் பாடிய அகப் பாடல்கள்.

வட பகுதியில் இருந்து வந்த இருங்கோளர்கள் ஆண்ட தற்போதைய காட்டுமன்னார்குடி, விருத்தாசலம் உள்ளடக்கிய இருங்கோளர் நாடு

பற்றிப் பட்டினப்பாலைப் பாடல் அமைந்துள்ளது. நடுநாட்டுப் பகுதியில் வாழ்ந்த புலவர்கள் மற்ற பகுதிகளில் வாழ்ந்த புலவர்கள் என இருபதிற்கும் மேலான சங்கப் புலவர்கள் நடுநாட்டைப் பற்றிப் பாடியுள்ளனர்.

தமிழ் பக்தி இயக்கத்தின் முக்கியமானவர்களான திருவாமூரைச் சேர்ந்த மருள்நீக்கியார் என்னும் திருநாவுக்கரசர், திருநாவலூரைச் சேர்ந்த நம்பி ஆரூரர் என்னும் சுந்தரர், பிற்காலத்தில் திருவண்ணாமலையைச் சேர்ந்த அருணகிரிநாதர், மருதூரைச் சேர்ந்த இராமலிங்கர் என்னும் வள்ளலார் இவர்கள் பாடிய பக்திப் பாடல்கள் ஆன்மீகத் துறையில் இன்றளவும் புதிய ஒளியைத் தருபவையாக உள்ளன.

சைவ சமயக் குரவர் நால்வரில் இருவராக அப்பர், சுந்தரர் திகழ்வது போல சைவ சித்தாந்த சந்தானக் குரவர்களான மெய்க்கண்ட தேவர், அருள்நந்தி சிவாச்சாரியார், மறைஞான சம்பந்தர், கொற்றவன்குடி உமாபதி சிவாச்சாரியார் ஆகியோரின் சைவ சித்தாந்த நூல்கள் சைவ இலக்கிய உலகில் முதன்மையானவை. இந்த நால்வருமே நடுநாட்டுப் பகுதியைச் சேர்ந்தவர்களாகத் திகழ்கின்றனர்.

நடுநாட்டின் தேவாரத் தலங்கள்(22) வைணவத் திருப்பதிகள்(2) இவற்றைப் பற்றிப் பாடிய தேவார முதலிகள், ஆழ்வார்களைத் தவிர்த்துச் சிற்றிலக்கியக் காலகட்டத்தில் பாடிய புலவர்கள் பற்றியும் அவர்தம் பாடல்கள் பற்றியும் இன்றளவும் சரிவர அறியாத சூழலே நிலவுகிறது.

வடமொழியில் உள்ள வியாசர் பாரதத்தைத் தமிழில் எழுதிய வில்லிபுத்தூரார் நடுநாட்டுச் சனியூரைச் சார்ந்தவர். வால்மீகியின் வடமொழி இராமாயணத்தைத் தழுவிக் கம்பர் எழுதிய பக்திக் காவியமான இராமாவதாரம் வெளிவருவதற்கு உதவிய திருவெண்ணெய்நல்லூரைச் சேர்ந்த சடையப்பரின் பங்களிப்பு மகத்தானது.

தமிழகத்தில் அழிந்து போன மதங்களில் ஒன்றாகக் கருதப்படக்கூடிய சமண மதத்தைச் சார்ந்த தமிழர்கள் இன்றளவும் வசிப்பது நடுநாட்டுப் பகுதி, காஞ்சிபுரம் பகுதியில்தான். ஜைனர்களின் திகம்பரப் பிரிவின் தலைமை மடமும் பார்சுவநாத ஜைன கோவிலும் அமைந்துள்ள திண்டிவனம் அருகிலுள்ள

மேல்சித்தாமூரில் ஜைனர்களால் இன்றளவும் தேர்த்திருவிழா வெகுவிமரிசையாகக் கொண்டாடப்படுகிறது என்பதே இன்றுவரை பலர் அறியாத செய்தியாக உள்ளது. சீவகசிந்தாமணிக்கு உரை எழுதப் புகுந்த இடைக்கால உரையாசிரியர் நச்சினார்க்கினியர் இங்கே உள்ள ஜைனர்களிடம் ஜைன சாஸ்திரம் குறித்து விளக்கம் கேட்டு அனைவரும் ஏற்றுக்கொள்ளும்படி உரை எழுதினார் என்பது செவிவழிச் செய்தியாக உள்ளது.

இக்கால உரையாசிரியர்களில் ஒருவரான உரைவேந்தர் ஔவை சு.துரைசாமி திண்டிவனம் அருகிலுள்ள ஔவையார்குப்பத்தைச் சேர்ந்தவர். சங்க காலப் புலவர்களுடன் பிறந்து வாழ்ந்த ஒருவர் சங்கப் பாடலுக்கு உரை எழுதினால் எப்படி இருக்குமோ அது போன்ற நிலையில் புறநானூறு, பதிற்றுப்பத்து, ஐங்குறுநூறு, நற்றிணை ஆகிய நூல்களுக்கு அவர் உரை எழுதியுள்ளார். தொல்காப்பியம் முழுமைக்கும் உரை வளம் எழுதிய இலக்கண உரையாசிரியர் கடலூர் அருகிலுள்ள புதுவண்டிப்பாளையத்தைச் சேர்ந்த ஆ.சிவலிங்கனாரின் இலக்கணப் பங்களிப்பு கணிசமானது.

மற்ற மதத்தினரைக் காட்டிலும் ஜைனர்கள் தமிழ் இலக்கிய இலக்கணத்திற்குச் செய்த பங்களிப்பு அளப்பரியது. திண்டிவனம் அருகிலுள்ள வீடூரைச் சேர்ந்த பதிப்பாசிரியர், தத்துவப் பேராசிரியரான அ.சக்கரவர்த்தி எழுதிய JAINA LITERATURE IN TAMIL(1941) ஆங்கில நூலும் இவர் பதிப்பித்த நீலகேசி நூலுக்கு ஜைன மதம் சார்ந்து எழுதிய அரிய ஆங்கில முன்னுரையும் இவர் பதிப்பித்த மற்றொரு நூலான திருக்குறள் கவிராஜ பண்டிதர் உரை நூலுக்கு இவர் எழுதிய நீண்ட ஆங்கில உரையும் ஜைன மதம் சார்ந்து, ஜைன இலக்கியம் சார்ந்து அறிந்து கொள்ள முக்கியமான ஒன்றாக விளங்குகிறது. இவரது தந்தை அப்பாசாமி, உ.வே.சா பதிப்பித்த சீவகசிந்தாமணி பதிப்பிற்கு மூலப்பிரதியை வழங்கியதோடு மட்டுமல்லாமல் ஜைன சமயக் கோட்பாடுகளை விளக்கிச் சிறந்த நிலையில் வருவதற்கு உதவியுள்ளார்.

இருபதாம் நூற்றாண்டின் நடுநாட்டு மண்ணின் மாபெரும் கவிஞர்களான பாரதிதாசன், கம்பதாசன், தமிழ்ஒளி முறையே திராவிடம், சோசலிசம், பொதுவுடைமைக் கருத்து நிலையில் இயங்கித் தமிழ்க் கவிதை மரபிற்கு மிகுந்த கவிவளத்தை, செழுமையை நல்கியவர்கள். புதுக்கவிதை இன்று நூற்றாண்டு கண்டாலும் இந்த மரபுவழிக் கவி ஆளுமைகளுக்கு முன்னால்

புதுக்கவிதையின் வளர்ச்சி என்பது மண்டியிட்டே கிடந்தது. இவர்களின் மறைவிற்குப் பிறகே எழுபதுகளில் வேர்ப் பிடிக்கத் தொடங்கி எண்பதுகளில் வளர்ச்சி பெறத் தொடங்கியது.

காலம் மறந்த விடுதலைப் பாசறையின் பெருங்கவி இக்கால ஔவையார் என்று திரு.வி.க.வினால் அழைக்கப்பட்ட திண்டிவனம் அருகிலுள்ள இரட்டணையைச் சேர்ந்த பண்டிதை அசலாம்பிகை அம்மையார் விடுதலைக் காலப் போராட்டத் தளபதிகளான திலகர், காந்தி பற்றிப் பாடிய திலகர் மான்மியம், காந்திய புராணம், வள்ளலாரின் வாழ்வியல் உரைநடையில் மட்டுமே கிடைக்கும் சூழலில் கவிதை நடையில் எழுதி இராமலிங்க சுவாமிகள் சரிதம் பாடியுள்ளார். அக்காலத்தில் பெண்ணியவாதியாகவும் விளங்கியவர்.

புதுக்கவிதையின் வடிவம், உள்ளடக்கத்தை மாற்றியவரும் எந்திர அழகியல், டிஜிட்டல் கவிதை, எதிர்க் கவிதை எழுதிப் பங்களிப்புச் செய்தவரும் தமிழில் ஐந்து திணை கடந்த நிலையில் ஆறாம் திணை ஒன்றைத் தமிழுக்கு நிர்ணயம் செய்தவராக இந்திரன் விளங்குகிறார்.

நடுநாட்டின் வட்டார மொழியான பேச்சு மொழியைப் பயன்படுத்திச் "சனங்களின் கதை" கவிதை நூலில் புதுமை செய்தவராய் த.பழமலய் விளங்குகிறார். சனங்களின் கதை, இந்திரனின் "அறைக்குள் வந்த ஆப்பிரிக்க வானம்" மொழிபெயர்ப்புக் கவிதை வெளிவந்த காலத்தில் நூற்றுக்கணக்கான இளைஞர்களைக் கவிதையின் பக்கம் ஈர்த்ததோடு அல்லாமல் கவிதை எழுத வைத்த சிறப்பு இந்த இரு நூல்களுக்கும் உண்டு.

மரபுக் கவிதையின் கடைசிக் கொழுந்தாக விளங்கும் ஆகாசம்பட்டு வெ.சேஷாசலம், பின்காலனியம், பின்நவீனத்துவச் சிந்தனையில் தமிழுக்கு நவீனத்துவமான கவிதைகளைப் படைத்தவராக ரமேஷ்-பிரேம் திகழ்கின்றனர். அறிவுமதி, பாவண்ணன், ஆசு, கரிகாலன், கண்மணி குணசேகரன், நா.வே.அருள், கண்டராதித்தன், ஜீ.முருகன், ப.தனஞ்செயன், கே.ஸ்டாலின், அசதா, லார்க் பாஸ்கரன், இயற்கை, தாமரைபாரதி, பாரதிகவிதாஞ்சன், ஸ்ரீதர்பாரதி போன்றோர் எழுதிய புதுக்கவிதையை, அதன் பேசுபொருளை, உள்ளடக்கத்தை, அழகியலை விரிந்த தளத்தில் எழுத வேண்டியது அவசியமானது. தலித் கருத்தியல் நிலைப்பாட்டைத் தமது கவிதைகளில் எழுதிவரும் அன்பாதவன், பாரதி வசந்தன், விழி.பா.இதயவேந்தன்,

வினையன் போன்றோரும் பெண்ணிய எழுத்தாளர்களான மாலதி மைத்ரி, அ.வெண்ணிலா, இரா.தமிழரசி, மனுஷி, கனிமொழி.ஜி போன்றோரின் கவிதைகள் அனைத்தையும் ஒட்டுமொத்தமாகப் பார்க்கும்போது சங்க காலம் தொடங்கி இக்காலம்வரை மைய நீரோட்டமான இலக்கியப் பங்களிப்பை நடுநாட்டு எழுத்தாளர்கள் அளித்தே வந்துள்ளனர் என்பது தெரிகிறது.

தமிழ்க் கவிதை மரபில் நெடிய தொடர்ச்சி உள்ளதைப் போன்றே தமிழ்ச் சிறுகதை மரபிலும் ஒரு நீண்ட நெடிய தொடர்பு உண்டு. அந்தக் கதை மரபை விளங்கிக் கொள்வது அவசியமானது. கதை சொல்லல் மரபானது இன்றுவரை பேச்சு மரபு, எழுத்து மரபு என்றே நீள்கின்றது. பேச்சு மரபு நாட்டுப்புறக் கதை, கதைப்பாடல் என்றால் எழுத்து மரபு சங்கப் பாடலில் சிறிய நிகழ்வைக் கதை சொல்லுதலாகத் தொடங்கிக் காவிய காலத்தில் நீண்ட கதையாகக் கூறும் மரபாக மாறுகிறது.

வடமொழியாளரின் பண்பாட்டுக் கலப்பினால் பெருங்கதை, சிந்தாமணி போன்ற புதிய கதை மரபு தமிழில் உருவாகிறது.

அதன் பின்னர் வந்த அரேபிய, ஐரோப்பியப் பண்பாட்டுத் தொடர்பினால் அரபுக் கதை, ஈசாப் கதை, தக்காணத்துப் பூர்வ கதை, பஞ்சதந்திரக் கதை போன்ற கதைகளால் புதிய கதை மரபும் இங்கே உருவாகிறது.

அச்சு இயந்திரத்தின் வருகைக்குப் பிறகு உருவான புத்தகம், இதழ்களின் வழியாக வாசிப்போருக்குப் பல கதைகள் உருவாகின்றன. இக்கதைகள் யாவும் கதை சொல்லல் மரபில் உருவான கதைகள். தமிழின் ஆரம்பக் காலகட்டச் சிறுகதைகள் அனைத்தும் சமகால அரசியலுடன்தான் பிறக்கின்றன என்றாலும் அவற்றை எழுதிய சிறுகதை முன்னோடிகளின் கதைகள் யாவும் புராணம், இதிகாசம், காவிய மரபிலான கதை கூறல் தன்மையிலேயே அமைந்தவை. காவிய மரபான கதை சொல்லல் நிலையைத் தகர்த்துக் கதை வாசித்தல் நிலையில் புதுமொழி, புதுப் பொருண்மை, புது வகையான மௌன வாசிப்பு, புதிய விதமான கதை சொல்லல் மரபில் தமிழ்க் கதையை நவீனக் கதையாக மாற்றிய பெருமை புதுமைப்பித்தனுக்கு உரியது.

புதுமைப்பித்தன், ஜெயகாந்தன், மௌனி போன்ற தமிழ்ச் சிறுகதை ஆளுமைகள் இன்னும் கம்பதாசன், தமிழ்ஒளி

ஆகியோருடன் நடுநாட்டுச் சிறுகதை தொடங்கியது என்றாலும் அவர்களை எல்லாம் நடுநாட்டிற்குரிய எழுத்தாளர்களாக ஏற்றுக் கொள்ள முடியாது என்பதே தென்மாவட்ட எழுத்தாளர்களின் நிலைப்பாடாய் இருந்து வந்துள்ளது.

எழுபதுகளில் எழுத வந்த இருபத்தைந்து வயதே நிரம்பிய இளைஞனான இராசேந்திரசோழன், இருபது ஆண்டுகள் மனதில் ஊறினாலும் ஒரு வார்த்தையும் எழுத வராத எழுத்துகளை இந்த மண்ணுக்கே உரிய மனிதர்களின் கிளைமொழியோடு எந்த முன்னத்தி ஏரையும் முன்னுதாரணமாகக் கொள்ளாமல் மனித உறவுகளை, மனதில் இழையோடும் பாலியல் உளச்சிக்கல்களை பறிமுதல், எட்டுக்கதைகள், தற்செயல், நிலச்சரிவு என அடுத்தடுத்த தொகுப்புகள் வழியாக நடுநாட்டுச் சிறுகதைக்குத் தனித்த அடையாளம் தந்தவர்.

இராசேந்திரசோழன் ஒருபுறம் என்றால் மறுபுறம் பிரபஞ்சன், பாவண்ணன் ஆகியோர் யாருடைய சாயலையும் பின்பற்றாமல் அச்சு அசலான மனிதர்களின் வாழ்க்கையை மானுட நேயத்துடன் தங்களுக்கே உரிய பாணியில் கதைகளாக எழுதியவர்கள்.

பண்ணுருட்டிச் செம்மண், அங்குள்ள முந்திரி, பலாவின் வாசம் மாறாமல் அங்குள்ள புழுதி படிந்த மக்களின் வாழ்வைத் தமது கதைகளில் பதிவு செய்தவர் தங்கர் பச்சான்.

இராசேந்திரசோழன் நிறுத்திவிட்டுப் போன இடத்திலிருந்து தனது சிறுகதைப் பயணத்தைத் தொடங்கியவராகக் கண்மணி குணசேகரன் விளங்குகிறார். மக்கள் பேசும் ஊர்நாட்டுப் பேச்சுக் கூறுகளை மிகவும் உள்வாங்கிய படைப்புக்களம், நடுநாட்டு இலக்கியத்திற்குத் தொடர்ச்சியாகக் குரல் கொடுத்து அடையாளம் வழங்கிய பெருமை கண்மணி குணசேகரனுக்கு உரியது.

இருநூறு ஆண்டுகள் இருவேறுபட்ட பிரான்சு, தமிழ்க் கலாச்சாரத்தை உள்ளடக்கியதான புதுச்சேரி மண்ணை, மக்களைப் படைப்பாக்கும் பிரபஞ்சன், ரமேஷ்-பிரேம், நாகரத்தினம் கிருஷ்ணா, பாரதி வசந்தன் முதலானவர்களின் புனைகதைகள்.

தான் வாழும் பகுதியில் தான் பார்த்த மக்களின் வாழ்வியல் அனுபவங்களை, அவர்களுடைய குணநலன்களைத் தன்னுடைய படைப்புக் களமாகக் கொண்ட வே.சபாநாயகம், பரிக்கல்

ந.சந்திரன், எஸ்.சீதாராமன், செஞ்சி தமிழினியன் போன்றோரின் புனைகதை ஆக்கங்கள்.

அம்பேத்கரின் நூற்றாண்டு விழா எழுச்சிக்குப் பிறகு தொண்ணூறுகளில் தலித்தியம் சார்ந்த படைப்புகள் உருவாகின்றன. தலித்திய மொழியோடு எண்பதுகளில் எழுதியவராக இரா. இராமமூர்த்தி விளங்குகிறார். தலித்திய மக்களின் வாழ்வை, வலியை, கண்ணீரும் கம்பலையுமாய் வாழ்வின் இழப்புகளை இரத்தமும் சதையுமாய் கதைகள் எழுதிய விழி.பா.இதயவேந்தன், பாரதி வசந்தன், சுதாகர் கத்தக், மணிநாத் போன்றோரின் சிறுகதைகள்.

சாதிய முரண், சாதிய அதிகார ஆதிக்கங்களை, சமூக இழிவுகளை, அவலங்களைப் படைப்பாக்கிய இமையம், பவா செல்லதுரை படைப்புகள். அறுபதுகளில் உருவான பின்காலனியச் சூழலை, பின்நவீனத்துவத்தைத் தமது படைப்புகளாக எழுதி வரும் ரமேஷ்-பிரேம், ஜீ.முருகன், குமார் அம்பாயிரம் போன்றோரின் சிறுகதைகள். நவீனத்துவமான பார்வையுடன் யதார்த்த பாணியில் தனது சிறுகதைகளை எழுதிவரும் ஜே.பி.சாணக்யா, அசதா, காலபைரவன் போன்றோரின் புனைகதை ஆக்கங்களால் நடுநாட்டுச் சிறுகதையின் செல்நெறி நூற்றாண்டைக் கடந்தும் செல்கிறது.

நடுநாட்டின் எல்லையைப் பற்றிப் பேசும்போது பெரும்பாலானோர் பழைய தென்னார்க்காடு மாவட்டப் பகுதியே இன்றைய நடுநாடு என்கிறார்கள். இன்னும் சிலர் அவரவரின் வசதிக்கேற்ப நடுநாட்டின் எல்லையைப் பேசி வருகின்றனர். ஆனால், அவர்கள் கூறும் எல்லைப் பரப்பானது வரலாற்றுக்குப் புறம்பானதாகவே அமைந்து உள்ளது.

வடக்கே பெண்ணையாற்றுப் பள்ளத்தாக்கு, தெற்கே வெள்ளாறு இவற்றின் இடையே அமைந்துள்ள ஆரம்பக் காலகட்ட நிலப்பகுதியே நடுநாடு- நடுவில் நாடு.

திருமுனைப்பாடி, வாணகோப்பாடி, மலாடு போன்ற குறுநில அரசுகள் ஆண்டு வந்த பகுதிகளை, சோழப் பேரரசால் வளநாடுகளாக மாற்றப்பட்டதன் விளைவாகவும் நாடு நிலையில் ஏற்பட்ட சிறுசிறு சமூக நிலப்பிரிவு மாற்றங்களின் விளைவாகவும் பல்லவரின் தொண்டை நாட்டுப் பகுதி, நடுவில் நாட்டுப் பகுதி

ஆகியவற்றை ஒன்றாக இணைத்து இராஜராஜ சோழன் காலத்தில் உருவான ஜெயங்கொண்ட சோழமண்டலம் என்கிற புதிய நிர்வாகப் பிரிவாக நடுநாட்டின் நிலவியல் பரப்பு விரிவடைந்து வந்துள்ளது.

கல்வெட்டின் வழியாகக் கிடைக்கும் தரவுகளின் அடிப்படையில் எ.சுப்பராயலு குழுவினர் உருவாக்கிய "இடைக்காலத் தமிழ்நாட்டில் நாடுகளும் ஊர்களும் (கி.பி. 800 - 1300)" என்கிற வரைபட நூல்(2014), க.பன்னீர்செல்வம் எழுதிய "நடுவில் நாடு - நாடுகள் மற்றும் ஊர்கள் வரலாறு" (2017) நூலும் நடுநாட்டின் தெளிவான நிலவியல் பரப்பை விளக்குகின்றன. இதன் அடிப்படையில் பார்க்கும்போது ஒருங்கிணைந்த கடலூர், விழுப்புரம் மாவட்டத்தின் (பழைய தென்னார்க்காடு) பகுதிகள் முழுமையும், புதுச்சேரிப் பகுதி, திருவண்ணாமலை வட்டத்தின் வடக்குப் பகுதி, பெரம்பலூர் மாவட்டத்தில் உடையார்பாளையம் வட்டத்தின் வடக்குப் பகுதி, சேலம் மாவட்டத்தில் ஆத்தூர் வட்டத்தின் கிழக்குப் பகுதி இவற்றை உள்ளடக்கியதாக நடுநாட்டுப் பகுதியின் நிலவியல் பரப்பு அமைந்துள்ளது.

தமிழ்ச் சிறுகதை நூற்றாண்டு கடந்த சூழலில் தஞ்சை, கரிசல், நெல்லை, கொங்கு, மதுரை, நாஞ்சில், சென்னை போன்ற தமிழகத்தின் பெரும்பாலான பகுதிகளில் இருந்து வட்டாரச் சிறுகதைத் தொகுப்பு வெளிவந்துள்ள நிலையில் நடுநாட்டுச் சிறுகதைத் தொகுப்பும் வெளிவருகிறது.

நடுநாட்டு மக்களின் கிளை மொழி, நாட்டார் கலை சார்ந்த மரபு, தொன்மம் சார்ந்த சிறப்புகள், மண்ணுக்கே உரிய விழாக்கள், பலதரப்பட்ட மக்களின் வாழ்வியல், பழக்க வழக்கம், நம்பிக்கை, இங்கே காணும் பிரதான பிரச்சினை, இம்மண்ணில் வாழ்ந்த ஆளுமை போன்ற கருதுகோள்களை வைத்துக்கொண்டு களப்பயணத்தின் மூலமாக எண்பதுக்கும் மேற்பட்ட எழுத்தாளர்களைக் கண்டடைந்து தொகுக்கப்பட்ட ஐம்பது கதைகளிலிருந்து தேர்வானதுதான் இந்த முப்பது கதைகள். தமிழ் படித்த மாணவன் என்ற நிலையில் எவ்விதத் தன்முனைப்பும் இல்லாமல் எல்லாத் திசைகளிலிருந்தும் வரும் பரந்துபட்ட ஜனநாயகக் குரல்களுக்கு மதிப்பு அளித்து மண்ணையும் மண் சார்ந்த மக்களையும் பிரதிபலிக்கும் விதமாகவே இச்சிறுகதைகள் தொகுக்கப்பட்டுள்ளன. இது சரியான மதிப்பீடா என்பதை

இத்தொகுப்பை வாசிப்போர்தான் முடிவு செய்ய வேண்டும். இத்தொகுப்பில் இடம்பெறாமல் போன எழுத்தாளர்கள் என்னைப் பொறுத்தருள்க.

மண்ணின் மைந்தர்கள் மட்டுமல்லாமல் தெருக்கூத்துக் கலையில் தொழில்படும் அத்தனை அம்சங்களையும் எழுதிய செய்யாறு தி.தா.நாரயணன், நம்முடனே வாழ்பவர்களின் இழப்பின் வலியைப் பற்றி எழுதிய ஜீ.முருகன், நெசவாளர்களின் அன்றாட வாழ்வியலைப் பற்றி எழுதிய அ.வெண்ணிலா போன்றோர் இந்தப் பகுதியைச் சாராதவர்களாயினும் அவர்கள் வாழும் பகுதிகள் பண்பாட்டு, கலைத் தளங்களில் ஒரே மாதிரியாகத் தொழில்படக் கூடிய நடுநாட்டுப் பகுதியைப் போன்றே உள்ளன.

புதுமைப்பித்தன் தொடங்கி குமார் அம்பாயிரம் வரை உள்ள முப்பது கதைகளும் கதையாசியர் பிறந்த ஆண்டினைக் கணக்கில் கொண்டு வரிசைப்படுத்தப்பட்டுள்ளன. இந்த வைப்பு முறை நடுநாட்டுச் சிறுகதைச் செல்நெறியை, நடுநாட்டுச் சமூகம் கடந்து வந்த பாதையை விளங்கிக் கொள்ள உதவக் கூடும். கதைத் தொகுப்பைப் போன்றே நடுநாட்டின் கவிதைகள் தொகுப்பும் நாட்டுப்புறக் கதைகள், பாடல்கள், விடுகதைகள், பழமொழிகள் சார்ந்த தொகுப்பும் இவற்றை உள்ளடக்கிய நடுநாட்டு இலக்கிய வரலாறு விரிந்த தளத்தில் எழுதப்பட்டால் தமிழ் இலக்கியத்திற்கு வேறொரு பரிமாணத்தைத் தரக்கூடும்.

தொகுப்பிற்குரிய சிறுகதைகளைச் சேர்த்துக் கொள்ள மிக்க மகிழ்ச்சியுடன் இசைவு தந்த சிறுகதை ஆசிரியர்களுக்கும் மறைந்த எழுத்தாளர்களின் குடும்பத்தார்க்கும் நெஞ்சார்ந்த நன்றியினைத் தெரிவித்துக்கொள்ளக் கடமைப்பட்டு உள்ளேன்.

உடல் நலிவுற்ற நிலையில் அனைத்துக் கதைகளையும் படித்துச் செறிவான அணிந்துரை வழங்கிய இம்மண்ணின் மாபெரும் எழுத்தாளர் இராசேந்திரசோழன் ஐயாவிற்கும் கதையைப் படித்துக் காட்டி, கையெழுத்துப் பிரதி எழுதி உதவிய இராசோவின் முப்பது ஆண்டுக் கால நண்பர் பொன்.மாயவன் ஐயாவிற்கும் என் உளமார்ந்த நன்றி.

தொகுப்பு ஆக்கத்திற்குக் கருத்து நிலையில் உதவிய இந்திரன், த.பழமலய், ஆகாசம்பட்டு வெ.சேஷாசலம், புதுவை சீனு.

தமிழ்மணி, மணிநாத், இரா.இராமமூர்த்தி, சுதாகர் கத்தக், பாரதி வசந்தன், குறிஞ்சி வேலன் ஆகியோருக்கு நன்றி.

ஆரம்பம் முதலே என்னோடு பயணித்து இந்த நூல் உருவாக்கத்திற்கு உறுதுணையாக இருந்தவர் நண்பர் த.மணிகண்டன், கதை குறித்த வாத விவாதங்களில் பங்கேற்ற நண்பர்கள் இரா.கமலக்கண்ணன், வெ.சச்சிதானந்தம் பிழைதிருத்தத்தில் அலாதியான ஈடுபாடு காட்டிய நண்பர் ஜெ.பஞ்சாட்சரம் ஆகியோருக்கு நன்றி தெரிவிக்கக் கடமைப்பட்டவன்.

இருபதாண்டுகள் கடந்த பின்னர் வாராது வந்த மாமணியை ஏந்திப் புத்தகமாக வெளியிட முனைந்த எதிர் வெளியீடு பதிப்பக உரிமையாளர் தோழர் அனுஷ் அவர்களுக்கு மனமார்ந்த நன்றி.

சின்னநெற்குணம்   ஆ. ஜீவா
05.09.2022

01

புதிய நந்தன்

நந்தா சாம்பானை நந்த நாயனாராக்க, சிதம்பரத்தில் அக்கினிப்புடம் போட்ட பின்னர் வெகு காலம் சென்றது.

அந்தப் பெருமையிலேயே ஆதனூர் சந்தோஷ அல்லது துக்க சாகரத்தில் மூழ்கி அப்படியே மெய்மறந்தது.

இங்கிலீஷ் சாம்ராஜ்யம் வந்த சங்கதிகூடத் தெரியாது. அப்படிப்பட்ட நெடுந்தூக்கம்.

இப்பொழுது ஆதனூரிலே ரயில்வே ஸ்டேஷன், வெற்றிலை பாக்குக் கடை என்ற ஷாப்பு, காப்பி ஹோட்டல் என்ற இத்யாதி சின்னங்கள் வந்துவிட்டன. எப்படி வந்தன என்ற சமாச்சாரம் யாருக்கும் தெரியாது.

ஆனால், நந்தன் பறைச்சேரியில் விடை பெற்றுக்கொண்ட பிறகு பறைச்சேரிக்கு என்னமோ கதிமோட்சம் கிடையாது. பழைய பறைச்சேரிதான். பழைய கள்ளுக்கடைதான். ஆனால் இப்பொழுது பழைய வேதியரின் வழிவழி வந்த புதிய வேதியரின், ஆள் மூலம் குத்தகை. சேரிக்குப் புறம்பாக அல்லது தீண்டக் கூடாது என்ற கருத்துடனோ, மரியாதையான தூரத்திலே ஒரு முனிஸிபல்

புதுமைப்பித்தன் *(1906 - 1948)* என்னும் சொ.விருத்தாசலம் கடலூரிலுள்ள திருப்பாதிரிப்புலியூரில் பிறந்தவர். நூற்றுக்கும் மேற்பட்ட சிறுகதைகளையும் ஒரு குறு நாவலும் பல மொழிபெயர்ப்புக் கதைகளும் சில கவிதைகள், விமர்சனக் கட்டுரை, ஓரங்க நாடகம், வாழ்க்கை வரலாற்று நூல்கள், இதழியல் பணி மொழிபெயர்ப்பு எனப் பல தளத்தில் இயங்கியவர். தமிழ்ச் சிறுகதைகளுக்கு நவீனத்துவமான அடையாளத்தைத் தந்தவர்.

விளக்கு. அதை ஏற்றுவதைப் பற்றி ஒருவருக்கும் தெரியாது. சேரிப் பறையர்கள் ஆண்டையின் அடிமைகள், அத்துடன் அவர்களுக்குத் தெரியாத வெள்ளைத் துரைகளின் அடிமைகள்.

அந்தப் பழைய வேதியரின் வாழையடி வாழையாக வந்த (அவர்கள் குலமுறை கிளத்தும் படலம் எந்தப் புராணத்திலும் இல்லை) வேதியர் அக்கிரகாரத்தில் பெரிய பண்ணை. 100 வேலி நிலம் இத்யாதி வகையறா. இது மட்டுமல்ல. ஒரு பென்ஷன் பெற்ற ஸப் ரிஜிஸ்திரார் விஸ்வநாத் ஸ்ரௌதி; இவருக்குப் பிரிட்டிஷ் சாம்ராஜ்யத்திலும், இறந்து போன ஸனாதன உண்மைகளிலும் அபார நம்பிக்கை. இதையறிந்து நடப்பவர்கள்தான் அவருடைய பக்தர்கள்.

அவருக்கு ஒரு பையன்; பெயர் ராமநாதன். எம்.ஏ. படித்து விட்டுக் கலெக்டர் பரிக்ஷை கொடுக்கவிருந்தவன். ஏதோ பைத்தியக்காரத்தனத்தினால் - இது அவர்கள் வீட்டிலும் அக்கிரகாரத்திலும் உள்ள கொள்கை - சத்தியாக்கிரகத்தில் ஈடுபட்டுவிட்டான். பையனுக்கு இதிலிருந்த பிரேமையை ஒரு நல்ல சம்பந்தத்தில் ஒழித்து விடலாம் என்பது ஸ்ரௌதியின் நம்பிக்கை. பிள்ளையின் பேரிலிருந்த அபார வாத்ஸல்யத்தின் பயன்.

2

சேரியிலே கருப்பன் ஒரு கிழட்டு நடைப்பிணம். 60 வயது. பெரிய நயினாரின் தோட்டக் காவல். இதில் ஒரு ஸ்வாரஸ்யம். கருப்பன் சிறு பிராயத்தில் தெரியாத்தனத்தினாலோ, ஐயரவர்கள் இப்பொழுதும் சொல்லிக்கொண்டிருக்கிறபடி, 'பறக்கிருதி'னாலோ, ஒரு நாள் இரவு அக்ரஹாரத்தில் இருக்கும் தெப்பக்குளத்தில் இறங்கி ஒரு கை தண்ணீர் அள்ளிக் குடித்து விட்டான். கோயில் தெய்வத்தின் உலாவுப் பிரதிநிதியான சுப்பு சாஸ்திரிகள் கண்டுவிட்டார். அக்ரஹாரத்தில் ஏக அமளி. அப்பொழுது சிறுவனாகவிருந்த விஸ்வநாத ஸ்ரௌதி தன்னை மீறிய கோபத்தில் அடித்த அடி கருப்பனைக் குருடாக்கியது. விளையும் பயிர் முளையிலே தெரியாதா?

ஆனால் ஸ்ரௌதி இளகிய மனம் உடையவர். கருப்பனுடைய ஸ்திதிக்கு மிகவும் பரிதபித்து தோட்டத்தில் காவல் தொழிலைக் கொடுத்தார். கல்யாணம் செய்து வைத்தார். தோட்டத்திலே குடிசை கட்டிக் கொடுத்தார். பிறகு தங்கக் கம்பியாகிவிட்டான் என்று எல்லோரிடத்திலும் சொல்லுவதில் வெகு பிரேமை.

3

அதெல்லாம் பழைய கதை.

கருப்பன் குருடனாகிவிட்டால் குழந்தைகள் பிறக்காதா? முதலில் ஒரு ஆண் குழந்தை. அவன் பெயர் பாவாடை. ஆண்டை 'சின்னசாமி'யும் ஏறக்குறைய இதே காலத்தில்தான் பிறந்தான். ராமநாதன் சில சமயங்களில் தோட்டக் காட்டிற்கு வரும்பொழுது பாவாடையுடன் கேணியில் முக்குளித்து விளையாடுவதிலும் மரக்குரங்கு விளையாடுவதிலும் பரம உத்ஸாகம்.

அதெல்லாம் பழைய கதை.

இரண்டு பேரும் வித்தியாசமான இரண்டு சமூகப் படிகளின் வழியாகச் சென்றார்கள். இரண்டு பேரும் ஒரே உண்மையை இரண்டு விதமாகக் கண்டார்கள்.

பரமண்டலங்களிலிருக்கும் பிதாவாகிய கர்த்தரின் நீதிகளை ஆதனூரில் பரப்பும்படி ரெவரெண்ட் ஜான் ஐயர் ஒரு தடவை ஆதனூர் சேரிக்கு வந்தார். பாவாடையின் புத்தி விசேஷத்தைக் கண்டு, அவனைத் தம் மதத்தில் சேர்க்க அனுமதித்துவிட்டால், பெரிய பண்ணை மாதிரி ஆக்கிவிடுவதாக ஆசை காட்டினார். கருப்பனுக்குத் தன் மகன், 'இங்கிலீஸ்' (*English*) படிக்க வேண்டுமென்று ஆசை. நீட்டுவானேன்? பாவாடை ஜான் ஐயருடன் சென்றான்.

ரெவரெண்ட் ஜான் ஐயர் வேளாளக் கிருஸ்துவர். முதலில் போர்டிங்கில் போட்டுப் படிக்க வைத்தார். பையன் புத்தி விசேஷம். மிகுந்த பெயருடன் 10 கிளாஸ் படிக்கும் வரை பிரகாசித்தது. இன்னும் பிரகாசிக்கும் பரமண்டலங்களிலிருக்கும் கர்த்தரின் விதி வேறு விதமாக இருந்தது.

ஜான் ஐயருக்கு ஒரு பெண் உண்டு. மேரி லில்லி என்ற பெயர். நல்ல அழகு.

அவளும் அந்த மிஷன் பள்ளிக்கூடத்தில் ஆண் பிள்ளைகளுடன் படித்தாள். எல்லாவற்றிலும் முதல் மார்க் எடுக்கும் பாவாடையிடம் (இப்பொழுது அவனுக்கு தானியேல் ஜான் என்ற பெயர்) சிறிது பிரியம், நட்பு, வரவரக் காதலாக மாறியது.

கிருஸ்தவ சமுதாயத்தில் இந்துக் கொடுமைகள் இல்லையென்று ஜான் ஐயர் போதித்ததை நம்பி, மனப்பால் குடித்த ஜான் தானியேல், ஒரு நாள் ஐயரிடம் நேரிலேயே தன் கருத்தை வெளியிட்டான்.

ஜான் ஐயரவர்களுக்கு வந்துவிட்டது பெரிய கோபம். "பறக்கழுதை வீட்டைவிட்டு வெளியே இறங்கு" என்று கழுத்தைப் பிடித்து நெட்டித் தள்ளினார்.

மனமுடைந்த தானியேலுக்குப் பாழ்வெளியாகத் தோன்றியது உலகம். இந்த மனநிலைக்கு மதம்தானே சாந்தி என்கிறார்கள். கிருஸ்துவனாக இருந்தபொழுது வேத புத்தகத்தை நன்றாகப் படித்திருந்தான். சுவாமியாராகப் போய்விட வேண்டுமென்று கத்தோலிக்க மதத்தைத் தழுவி, சுவாமியார் பரீட்சைக்குத் தேர்ந்தெடுக்கப்பட்ட நாவிஸ் பிரதராக (Novice Brother) ஃபாதர் ஞானப்பிரகாசம் மேற்பார்த்த மடத்தில் இரண்டு வருஷங்கள் கழித்தான். சுற்றி நடக்கும் அபத்தங்களும் சில சுவாமியார்களின் இயற்கைக்கு விரோதமான இச்சைகளும் மனதிற்குச் சற்றும் சாந்தி தராத இரும்புச் சட்டம் போன்ற கொள்கைகளும் அவன் மனத்தில் உலகக் கட்டுப்பாடே ஒரு பெரிய புரட்டு என்ற நம்பிக்கைகளைக் கிளப்பிவிட்டன.

அதனிடமும் விடை பெற்றுக்கொண்டு, திரு. ராமசாமிப் பெரியாரின் சுயமரியாதை இயக்கத்தில் ஈடுபட்டுவிட்டான். அதிலே அவன் ஒரு பெரும் தீவிரவாதி. இப்பொழுது தோழர் நரசிங்கம் என்ற பெயருடன், தனக்குத் தோன்றிய உண்மைகளை அதில் ஒரு பைத்தியம் பிடித்ததுபோல், பிரசாரம் செய்து கொண்டு வந்தான்.

ஒரு தடவை தகப்பனாரைக் காண ஆதனூருக்கு வந்தான். பழைய எண்ணங்கள் குவிந்திருக்கலாம். அதைப் பற்றி எனக்குத் தெரியாது. அவனுக்கு இரண்டு உண்மைகள் தெரிந்தன. தனக்கும் தனது குடும்பத்தினருக்கும் இடையே எண்ணங்களில், செய்கைகளில் ஏன் எல்லாவற்றிலுமே ஒரு பெரிய பிளவு இருக்கிறது என்பது ஒன்று. இன்னும் ஒன்று, தான் சென்ற பிறகு, தனக்கு ஒரு அழகான - பறைச்சிகளுக்கும் அழகாயிருக்க உரிமையுண்டு - தங்கை, பதினாறு பிராயத்தாள் இருப்பதையறிந்ததுதான்.

ஆனால், இவர்களை மனிதரின் நிலைமைக்குக் கொண்டுவர எந்தப் பகீரதன் உண்டாகப் போகிறானோ என்ற மலைப்பு ஏற்பட்டுவிட்டது. தனது பிரசங்கங்கள் படித்தவர்களிடம் செல்லும்; இந்த வாயில்லாப் பூச்சிகளிடத்தில்?

4

ராமநாதன் வீட்டில் செல்லப்பிள்ளை. இட்டது சட்டம். பக்கத்து ஜில்லாத் தலைநகரில் மெட்ரிக்குலேஷன் வரை படித்தான். அவனுடைய படிப்பு வேறு ஒரு தினுஸு; கெட்டிக்காரன் பள்ளிக்கூடத்தில் மட்டுமல்ல. சிலரைப்போல் பள்ளிக்கூடத்தில் மூழ்கிவிடவில்லை. காலத்தின் சக்தி வசப்பட்டு அதன் நூதன உணர்ச்சிகளில் ஈடுபட்டு இன்பப்பட்டவன்.

சென்னைக்குச் சென்று மேல்படிப்புப் படித்தான்; எம்.ஏ. வரையில். அதற்குள் 1930 இயக்கம் வந்தது. தந்தை நினைத்த கலெக்டர் பதவியைவிட்டு, தடியடிபட்டு ஜெயிலுக்குச் சென்றான்.

ஜெயிலில் இருந்து வந்ததும் ஹரிஜன இயக்கத்தில் ஈடுபட்டான். தகப்பனாருக்கு வருத்தம்தான். ராமநாதனின் அசையாத மனத்தின் முன் ஸ்ரௌதியின் அன்புதான் நின்றது. கொள்கைகள் பறந்தன.

ஒரு தடவை ஆதனூருக்கு வந்திருந்தான். அப்பொழுது கருப்பனின் மகளுக்கு வயது வந்துவிட்டது. நல்ல இயற்கையின் பூரண கிருபை இருந்தது.

ஒரு நாள் இரவு நல்ல நிலா. தோட்டத்திற்குச் சென்றான். இரவு கொஞ்ச நேரந்தான். அதுவும் ஆதனூரில் கேட்க வேண்டுமா?

தோட்டக் கிணற்றில் யாரோ குதிப்பதுபோல் சப்தம். ஓடிப் பார்க்கிறான்; ஒரு பெண் உள்ளே. அவனுக்கு ஒன்றும் தெரியவில்லை. உடனே அவனும் குதித்தான்.

"சாமி, கிட்ட வராதீங்க. பறச்சி, கருப்பன் மவ. சும்மானாச்சிங் குளிக்கிறேன்" என்ற குரல்.

"சரி, சரி, நீ விழுந்துவிட்டாயாக்கும் என்று நினைத்தேன். ஏறி வா" என்று கரை ஏறினான்.

"இல்லை, சாமி" என்று தயங்கினாள். பிறகு என்ன? இயற்கை இருவரையும் வென்றது.

ராமநாதனுக்கு... பிறகு ஒரு மகத்தான பாபம் செய்துவிட்டோம் என்ற நினைப்பு. கருப்பன் மகளுக்கு, சின்னப் பண்ணையின் தயவு கிடைத்ததில் திருப்தி.

ராமநாதன் அவளைக் கலியாணம் செய்து கொள்வதாக வாக்களித்தான். "அதெப்படி முடியும் சாமி" என்று சிரித்தாள்.

கருப்பனிடம் போய் நடந்ததைச் சொல்லிப் பெண்ணைக் கொடுக்கும்படிக் கேட்டான். அவனுக்குப் புதிய கொள்கைகள் எப்படித் தெரியும்?

"அது நயிந்தோ மகாப் பாவம். கண்ணானே அப்படிச் செய்யக் கூடாது."

ராமநாதனுக்கு இடி விழுந்தது போலாயிற்று.

5

மகாத்மா காந்தி தென்னாட்டில் ஹரிஜன இயக்கத்திற்காக பிரச்சாரம் செய்ய வந்தார். ஆதனூரில் ஐந்து நிமிஷம் தங்குதல். எல்லாம் ராமநாதனின் ஏற்பாடு. ஸ்ரௌதிகள் அவருடன் வாதம் செய்ய புராண அத்தாட்சிகளுடன் தயார். இதில் ஸ்ரௌதிகளுக்கு இரட்டை வெற்றி என்ற நம்பிக்கை. ஒன்று, காந்தியின் கொள்கைகளைத் தகர்ப்பது; இரண்டாவது காந்தியின் முன்பே தன் புத்திரனிடம் சனாதனத்தின் புனிதத்தைக் காண்பிப்பது.

தோழர் நரசிங்கம் காந்தியை எதிர்த்துக் கேள்விகள் கேட்க ஆதனூருக்கு வந்தான். தங்கையின் சமாச்சாரம் தெரிந்துவிட்டது. தகப்பனாரிடம் கலியாணம் செய்து வைத்துவிட வேண்டுமென்றும் அதற்குப் பறையரின் சமுதாயத்தின் கட்டுப்பாட்டால் செய்ய முடியும் என்றும் தெரிவித்தான். தகப்பனாரின் முட்டாள்தனமான நம்பிக்கையைத் தகர்க்க முடியவில்லை. 'பாப்பானின் சாயத்தைத் துலக்கி விடுகிறேன்' என்று காத்திருந்தான்.

ரயில்வே ஸ்டேஷன் பக்கத்திலிருந்து மைதானத்தில் ஒரு மேடை; கியாஸ் லைட்; இத்தியாதிஇத்தியாதி. பெருங்கூட்டம். வெற்றிகொள்ள ஆசைப்படும் சனாதனமும் அதில் கலந்திருக்கிறது.

கருப்பன் கிழவன். 'மவாத்துமா' கிழவரைப் பார்க்க ஆசை. கண் ஏது? அதென்னமோ? குருடனுக்கு என்ன செய்ய முடியுமோ?

தட்டுத் தடுமாறிக்கொண்டு வந்தான். எங்கோ, தன் மகன் சப்தம் போல் கேட்கிறது. வந்துவிட்டாற்போல் இருக்கிறது என்று தடுமாறிக் கொண்டு ஓடினான்.

மாலைகள் வந்துவிட்டனவா என்று கவனித்து ஓடிக் கொண்டிருக்கும் ராமநாதன் சற்றுப் பின்னால் வந்தான். குறுக்குப் பாதை வழியாகத் தோழர் நரசிங்கம் எங்கிருந்தோ வந்து கொண்டிருந்தான்.

நெற்றிக்கண்ணைத் திறந்த சிவபிரான்போல் தலைப்பு வெளிச்சத்தைப் போட்டுக் கொண்டு கோஷித்துக் கொண்டு வருகிறது மதறாஸ் மெயில். ஆதனூர் அதன் மரியாதைக்குக் குறைந்தது; நிற்காது. நாற்பது மைல் வேகம்.

என்ஜின் டிரைவர் விஸிலை ஊதுகிறான்; கோஷிக்கிறான். குருடன் கம்பி வழியாகவே நடக்கிறான். மனம் குழம்பிவிட்டதா?

தூரத்திலிருந்து இருவர் அவனைக் கண்டுவிட்டார்கள். மகனும் மருமகனும்; இயற்கைச் சட்டத்தின்படி அப்படித்தான். சமுதாயம் என்ன வேண்டுமானாலும் சொல்லிக் கொள்ளட்டும்.

வேகமாக ஓடி வருகின்றனர்.

வெளிச்சம்; வெளிச்சம்.

மூவரும் சேரும் சமயம். இழுத்துவிடலாம்.

“ஐயோ?”

ஹதம். ரத்தக் களரி.

மூவரின் ரத்தங்கள் ஒன்றாய்க் கலந்தன. ஒன்றாய்த்தான் இருக்கின்றன.

இதில் யாரை நந்தன் என்பது?

புதிய ஒளியை இருவர் கண்டனர். இருவிதமாகக் கண்டனர்.

இறந்த பிறகாவது சாந்தியாகுமா?

சமுதாயத்திற்குப் பலிதான். அதை யார் நினைக்கிறார்கள்.

பத்திரிகையில் பெரிய நீண்ட செய்திகள்...

பிறகு ஆதனூரில்...?

02

அழியாச் சுடர்

வழக்கமாகக் காலையில் அவனைப் பார்க்கப் போவதுபோல நான் அன்று செல்லவில்லை. உதயத்திலிருந்தே உக்கிரமாக வெய்யில் அடித்தது. தெளிவுற விளங்காத ஒருவித அலுப்பு மேலிட்டதினால் நான் வீட்டை விட்டே வெளிக்கிளம்பவில்லை. மாலையில் சென்று அவனைப் பார்த்துக் கொள்ளலாம் என்று எண்ணி மிக உஷ்ணமான அன்று பகலை என் வீட்டிலேயே கழித்தேன்.

நேற்றைய முன்தினம் இது நிகழ்ந்தது. மாலை நாலரை மணி சுமாருக்கு, நான் அவன் வீட்டை அடைந்தேன். அவன் என் பாலிய சிநேகிதன். நான் சென்றபோது, தன் வீட்டின் முன்அறையில் அவன் வழக்கம் போல ஒரு நாற்காலியில் அமர்ந்திருந்தான். திறந்த ஜன்னலுக்கு எதிரே உட்கார்ந்திருந்த அவன், ஏதோ ஆழ்ந்த யோசனையில் இருப்பதாக எண்ணி, திடீரென உட்புகச் சிறிது தயங்கி ரேழியில் நின்றேன். என் பக்கம் பாராமலே, என்னை அவன் உள்ளே அழைத்தது திடுக்கிடத்தான் செய்தது. அவனுடைய அப்போதைய தோற்றமும் கொஞ்சம் ஆச்சரியமளிப்பதாகவே இருந்தது. உள்ளே ஒரே நாற்காலியும் அதன் அருகில் ஒரு மேஜையும் இருந்தன. மற்றும் எதிரில் வீதி பக்கம் பார்த்த ஜன்னல் திறந்து இருந்தது.

மௌனி (1907-1985) என்னும் மணி சிதம்பரத்தைச் சார்ந்தவர். இவர் எழுதிய நூலாக இருபத்து நான்கு கதைகள், இரண்டு கட்டுரை மட்டுமே இதுவரை வெளிவந்துள்ளன. ஆனால் அச்சு ஏறாமல் இருப்பது இரண்டாயிரம் பக்கங்களுக்கு மேல் என்கிறார் மௌனி ஆய்வாளர் சச்சிதானந்தம். சொல்லில் பிடிபடாத மனோலயங்களை ஒரு மாயத் தன்மையோடு இழைத்துத் தந்த தன்மையுடையது இவரது கதைகள். இவரைச் சிறுகதையின் திருமூலர் என்கிறார் புதுமைப்பித்தன்.

"காபி சாப்பிட்டாகி விட்டதா?" என்று கேட்டுக்கொண்டே நான் உள்ளே நுழைந்தேன்.

"இல்லை" என்றான்.

"என்ன?"

"ஆமாம். காலை முதல் இங்கு உட்கார்ந்தபடிதான் இருக்கிறேன் யோசனைகள்" எனக் கொஞ்சம் சிரித்தபடிக் கூறினான்.

என் நண்பன் சிரிப்பதை மறந்து விட்டான் என்பதும் எனக்குத் தெரிந்து சமீப காலத்தில் சிரித்தது கிடையாது என்பதும் உண்மைதான். அப்போது அவன் சிரித்ததும் உணர்ச்சி இழந்த நகைப்பின் ஒலியாகத்தான் கேட்டது. அவன் பேசின தொனியும் என்னைப் பாராது வெளியே வெறித்துப் பார்க்கும் பார்வையும் எனக்கு என்னவோபோல் இருந்தது. மேலே நான் யோசிக்க ஆரம்பிக்குமுன் அவன் பேச ஆரம்பித்தான். அவன் சமீப காலமாக ஒருவித மனிதனாக மாறிவிட்டான்.

"இங்கே வாப்பா. இங்கே இப்படி உட்காரு; எதிரிலே பார்" என்று சொல்லிக்கொண்டே, எழுந்து மேஜையின் மீது அவன் உட்கார்ந்து கொண்டான். நான் நாற்காலியில் அமர்ந்தேன்.

"நான் உட்கார்ந்திருந்த இடத்திலிருந்து அதோ, அங்கே என்ன தெரிகிறது பார்" என்றான்.

இலையுதிர்ந்து நின்ற ஒரு பெரிய மரம், பட்டமரம்போன்ற தோற்றத்தை அளித்துக்கொண்டு எனக்கு எதிரே இருந்தது. வேறு ஒன்றும் திடீரென என் பார்வையில் படவில்லை. தனிப்பட்டு, தலைவிரி கோலத்தில் நின்று, மௌனமாகப் புலம்புவது போன்று அம்மரம் எனக்குத் தோன்றியது. ஆகாயத்தில் பறந்து, திடீரென அம்மரக் கிளைகளில் உட்காரும் பக்ஷிகள், உயிர் நீத்தனவையேபோல், கிளைகளில் சமைந்து ஒன்றாகும். அவற்றின் கூவல்கள், மரண ஒலியாக விட்டுவிட்டுக் கேட்டுக் கொண்டிருந்தது. சிறிது சென்று ஒன்றிரண்டாக புத்துயிர் பெற்றுக் கிளைகளை விட்டு ரிவ்வெனப் பறந்து சென்றன. அதிக நேரம் அம்மரத்தின் தோற்றத்தைப் பற்றி நான் யோசித்துக் கொண்டிருக்கவில்லை. காலையிலிருந்து உக்கிரமான வெய்யிலில் பாதி மூடிய கண்களுடனும் வெற்று வெளிப் பார்வையுடனும் கண்ட தோற்றங்கள், என் நண்பனுக்கு எவ்வெவ்வகை மனக்

கிளர்ச்சிக்குக் காரணமாயிற்றோ என்பதை என்னால் அறிந்து கொள்ள முடியவில்லை.

"என்ன?" என்று அவன் கேட்டது, என்னைத் தூக்கிவாரிப் போடும்படி இருந்தது.

"அதோ, அந்த மரம்தான்" என்றேன்.

"என்ன? மரமா? சரி" என்று சொல்லிக்கொண்டே, உட்கார்ந்தபடியே சிறிது குனிந்து அதைப் பார்த்துவிட்டு அவன் பேசலானான்.

"ஆமாம். அதுதான் ஆகாயத்தில் இல்லாத பொருளைக் கண்மூடி, கை விரித்துத் தேடித் துழாவுவதைப் பார்த்தாயா? ஆடி அசைந்து நிற்கிறது அது, ஆட்டம் ஓய்ந்து நிற்கவில்லை... மெல்லெனக் காற்று மேற்கிலிருந்து அடிக்கும். காதல் முகந்த மேகங்கள், கனத்து, மிதந்து வந்து அதன் மேல் தங்கும்... தாங்காது தளர்ந்து ஆடும்... விரிக்கப்பட்ட சாமரம் போன்று ஆகாய வீதியை மேகங்களினின்றும் சுத்தப்படுத்துவதா அது? அல்லது துளிர்க்க அது மழைத் துளிகளுக்கு ஏங்கியா நிற்கிறது? எதற்காக?"

"என்ன நீ பெரிய கவியாகிவிட்டாயே! ஏன் உனக்கு இவ்வளவு வேகமும் வெறுப்பும்?" என்றேன். அவன் பேச்சும் வார்த்தைகளும் எனக்குப் பிடிக்கவில்லை.

"சொல்லுகிறேன் கேள். நேற்று, நேற்று என்று காலத்தைப் பின்கடத்தி மனது ஒன்பது வருஷத்திற்கு முன்பு நடந்த ஒரு சம்பவத்திற்குச் சென்று நின்றது. அந்த நிகழ்ச்சியை நினைப்பூட்டிக்கொண்ட பிறகு என் நிலை தடுமாறிப் போய்விட்டது. என்னவெல்லாமோ என் மனது சொல்ல முடியாத வகையில் அடித்துக் கொள்ளுகிறது. அவ்வளவுதான்" எனச் சொல்லி நிறுத்தினான். அவன் கண்கள் காண முடியாத அசரீரியான ஏதோ ஒரு வஸ்துவைப் பார்க்கத் துடிப்பவை போல, என்றுமில்லாதபடி ஜொலித்தன. அவன் மேலும் பேசலுற்றான். என்னிடம் சொல்லுவதற்கு அல்ல என்பதை அவன் பேசும் வகை உணர்த்தியது.

"ஆம். ஒன்பது வருஷத்துக்கு முன்பு நான் கல்லூரி மாணவன். எனக்கு அப்போது வயது பதினெட்டு. அக்கால நிகழ்ச்சி ஒன்றே இன்று காலை முதல் பல்லவியாகப் பலவித கற்பனையில் தோன்றுகிறது. அப்போது நான் பார்ப்பதற்கு எப்படி இருப்பேன் என்பது உனக்கு ஞாபகம் இருக்கலாம்..."

"நன்றாக... நீ..."

"சரி, சரி. என் நீண்ட மூக்கு, முகத்திற்கு வெகு முன்பாக நீண்டு முன் செல்லுபவர்களைத் திருப்பி இழுப்பது போல வளைந்து இருக்கும். அதன் கீழ் மெல்லிய உதடுகள் மிருதுவாகிப் பளீரென்ற பல் வரிசைகளைப் பிறர் கண்கூச சிறிது காண்பிக்கும். அப்போதுதான் நான் கிறாப் புதிதாகச் செய்து கொண்டது. நீண்டு, கறுத்துத் தழைத்திருந்த என் கூந்தலைப் பறிகொடுத்ததாகவே பிறர் நினைக்கும்படி, படியாத என் குடுமியை என் கையால் நான் அடிக்கடி தடவிக் கொள்ளுவேன். குறுகுறுவென்ற கண்களோடு என் அழகிலேயே நான் ஈடுபட்டு மதிப்பும் கொண்டு இருந்தேன். அப்போது, என்னை அநேகர் பார்த்து இருக்கலாம். என்னைப் பற்றி அவர்களுடைய எண்ணங்களை நான் கண்டுகொள்ளவில்லை. இப்போதோவெனின் நான் பார்ப்பது வறட்டுப் பார்வைதான். என்னுடைய கண்கள் வறண்டவைதானே. என் அழகு இளமையிலேயே முடிவடைந்து விட்டது போலும். ஆனால், என் வாழ்க்கை இளமையில் முடியவில்லையே."

"அவளும் என்னைப் பார்த்தது உண்டு."

"அவள் யார்?" என்றேன் நான்.

"ஆமாம்! அவளும் சொல்லுவதைக் கேள். நான் கோவிலுக்குப் போய் எத்தனை வருஷமாகிறது? அந்தத் தினத்திற்குப் பின்பு, நேற்று வரையில் நான் கோவிலுக்குப் போனது இல்லை. அதற்குமுன் அடிக்கடி போய்க்கொண்டு இருந்தேன். நீயும் என்னோடு வருவது உண்டு. நான் சொல்லும் அன்றிரவிலும் நீ என் பக்கத்தில் இருந்தாய்."

"அது திருவிழா நாள் அல்ல... அவளும் வந்திருந்தாள். அவள் வருவது எனக்குத் தெரியாது. நாம் கோவிலைவிட்டு வெளிவந்த போது, உள்ளே போய்க் கொண்டிருந்த அவளை இருவரும் கோவில் வாயிலில் சந்தித்தோம். அவளுக்கு அப்போது வயது பதின்மூன்று இருக்கலாம். அவள் சட்டெனத் திரும்பி என்னைப் பார்த்தாள். அவள் பார்வையைத் திருப்பியது நானாக இருக்கலாம். ஆனால் திரும்பி, உன்னையும் கூட்டி, அவள் பின்னோடு உள் செல்ல என்னை இழுத்தது எது? எனக்குத் தெரியவில்லை. அப்போதைய சிறுபிள்ளைத்தனமாக இருக்கலாம். காதல் அது இது என்று காரணம் காட்டாதே. காரணமற்றது என்றாலும்

மனக்குறைவு உண்டாகிறது. வேண்டுமானால் கர்வம் என்ற காரணம் வைத்துக்கொள். காரணமற்றே நடந்த காரியமும் காரணம் கொள்வதற்கு வேண்டி, காரணம்தான் போலும்".

"அவள் பின்னோடு நான் சென்றேன். அநேகம் தரம், அவளைத் தொடக்கூடிய அளவு, அவ்வளவு சமீபம் நான் நெருங்கியதும் உண்டு. அடிக்கடி என் வாய் ஏதோ முணுமுணுத்ததும் உண்டு. அது, எதையும் சொல்வதற்கல்ல என்பது எனக்குத் தெரியும். ஏனெனில் சொல்லுவதற்கு ஒன்றும் இல்லை."

"ஈசுவர சந்நிதியில் நின்று, தலைகுனிந்து, அவள் மௌனமாகத் தியானத்தில் இருந்தாள். அவளுக்குப்பின், வெகு சமீபத்தில் நான் நின்று இருந்தேன். அவளுடைய கூப்பிய கரங்களின் இடைவழியாகக் கர்ப்பக்கிருக சரவிளக்குகள் மங்கி, வெகுதூரத்திற்கு அப்பாலே பிரகாசிப்பதாகக் கண்டேன். அவள் கண்கள், விக்கிரகத்திற்குப்பின் சென்று வாழ்க்கையின், ஆரம்ப இறுதி எல்லைகளைத் தாண்டி இன்பமயத்தைக் கண்டு களித்தன போலும். எவ்வளவு நேரம் அப்படியோ தெரியாது. காலம் அவள் உருவில் அந்தச் சந்நிதியில் சமைந்து நின்றுவிட்டது."

"தியானத்தினின்றும் விடுபட்டு என் பக்கம் அவள் திரும்பியபோது, ஒரு பரவசம் கொண்டவனேபோல் என்னையும் அறியாமலே 'உனக்காக நான் எது செய்யவும் காத்திருக்கிறேன்; எதையும் செய்ய முடியும்' என்று சொல்லிவிட்டேன். நீயும் அவளுடன் வந்தவர்களும் சிறிது எட்டி நின்றிருந்தீர்கள். உங்கள் காதுகளில் அவ்வார்த்தைகள் விழவில்லை. ஆனால் அவள் காதில் விழுந்தன என்பது நிச்சயம்". அவள் சிரித்தாள்.

"அவளுக்கு மட்டும்தான் நான் சொன்னது கேட்டது என்பதில் எனக்கு அப்போதே சந்தேகம். உள்ளிருந்த விக்கிரகம், எதிர்த் தூணில் ஒன்றி நின்ற யாளி அவையும் கேட்டு நின்றன என்று எண்ணினேன். எதிரே லிங்கத்தைப் பார்த்தபோது கீற்றுக்குமேலே சந்தனப் பொட்டுடன் விபூதி அணிந்த அந்த விக்கிரகம், உருக்கொண்டு புருவஞ்சுழித்துச் சினங்கொண்டது. தூணில் ஒன்றி நின்ற யாளியும் மிக மருண்டு பயந்து கோபித்து முகம் சுளித்தது. பின்கால்களில் எழுந்து நின்று பயமூட்டியது. அவளைப் பார்த்தேன். அவள் மறுபக்கம் திரும்பியிருந்தாள். பின்னிய ஜடை பின்தொங்க, மெதுவாகத் தன்னுடன் கூட வந்தவர்களுடன் சென்றாள். நான் அவளைச் சிறிது தொடர்ந்து

நோக்கி நின்றேன். ஆழ்ந்து அமுங்கிய உலக நிசப்தத்தைக் குலைக்க, அவளுடைய சதங்கைகள் அணிந்த அடிச்சுவடு இன்றி முடியாது போலும். வந்தவர்களுடன் குதூகலமாகப் பேசி, வார்த்தைகளாடிக் கொண்டே கால் சதங்கைகள் கணீர் என்று ஒலிக்கப் போய்விட்டாள். சந்நிதியின் மௌனம், அவளால் உண்டான சப்தத்தின் எதிரொலியில் சிதைவுற்றது... வௌவால்கள் கிரீச்சிட்டுக்கொண்டு குறுக்கும் நெடுக்குமாகப் பறந்தன..."

என் நண்பன் சொல்லிக் கொண்டிருக்கும்போதே என் மனம் ஓடியது. அது கட்டுக்கடங்காமல் சித்திரம் வரைய ஆரம்பித்தது. கோவில் - சந்நிதானம் - ஆம். பகலிலும் பறக்கும் வௌவால்கள், பகலென்பதையே அறியாதுதான் கோவிலில் உலாவுகின்றன. பகல் ஒளி பாதிக்கு மேல் உட்புகத் தயங்கும் உள்ளே, இரவின் மங்கிய வெளிச்சத்தில் சிலைகள் ஜீவகளை கொண்டு நிற்கின்றன. ஆழ்ந்த அநுபவத்திலும் அந்தரங்கத்திலும் மௌனமாகக் கொள்ளும் கூடமான பேரின்ப உணர்ச்சியை வளர்க்கச் சிறப்பித்தவைதானா கோவில்கள்? கொத்து விளக்குகள் எரிந்து கொண்டிருக்கும். அதன் பிரகாரத்தில் நடமாடும் பக்தர்களுக்கும் அவர்கள் நிழலுக்கும் வித்தியாசம் காணக்கூடாத திகைப்பைக் கொடுக்கும் அச்சந்நிதானம், எந்த உண்மையை உணர்த்த ஏற்பட்டது? நாம் சாயைகள்தானா....? எவற்றின் நடமாடும் நிழல்கள் நாம்?- என்பன போன்ற பிரச்சனைகளை என் மனம் எழுப்பியபோது, ஒரு தரம் என் தேகம் முழுவதும் மயிர்க் கூச்செறிந்தது.

என் நண்பனின் பார்வை மகத்தானதாக இருந்தது. ஏதோ ஒரு வகையில், ஒரு ரகசியத்தை உணர்ந்த அவன் பேச்சுகள் உன்னதமாக என் காதில் ஒலித்துக் கொண்டிருந்தன. பேச்சினால் தன் உணர்வுகளை வெளிச்சொல்ல முடியாது என நினைக்கும்போது, அவன் சிறிது தயங்கி நிற்பான். அப்போது அவன் கண்கள் பிரகாசத்தோடு ஜொலிக்கும்.

"அவள் சென்றாள், பிரகாரத்தைச் சுற்றிவர... பின்னப்பட்டிருந்த அவள் கூந்தல் மெதுவாக அசைந்து ஆடியது. அவள் நடை அமுத்தலாக அவளை முன் செலுத்தியது. 'பின்தொடர், பின்தொடர்' என என் மனதில் மறுக்க முடியாது தோன்றியது. வெளியில் நான் வாய்விட்டுச் சொல்லவில்லை. பிரகார ஆரம்பத்தில் ஒரு வில்வ மரம் இருந்தது. அதன் இலைகளின் இடை வழியே நிலவு வெளிச்சம் தெளிக்கப்பட்டு வெண்மை

திட்டுகளாகப் படிந்து தெரிந்தது. 'பிரியமானவளே என்னைப் பார்' என்று மனத்தில் நான் சொல்லிக் கொண்டேன்... அவள் என்னைத் திரும்பிப் பார்த்தாள். அவளும் 'பின்தொடர்' என்று சொல்லுவதைத்தான் அவள் பார்வையில் கண்டேன். ஏதோ ஒரு சப்தம் கேட்டது. அது தலைகீழாகத் தொங்கும் ஒரு வௌவாலின் சப்தம்... காதில் சிரித்து மனதில் மரண பயத்தைக் கொடுக்கும் சப்தம். வில்வ மரத்தடியிலிருந்து அவளைத் தொடர்ந்து நோக்கி நின்றேன். பிறகு, அவள்பின் தொடர்ந்து சென்றுகொண்டு இருந்தேன்.

"பகல் போன்று நிலவு காய்ந்தது. பின் நீண்டு தொடர்ந்த, அவள் நிழலே போன்ற நானும் அவளைத் தொடர்ந்தேன்... மூலைத் திருப்பத்திற்குச் சிறிது முன்பு அவள் என்னைப் பார்க்கத் திரும்பினாள். நான் சொன்ன வார்த்தைகளைத் திருப்பிக் கொள்ளும்படிக் கேட்டுக் கெஞ்சுவது போல இருந்தது அவள் பார்வை. அவள் வருத்தத்திலும் வசீகரமாகத் தோன்றினாள். அருகில் நெருங்கிய நான் மறுபடியும் ஒரு தரம் 'என்ன வேண்டுமானாலும் உனக்காக' என்று ஆரம்பித்தவன், முழுவதும் சொல்லி என்னால் முடிக்க முடியவில்லை. நான் திரும்பி வேகமாக வந்துவிட்டேன். அவளும் கீழ்ப் பிரகாரத்திற்குச் சென்றுவிட்டாள். வில்வ மரத்தடியில் நின்றிருந்த உன்னை அடைந்தேன். இருவரும் பேசாது வீடு சேர்ந்தோம்."

அவன் பேச்சைக் கொஞ்சம் நிறுத்தியபோது, "யார் அவள்; எனக்கு ஞாபகமில்லையே?" என்று கேட்டேன். என்னுடைய கேள்வி அவன் மனத்திலே படவில்லை. அவன் மேலே பேச ஆரம்பித்தான். எனக்கு ஆத்திரம் மூண்டது.

"அன்று முதல் நான் கோவிலுக்குப் போவதை நிறுத்திவிட்டேன். எதற்காக நின்றேன் என்பது எனக்குத் தெரியாது. சுபாவமாகத்தான் நின்றுவிட்டது என்று நினைத்தேன்.

"நேற்று இரவு என் மனது நிம்மதி கொண்டிருக்கவில்லை. எங்கெங்கோ அலையத் தொடங்கியது. கோவிலுக்குச் சென்று ஈசுவர தரிசனம் செய்து வரலாமெனப் புறப்பட்டேன். இரவில் நாழிகை கழித்தே சென்றேன். அதிகக் கூட்டமில்லாமல் இருக்க வேண்டுமென்பதுதான் என்னுடைய எண்ணம். பெரிய கோபுர வாயிலைக் கடக்கும்போதே, எட்டிய சுவாமியின் கர்ப்பக்கிருகம் தெரியும்."

"வெகுகாலமாக, ஜோதி கொண்டு ஜொலிப்பது போன்று நிசப்தத்தில் தனிமையாக ஒரு பெரிய சுடர் விளக்கு மட்டும் லிங்கத்தருகில் எரிந்து கொண்டிருக்கும். அது திடீரெனச் சிறிது மறைந்து பிறகு பழையபடியே அமைதியில் தெரிந்தது. யாரோ ஒரு பக்தன் கடவுளை வழிபட உள் சென்றான் போலும். நான் மெதுவாகப் போய்க்கொண்டிருந்தேன். உலகின் கடைசி மனிதன் கடவுள் வழிபாட்டை முடித்துக் கொண்டு அநந்தத்திலும் அவியாத ஒளியை உலகில் விட்டுச் சென்றது போலத் தோன்றியது அந்த மறைவும் தோற்றமும். தூண்டப்படாது அணையவிருந்த என்னுள் எரிந்த ஒளி நிமிர்ந்து ஜொலிக்கத்தான் நேற்று இது நிகழ்ந்தது. மேலும் கோவிலில் நான் எண்ணியபடி ஒருவரும் இல்லாமல் இருக்கவில்லை."

"அவளுக்கு இப்போது இருபத்திரண்டு வயது இருக்கலாம். நாகரீகப் பாங்கில் அவள் இருந்தாள். அவளை, இப்போது கோவிலில் கண்டதும் என் மனது வேதனை கொண்டது. எதிர்பாராது நேர்ந்த இந்தச் சந்திப்பினால், அவளிடம் நான் ஒருவகை வெறுப்புக் கொள்ளலானேன். அவள் என்னை அறிந்து கொள்ளவில்லை என நினைத்தேன். இப்போது என்னுடைய நாகரீகப் போக்கு எண்ணங்கள் தடுமாறி மனம் மாற்றம் கொள்ளும் நிலையில் இருப்பதனால், அவளுடைய அமுத்தத்திலும் நாகரீக நாஸூக்கும் எனக்குச் சிறிது ஆறுதலைக் கொடுத்தன. நான், முன்பு அவள் காது கேட்கச் சொன்னவற்றை நினைத்துக் கொண்டபோது, என்னையே வெறுத்துக் கொள்ளாதபடி அவள் புதுத் தோற்றம் ஆறுதல் கொடுத்தது. முழு வேகத்தோடு அவளை வெறுத்தேன்... ஆனால், அவள் கடவுளின் முன்பு தியானத்தில் நிற்கும்போது, தன்னுடைய மேற்பூச்சை அறவே அழித்து விட்டாள். கடவுளின் முன்பு மனிதர்கள் எவ்வளவு எழில் கொள்ள முடிகிறது, எத்தகைய மனக்கிளர்ச்சிக்கு உடன்படுதல் முடிகிறது என்பதை அவளைப் பார்த்ததும் நான் உணர்ந்தேன்."

"அவள் தியானத்தின் மகிமை என்னைப் பைத்தியமாக்கிவிட்டது. வெறித்து வெறுமனே நிற்கச் செய்தது. ஓர் இன்ப மயம், ஒரு பரவசம். திரும்பிய அவள் என்னைப் பார்த்ததும் கண்டு கொண்டுவிட்டாள். எதிரில் நின்ற தூணை உன்னிப்பாய் அவள் சிறிது நேரம் பார்த்தாள். என் வாக்கின் அழியாத சாக்ஷியாக அமைந்து நின்ற அந்த யாளி எழுந்து நின்று கூத்தாடியதைத்தான் நான் பார்த்தேன். மேலே உற்று நோக்கியபோது ஐயோ!

மற்றொரு யாளி வெகுண்டு குனிந்து என்னைப் பார்த்துக் கொண்டிருந்தது. அவள் பார்க்குமிடத்தைப் பார்த்து நின்ற என் மனம், பதைத்து விட்டது. என்னை நோக்கி அவள் ஏதோ ஆக்கினை இடுபவளாகத் தோன்றினாள். அவள் பார்வை என்னை ஊடுருவித் துளைத்துச் சென்றது. ஒருவன், தன் உள்ளூர உறைந்த ரகசியத்தை, பைத்தியத்தின் பகற்கனாவில் பாதி சொல்லிவிட்டு மறைவது போல அவள் பார்வை என்னை விட்டு அகன்றது. உணர்ச்சிகள் எண்ணங்களாக மாற யத்தனிக்குமுன் - அவள் சொன்னது என்ன என்பதை மனம் புரிந்து கொள்ளுமுன் அவள் போய்விட்டாள். குனிந்த என் தலை நிமிர்ந்தபோது, அவள் மறுபடியும் என் பக்கம் திரும்பியதை நான் பார்த்தேன். ஆழமான இருண்ட சுரங்கத்தினின்றும் இரு மணிகள் மின்னுவதுபோல இரு சொட்டுக் கண்ணீர் அவள் கண்களினின்றும் உதிர்ந்தது."

"நான் விதியின் நிழல். என்னிடம் காதலின் முழு வசீகரக் கடுமையை நீ காணப் போகிறாய்..."

"அவள் என்ன சொன்னாள் - அவள் என்ன செய்யச் சொன்னாள்? நான் என்ன செய்ய இருக்கிறது? எல்லாம் ஒரு கனவுதானா? அவள் பேசவில்லை. சப்தத்தில் என்ன இருக்கிறது? பேச்சில்? உருவில்? சீசீ! எல்லாம் அர்த்தமற்றவை - உண்மையை உணர்த்த முடியாதவை, எல்லாம் இருளடைகின்றன. இறுகிய பிடியிலும் துவண்டு புகை போன்று நழுவுகின்றன. ஆனால், எல்லாம் மாயை என்பதை மட்டும் நிச்சயமாக உணர்த்தாது 'மேலே அதோ' என்று காட்டியும் நாம் பார்த்து அதன் வழியே போகத் தெரிந்து கொள்ளுமுன் மறையத்தான் இந்தச் சுட்டு விரல்கள் இருக்கின்றன. இருண்ட வழித் தடுமாற்றத்தில் அகஸ்மாத்தாகத் தாண்டிக் குதித்தலிலாவது சரியான வழியை அடைய மாட்டோமா என்ற நம்பிக்கைதான் நமக்கு இருப்பது..."

"அதோ மரத்தைப் பார், அதன் விரிக்கப்பட்ட சிப்பிக் கோடுகள், அதன் ஒவ்வொரு ஜீவ அணுவும் வான நிறத்தில் கலப்பது காணாது தெரியவில்லையா? மெல்லென ஆடும்போது அது வான வெளியில் தேடுகிறது. குருட்டுத்தனமாகத்தானே அங்கே தேடுகிறது?"

நன்றாக இருட்டிவிட்டது. அவன் வெளியில் வெறித்துப் பார்த்துக் கொண்டு இருக்கும்போது நான் சொல்லிக் கொள்ளாமல் வெளிக் கிளம்பிவிட்டேன்.

வீதியில் வந்ததும் உயர உற்று நோக்கினேன். இரவின் வளைந்த வானக் கற்பலகையில் குழந்தைகள் புள்ளியிட்டது போல எண்ணிலா நக்ஷத்திரங்கள் தெரிந்தன. தத்தம் பிரகாசத்தை மினுக்கிமினுக்கி எவ்வளவுதான் கொட்டிடினும் அவைகளுக்கு உருகி மடிந்துபட, அழிவே கிடையாது போல ஜொலித்தன. மேலே இருப்பதை அறிய முடியாத தளர்ச்சியுடன் ஒரு பெருமூச்செறிந்தேன். நடந்துநடந்து வீட்டை அடைந்தேன்.

இன்று காலையில் அவனைக் காணோம். அவன் எங்கே, எதற்காகச் சென்றானோ எனக்குத் தெரியாது. எனக்குத் தெரியுமோ என்பதும் எனக்குத் தெரியாது. எல்லாம் 'அவனுக்குத்' தெரியும் என்ற எண்ணந்தான் எனக்கு - அவன் என்பது இருந்தால்!

03

தந்தை

"கிருஷ்ணபக்ஷத்திய இரவு."

ஓடும் காலக் குதிரையின் காலிலிருந்து தேய்ந்து வீழ்ந்த லாடம்போல், வானில் பிறைச் சந்திரன் மங்கிய ஒளியுடன் விளங்கியது. அதை நோக்கி,

"நிலா நிலா ஓடிவா
நில்லாது ஓடிவா
மலைமேலே ஏறிவா
மல்லிகைப்பூ வாங்கிவா."

என்று பாட்டுப் பாடியும், "அதோ பார்...! இதோ பார்...!" என்று பராக்குக் காட்டிக்கொண்டும் தங்கக் கிண்ணத்திலிருந்து பருப்பு சாதத்தைப் பிசைந்து, தன் குழந்தைக்கு ஊட்டிய வண்ணம் உலாவிக் கொண்டிருந்தார் குமாரசாமிப்பிள்ளை.

குமாரசாமிப்பிள்ளை நாற்பது ஆண்டுகளுக்கு முன், குமாரசாமியாக இருந்தபோது, குழந்தைகளைத் தொடுவது புழுவைத் தொடுவதைப் போலாகுமென நினைத்திருந்தார். குழந்தைகளை, வாழ்க்கையை அரிக்கும் கரையான்கள் என வெறுத்தார். அப்பொழுதெல்லாம்

கம்பதாசன் *(1916 - 1973)* என்கிற அப்பாவு, கம்பன் மீதுள்ள காதலால் கம்பதாசன் எனப் பெயரை மாற்றிக் கொண்டவர். மிகச் சிறந்த சோஷலிசவாதி, காலம் மறந்து போன கலைஞன். திண்டிவனம் அருகிலுள்ள உலகாபுரத்தில் பிறந்தவர். கவிதை மட்டுமல்லாமல் சிறுகதை, நாவல், நாடகம் எனப் பங்களிப்பு செய்தவர். புதுமையும் யதார்த்தமும் கலந்த கதைக்களமாகக் கொண்ட பதினேழு கதைகளை எழுதியுள்ளார். திரைத்துறையில் பாடல் எழுதி உச்சம் தொட்டவர்.

அவரது கைகளும் இதயமும் ஊருக்குள் வந்துள்ள 'புதுரகங்க'ளையே தழுவிக் கொண்டிருந்தன.

கர்நாடகமாகிய பெற்றோர்களுக்கு அவரது செய்கை பிடிக்குமா? ஆயிரக்கணக்கான சொத்துகளுக்குரிய தங்கள் ஏக புதல்வனுக்கு, வரவு செலவு கணக்குப் பார்க்க ஒத்தாசையாக ஒரு பெண்ணைத் 'திருமணம்' என்ற பெயரில் துணை சேர்த்து வைத்தார்கள்.

பாவம்! அந்தப் பெண் அனுபவிக்கக் கொடுத்து வைக்காதவள். ஏதோ வயிற்றுக் கோளாறால் சில மாதங்களுக்குள்ளேயே இறந்து விட்டாள்.

இரண்டாந்தாரமாக வந்த புண்ணியவதி 'மலடி' என்ற பெயரைப் பத்து வருடங்கள் சுமந்து கொண்டிருந்துவிட்டு, ஒருநாள், முன் சென்றவளின் அடிச்சுவடைப் பற்றிக்கொண்டு போய்விட்டாள்.

ஊரில் ஏற்பட்ட காலராவின் காரணமாக, குமாரசாமியின் வயதான தாய் தந்தையர்கள் ஒரே நாளில், ஒருவர்பின் ஒருவராக, தன் ஒரே மைந்தனை எண்ணிப் பார்க்கக்கூட நேரமில்லாமல் சாவின் இருட்டில் மறைந்து விட்டார்கள்.

இதை எல்லாம் கண்ட குமாரசாமிக்கு வாழ்வு புளித்தது. "உலகம் செத்தவனின் வீடு, இதில் எப்போதும் அழுகுரல் தான்." என்று வேதாந்தம் பேசலானார். பெண்டு பிள்ளை இல்லாது, பிழைக்க வழி காணாது, சண்டையினால் வீட்டை விட்ட சாமியார்களுடன் கலந்து உறவாடலானார். கஞ்சாவும் மதுவும் குடிக்கப் பழகிக்கொண்டார். அந்த மதுப் பேய் அவரைப் பதினான்கு வருடங்கள் பிடித்தாட்டியது.

ரொக்கமாக இருந்த பணங்களெல்லாம் போய்விட்டன. புன்செய் நன்செய் நிலங்களும் போய்க் கொண்டிருக்கின்றன. தலைமுறை, தலைமுறையாக இருந்துவரும் வீடும் போய்விடுமோ? என்று திடீர் யோசனை ஒன்று தோன்றி, அவர் மூளையைக் கிண்டி விட்டுவிட்டது. தங்களது குடும்பக் கௌரவம் நினைவிற்கு வந்தது. "தனக்குப் பிறகு குடும்பப் பெயரைச் சொல்ல ஒரு குழந்தை வேண்டும்" என்ற ஞானம் அவரைக் குரங்குப் பிடியாகப் பிடித்து உலுக்கியது.

பெரிய வீட்டுச் சம்பந்தத்தால் மதிப்பு பெற விரும்பிய ஒருவர் பதினெட்டு வயது நிரம்பிய சுந்தரி என்னும் தன் மகளை,

அவருக்குத் தருவதாக ஒப்புக்கொண்டார். எஸ்.எஸ்.எல்.ஸி.வரை படித்த அப்பெண்ணும் சம்மதித்தது.

குமாரசாமிப்பிள்ளை தன் மூன்றாம் மனைவி சுந்தரியை வைர நகைகளாலும் பட்டாடைகளாலும் நவநாகரிக வர்ணப் பூச்சுகளாலும் சாத்துப்படி விக்கிரகம்போல் அலங்கரித்துக்கொள்ளச் சொல்லி, அழகு பார்த்துக் கொண்டிருந்தார்.

சுந்தரியுடன் காசி, ராமேஸ்வரம் முதலிய முக்கிய ஸ்தலங்களுக்குப் போய் வந்த பலனோ, அவர் மறைமுகமாகத் தின்ற மருந்துகளின் சக்தியோ, அல்லது மற்ற எதுவோ அவர் அபிலாஷை நிறைவேறியது. தங்க விக்கிரகம் போல ஒரு ஆண் குழந்தையை அவரது ஐம்பத்தி இரண்டாம் வயதில் பெற்றுவிட்டார்.

முன்பெல்லாம் அவரைப் பார்த்து, "உங்களுக்குக் குழந்தை குட்டிகள் உண்டா?" என்று கேட்டவர்களை இப்போது கண்டால், "நான் ஒரு 'தந்தை'யாக இருக்கிறேன்" என்று பெருமையுடன் கூறிக்கொண்டார்.

இப்பொழுதெல்லாம் அவர், "குழந்தை தான் தெய்வம். அதுதான் உயிருள்ள கவிதை. அதனுடன் கொஞ்சுவது சுதந்திரத்துடன் கொஞ்சுவது போலாகும்" என்று சுந்தரியிடம் அடிக்கடி சொல்லுகிறார்.

சுந்தரிக்குத் தாயின் பாசம் இருக்காதா என்ன? இருந்தாலும் தன் கணவரின் அளவற்ற தந்தைப் பாசத்தைக் கண்டு மனத்துள் சிரித்துக் கொள்வாள்.

அவள் செய்ய வேண்டிய காரியங்களை எல்லாம் அவரே வலிய வந்து ஏற்றுக்கொண்டு செய்வதால், தான் படித்த பெண் என்பதைக் காட்டிக் கொள்ளும் தோரணையில், பிரம்பு நாற்காலியில் சாய்ந்தபடி, அந்த மங்கிய நிலவொளியிலும் ஒரு 'நாவல்' வாசித்துக் கொண்டிருந்தாள் சுந்தரி.

சாதம் தின்றபடியே தன் தோளின்மீது உறங்கி விட்ட குழந்தையைத் தொட்டிலில் போடலாம் எனக் கருதி குமாரசாமிப்பிள்ளை தன் படுக்கை அறையை நோக்கிப் புறப்பட்டபோது "தடதட" என யாரோ தெருக்கதவைத் தட்டும் சப்தம் கேட்டது.

எனினும், அவர் குழந்தையைப் படுக்க வைத்துவிட்டு, மனக்கசப்புடன் "யார் அது?" என்று கேட்டுக்கொண்டே கதவைத் திறந்தார்.

வீதி இருட்டில் நின்று கொண்டிருந்த மனிதன் "நான்தான்!" என்று சொந்தம் பாராட்டும் குரலில் சொன்னான்.

"நான்தான் என்றால் தெரியவில்லையே! இப்படி விளக்கு வெளிச்சத்தில் வாருங்கள்!" என்ற குமாரசாமிப்பிள்ளை அழைப்பிற்கிணங்க, துரையைப் போல உடையணிந்திருந்த அவன் வீட்டிற்குள் நுழைந்தான். அவனது முகத்தைப் பார்த்து, வியப்புத் தோன்ற புருவங்களை மேலேற்றிச் சுளித்துக்கொண்டு கதவைத் தாழ்ப்பாள் போட்டார் குமாரசாமிப்பிள்ளை.

"சுந்தரி, சுந்தரி இதோ யார் வந்திருக்கிறது பார்?" என்று கூவினார்.

சுந்தரி தன் கையில் இருந்த புத்தகத்தை மூடிவைத்துவிட்டுப் பார்ப்பதற்குள் அருகே இருந்த நாற்காலியில் வந்துட்கார்ந்தவனை நோக்கி, "ராமு" என்றாள் திடுக்கிட்ட குரலில்.

"பலே! இந்த உடுப்பிலும் என்னை அடையாளம் கண்டுபிடித்து விட்டாயே!" என்றான் ராமு.

"இதில் ஒன்றும் ஆச்சரியமில்லையே!" என்றாள் சுந்தரி.

"பின் எதுதான் ஆச்சரியம்?" என்றான் ராமு.

"இந்த வீட்டுக்கு வர உனக்குக் கண் தெரிந்ததுதான் ஆச்சரியமானது" என்றாள் சுந்தரி.

"ஆமாம் ராமு, சுந்தரி சொன்னது சரிதான். நீ இங்கே வந்துபோய் எத்தனை வருஷமிருக்கும்" என்று கேட்டார் குமாரசாமிப்பிள்ளை.

"உண்மையாகச் சொன்னால், ஒரு வருஷம் மூன்று மாதம் ஆகின்றது" என்றான் ராமு.

"அதிருக்கட்டும், ராமு இப்போ சாப்பிட்டுவிட்டு வந்தாயா? இல்லையா?" என்றார் குமாரசாமிப்பிள்ளை.

"எல்லாம் ஆச்சு. முதலில் நான் தூங்க வேண்டும். உடம்பு அசதியாக இருக்கிறது" என்றான் ராமு.

"கொஞ்சம் பால் சாப்பிடுகிறாயா? அடடே! குழந்தைக்குப் பால் புகட்டாமலே தூங்கவைத்து விட்டேனே?" என்று அவசரமாகத் தம் படுக்கை அறையை நோக்கி ஓடினார் குமாரசாமிப்பிள்ளை.

அவர் அறையை விட்டு வெளிவந்தபோது, ராமுவிடம் நட்சத்திரங்களைக் காட்டியபடி, சுந்தரி ஏதோ சப்தமாகப் பேசிக் கொண்டிருந்தாள்.

"மெல்லப் பேசுங்கள், குழந்தை தூங்குகிறான். அப்பா! அவன் அறிவின் கூர்மை எத்தகையது தெரியுமா? எறும்பு வருகிற சப்தம் கேட்டாலும்கூட விழித்துக் கொண்டு அழ ஆரம்பித்து விடுவான்." என்று சொல்லிக்கொண்டே அவர்களைச் சமீபித்தார்.

"ஏன் ராமு, உனக்கு எங்கே படுக்கை? என் அறையில் படுக்க முடியாது. அங்கே குழந்தை தூங்குகிறான். நீ விடும் குறட்டை அவனை அலற அடித்துவிடும். மாடி அறையில் படுத்துக் கொள்ளேன். தனி அறை புதுசாகக் கட்டியிருக்கிறேன். வா காண்பிக்கிறேன். அங்கே படுக்கை எல்லாம் இருக்கிறது. காற்று பிரம்மானந்தமாக வரும்!" என்று சொல்ல "சரி" என்று எழுந்தான் ராமு.

குமாரசாமிப்பிள்ளை ராமுவிற்கு மாடி அறையைக் காட்டி, படுக்க வைத்து விட்டு, கீழே இறங்கி வந்தபோது, சுந்தரி தன் படுக்கை அறைக் கதவைச் சாத்தித் தாழ்ப்பாள் போட்ட சப்தம் நன்றாகக் கேட்டது.

தன் அறைக்குள் நுழைந்து சுடர்விட்டுப் பிரகாசித்த திரியைச் சன்னமாக எரிய வைத்துவிட்டுக் கீழே விரித்திருந்த படுக்கையில் கிடந்தபடி தலைக்கு மேலிருந்த தொட்டிலை ஆட்டி விட்டுக் கொண்டிருந்தார் குமாரசாமிப்பிள்ளை.

அவ்வறையில், இருளும் ஒளியும் குழைந்து கொண்டிருப்பது போலவே, அவர் கண்களில் நித்திரையும் விழிப்பும் குழைந்து கொண்டிருந்தன.

இரவு ஊர்ந்துகொண்டேயிருந்தது...

நடுச்சாமம்.

பூனைபோல் அரைத் தூக்கத்திலிருந்த குமாரசாமிப்பிள்ளை கண்களுக்குச் சாளரத்தின் வழியாக யாரோ எட்டிப் பார்த்து விட்டுப் போவதுபோல் தோன்றியது.

பயங்கலந்த சந்தேகத்துடன் மெல்ல எழுந்தார். அறையை விட்டு வெளியே வருவதற்குள், மாடிப்படிகளின் வழியே

யாரோ மேலே ஏறுவதுபோல் கால் ஓசை கேட்டது. மனத்தில் தைரியத்தை வரவழைத்துக் கொண்டு சுற்றும்முற்றும் பார்த்தபடி, மாடிப்படிகளை நோக்கி சந்தடி செய்யாமல் நடந்தார்.

மாடி அறையில் இருவர் 'குசுகுசு' என்று பேசிக்கொள்வது போலவும் இடையிடையே 'கலுக்கலுக்' என்று வளையல் குலுங்கும் சப்தம் போலவும் கேட்டது. குமாரசாமிப்பிள்ளை மனத்தில் கணக்கற்ற எண்ணங்கள் பொங்கின. எனினும் 'லகான்' இழுக்கப்பட்ட குதிரை போல அறைக்கு வெளியே நின்றபடி, சுவற்றுக் கோழி போலக் காதைத் தீட்டி வைத்துக்கொண்டு உன்னிப்பாகக் கேட்கலானார்.

"நான் தூக்கத்தைக் கலைக்க வரவில்லை. உன் சத்தியத்திற்காகவே உன் குழந்தைக்காகவே வந்தேன்."

"சப்தமிட்டு அவரை எழுப்பிவிடுவேன். மானம் போய்விடும், பேசாமல் போய்விடு..."

"என் மானமா? உன் மானமா?"

"உன் மானந்தான்."

"நீ நன்றாக நினைத்துப் பார். அன்று இதே வீட்டில் அவர் உறவினன் என்ற முறையில் நீ தங்கியிருந்தபோது, இதே மாதிரி நடுநிசியில் என் படுக்கை அறைக்குள் பிரவேசித்தாயே... அன்றே என் மானம் போய்விட்டது. உன் மானம் மட்டும் போகவில்லை என்று நினைத்திருக்கிறாயா? அதுவும் அன்றே மலையேறிவிட்டதே."

"நானாகவா படுக்கை அறையை நாடினேன்? நீ காட்டிய கண்ஜாடை, நீ நடந்த ஒயில் நடை, நீ என் மீது வீசிய ரோஜாப்பூ இவைகள் தானே என்னை 'வா வா' என்று கை பிடித்து அழைத்து வந்தன."

"உன் மீது ஒரு குற்றமும் இல்லை. இதுதானே நீ ஸ்தாபிக்க விரும்புவது? அப்படியே இருக்கட்டும். நான்தான் இளமையின் போதையால் கண்ணிழந்து விட்டேன். நீ அறிவுள்ள நிலையில் இருந்து எனக்குச் சத்தியம் செய்தது?"

"என்ன சத்தியம் செய்தேன்?"

"பெண்கள் எதையும் மறப்பதில்லை. சமயம் வரும்போது எதைச் சொல்லவும் அஞ்சுவதில்லை. நீ சொல்லிய விதமே சொல்கிறேன் கேள். 'கண்ணே! எனக்கு வேலை கிடைத்த மறுநாளே நீ என்னோடு வந்துவிடு. நீ வராவிட்டாலும் நான் உன்னை அழைத்துக் கொண்டே போவேன். நீதான் இனி என் வாழ்க்கை, வாழ்க்கையின் இன்பம் எல்லாம். இது சத்தியம்!' என்று சொன்ன வார்த்தைகளை இன்று நீ மறந்து விட்டாயா? உன் மனசாட்சி கூட மறந்து விட்டதா?"

"உம்... அதற்காக, உன்னைக் கூட்டிக்கொண்டு போக வேண்டுமென்கிறாயா? ஏதோ சத்தியத்திற்குப் பயந்துகொண்டு அப்படிச் செய்வதாக முன் வந்தாலும் நீ ஒரு பெரிய தடையை ஏற்படுத்திக் கொண்டிருக்கிறாயே."

"என்ன தடை?"

"குழந்தை பெற்றிருக்கிறாயே."

"ஆம், பெற்றிருக்கிறேன். யாருக்குப் பெற்றேன்?"

"யாருக்கா? உன்னைத் தொட்டுத் தாலிகட்டிய புருஷனுக்கு, குமாரசாமிப்பிள்ளைக்கு."

"பொய்! பொய்! தாய் அறியாத சூலில்லை. நீ குழந்தையைப் பார்த்தாயா? அது உன் குழந்தை. உன் உயிரிலிருந்து உண்டான தெய்வ மலர்ச்சி. என்னை வஞ்சிக்காதே. பெண் பாவம் வேண்டாம்..!"

"காலையில் குழந்தையைப் பார்க்கிறேன். என் குழந்தை என்று திடப்பட்டால்..."

"காலையில் பார்ப்பதென்ன? வா இப்பொழுதே குழந்தையைக் காட்டுகிறேன் பார். உன் கண்களில் பிரகாசம் எவ்வளவு நேரம் இருக்கிறதோ அதுவரை பார். இதே கருவிழிகள், இதே காது, இதே மூக்கு, இதே நெற்றி, இதே சிவப்பு நிறம் எல்லாவற்றையும் கூர்ந்து பார்."

"அவர் அங்கே படுத்துக் கொண்டிருக்கிறார். என்ன நினைப்பார்? பின் என்ன விபரீதம் விளையுமென்று யோசித்துப் பார். எல்லாம் நாளைக்குச் சாவதானமாகப் பார்த்துக் கொள்ளுகிறேன். நீ போ..! போ சுந்தரி..!"

"அவரிருந்தால் என்ன? நீ ஏன் அஞ்சுகிறாய்? உன் குழந்தையைப் பார்க்க நீ ஏன் ஒளிகிறாய்? நீ ஒரு ஆண் மகன்; 'தந்தை' வா."

சுந்தரி ராமுவின் கையைப் பற்றிக் கரகரவென்று இழுத்துக்கொண்டு மாடிப்படிகளில் இறங்கினாள். ராமு மனசாட்சியால் கைது செய்யப்பட்டவன்போல் மெய்ம்மறந்து போனான்.

சுந்தரி, குழந்தை துயிலும் அறையில் நுழைந்தாள். சன்னமாக எரிந்த திரியைத் தூண்டிவிட்டாள். 'குப்' என்று பூத்த விளக்கின் வெளிச்சம் "இதோ குழந்தை!" என்று சுட்டிக் காட்டியது.

தொட்டிலில், வானை நோக்கியவாறு தூக்கத்தில் சொக்கிக் கிடந்தது குழந்தை. கீழே காலியாக இருந்த படுக்கையைக் கவனித்தான் ராமு. குமாரசாமிப்பிள்ளை அங்கே இல்லாமல் போனது அவனுக்கு அப்போது ஆறுதலாக இருந்தது.

சுந்தரியின் மனத்தில் குமாரசாமிப்பிள்ளையைப் பற்றிய எண்ணமேயில்லை. அவள் ஆவேசம் கொண்டவள்போல் ராமுவைப் பார்த்து, "அந்த முகத்தின் தேஜஸைப் பார்... உன் முகத்தைப் பார்... பார்... நன்றாகப் பார்" என்று சொல்லும்போது, அவள் விழிகளில் ஆனந்தத்தாலோ துக்கத்தாலோ கண்ணீர் வழிந்தது.

அலையின்றி அமைதியாகத் தேங்கிக் கிடக்கும் ஊற்று நீரில் தன் சாயையைப் பார்ப்பதுபோல, ராமு குழந்தையை உற்று நோக்கிக் கொண்டேயிருந்தான்.

அறையில் கவிந்திருந்த நிசப்தத்தைப் பிளப்பதுபோல் "இப்போது சந்தேகம் ஒன்றுமில்லையே?" என்றாள் சுந்தரி.

"இல்லை."

"இப்போதே புறப்படுவோமா?"

"புறப்படுவோம்"

"குழந்தை?"

"இதையும் தூக்கிக்கொண்டுதான்" என்றான் ஏதோ முடிவுக்கு வந்தவன்போல் ராமு.

மகிழ்ச்சியினால் தேகமெல்லாம் துடிக்க, ஆகாயத்திலிருந்து சந்திரனை எடுப்பது போல தொட்டிலை விட்டு குழந்தையை எடுத்துக்கொண்டு அறையை விட்டு வெளியேறினாள் சுந்தரி.

"ஒரு வார்த்தை மட்டும் கேட்டுவிட்டுப் போ..." என்று பின்னாலிருந்து வந்த சோகக் குரலைக் கேட்டதும் சுந்தரியின் நடை தடைப்பட்டு நின்றது. தலையை மட்டும் திருப்பிப் பார்த்தாள். ராமு திடுக்கிட்டான். கண்ணும் இருதயமும் உயிருமற்ற நிழலைப் போல சுந்தரியை நோக்கி வந்தார் குமாரசாமிப்பிள்ளை. அச்சமற்ற குரலில், "என்ன?" என்று கேட்டாள் சுந்தரி.

"குழந்தையைக் கொடுத்துவிட்டுப் போ."

"ஏன்? இது என் குழந்தை."

"உன் குழந்தையைத்தான் எடுத்துக்கொண்டு போகிறாய். ஆனால் நீ எப்படிப் போகிறாய் தெரியுமா? நம்பிக்கைப் பிரளயத்தைத் தாண்டிக்கொண்டு போகிறாய்... நீ போவது உனக்காக அல்ல, உள்ளம் விரும்பும் ஒருவனுக்காக... இருதயத்தின் பாஷை தெரிந்த எவனும் உன்னைக் கோபிக்க மாட்டான். நான் உன் செய்கையை முழுமனதுடன் போற்றி வழியனுப்புகிறேன்."

"ஆனால்... ஆனால்... என்னைத் 'தந்தை' என்ற பதவியிலிருந்து வீழ்த்தாமல் போ. அந்தக் குழந்தையைக் கொடுத்து விட்டுப் போ... சுந்தரி. உன் உடல் கனியிலே நிரம்ப ஜீவரசம் ததும்புகிறது. உன் நரம்புகளிலோ, வாழ்க்கை விரல் இன்பக் கானம் மீட்டுகிறது. உன் இதயத்திலோ, இன்னும் வசந்த காலம் இருக்கிறது."

"என்னைப் பார்... பிஞ்சிலே வெம்பிவிட்ட காய். என் நரம்புகளோ, உடலின் பரவச நாதத்தை உண்டாக்கச் சக்தியற்ற அறுந்த தந்திகள். என் இதயத்தில், இலையுதிர் காலமே ஆட்சி செய்கிறது..."

"நீ போகும் ஜீவியப் பாதையிலே கலையின் எழுச்சியையும் சோலையின் எழிலையும் புது நிழலின் புன்னகையையும் காணமுடியும். காலம் இன்னும் உன் மடிமீது 'தாய்' என்ற பட்டத்தைக் கொண்டு வைத்து வணங்கும்..."

"ஆனால்... நான்? என் கைக்கோலாக, வழிகாட்டியாக இருப்பது இந்தக் குழந்தை ஒன்றுதான். இதைத் தட்டிப் பிடுங்கிக் கொண்டு போய்விடாதே. இதை உன் சட்ட ரீதியான கணவன் என்ற பாத்தியத்தில் கேட்பதாக நினைக்காதே. மனித உணர்ச்சியினிடம்

மானமாக 'தந்தை' என்ற பெருமையுடன் வாழ விரும்பிப் பிச்சை கேட்கின்றேன். ஆம்! பிச்சைதான்" என்று கல்லும் கரையும்படிக் கெஞ்சினார் குமாரசாமிப்பிள்ளை.

ஜீவரசம் வற்றிய ஒரு ஆத்மாவின் அழுகுரல் சுந்தரியின் புத்திர பாசத்தைக் கலைத்தது.

அவள் ராமுவின் முகத்தைப் பார்த்தாள். அவனது விழிக்கோணத்தில் என்ன கண்டாளோ? இமைகளை இறுக மூடிக்கொண்டு ஒன்றும் பேசாமல், குமாரசாமிப்பிள்ளையிடம் குழந்தையைக் கொடுத்தாள்.

மிரண்டு விழித்த குழந்தை 'ஆ' என்று வீரிட்டு அழலாயிற்று. குழந்தை அழுத ஓசையிலே, அவர்கள் வீதிக் கதவின் தாழ்ப்பாளைத் திறந்துகொண்டு போன சப்தம், குமாரசாமிப்பிள்ளையின் காதில் கேட்கவேயில்லை.

04

குற்றப் பரம்பரை

குப்பன், போலீஸ் ஸ்டேஷனில் படுத்துக் கொண்டிருந்தான். வானம் முழுவதையும் ஆக்கிரமித்துக்கொண்ட இருளுக்கு மத்தியிலே, நீர் நிறைந்த விழிகளைப்போல் நக்ஷத்திரங்கள் துடித்துக் கொண்டிருந்தன. சோக இதயத்தின் முத்திரைகளைப்போல் சிதறிக் கிடந்த நக்ஷத்திரங்கள் அவனுடைய வாழ்க்கைச் சம்பவங்களையும் பரம்பரையாக அவர்கள் குலம் அனுபவித்துக் கொண்டிருக்கும் துன்பங்களையும் அவன் நினைவுக்குக் கொண்டு வந்தன.

அவன் தாழ்த்தப்பட்ட வகுப்பைச் சேர்ந்தவன். அவனுடைய தகப்பன் எப்பொழுதோ குடித்துவிட்டுத் தெருவில் மரியாதையில்லாமல் நடந்ததற்காக ஊர்ப் பெரியவர்கள் பணபலத்தை மதிக்காத அந்தக் குறவன் மேல் குற்றம் சாட்டினார்கள்.

பிரிட்டிஷ்காரன் ஆண்டுகொண்டிருந்த சூரியாஸ்தமனம் ஆகாத காலம் அது. வெள்ளையனுடைய சட்டம், எல்லாக் கறுப்பர்களுக்கும் ஒரே மாதிரியில்லை. பணக்காரக் கறுப்பனுக்கு ஒரு மாதிரியும் ஏழைக் கறுப்பனுக்கு ஒரு மாதிரியுமாக இருந்தது. தோல், கறுப்பாயிருந்தால் என்ன, வெளுப்பாயிருந்தால் என்ன? எவன் பணக்காரனோ, அவன் தோலுக்கு மதிப்பும் மரியாதையும் ஜாஸ்தி.

தமிழ்ஒளி *(1921 - 1965)* விஜயரங்கம் என்ற இயற்பெயர் உடையவர். குறிஞ்சிப்பாடி அருகிலுள்ள ஆடூர் கிராமத்தில் பிறந்தவர். திராவிட இயக்கக் கவியாகவும் பின்னாளில் பொதுவுடைமைக் கவியாகவும் திகழ்ந்தவர். அடித்தட்டு மக்களின் அவல வாழ்வியலைக் கதைக்களமாகக் கொண்டு தாமரை, முன்னணி போன்ற இதழ்களில் எழுதிய கதைகள் உயிரோவியம், குருவிப்பட்டி, வனமலர்கள் என தொகுப்பாக வந்துள்ளன. சந்தக் கவிஞரான இவர் காவியம், ஓரங்க நாடகம் எனப் பங்களிப்பு நல்கியவர்.

அதிலும் குறவன் என்றால் நாய்க்கும் பேய்க்கும்கூட இளக்காரம் என்பார்கள். பணக்கார நாய்க்கும் வெள்ளைப் பேய்க்கும் இளக்காரம் மட்டுமல்ல, எகத்தாளமும் கூட.

ஜரிகைத் தலைப்பாகையின் நிழல் பவனி வரும் தெருவில், அழுக்குப் பிடித்த குறவனின் நிழல் ஆடி ஓடி அட்டகாசம் செய்வதா? அதை ஒடுக்க வேண்டுமென்ற பாரமார்த்திகப் பணக்காரர்களின் விண்ணப்பத்தை வெள்ளை சர்க்கார் ஏற்றுக் கொண்டு 'குற்றப் பரம்பரைச் சட்டம்' கொண்டு வந்தது.

அவன் தகப்பன் - பெரிய குப்பன், குடித்துவிட்டு அட்டகாசம் செய்தான். பெரிய குப்பனின் முப்பாட்டன் ஒரு கோழிக் குஞ்சைப் பிடித்து விட்டான். இத்தகைய காரணங்களால், இந்தக் குலம் - அவர்களின் பரம்பரை, குற்றப் பரம்பரையாகத் தீர்மானிக்கப்பட்டது.

ஆட்டுக்குட்டியின் தகப்பனோ, அல்லது பாட்டனோ ஒரு காலத்தில் ஓடை நீரைக் கலக்கி விட்டிருக்கக் கூடும் என்று ஆட்டுக் குட்டியின் மேல் குற்றம் சாட்டியது ஓநாய். வெள்ளைக்காரப் பிரபு, ஓநாய்க்கு இளைத்தவனல்ல; பொதுவாகவே பணக்காரக் கும்பல் ஓநாய்களுக்குச் சப்பையல்ல.

அவன் பெருமூச்சு விட்டான். ஊதல் காற்று போலீஸ் அட்டகாசத்தைப்போல் அவன் உடலைப் பற்றிக் கடித்தது. கந்தல் துணியை ரப்பர்போல் இழுத்து உடலை மூட முயற்சித்தான். அது 'புசுபுசு'வென்று கிழிந்தது. கால்களை மடித்துக்கொண்டு ஏறக்குறைய ஒரு மூட்டையைப்போல் குறுகினான். ஆனால் அவனுக்குத் தூக்கம் வரவில்லை. இருளின் பரப்பு, கடலைப்போல் விரிந்து கிடந்தது. சுவர்க் கோழிகள் நச்சரித்துக் கொண்டிருந்தன. தூக்கத்தில்கூட அதிகாரத்தை மறக்காத போலீஸ்காரன், கனவில் யாரையோ அதட்டினான். அரைகுறை ஆங்கிலத்தில் ஏதோ கொச்சையாகத் திட்டினான்.

குப்பனுக்குத் தூக்கி வாரிப்போட்டது. தன்னைத்தான் ஏதாவது விசாரணை நடத்தக் கூப்பிடுகிறானோ என்று பயந்து விட்டான். ஆனால், போலீஸ்காரனின் குறட்டை அதைப் பொய்ப்பித்தது. நாள் முழுவதும் ஆத்மாவைக் குற்றம் செய்வதிலேயே ஈடுபடுத்தும்படி நிர்பந்திக்கப்பட்டிருக்கும் போலீஸ்காரன்தான் பழைய குற்றப் பரம்பரைச் சட்டத்தின் அதிகாரி.

நான் ஏன் இங்கே படுத்துக் கொள்ள வேண்டும் என்று போலீஸ்காரனைக் கேட்டேன். நான் ஒரு குற்றமும் செய்யவில்லையே என்றும் வாதாடினேன். அவன் விட்டால்தானே? ஒவ்வொரு நாளும் எவன் தாலியை அறுத்தாவது நிறைய 'கேஸ்' பிடிக்க வேண்டுமாம். சர்க்கார் உத்தரவாம்...

மனிதன் குற்றம் செய்யாமல் இருக்கலாம். ஆனால் முதலாளிகளின் சட்டம் அவர்களைப் பார்த்து 'குற்றம் செய், குற்றம் செய்' என நிர்பந்தப்படுத்துகிறது. குற்றம் செய்ததாக ஒப்புக் கொள்ள வேண்டும் என்று பயமுறுத்துகிறது. அதனால்தான், மூணு சீட்டு ஆடியதாக ஒப்புக் கொள்ள வேண்டும் என்று என்னைப் போலீஸ்காரன் மிரட்டுகிறான். என் பாட்டனை இப்படித்தான் மிரட்டிமிரட்டிக் கொன்றுவிட்டார்கள்...

பெட்டிக்குள் அடைபட்ட பாம்பைப்போல், குப்பன் பெருமூச்சு விட்டான். அது பெருமூச்சில்லை, ஆத்திர நெருப்பிலிருந்து கிளம்பிய புகைச்சல்.

மேற்கே வெகுதூரத்தில் மழை பெய்வதைப்போல் வானம், கன்னங்கரேலென்று கறுத்துவிட்டது. சட்டங்களால் அடக்கப்பட்ட மக்களின் கர்ஜனைபோல் வானில் இடி இடித்தது. வெடித்துக்கொண்டு கிளம்பும் உணர்ச்சியைப்போல் மின்னல் கோடுகள் அப்படியும் இப்படியுமாகப் பாய்ந்தெழுந்தன.

குப்பனின் நினைவு கடந்த காலச் சரிவிலே விழுந்து நெளிந்தது. மீண்டும் இடியும் மின்னலும் அதிகாரப் போட்டியிட்டன. மழையிருள் மேலும்மேலும் ராக்ஷஸ வடிவில் திரண்டது. சிலுசிலு என்ற காற்று கண்ணுக்குத் தெரியாத ஆயிரம் ஊசிகளைக் கொண்டுவந்து குப்பனின் உடலில் குத்தியது. இன்னும் சிறிது நேரத்தில், வானத்திலிருந்து விழப்போகின்ற மழைக் கம்பிகள் பூமியின் உடலில் பாய்ந்து சிதறும். குடிசைகளின் பொத்தல்களிடையே புகுந்து சென்று, ஏழைக் குழந்தைகளின் படுக்கையில், குத்தூசிகளைச் செருகும்.

அதோ, ஆகாய மண்டலத்தில் மலையைத் தூக்கிவிட்டெறிந்ததுபோல் மேகங்கள் மோதிக் கொள்ளுகின்றன. எங்கேயாவது இடி விழுந்திருக்கும்.

குப்பனின் பாட்டி, மழைக்காலத்தில் ஒரு நாள், ஒரு மரத்தடியில் நின்றுகொண்டிருந்தாள். அந்த மரத்தின் மேல் இடிவிழுந்து,

மரமும் அவளும் எரிந்து கருகிவிட்ட சம்பவம், குப்பனின் மனக் கண்ணில் பளிச்சிட்டது. அவன் மனைவியும் இந்நேரம் மரத்தின்கீழ் எங்காவது ஒண்டியிருக்கக் கூடும். அவன் மனம் 'திக்'கென்றது.

அதோ, மேற்கு மூலையில் மின்னல் சாட்டையின் அடி 'பளீர்பளீர்' என்று விழுகிறது, மேற்கேயுள்ள ஓர் ஊரில்தான், அவன் பாட்டன் வசித்து வந்தான். கோழிக்குஞ்சைத் திருடிவிட்டதாக அவன்மேல் ஒரு குற்றம் பதிவு செய்யப்பட்டது. ஆனால், அவன் குறுங்காட்டில் காடை பிடித்து வந்து கறி சமைத்துச் சாப்பிட்டதாகவும் கோழிக்குஞ்சைத் தன் கையால் கூடத் தொடவில்லை என்றும் பல தடவை சத்தியம் செய்தான். அதை யாரும் நம்பவில்லை.

கோழிக்குஞ்சை, அடித்துக்கொண்டு போய்விட்ட கழுகு, அவனுக்காகச் சாட்சி சொல்ல வருமா, என்ன?

குற்றப் பரம்பரையில் சேர்க்கப்பட்ட கிழவன் தினமும் போலீஸ் கண்காணிப்பில் காலம் கடத்த வேண்டியதாயிற்று.

இப்படித்தான் ஒரு நாள் இரவு, இடி மின்னலுடன் மழை வந்துவிட்டது. வழக்கத்தைப் போலவே அன்றைக்கும் தாணாவில் போய்ப் படுத்துக் கொள்ள வேண்டும். இது உத்தரவு.

மழையோ கால வெள்ளத்தைப்போல் பெய்து கொண்டிருந்தது. வெளியே ஆள் போனால் வழியைக் கண்டுபிடித்து நடப்பதுகூட முடியாத காரியம். ஆனால் போலீஸ் உத்தரவு எமனின் பாசக் கயிற்றைப்போல் கிழவனைப் பிடித்து இழுத்தது.

துன்பமயமான, இழிவு நிறைந்த வாழ்க்கையை மழையில் அமிழ்த்தி அழிக்க முயற்சிப்பதைப்போல் கிழவன் ஆத்திரத்துடன் தாணாவை நோக்கி நடந்தான். வழியிலுள்ள சிற்றோடையை அவன் கடக்க வேண்டும்.

இதற்குள் குறுங்காட்டு மேடுகளிலிருந்து புரண்டு வந்த நீர்ப்பெருக்கு, வெள்ளப் பிரவாகம் எடுத்தது. நிமிஷத்திற்கு நிமிஷம் அதிகரித்துக் கொண்டிருந்த மழையால் வெள்ளமும் அதிகரித்தது.

சிற்றோடையை விழுங்கிவிட்டு வெள்ளம் புரண்டது.

கிழவன் வெள்ளத்தைக் கடக்கத் தன் முழு பலத்தையும் கொண்டு முயற்சித்தும் தோற்றுப் போனான். விடுதலையைத் தேடிக்

கொடுப்பதற்காக கங்காதேவி அவனைத் தன் அலைக்கரங்களில் ஏந்திக்கொண்டு ஓடி விட்டாள். அவனுடைய மூச்சு நீர்ப்பரப்பின் மேல் குமிழியிட்டது. அலை, அதை அழித்தது.

மறுநாள் மழை விட்டுவிட்டது. வெள்ளம் வடிந்தது. போலீஸ்காரர்கள் படையெடுத்து வந்து கிழவனைத் தேடினார்கள். பெரிய குப்பனை அடித்து உதைத்து விவரம் கேட்டார்கள். இறுதியில் கிழவன் எங்கேயோ ஓடிவிட்டதாக முடிவுகட்டி அவனுக்கு வாரண்டு பிறப்பித்தார்கள். கிழவனின் பிரேதம், தாழங்காட்டின் ஓரத்தில் மரத்தின் வேர்களுக்கிடையில் சிக்கிக்கொண்டு கிடந்ததாக மறுநாளே கண்டுபிடிக்கப்பட்டது. ஆனால், 'வாரண்ட்' உத்தரவு ரத்தாகவில்லை. அது பெரிய குப்பனுக்கும் அவன் மகனுக்கும் – ஏன், அவர்கள் சந்ததி முழுமைக்குமே நீடித்திருக்க வேண்டும் என்றும் 'பெரிய மனதுடன்' 'போனால் போகிறதென்று' விட்டு விட்டார்கள். வெள்ளைக்காரன் போய்விட்ட பிறகு, குற்றப் பரம்பரைச் சட்டமும் போய்விட்டதென்றும் வாய்ப் பேச்சில் சொன்னார்கள். ஆனால் நடப்பதென்ன?

குப்பன் புரண்டு படுத்தான்.

என்னுடைய பாட்டன் துன்பத்தால் செத்துப் போனான். தகப்பனும் அதே துன்பத்தால்தான் நோய் கண்டு இறந்து போனான். நானும்... இனி என் மனைவி மக்களும்...

மனித உணர்ச்சியை வெளிப்படுத்தும் கண்ணீர் அவன் கண்களை நனைத்தது.

பூமியின் மடியையும் இன்னும் சிறிது நேரத்தில் மழை நனைத்து விடும். பூமியை அன்றி வேறு துணையற்ற அவன் மனைவி மக்கள் எங்கே தங்குவார்கள்?

சென்ற மாதந்தான் குடிசைகளைக்கூட பிரிக்கச் சொல்லி சர்க்கார் உத்தரவு போட்டது.

பிரிக்கப்பட்ட குடிசைகள் அவன் முன்னே நடந்து வருவதைப்போல் தோற்றமளித்தன. போலீஸ் ஸ்டேஷன் தன்னுடைய குகை வாயைத் திறந்து குடிசைகளை விழுங்கி விட்டதாகக் கனவு போன்ற ஒரு பிரமை...

'கடகட'வென்று வானில் இடி முழக்கம் கேட்டது. கொள்ளிக் கட்டைகளைத் தூக்கி வீசியெறிந்ததைப்போல் மின்னல் பளிச்சிட்டது. ஊளையிட்டுக்கொண்டு காற்று சீறியது.

மழை வந்து கொட்டியது.

குப்பனின் மனைவி பூர்ண கர்ப்பிணி... இந்த மழையில் அவளுக்குப் பிரசவ வேதனை நேர்ந்துவிட்டால்...?

அவன் மனம் பதறியது.

தன் மனைவி மற்றொரு குழந்தைக்குத் தாயாகப் போகிறாள் என்று நினைத்து அவன் மகிழ்ச்சியடைந்தான். அடுத்த கணமே அவன் அந்த நினைவை அழித்து விட்டான்.

மேலும் 'குற்றப் பரம்பரை'யில் சேர்க்க ஓர் உருப்படி என்று சட்டம் கூச்சலிடுகிறது.

"இல்லை, அது களங்கமற்ற குழந்தை" என்று குப்பன், தந்தையின் வாத்சல்யத்தோடு கூறுகிறான்.

"அதைக் கஷ்டப்பட்டு வளர்த்த பிறகும் அதன் தலைவிதியும் போலீஸ் ஸ்டேஷனில் தான்." இது அவன் மனைவியின் குரல்...

"பாம்புக்குக்கூட தன் புற்றில் உறங்க உரிமையுண்டு. நான்... என் மனைவி மக்கள்." குப்பனுடைய இதய ஆழத்தில் எழுந்த கேள்வி...

பூமியை மூழ்கடித்து விடுவதைப்போல் மழை அதிகரித்தது.

"நான் ஓடி, என் மனைவியைப் பார்க்க வேண்டும். அவள் பிரசவ வேதனையால் துன்பப்படுவாள்..."

குப்பன் ஒரு கணம் இப்படி நினைத்தான். அவன் காதில் போலீஸ்காரனின் குரல் பேசியது.

"நீ 'குற்றப் பரம்பரை'யைச் சேர்ந்தவன். உனக்கு உன் இஷ்டப்படி எதுவும் செய்ய உரிமை கிடையாது."

போலீஸ்காரன் கையில் சுதந்திரக் கொடி பறந்து கொண்டிருந்தது.

"இப்பொழுது சுயராஜ்யம் நடக்கிறதல்லவா? இப்பொழுதும் நான் குற்றப் பரம்பரையைச் சேர்ந்தவன்தானோ...?"

குப்பனின் வெறுப்பையும் ஆத்திரத்தையும் இந்தக் கேள்வி கிளறிவிட்டது.

"பணக்காரன் ராஜ்யத்தில் ஏழைகள் எல்லோரும் 'குற்றப் பரம்பரை'யைச் சேர்ந்தவர்கள் தான்..."

இப்படிச் சொல்வதைப்போல் வானம் இடிமுழக்கம் செய்து நகைத்தது. அது காலதேவனின் கோபச் சிரிப்பு.

கோபச் சிரிப்பின் எதிரொலியைப்போல் குப்பனின் குரல் கேட்டது.

"அந்த ராஜ்யம் ஒழியட்டும்... பணக்காரன் ராஜ்யம் ஒழிந்து போகட்டும்..."

குப்பன் திடீர் என்று எழுந்து நின்று கூச்சலிட்டான்.

போலீஸ்காரர்கள் விழித்துக்கொண்டு தடியுடன் ஓடி வந்தார்கள். அவர்கள் கண் முன்னே குப்பன் வெறிபிடித்தவனைப்போல் வெளியே பாய்ந்தான். அப்போது, மண்ணையும் விண்ணையும் ஒரே அடியால் அளந்து விடுவதுபோல் ஒரு மின்னல் மின்னிற்று. அந்த வெளிச்சத்தில், காட்டுப் புதர்களைப் பிளந்து செல்லும் வேடனின் அம்பைப்போல், மழையைப் பிளந்து கொண்டு அவன் ஓடினான்.

05

யுகசந்தி

கௌரிப் பாட்டி பொறுமையாய் வெகு நேரம் பஸ்ஸிற்குள் நின்றிருந்தாள். எல்லோரும் இறங்கிய பின், தனது காக்கிநிறப் பையின் கனத்தை இடுப்பில் ஏற்றிக் கொண்டு கடைசியாக வந்தாள்.

"பாட்டி...பாட்டி' பையைத் தூக்கியாரட்டா? ஓரணா குடு பாட்டி."

"வண்டி வேணுங்களா அம்மா?"

"புதுப்பாளையம் வக்கீல் குமாஸ்தா ஐயர் வீடுதானுங்களே... வாங்க போவோம்" என்று பல்வேறு வரவேற்புக் குரல்களுடன் அவளை இறங்க விடாமல் தடுத்து நின்ற வண்டிக்காரர்களையும் கூலிக்காரச் சிறுவர்களையும் பார்த்துக் கனிவோடு சிரித்துவிட்டுப் பாட்டி சொன்னாள்:

"எனக்கு ஒண்ணும் வேண்டாம்பா... சித்தே வழியை விட்டேள்னா நான் மெள்ள நடந்தே போயிடுவேன்... ஏன்டாப்பா, வீட்டெக் கூடத் தெரிஞ்சு வெச்சிருக்கே... நான்தான் மாசம் ஒருதடவை வர்றேனே, என்னிக்கு வண்டியிலே போனேன்?" என்று

த. ஜெயகாந்தன் (1934 - 2015) என்கின்ற முருகேசன் கடலூரிலுள்ள மஞ்சக்குப்பத்தில் பிறந்தவர். எழுத்து எனது ஜீவன். ஜீவிதம் அல்ல, ஓர் எழுத்தாளன் ஆத்ம சுத்தியோடு எழுதுகிறானே அது கேவலம் பிழைப்போ தொழிலோ அல்ல, அது ஒரு தவம். நீங்கள் கதை என்று நினைத்துக் கொண்டிருக்கிறீர்களே, அது ஒரு காலத்தின் ஒரு வாழ்க்கையின் சாசனம் என்கிறார் ஜே.கே. இதுவே அவரது படைப்பு உலகமாகும். நூற்றைம்பதுக்கும் மேலான கதைகள், பதினான்கு நாவல்கள், முப்பத்தாறு குறுநாவல்கள் எழுதியவர். சாகித்ய அகாதமி விருது (1972), ஞானபீட விருது(2002) பெற்றவர்.

ஒவ்வொருவருக்கும் ஒவ்வொரு பதிலைச் சொல்லி, அவர்களை விலக்கி வழியமைத்துக் கொண்டு தணலாய்த் தகிக்கும் வெயிலில், முக்காட்டை இழுத்து விட்டுக்கொண்டு இடுப்பில் ஏற்றிய சுமையுடன் வறுத்துக் கொட்டிய புழுதி மண்ணை அழுந்த அழுந்த மிதித்தவாறு ஒரு பக்கமாய்ச் சாய்ந்து சாய்ந்து நடந்தாள் பாட்டி.

பாட்டிக்கு வயது எழுபது என்றாலும் சரீரம் திடமாய்த்தான் இருக்கிறது. மூப்பினால் ஏற்பட்ட ஸ்தூலமும் அதனால் விளையும் இளைப்பும் வீட்டுக்குப் போன பின்தானே தெரியும்?

அவள் கணிப்பில் நேற்றுப் பிறந்த குழந்தைகளெல்லாம் அதோ ரிக்ஷாவிலும் ஜட்காவிலும் சைக்கிளிலும் பறந்து பறந்து ஓடுகிறார்கள்.

மழையும் வெயிலும் மனிதனை விரட்டுகின்ற கோலத்தை எண்ணிப் பாட்டி சிரித்துக் கொண்டாள்.

அவளுக்கு இதெல்லாம் ஒரு பொருட்டா? வெள்ளமாய்ப் பெருகி வந்த வாழ்வின் சுழிப்பிலும் பின் திடீரென வறண்ட பாலையாய் மாறிப் போன வாழ்க்கை நெருப்பிலும் பொறுமையாய் நடந்து பழகியவளை, இந்த வெயிலும் மழையும் என்ன செய்யும்? என்ன செய்தால்தான் என்ன?

தகிக்கின்ற புழுதியில் பாதங்கள் அழுந்திஅழுந்திப் புதைய, அசைந்துஅசைந்து நடந்து கொண்டிருந்தாள் பாட்டி.

வழியில் சாலையோரத்தில் நான்கைந்து மனிதர்கள் நின்று சுகம் காண வாகாய் முளைத்த பெருங்குடைபோல் நிழல் பரப்பிக் கொண்டிருந்தது ஒரு சிறிய வேப்பமரம்.

அந்த நிழலில் ஒற்றையாய்ச் சற்றே நின்றாள் பாட்டி.

எரிந்து தகிக்கும் அவ்வெம்மையின் நடுவே சுகம் தரப் படர்ந்த அந்த நிழல் போலும் யந்திரங்களைத் தவிர எதையுமே நம்பாத இவ்விருபதாம் நூற்றாண்டில், சென்ற நூற்றாண்டின் சின்னமாய்த் தன் சொந்தக் கால்களையே நம்பி நிற்கும் காண்பதற்கரிதான அந்தக் கிழவியின் பிரசன்னம் போன்றும் மெல்லென வீசிய குளிர்காற்றில் வேப்பங்குழைகள் சிலிர்த்தன.

"என்னப்பனே மகாதேவா!" என்று கடவுளுக்கு நன்றி தெரிவித்துக் கொண்டு அந்தக் குளுமையை அனுபவித்தாள் பாட்டி.

பாட்டியின் முக்காடிட்ட வட்டமான முகத்தில் ஒரு குழந்தைக் களை குடிகொண்டிருந்தது. இந்த வயதிலும் அவள் சிரிக்கும்போது வரிசைப் பற்கள் வடிவாய் அமைந்திருந்தது ஓர் ஆச்சரியமே.' அவள் மோவாயின் வலது புறத்தில் ஒரு மிளகை விடவும் சற்றுப் பருத்த அழகிய கறுப்பு மச்சம்; அதன் மீது மட்டும் கருகருவென இரண்டு முடி இவ்வளவையும் ஒரு சேரப் பார்த்தவர்கள், இவள் இளவயதில் எப்படி இருந்திருப்பாள் என்று எண்ணாமல் இருக்க முடியாது.

பாட்டியின் பொன்னிறமான மேனியில் அதிக நிற பேதம் காட்டாத நார்ப்பட்டுப் புடவை காற்றில் படபடத்தது; புடவையிலிட்ட முக்காட்டின் விளிம்பெல்லாம் குத்துக்குத்தாய் லேசாகத் தலைகாட்டும் மழித்து நாளாகி விட்டதால் வளர்ந்திருக்கும் வெள்ளி முடி. கழுத்தில் ஸ்படிக மாலை. நெற்றியில் வியர்வையால் கலைந்த விபூதிப் பூச்சு. புடவைத் தலைப்பால் முகத்தையும் கைகளையும் மார்புக் குவட்டின் மடிப்புகளையும் அழுந்தத் துடைத்துவிட்டுக் கொண்டாள். அப்போது வலது விலாப்புறத்தில் இருந்த சிறிய பவழம் போன்ற சிவப்பு மச்சம் வெளித் தெரிந்தது.

மீண்டும் நிழலிலிருந்து வெயிலுக்கு வந்து புழுதி மண்ணிலிருந்து, பழுக்கக் காய்ந்த கெடிலநதிப் பாலத்தின் கான்கிரீட் தளவரிசையில் பாதங்களை அமைதியாகப் படிய வைத்து, அசைந்து அசைந்து அவள் வரும்போது...

பாலத்தின் மீது கிராதியின் ஓரமாக, பாட்டியம்மாள் மீது பட்டுவிடக் கூடாதே என்ற பய உணர்வோடு ஒதுங்கி நின்று கையிலுள்ள சிறு தகரப் பெட்டியுடன் கும்பிட்டான் ஒரு பழைய பழகிய நாவிதன்.

"பாட்டியம்மா... எங்கே... நெய்வேலியிலிருந்தா?" என்று அன்புடன் விசாரித்தான்.

"யாரு வேலாயுதமா? ஆமா, உன் பெண்டாட்டி குளி குளிச்சுட்டாளா?" என்று ஆத்மார்த்தமாய் விசாரித்தாள் கிழவி.

"ஆச்சுங்க... ஆம்பளைப் பையன்தான்."

"நல்லாயிருக்கட்டும்... பகவான் செயல்... இது மூணாவது பையனா?"

"ஆமாமுங்க" என்று பூரித்துச் சிரித்தான் வேலாயுதம்.

“நீ அதிர்ஷ்டக்காரன்தான். எந்தப் பாடாவது பட்டுப் படிக்க வச்சுடு, கேட்டியா?” என்றதும் வேலாயுதம் குடுமியைச் சொறிந்தவாறு சிரித்தான்.

“அட அசடே, என்ன சிரிக்கிறே? காலம் வெகுவாய் மாறிண்டு வரதுடா; உன் அப்பன் காலமும் உன் காலமும் தான் இப்படிப் பொட்டி தூக்கியே போயிடுத்து... இனிமே இதொண்ணும் நடக்காது... புருஷாள் எல்லாம் ஷாப்புக்குப் போறா... பொம்மனாட்டிகள்லேயும் என்னை மாதிரி இனிமே கெடையாதுங்கறதுதான் இப்பவே தெரியறதே... ம்... எல்லாம் சரிதான்; காலம் மாறும்போது மனுஷாளும் மாறணும் என்ன நான் சொல்றது?” என்று கூறி ஏதோ ஹாஸ்யம் பேசிவிட்ட மாதிரி பாட்டி சிரித்தாள். பதிலுக்கு அவனும் சிரித்தான்.

“இந்தா, வெயிலுக்கு ரெண்டைக் கடிச்சுண்டு போ” என்று இடுப்பிலிருந்த பையில் பிதுங்கி நின்ற இரண்டு வெள்ளரிப் பிஞ்சுகளை எடுத்து அவனது ஏந்திய கைகளில் போட்டாள்.

“பஸ்லே வரச்சே அணாவுக்கு நாலுன்னு வித்தான். கொழந்தைகளுக்கு ஆகுமேன்னு ஒரு நாலணாவுக்கு வாங்கினேன்” என்று அவள் சொன்னதும் வேலாயுதம் ஒரு கும்பிடு போட்டுவிட்டு தன்னை அவள் கடக்கும்வரை நின்று பின்னர் தன் வழியே நடந்தான்.

சிதம்பரத்தில் பிறந்து வளர்ந்த கௌரியம்மாள், தனது பத்து வயதில் இந்தக் கடலூரில் நன்கு செயலில் இருந்த ஒரு குடும்பத்தில் வாழ்க்கைப்பட்டாள். பதினாறு வயதில் கையிலொரு குழந்தையுடன் கைம்மைக் கோலம் பூண்டபின், இத்தனை காலமாய்த் தன் மகனையும் தன் புருஷன் பங்கில் கிடைத்த வீட்டையும் விட்டு எந்த ஊருக்கும் சென்றதில்லை.

எனினும், தன் மகன் வயிற்றில் பிறந்த மூத்த மகள் கீதா, மணக்கோலம் பூண்டு பத்தே மாதங்களில், தரித்திருந்த சுமங்கலி வேடத்தை, நாடகப் பூச்சைக் கலைப்பதுபோல் கலைத்துவிட்டுக் குடும்பத்தை அழுத்தும் பெருஞ் சோகமாய்க் கதறிக் கொண்டு தன் மடியில் வந்து வீழ்ந்து குமுறியழுத நாள் முதல், தனது வாழ்க்கையில் நிகழ்ந்த கடைசிச் சோகமாய் அவளைத் தாங்கிக் கொண்டாள் கௌரிப் பாட்டி. தன் அரவணைப்பில், தன் அன்பில், தனது கண்ணீரில், தனது ஒட்டுதலில் அவளை இருத்திக் கொள்வதையே

தன் கடமையாக ஏற்றுக் கொண்டாள். அதுவரை கீதாவின்மீது மகன் பெற்ற குழந்தை என்ற பாசம் மட்டுமே கொண்டிருந்த பாட்டி கணவன் இறந்த நாள் முதல் தன் உயிரையே மகன் மீது வைத்திருந்த அந்தத் தாய் அதை மாற்றிக் கொண்டது கீதாவுக்கு வெறும் ஆறுதல் தரும் பொருட்டன்று.

கௌரிப் பாட்டி தனது இறந்த காலத்தின் நிகழ்காலப் பிரதிநிதியெனத் தன்னையே அவளில் கண்டாள்.

பாட்டியின் மகன் கணேசய்யர் தந்தையின் மரணத்தையும் அதனால் விளைந்த அத்யந்த சோகத்தையும் உணராதவர். அவரது மனைவி பார்வதி அடிக்கடி ரகசியமாகக் கடிந்து கொள்வதற்கு ஏற்ப அவர் ஒரு ‘அம்மா பிள்ளை’ தான்.

விதவையாகிவிட்ட கீதாவைப் பற்றிப் பலவாறு குழம்பிக்குழம்பிப் பின்னொரு நாள் ஹைஸ்கூல் படிப்போடு நின்றிருந்த அவளை, உபாத்திமைப் பயிற்சிக்கு அனுப்ப யோசித்து, தயங்கித்தயங்கித் தன் தாயிடம் அபிப்பிராயம் கேட்டபோது, அவரது முடிவை வெகுவாகப் பாராட்டி அவள் ஏற்றுக் கொண்டதும் கௌரிப் பாட்டியை அவரால் அளக்கவே முடியவில்லை.

பாட்டியம்மாள், மாறிய காலத்தில் பிறந்த கீதாவின் பாக்கியத்தை எண்ணி மனத்துள் பூரித்தாள்.

பயிற்சி முடிந்து பல காலம் உள்ளூரிலே பணியாற்றி வந்த கீதாவுக்குப் போன வருஷம் புதிதாகப் பிறந்து வேகமாக வளர்ந்து வரும் தொழில் நகரமாகிய நெய்வேலிக்கு உத்தியோக மாற்றல் வந்தபோதும் கணேசய்யர் குழம்பினார்.

“அதற்கென்ன? நான் போகிறேன் துணைக்கு” என்று பாட்டியம்மாள் இந்தத் தள்ளாத காலத்தில் மகனையும் குடும்பத்தையும் துறந்து தனிமைப்பட தானே வலிய முன் வந்ததற்குக் காரணம், எங்கே முப்பது வயதைக்கூட எட்டாத கீதா வைதவ்ய இருட்கிடங்கில் அடைபட்டுப் போவாளோ என்ற அச்சம்தான்.

இந்த ஒரு வருஷ காலத்தில், நீண்ட விடுமுறைகளின்போது இருவரும் தங்கிச் செல்வது தவிர, சனி ஞாயிறுகளில் நினைத்தபோது புறப்பட்டு வந்து விடுவாள் பாட்டி. அதற்கு முக்கியமான காரணங்களில் ஒன்று அவளது வாடிக்கையான நாவிதன் வேலாயுதத்தையும் அதற்கு முன் அவன் அப்பனையும் தவிர, வேறு

எவரிடமும் பாட்டியம்மாள் தலை மழித்துக் கொள்ளப் பழக்கப் படாததுமாகும்.

இப்போது வழியில் எதிர்ப்பட்ட வேலாயுதம், நாளைக் காலை அவள் வீட்டில் வந்து நிற்பான் என்று பாட்டிக்குத் தெரியும். வர வேண்டும் என்பது அவனுக்குத் தெரியும் அது வாடிக்கை.

ஒரு மைலுக்குக் குறைவான அந்தத் தூரத்தை அரை மணி நேரமாய் நடந்து அவள் வீட்டருகே வந்தபோது கணேசய்யர் முகத்தில் தினசரிப் பத்திரிக்கையைப் போட்டுக் கொண்டு முன் கூடத்து ஈஸிசேரில் சாய்ந்து உறங்கிக் கொண்டிருந்தார். பக்கத்தில் திறந்து வைத்த தகர டின்னும் முறத்தில் கொட்டிய உளுத்தம் பருப்புமாய், மூக்குத் தண்டில் கண்ணாடியை இறக்கி விட்டுக்கொண்டு கல் பொறுக்கிக் கொண்டிருந்தாள் மருமகள் பார்வதி அம்மாள். கம்பி அழிவைத்து அடைத்த முன்புறக் குறட்டின் ஒரு மூலையில், வெயிலுக்கு மறைவாய்த் தொங்கிய தட்டியோரமாய்ச் செப்புகள் இறைந்து கிடக்க, வாய்க்குள் ஏதேதோ பொருளற்ற சம்பாஷணைகளைத் தான் மட்டும் ராகமிழுத்து முனகியவாறு குடும்ப விளையாட்டு நடத்திக் கொண்டிருந்தாள் கடைசிப் பேத்தியான ஆறு வயது ஜானா.

பாட்டி வந்து நின்றதை யாருமே கவனிக்காதபோது, கம்பிக் கதவின் நாதாங்கியை லேசாக ஓசைப்படுத்த வேண்டியிருந்தது. அந்தச் சிறு ஒலியில் விளையாட்டு சுவாரஸ்யத்தோடு திரும்பிப் பார்த்த ஜானா, அன்பில் விளைந்த ஆர்வத்தோடு 'பாட்டி' என்ற முனகலுடன் விழிகளை அகலத் திறந்து முகம் விகஸித்தாள்.

"கதவெத் தெறடி" என்று பாட்டி சொல்வது காதில் விழுமுன், "அம்மா அம்மா... பாட்டி வந்துட்டாம்மா, பாட்டி வந்துட்டா" என்று கூவியவாறு உள்ளே ஓடினாள் ஜானா.

கதவைத் திறக்காமல் தன் வரவை அறிவித்தவாறு உள்ளே ஓடும் குழந்தையைக் கண்டு பாட்டி சிரித்தாள்.

கணேசய்யர், முகத்தின் மேல் கிடந்த பத்திரிகையை இழுத்துக் கண் திறந்து பார்த்தார். குழந்தையின் உற்சாகக் கூப்பாட்டால் திடீரென்று எழுந்து, சிவந்த விழிகள் மிரண்டுமிரண்டு வெறிக்க ஒரு விநாடி ஒன்றும் புரியாமல் விழித்தார் அவர். அதற்குள் "ஏண்டி சனியனே இப்படி அலறிண்டு ஓடிவறே?" என்று குழந்தையை வைதுவிட்டு "வாங்கோ... வெயில்லே நடந்தா வந்தேள்... ஒரு

வண்டி வெச்சுக்கப் படாதோ?" என்று அங்கலாய்த்தவாறே மரியாதையோடு எழுந்தோடி வந்து கதவைத் திறந்தாள் பார்வதி.

"இதோ இருக்கிற இடத்துக்கு என்ன வண்டியும் வாகனமும் வேண்டிக் கெடக்கு? அவனானா பத்தணா குடு, எட்டணா குடும்பான்." என்று சலித்துக் கொண்டே படியேறி உள்ளே வந்த தாயைக் கண்டதும் "நல்ல வெயில்லே வந்திருக்கியே அம்மா! பார்வதி அம்மாவுக்கு மோர் கொண்டு வந்து கொடு" என்று உபசரித்தவாறே ஈஸிசேரிலிருந்து எழுந்தார் கணேசய்யர்.

"பாவம், அசந்து தூங்கிண்டிருந்தே... இன்னும் சித்தே படுத்திறேன்..." என்று அவரைக் கையமர்த்தியவாறே, ஈஸிசேரின் அருகே கிடந்த ஸ்டூல் மீது பையை வைத்து விட்டு முற்றத்திலிறங்கித் தொட்டித் தண்ணீரை அள்ளிக் கை கால் முகம் அலம்பி, தலையிலும் ஒரு கை வாரித் தெளித்துக் கொண்டாள் பாட்டி. பிறகு முந்தானையால் முகத்தைத் துடைத்துக்கொண்டு கூடத்து ஸ்டாண்டிலிருந்த சம்புடத்தை எடுத்து "என்னப்பனே மகாதேவா" என்று திருநீற்றை அணிந்துகொண்டு திரும்பி வரும்வரை, கணேசய்யர் ஈஸிசேரின் அருகே நின்று கொண்டிருந்தார்.

அந்த ஈஸிசேர் பாட்டிக்கு மட்டுமே உரிய சிம்மாசனம். அவள் வீட்டிலில்லாதபோதுதான் மற்ற யாரும் அதில் உட்காருவது வழக்கம். அவள் ஈஸிசேரில் வந்து அமர்ந்தபின் பக்கத்தில் ஒரு நாற்காலியை இழுத்துப்போட்டு உட்கார்ந்து கொண்டு விசிறினார் கணேசய்யர். அதற்காகவே காத்துக் கொண்டிருந்தவள்போல் பாட்டி உட்கார்ந்ததும் அவள் மடியில் வந்து ஏறினாள் ஜானா.

"பாட்டி வெயில்லே வந்திருக்கா, சித்தே நகந்துக்கோ, வந்ததும் மேலே ஏறிண்டு" என்று விசிறிக் கொண்டிருந்த விசிறியால் ஜானாவைத் தட்டினார் கணேசய்யர்.

"இருக்கட்டும்டா... கொழந்தை நீ உக்காந்துக்கோடி" என்று குழந்தையை மடிமீது இழுத்து இருத்திக் கொண்டாள் பாட்டி.

'இப்ப என்ன பண்ணுவியாம்' என்று நாக்கைக் கடித்து விழித்துத் தந்தைக்கு அழகு காட்டினாள் ஜானா.

ஜானாவை மடியில் வைத்துக் கொண்டே பக்கத்தில் ஸ்டூலின் மேலிருந்த பையை எடுத்து அதனுள்ளிருந்த வெள்ளரிப் பிஞ்சுகளை வரிசையாகத் தரையில் வைத்து ஜானாவின் கையில் ஒன்றைத்

தந்தாள். முறுக்கிச் சுருட்டி வைத்திருந்த மாற்றுப் புடவையைக் கொடியில் போடுவதற்காகப் பக்கத்தில் சற்றுத் தள்ளி வைத்தாள். பிறகு பையைத் தலைகீழாகப் பிடித்து அதனுள்ளிருந்த மூன்று படி பச்சை வேர்க் கடலையைக் கொட்டியபோது, அதனூடே ஒரு கவர் விழுந்தது.

"ஆமா, மீனாவும் அம்பியும் எங்கே காணோம்!" என்று சுற்றும் முற்றும் பார்த்தவாறு "இதெ உங்கிட்டே குடுக்கச் சொன்னா கீதா" என்று கவரை நீட்டினாள் பாட்டி.

இருபது வயது நிறைந்த பெண்ணை அம்பியின் துணையோடு மாட்டினி ஷோ பார்க்க என்னதான் பக்கத்திலிருந்தாலும் எப்படிச் சினிமாவுக்கு அனுப்பலாம் என்று தாய் கோபித்துக் கொள்வாளோ என்ற அச்சத்தோடு கவரை வாங்கியவாறே, "ஏதோ அவள் படிச்ச நல்ல நாவலாம். படமா வந்திருக்குன்னு காலையிலேருந்து உசிரை வாங்கித்து ரெண்டு சனியன்களும். மாட்டினி ஷோதானே போகட்டும்னு அனுப்பி வெச்சேன்" என்றார் கணேசய்யர்.

"ஓ! தொடர் கதையா வந்ததே அந்தக் கதைதானா அது? பேரைப் பார்த்தேன்" என்று ஒரு பத்திரிகையின் பெயர், ஓர் எழுத்தாளரின் பெயர் முதலியவற்றைக் குறிப்பாகக் கேட்டாள் பாட்டி. "இதுக்காகப் போய் ஏன் கொழந்தைகளைச் சனியன்னு திட்டறே? நோக்கும் நேக்கும் சினிமான்னா என்னென்னே தெரியாது. இந்தக் காலத்துப் பிள்ளைகளுக்கு சினிமாவைத் தவிர வேற ஒண்ணும் தெரியாது. நம்ம கொழந்தைகள் எவ்வளவோ பரவாயில்லைன்னு நெனைச்சிக்கோ..." என்று மகனுக்குப் புத்தி சொல்லிவிட்டு, "கவர்லே என்ன சொல்லு. அவளைக் கேட்டப்போ, 'அப்பா சொல்லுவா' ன்னு பூடகமா குடுத்து அனுப்பிச்சாளே" என விளக்கினாள் பாட்டி.

கண்ணாடியை எடுத்து மாட்டிக்கொண்டு கவரை உடைத்து, அதனுள்ளிருந்த ஒரே காகிதத்தில் சுருக்கமாக எழுதியிருந்த வாசகங்களைப் படிக்க ஆரம்பித்ததும் கணேசய்யரின் கைகள் நடுங்கின. முகமெல்லாம் 'குப்'பென வியர்த்து உதடுகள் துடித்தன. படித்து முடித்ததும் தலை நிமிர்ந்து எதிர்ச் சுவரில் தொங்கிய கீதாவின் மணக்கோல போட்டோவை வெறித்துப் பார்த்தார்.

தாயினருகே அமர்ந்து இனிமையான சூழ்நிலையில் மகிழ்ச்சியுடனிருந்த கணேசய்யரின் முகம் திடீரென இருளடைந்தது.

நாற்காலியின் கைப்பிடியை இறுகப் பற்றிக்கொண்டு தாயின் முகத்தை வெறித்துப் பார்த்தார். தன் கையிலிருந்த கடிதம் கீழே நழுவியதைக்கூட அவர் கவனிக்கவில்லை.

"என்ன விபரீதம்" என்று துணுக்குற்ற பாட்டியம்மாள், தரையில் விழுந்த அந்தக் கடிதத்தை வெளிச்சத்தில் பிடித்துக் கொண்டு படிக்க ஆரம்பித்தாள். அவளால் கண்ணாடியில்லாமலே படிக்க முடியும்.

"என் அன்பிற்குரிய அப்பா, அம்மா, பாட்டி ஆகியோருக்கு...

இந்தக் கடிதத்தை எழுதுகையில் ஆறு மாதங்கள் தீர்க்கமாய் யோசித்துத் தீர்மானமான ஒரு முடிவுக்கு வந்தபின் தெளிந்த மனத்தோடு தான் எழுதுகிறேன். இந்தக் கடிதத்திற்குப் பிறகு உங்களுக்கும் எனக்கும் கடிதப் போக்குவரத்தோ, முகலோபனமோகூட அற்றுப் போகலாம் என்பதும் தெரிந்தே எழுதுகிறேன்.

என்னோடு பணிபுரியும் ஹிந்தி பண்டிட் திரு. ராமச்சந்திரன் என்பவரை வருகின்ற ஞாயிறன்று நான் பதிவுத் திருமணம் செய்து கொள்ள நிச்சயித்து விட்டேன். நான் விதவை என்பது அவருக்குத் தெரிந்ததுதான். ஆறு மாத காலமாய் நான் எனது உணர்ச்சியோடு இது பாபகரமான காரியம் என்ற ஓர் அர்த்தமற்ற உணர்ச்சியோடு போராடித்தான் இம்முடிவுக்கு வந்தேன். உணர்வுப் பூர்வமான வைதவ்ய விரதத்துக்கு ஆட்பட முடியாமல் வேஷங்கட்டித் திரிந்து, பிறகு அவப்பேருக்கு ஆளாகிக் குடும்பத்தையும் அவமானப்படுத்தாமல் இருப்பதே சிறந்த ஒழுக்கம் என்று உணர்ந்திருக்கிறேன். இந்த முப்பது வயதில் இந்த அளவு சோதனைகளையே தாங்காமல் இன்னும் ஐந்தாண்டுகளுக்குப் பின் இதே முடிவுக்கு வர நேரிடுமோ என்ற அச்சமும் பிறந்தே இப்போதே செய்தல் சரி என்ற முடிவுக்கு வந்துவிட்டேன்.

என் காரியம் என் வரைக்கும் சரியானதே.

நான் தவறு செய்வதாகவோ, இதற்காக வருந்த வேண்டுமென்றோ உங்களிடம் மன்னிப்புக் கோர வேண்டுமென்றோகூட எனக்குத் தோன்றவில்லை. எனினும் உங்கள் உறவை, அன்பை இழந்து விடுகிறேனே என்ற வருத்தம் சில சமயங்களில் அதிகம் வாட்டுகின்றது... இருப்பினும் ஒரு புதிய வாழ்க்கையை, புதிய

வெளிச்சத்தைப் பெற்று, ஒரு புது யுகப் பிரஜையாகச் சஞ்சரிக்கப் போகிறேன் என்ற லட்சிய நிறைவேற்றத்தில் நான் ஆறுதலும் மட்டற்ற ஆனந்தமும் கொள்கிறேன்.

இந்தக் காலத்தில் யார் மனம் எப்படி மாறும் என்று சொல்லமுடியாது. ஒருவேளை நீங்கள் என் முடிவை ஆதரித்தால் இன்னும் ஒரு வாரமிருக்கிறது. உங்களை, உங்கள் அன்பான வாழ்த்தை எதிர்பார்க்கிறேன். இல்லையெனில் உங்களைப் பொறுத்தவரை 'கீதா செத்துவிட்டாள்' என்று தலைமுழுகி விடுங்கள்.

ஆமாம். ரொம்பச் சுயநலத்தோடு செய்த முடிவுதான். எனக்காகப் பாட்டியைத் தவிர வேறு யார்தான் தங்கள் நலனைத் துறந்து 'தியாகம்' செய்துவிட்டார்கள்? ஏன் செய்யவேண்டும்?

உங்கள் மீது என்றும்
மாறா அன்பு கொண்டுள்ள
கீதா."

"என்னடா இப்படி ஆயிடுத்தே?" என்பதைத் தவிர வேறு ஒன்றும் சொல்லவோ செய்யவோ சக்தியிழந்தவளாய் ஏக்கம் பிடித்து வெறித்து விழித்தாள் பாட்டி.

"அவ செத்துட்டா தலையெ முழுகிட வேண்டியதுதான்" என்று நிர்த்தாட்சண்யமான குரலில் உறுதியாகச் சொன்னார் கணேசய்யர்.

பாட்டி திகைத்தாள்.

தாயின் யோசனைக்கோ, பதிலுக்கோ, கட்டளைக்கோ, உத்தரவுக்கோ காத்திராமல் அந்த 'அம்மா பிள்ளை' முதன் முதலில் தானே ஒரு தீர்மானத்துக்கு வந்தது இதுதான் முதல் தடவை.

"அப்படியாடா சொல்றே?" என்று கண்களிரண்டும் நீர்க்குளமாக, வயோதிக நெஞ்சு பாசத்தால் துடிக்க, நெஞ்சில் கை வைத்துக் கேட்டாள் பாட்டி.

"வேறே எப்படியம்மா சொல்லச் சொல்றே? நீ பிறந்த வம்சத்திலே, இந்தக் குடும்பத்திலே ஐயோ!" என்று இந்த அவலத்தைக் கற்பனை செய்ய முடியாமல் பதறினார் கணேசய்யர்.

‘நான் பிறந்த யுகமே வேறேடா’ என்ற வார்த்தை பாட்டிக்கு வாயில் வந்து நின்றது. அப்பொழுதுதான் பாட்டிக்கு ஓர் அரிய உண்மை இவ்வளவு காலத்திற்குப் பின் புரிந்தது.

“என் மகன் எனது சொல்லுக்கும் எனது உத்தரவுக்கும் காத்திருந்தது வெறும் தாயன்பால் மட்டுமல்ல; நான் ஒரு யுகத்தின் பிரதிநிதி. அது ஆசாரமான யுகம். நான் பிறந்தது சாஸ்திரத்துக்கு அஞ்சி நடந்த குடும்பத்தில் அதுபோல் தன் குடும்பமும் நடக்க நடத்தி வைக்கத் தன்னால் ஆகாவிடினும் என்னால் ஆகும் என்ற நம்பிக்கையில் அந்த யுகத்தை அந்த ஆசார ஜீவிதத்தைக் கௌரவிப்பதன் பொருட்டே என் சொல்லை, என் வார்த்தையை அவன் எதிர்பார்த்திருந்தான்” என்று தன்னைப்பற்றியும் தன் மகனின் மூர்க்கமான தீர்மானம் பற்றியும் தனித்துப் போன அன்பிற்குரிய கீதாவைப்பற்றியும் எண்ணி மௌனமாய் வாயடைத்து உட்கார்ந்திருந்தாள் பாட்டி.

அப்போது அங்கு வந்து அவர்களை விபரீதச் சூழ்நிலைக்கு ஆட்படுத்தியிருக்கும் அந்தக் கடிதத்தை எடுத்துப் படித்த பார்வதி “அடி, பாவிப் பெண்ணே, என் தலையிலே தீயை வெச்சுட்டியேடி” என்று தலையிலடித்துக் கொண்டு அழுதாள்.

பாட்டி, தன் இயல்புக்கேற்ற நிதான புத்தியுடன் அந்தக் கடிதத்தை மீண்டும் கையிலெடுத்து அந்தக் கடைசி வரிகளைப் படித்தாள்...

“ரொம்ப சுயநலத்தோடு செய்த முடிவுதான். எனக்காகப் பாட்டியைத் தவிர வேறு யார்தான் தங்கள் நலனைத் துறந்து, ‘தியாகம்’ செய்து விட்டார்கள்?”. பாட்டிக்குச் ‘சுருக்’ கென்றது உதட்டைக் கடித்துக் கொண்டாள்.

இந்த வார்த்தைகளின் அர்த்தம் மற்றவர்களுக்குப் புரியாது. பாட்டிக்குப் புரியும்.

கீதா, பதினெட்டு வயதில் நெற்றியிலிடும் திலகத்தை மறந்தது போல், கூந்தலில் சூடும் பூவைத் துறந்ததுபோல் அது அவள் விதியென்று சொல்லி அவள் சோகத்தையே மறந்து விடவில்லையா, அவளைப் பெற்ற தாயும் தந்தையும்? கீதா இப்படியாகி வந்த பிறகுதானே பார்வதி, அம்பியையும் ஜானாவையும் பெற்றெடுத்தாள்?

அதற்கென்ன அதுதான் வாழ்கின்றவர்களின் வாழ்க்கை இயல்பு.

வாழாத கீதாவின் உள்ளில் வளர்ந்து சிதைந்து, மக்கி, மண்ணாகி, பூச்சி அரிப்பதுபோல் அரித்துஅரித்துப் புற்றாய்க் குவிந்திருக்கும் உணர்ச்சிகளை, நினைவுகளை, ஆசைகளை, கனவுகளை அவர்கள் அறிவார்களா?

ஆனால்...

கீதாவைப்போல் அவளை விடவும் இளவயதில் அரை நூற்றாண்டுக்கு முன் நிலவிய ஹிந்து சமூகத்தின் வைதவ்யக் கொடுந்தீயில் வடுப்பட்டு வாழ்விழந்து, அந்த நினைவுகளையெல்லாம் கொண்டிருந்த, அந்தக் கனவுகளையெல்லாம் கண்டிருந்த, அந்த ஆசைகளையெல்லாம் கொண்டிருந்த கௌரிப் பாட்டி, அவற்றையெல்லாம் கீதாவிடம் காணாமலா, கண்டுணராமலா இருந்திருப்பாள்?

அதனால்தான் கணேசய்யரைப் போலவோ, பார்வதி அம்மாளைப் போலவோ கீதா இப்படி நடந்து கொள்ளப் போவதை அறிந்து, அவளை வெறுத்து உதறவோ, தூஷித்துச் சபிக்கவோ முடியாமல் 'ஐயோ' என்ன இப்படி ஆய்விட்டதே... என்ன இப்படியாய் விட்டதே... என்று கையையும் மனசையும் நெரித்துக் கொண்டு தவியாய்த் தவிக்கிறாள் பாட்டி.

பொழுது சாய்ந்து விளக்கு வைக்கும் நேரத்தில் மாட்டினி ஷோவுக்குப் போயிருந்த மீனாவும் அம்பியும் வீடு திரும்பினார்கள். வாசற்படியில் கால் எடுத்து வைத்த அம்பி, கூடத்து ஈஸிசேரில் சாய்ந்து படுத்து ஆழ்ந்த யோசனையில் அமிழ்ந்திருக்கும் பாட்டியைக் கண்டதும் சட்டென்று நின்று திரும்பிப் பின்னால் வரும் மீனாவிடம்,

"பாட்டிடீ..." என்று ரகசியமாக எச்சரித்தான்.

'எங்கே? உள்ளே இருக்காளா? கூடத்தில் இருக்காளா?' என்று பின் வாங்கி நின்றாள் மீனா.

"சிம்மாசனத்தில்தான் சாஞ்சிண்டு தூங்கறா" என்றான் அம்பி.

மீனா தோள் வழியே 'ஸ்டைலாக' கொசுவித் தொங்கவிட்டிருந்த தாவணியை ஒழுங்காய்ப் பிரித்து, இழுத்து இடுப்பில் செருகிக் கொண்டு, மேலாடை ஒழுங்காக இருக்கிறதா என்று ஒருமுறை கவனித்தபின் தலையைக் குனிந்து சாதுவாய் உள்ளே நுழைந்தாள்.

உள்ளே வந்த பின்தான் பாட்டி தூங்கவில்லை என்று தெரிந்தது. அப்பா ஒரு பக்கம் நாற்காலியிலும் அம்மா ஒரு பக்கம் முகத்தில் முந்தானையைப் போட்டுக் கொண்டு விம்மியவாறு ஒரு மூலையிலும் விழுந்து கிடப்பதும் என்ன விபரீதம் என்று புரியாமல் இருவரும் திகைத்து நின்றனர்.

அப்போது ஜானா சிரித்துக் கொண்டே அம்பியிடம் ஓடி வந்தாள். "பாட்டி வெள்ளரிப் பிஞ்சு வாங்கிண்டு வந்தாளே" என்ற ஜானாவின் குரல் கேட்டுப் பாட்டி திரும்பிப் பார்த்தாள் மீனாவை.

"எப்ப வந்தேள் பாட்டி?" என்று கேட்டுவிட்டு "என்ன விஷயம்? இதெல்லாம் என்ன?" என்று சைகையால் கேட்டாள் மீனா.

பாட்டியின் கண்கள் குளமாயின.

மீனாவைப் பார்க்கும் போதுதான் அவளுக்கு இன்னொரு விஷயமும் கணேசய்யர் கீதாவைத் தலை முழுகச் சொல்வதன் காரணம், பார்வதியம்மாள் கீதாவைச் சபிப்பதன் நியாயம், ஆவேசம் இரண்டும் புரிந்தது பாட்டிக்கு.

அங்கே கிடந்த அந்தக் கடிதத்தை மீனா எடுத்துப் படித்தாள்.

"அதை நீ படிக்க வேண்டாம்" என்று தடுக்க நினைத்த பாட்டி, பிறகு ஏனோ 'படிக்கட்டுமே' என்று எண்ணி மீனாவின் முகத்தையே உற்றுக் கவனித்தாள்.

மீனாவின் முகம் அருவருப்பால் சுளித்தது.

"அடி நீ நாசமாப் போக" என்று அங்கலாய்த்தவாறே தொடர்ந்து கடிதத்தைப் படித்தாள். அவள் தோள் வழியே எக்கி நின்று கடிதத்தைப் படித்த அம்பிகூட விளக்கெண்ணெய் குடிப்பதுபோல் முகத்தை மாற்றிக் கொண்டான்.

வீடே சூன்யப்பட்டது. ஊரெல்லாம் பிளேக் நோய் பரவிக்கிடக்கும் போது வீட்டில் ஒரு எலி செத்து விழக் கண்டவர்கள் போல ஒவ்வொருவரும் மிகுந்த சங்கடத்தோடு இன்னொருவர் முகத்தைப் பார்த்தனர்.

இரவு முழுதும் கௌரிப் பாட்டி தூங்கவில்லை. சாப்பிடவில்லை; கூடத்து ஈஸிசேரை விட்டு எழுந்திருக்கவும் இல்லை.

மகனைப் பார்த்தும் மருமகளைப் பார்த்தும் மற்ற பேரக் குழந்தைகளைப் பார்த்தும் கீதாவை நினைத்தும் பெருமூச்செறிந்து கொண்டிருந்தாள்.

"வழக்கத்துக்கு விரோதமாய் என்னை வழியனுப்ப பஸ் ஸ்டாண்டுக்கு வந்து, பஸ் புறப்படும் போது முந்தானையால் கண்களைக் கசக்கிக் கொண்டாயேடி, கீதா? இப்போதல்லவா தெரிகிறது... பாட்டியை நிரந்தரமாய் பிரியறமேன்னுட்டு... பாவம் கொழந்தெ கண்கலங்கி நின்னிருக்கேன்னு இப்பன்னா புரியறது. கண்ணிலே தூசு விழுந்திருக்கும்னு நினைச்சேனே பாவி."

'என்னடி, இப்படிப் பண்ணிட்டியே' என்று அடிக்கடி தன்னுள் குமுறிக் குமுறிக் கேட்டுக் கொண்டாள் பாட்டி.

விடிகின்ற நேரத்துக்குச் சற்று முன்பு தன்னையறியாமல் கண்ணயர்ந்தாள். கண்மூடிக் கண் விழித்தபோது மாயம்போல் விடிவு கண்டிருந்தது.

தெருவாசற்படியின் கம்பிக் கதவோரமாகக் கைப்பெட்டியுடன் வந்து காத்திருந்தான் வேலாயுதம்.

கண் விழித்த பாட்டி நடந்ததெல்லாம் கனவாகி விடக்கூடாதா என்று நினைத்து முடிக்கு முன் 'இது உண்மை' என்பதுபோல் அந்தக் கடிதம் ஸ்டூலின் மீது கிடந்தது.

அந்தக் கடிதத்தை எடுத்து மீண்டும் படித்தாள் பாட்டி. அப்போது அறைக்குள்ளிருந்து வந்த கணேசய்யர், இரவெல்லாம் இதே நினைவாய்க் கிடந்து மருகும் தாயைக் கண்டு தேற்ற எண்ணி "அம்மா! வேலாயுதம் வந்திருக்கான்... அவள் செத்துட்டானு நெனைச்சித் தலையைச் செரைச்சி தண்ணிலே போயி முழுகு." என்றார்.

"வாயை மூடுடா..." என்று குமுறி எழுந்தாள் பாட்டி. காலங்கார்த்தாலே அச்சான்யம் பிடிச்ச மாதிரி என்ன பேச்சு. இப்ப என்ன நடந்துட்டுதுன்னு அவளை சாகச் சொல்றே?" என்று கேட்டுவிட்டு, தாங்க முடியாத சோகத்துடன் முகமெல்லாம் சிவந்து குழம்பக் குமுறியழுதாள் பாட்டி. பிறகு சிவந்த கண்களைத் திறந்து ஆத்திரத்துடன் கேட்டாள்.

“என்னடா தப்புப் பண்ணிட்டா அவ? என்ன தப்புப் பண்ணிட்டா, சொல்லு!” என்று தன் தாய் கேட்பதைக் கண்டு, கணேசய்யருக்கு ஒரு விநாடி ஒன்றுமே புரியவில்லை.

“என்ன தப்பா? என்னம்மா பேசறே நீ? உனக்குப் பைத்தியம் புடிச்சுடுத்தா?” என்று கத்தினார் கணேசய்யர்.

அடுத்த விநாடி தன் சுபாவப்படி நிதானமாக மகனின் முகத்தைப் பார்த்தவாறு, அமைதியாக யோசித்தாள் பாட்டி. தன் மகன் தன்னிடம் இப்படிப் பேசுவது இதுவே முதல் தடவை.

பாட்டி மெல்லிய குரலில் நிதானமாய்ச் சொன்னாள்:

“ஆமாம்டா... எனக்குப் பைத்தியந்தான்... இப்ப பிடிக்கலைடா... இது பழைய பைத்தியம் தீரமுடியாத பைத்தியம். ஆனால், என்னோட பைத்தியம் என்னோட போகட்டும். அந்தப் பைத்தியம் அவளுக்குப் ‘படீர்’ னு தெளிஞ்சிருக்குன்னா அதுக்கு யார் என்ன பண்றது? அவதான் சொல்லிட்டாளே! என் காரியம் என் வரைக்கும் சரி, வேஷம் போட்டு ஆடி அவப்பேரு வாங்காம விதரணையா செஞ்சிருக்கேன்னு...”

“அதனாலே சரியாயிடுமா அவ காரியம்?” என்று வெட்டிப் பேசினார் கணேசய்யர்.

“அவ காரியம் அவ வரைக்கும் சரிங்கறாளே அவதான்... அதுக்கென்ன சொல்றே?” என்று உள்ளங்கையில் குத்திக் கொண்டாள் பாட்டி.

“சாஸ்திரம் கெட்ட மூதேவி. ஆசாரமான குடும்பத்துப் பேரைக் கெடுத்த சனி செத்துத் தொலைஞ்சுட்டானு தலையை முழுகித் தொலைன்னு சொல்றேன்” என்று பல்லைக் கடித்துக்கொண்டு கத்தினார் கணேசய்யர். பாட்டியம்மாள் ஒரு விநாடி தன்னையும் தன் எதிரே நிற்கும் மகனையும் வேறு யாரோபோல் விலகி நின்று பார்த்துவிட்டு, ஒரு கைத்த சிரிப்புடன் கூறினாள்:

“நம்ப சாஸ்திரம், ஆசாரம் அப்படின்னா நீ என்ன பண்ணியிருக்கணும் தெரியுமா? என்னை என்ன பண்ணித்து தெரியுமா அந்த சாஸ்திரம்? அப்போ நீ பால் குடிக்கிற கொழந்தைடா... எனக்குப் பதினைஞ்சி வயசுடா! என் கொழந்தை, என் மொகத்தெப்பார்த்துப் பேயைப் பார்த்ததுபோல் அலறித்தேடா! பெத்த தாய் கிட்டே பால்குடிக்க முடியாம

குழந்தை கத்துவே; கிட்டே வந்தா மொட்டையடிச்ச என்னைப் பார்த்து பயத்துலே அலறுவே... அப்படி என்னை, என் விதிக்கு மூலையிலே உட்காத்தி வெச்சாளே... அந்தக் கோரத்தை நீ ஏன்டா பண்ணலே கீதாவுக்கு? ஏன் பண்ணலே சொல்லு?" என்று கண்களில் கண்ணீர் வழியக் கேட்கும்போது, கணேசய்யரும் கண்களைப் பிழிந்துவிட்டுக் கொண்டார். அவள் தொடர்ந்து பேசினாள்:

"ஏன்டாப்பா உன் சாஸ்திரம் அவளைக் கலர் புடவை கட்டிக்கச் சொல்லித்தோ? தலையைப் பின்னிச் சுத்திண்டு பள்ளிக்கூடம் போய்வரச் சொல்லித்தோ? தன் வயித்துக்குத் தானே சம்பாத்திச்சுச் சாப்பிடச் சொல்லித்தோ? இதுக்கெல்லாம் நீ உத்தரவு கேட்டப்போ நான் சரின்னேன், ஏன்? காலம் மாறிண்டு வரது; மனுஷாளும் மாறணும்னுதான். நான் பொறந்த குடும்பத்திலேன்னு சொல்றயே... எனக்கு நீ இருந்தே, வீடும் நெலமும் இருந்தது. அந்தக் காலமும் அப்படி இருந்தது. கீதா பண்ணின காரியத்தை மனசாலேகூட நெனைக்க முடியாத யுகம் அது. அப்போ அது சாத்தியமாவும் இருந்தது. இப்போ முடியலியேடா... எனக்கு உன் நிலைமையும் புரியறது. நீ பிள்ளையும் குட்டியுமா வாழறவன். அதுகளுக்கு நாளைக்கு நல்ல காரியங்கள் நடக்கணும். எனக்குப் புரியறது அவளும் புரிஞ்சுதானே எழுதி இருக்கா... உன் சாஸ்திரம் அவளை வாழ வைக்குமாடா? அவளுக்கு அது வேண்டாம்னுட்டா... ஆனா, டேய் கணேசா... என்னே மன்னிச்சுக்கோடா... எனக்கு அவ வேணும் அவதான்டா வேணும். எனக்கும் இனிமே என்ன வேண்டி இருக்கு என் சாஸ்திரம் என்னோடேயே இருந்து இந்தக் கட்டையோட எரியும்... அதனாலே நீங்க நன்னா இருங்கோ... நான் போறேன்... கீதாவோடேயே போயிடறேன்... அது தான் நல்லது. அதுக்காக நீ உள்ளூரத் திருப்திப் படலாம். யோசிச்சுப் பாரு இல்லேன்னா அவளோட சேத்து எனக்கும் ஒரு முழுக்குப் போட்டுடு. நான் வரேன்" என்று கூறியவாறே மாற்றுப் புடவையைச் சுருட்டிக் காக்கிப் பைக்குள் திணித்தவாறு எழுந்தாள் பாட்டியம்மாள்.

"அம்மா! ஆ..." என்று கைகளைக் கூப்பிக்கொண்டு சத்தமில்லாமல் தாரைதாரையாய்க் கண்ணீர் வடித்தார் கணேசய்யர்.

"அசடே... எதுக்கு அழறே? நானும் ரொம்ப யோசிச்சுத்தான் இப்படி முடிவு பண்ணினேன்... என்ன பண்ணினாலும் அவ

நம்ம கொழந்தேடா” என்று மெதுவாய்ச் சொல்லிவிட்டு உட்புறம் திரும்பிப் பார்த்தாள். “பார்வதி நீ வீட்டே சமத்தா பார்த்துக்கோ...” என்று எல்லோரிடமும் விடை பெற்றுக்கொண்டு புறப்பட்டாள் பாட்டி.

“எனக்கு உடனே போயி கீதாவைப் பார்க்கணும்” என்று தானே சொல்லிக்கொண்டு திரும்பும்போது, வாசற்படியில் நின்றிருந்த வேலாயுதத்தைக் கண்டாள் பாட்டி.

“நீ போடாப்பா... நான் அவசரமாப் போறேன் நெய்வேலிக்கு” என்று அவனிடம் நாலணாவைத் தந்து அனுப்பினாள்.

“இனிமேல் இவனுக்கு இங்கு வேலை இல்லை, அதற்கென்ன? உலகத்தில் என்னென்னமோ மாறுகிறது. நான் ஒரு நாவிதனைக்கூட மாற்றிக் கொள்ளக் கூடாதா?” என்று எண்ணிச் சிரித்துக் கொண்டாள். இடுப்பில் பையை வைத்துக் கொண்டு வாசற்படியிலிறங்கிய பாட்டி, ஒரு முறை திரும்பி நின்று “நான் போயிட்டு வரேன்” என்று மீண்டும் விடை பெற்றுக்கொண்டாள்.

அதோ! காலை இளவெயிலில், சூடில்லாத புழுதி மண்ணில் பாதங்கள் அழுந்தி அழுந்திப் பதிய ஒரு பக்கம் சாய்ந்து சாய்ந்து நடந்துகொண்டிருக்கும் பாட்டியின் தோற்றம்...

வேகமாய் ஆவேசமுற்று வருகின்ற புதிய யுகத்தை, அமைதியாய் அசைந்துஅசைந்து நகரும் ஒரு பழைய யுகத்தின் பிரதிநிதி எதிர் கொண்டழைத்துத் தழுவிக் கொள்ளப் பயணப்படுவதென்றால்?...

ஓ! அதற்கு ஒரு பக்குவம் தேவை.

06

புற்றிலுறையும் பாம்புகள்

தோட்டப் பக்கம் வேலி ஓரம் கிடந்த சோளத்தட்டுக் கட்டை இழுத்துப் போட்டு உதறி, குத்துக்காலிட்டு அமர்ந்தபடி அடுப்புக்குத் தட்டை அடித்துச் சீராய் அடுக்கிக்கொண்டிருந்த வனமயிலு எதிர்வீட்டில் குடியிருக்கும் வாலிபனைப் பார்த்து முணுமுணுத்துக் கொண்டாள்.

"கண்ணைப் பாரேன் நல்லா... கோழி முட்டையாட்டம் வச்ச கண்ணு வாங்காம பாக்கறத. இவனெல்லாம் அக்கா தங்கச்சியோட பொறந்திருக்க மாட்டானா... எம்மா நேரமா பாத்துக்னுகிறான்யா இதே மாதிரி..."

பக்கத்தில் சற்றுத் தள்ளி தொட்டியில் கைவிட்டுக் கலக்கியபடி மாட்டைப் பிடித்துத் தண்ணீர் காட்டிக்கொண்டிருந்த கந்தசாமி அவன் பாட்டுக்குப் பேசாமல் இருந்தான்.

"பாருதே அவன் பாக்கறத... எங்கனா அசையறானா பாரேன். அவனும் அவன் மூஞ்சும்... நல்லா அய்யனாரப்பன் செலையாட்டம்."

இராசேந்திரசோழன் (1945) மயிலத்தைச் சார்ந்தவர். நூற்றியெட்டு சிறுகதைகளையும் ஒன்பது குறும்பெரும் நாவலை எழுதியவர். சமூக அவலங்களுக்கு எதிராகப் போராடிய களச் செயல்பாட்டாளர். உதயம், பிரச்சனை, மண்மொழியின் இதழாசிரியர், சிறந்த நிகழ்த்துக் கலைஞர், நாடகவியலார், தத்துவச் செயல்பாட்டாளர் எனப் பன்முக ஆளுமை உடையவர். அறிவை ஜனநாயகப் படுத்துவதே எனது நோக்கம் என இயங்கி வருபவர். இவரது எட்டுக்கதைகள் இன்றும் பலரை ஈர்த்து வரும் சிறப்புடையது.

அவன் தொட்டியிலிருந்த தவிட்டை அள்ளி உள்ளங்கையில் ஏந்தி மாட்டுக்கு ஊட்டினான்.

“எங்கனா ஒதை பட்டாத்தான் தெரியும். புள்ளாண்டானுக்கு. இப்படியே பாத்துக்னு இருக்கட்டும். ஒருத்தன் இல்லன்னாலும் ஒருத்தன் எவன்னா கண்ணை நோண்டிப்புட மாட்டான் ஒரு நாளைக்கி. சீ நமக்கு என்னுமோ ஒரு ஆம்பள பாக்கறான்னாலே அம்மா அயக்கமா கிது. ஒவ்வொருத்தியாட்டமா... வ்வா கட்டனவன் கண்ணெதுர குத்துக் கல்லாட்டம் குந்திருக்க சொல்லவே... சீ! ஜென்மமா அது. செருப்பாலடி...”

முகவாய்க்கட்டையை இழுத்துத் தோள் பக்கம் இடித்துக் கொண்டாள். எதிர் வீட்டை முறைத்துப் புருஷனை முறைத்து நன்றாகவே மூடியிருந்த மாராக்கை மேலும் இழுத்து மூடிக்கொண்டாள்.

“பாருய்யா... நீ ஒரு ஆம்பள இங்க குந்தியிருக்க சொல்லவே இந்தப் பார்வ பாக்கறானே... நீயே கண்டி, இல்லன்னா என்னா செய்வான். கைய புடிச்சிகூடம் இழுப்பாம் போலக்குது. ஏன் இழுக்கமாட்டான். தொடப்பக் கட்டைய எடுத்துக்க மாட்டனா கையில, தொடப்பக் கட்டைய...”

அவன் வலது மாட்டைப் பிடித்து முளைக்குச்சியில் கட்டிவிட்டு இடது மாட்டைப் பிடித்து அவிழ்த்துக்கொண்டு வந்தான்.

“அங்க பாருதே ரவ அவனன்னா... நீ என்னமோ இப்பத்தான் ஒரேடியா தண்ணிகாட்டற... தண்ணி. இங்க என்னடா பார்வன்னு நீ ஒரு பார்வ பாத்தினா உள்ள ஓடிப்புட மாட்டான். அவன்... என்னுமோ குந்திங்கிறியே பேசாத.”

அவன் தொட்டியைக் கலக்கித் தண்ணீர் காட்டிக் கொண்டிருந்தான்.

“என்னா ஊரகாலி மாடுன்னு நெனச்சிக்கினானா... பாரேன் பின்ன அவன. நவுருவனான்னு நின்னுகினு பாக்கறத. கிட்ட வந்து பாக்கணம். அப்பறம் இல்ல தெரியும் ஆருன்னு... வனமயிலு எந்த வம்புக்கும் போவாதவள்னுதான் பேரு. இவனல்லாமா சும்மா உடுவேன். காறி முழிய வச்சிட மாட்டனா. சாணியக் கரைச்சு மூஞ்சில ஊத்தி...”

நமுத்துப் போன சோளத்தட்டை சொதுக் சொதுக்கென்று முறித்தாள்.

“என்னுமோ நெனைச்சிக்னுகிறாரு புள்ளாண்டான். ஆபீஸ் உத்தியோகம் பண்றமே. பாத்ததும் பல்ல இளிச்சிக்கினு

ஓடியாந்துபுடும்னு... பழ மொறத்தாலதான் சாத்துவாங்கன்னு தெரியாது போலருக்குது."

கைக்கு அடங்குகிற அளவு ஒரு தோற்றம் தெரிந்த சோளத்தட்டுகளை அள்ளி உடம்போடு சேர்த்து அணைத்துக்கொண்டு உள்ளே வந்தாள்.

"இவரு ஒரு ஆம்பளன்னு கெடக்கறாரே சொரண கெட்டத்தனமா... அவன் பாட்டுக்னு கெடப்பாறைய முழுங்கிப்புட்டு நிக்கறவனாட்டம் நின்னு பாத்துக்னுகிறான். ஏண்டா பாவின்னுகூடம் கேக்காம பேசாம கிறாரே என்னுமோ ஊமையாட்டம். கேட்டா என்னா வெல்லத்துல வச்சா முழுங்கிப்புடுவான். இன்னொரு ஆம்பளன்னா பாத்துக்னு சும்மா இருப்பானா..."

அடுப்பாங்கரையோரம் வைத்துவிட்டு நிமிர்ந்து நின்று தன்னைத் தானே ஒருமுறை உடம்பு பூராவும் பார்த்து மேலே தூசுதும்பு இல்லாமல் புடவை, மாராக்கு, ரவிக்கை எல்லாம் தட்டிக் கொண்டாள்.

"நான்ன வாசிதான் ஆச்சி. இதுவே இன்னொருத்தின்னா சும்மா இருப்பாளா இத்தினி நாளைக்கி. எப்பவே வாசப்படி தாண்டி எகிறிக் குதிச்சிப் புட்டிருக்க மாட்டாளா... எங்கனா தெரியிதா இந்த ஆம்பளைக்கி..." வெளியே வந்து பழையபடியே குத்துக்கால் போட்டு அமர்ந்து தட்டை ஒடிக்க ஆரம்பித்தாள்.

"பாரந்தே, இன்னும் இங்கதாண்டி நின்னுக்னுகிறான் அவன். அசைய மாட்டானாடியம்மா அந்த எடத்த உட்டு... இப்பிடி அப்பிடிகூடம்."

அவன் மாட்டைப் பிடித்துக் கட்டிவிட்டுப் போருக்குப் போய் வைக்கோல் பிடுங்கத் தொடங்கினான்.

"ஏன்யா அவனுக்கு மக்கா மனுஷாள் ஆரும் கெடையாதா. வந்த நாளா ஒண்டியாவே கெடக்கறானே ஊருக்கீருக்குக்கூடம் போவாம..."

அவன் வைக்கோல் பிடுங்கினான்.

"நாலு மக்கா மனுஷாள் இருந்திருந்தா கட்டுத்திட்டம் பண்ணி வெச்சிருப்பாங்க... இந்த மாரில்லாம் பாக்க மாட்டான். பெருமா கோவில் மாடு மாதிரி அவுத்து உட்டுட்டாங்க போலருக்குது... தண்ணி தெளிச்சி" கழுத்தைச் சொடுக்கிக் கொண்டாள்.

“ஊடு உண்டு வேல உண்டுன்னு செவனேண்ணு கெடக்கறவளையே இந்தப் பார்வ பாக்கறானே... இன்னும் அங்கங்கே கேப்பார் மேப்பார் இல்லாம கெடக்குதே... அந்த மாரில்லாம் இருந்தா என்னா பண்ணுவான். சீ ஒடம்புல சீழா ஓடுது. ரத்தம் ஓடல...”

முகத்தைச் சுருக்கி உதட்டைப் பிதுக்கினாள். சோளத்தட்டை பொத்தென்று வைத்தாள்.

பிடுங்கிய வைக்கோலைக் கைகளில் சேர்த்து அணைத்து மாட்டுப் பக்கம் கொண்டு வந்து உதறினான் அவன்.

“இவன் வந்த நாளா அந்தப் பங்கஜம் பொண்ணகூடம் வெளில காணம்யா; உள்ளவே பூந்துக்னு... ஊட்ட உட்டுட்டு வர மாட்டன்றா... வந்தா கூடம் மின்னமாரி குந்தி ஆர அமர நாலு வார்த்த பேச மாட்டன்றா. காக்கா... கணக்கா பறக்கறா. என்னுமோ மறந்து வச்சிட்டாப் போல. பாத்துருக்கிறியா நீ அதெல்லாம். ஒரே ஊட்டகிறாங்க ரெண்டு பேரும். என்னா நடக்குதோ, ஆரு கண்டாங்க அந்த காளியம்மாளுக்குத்தான் வெளிச்சம்.”

வைக்கோல் உதறி முடித்தவன் கொஞ்சம் சரிந்து விழுந்த தோட்டப் படலை இழுத்து நிமிர்த்தி சரியாய் வைத்துக் கட்டிக் கொண்டிருந்தான்.

“எது இந்தக் காலத்துல தெய்வத்துக்கெல்லாம் பயப்புடுது. அது அது இருக்கிறவரிக்கும் கும்மாளம் கொட்டிட்டுப் போவுது. ஊரு சிரிச்சா கூடம் கவல இல்லன்னு... எங்கூட்டல்லாம் வயசுக்கு வந்துட்டா வாசப்படிய தாண்ட உடுவாங்களா...! அந்த மாரில்லாம் வளந்ததனாலதான் இங்க வந்து புருஷன் உண்டு ஊடு உண்டுன்னு அதுவே செதமா கெடக்க முடியுது. செலதுங்களாட்டமா... அடியம்மா... எப்பிடித்தான் மனசு வருதோ... கழுத்துல கட்டன தாலிக்கி துரோகம் பண்ண...”

உடம்பை ஆட்டி அவயங்களை நொடித்து பாவனையுடன் சிலிர்த்துக் கொண்டாள்.

“என்னுமா ஆடுதுங்க கேழ்வி மொற இல்லாம...”

அடுத்த கட்டு சோளத்தட்டுகளை அள்ளித் தூக்கிக்கொண்டு வரும் போது தெருப்பக்கம் யாரோ நிற்பதையும் குரல் கொடுப்பதையும் கொஞ்சம் ஒருக்களித்த கதவு வழியாகக் கண்டு பரபரப்படைந்தாள்.

“தே யாரோ வந்திருக்கிறாங்க தே...”

“ஆராது” அவன் கழுத்தை மட்டும் திருப்பிக் கேட்டான்.

“நல்ல ஆளுய்யா நீ! ஆருன்னா எனக்கெப்பிடி தெரியும் நானு என்னா ஊர்ல இருக்கறவங்க எல்லாரியுமா தெரிஞ்சி வச்சிக்கினுகிறேன்... கட்டிக்கினு வந்ததுலேருந்து வாசப்படி தாண்டி அறியாதவ நானு... எங்கனா ஊரு பயணம் போவ தெருவுல நடக்கறதுன்னாலே அப்பிடியே ஒடம்பு இத்துப் போயிடறா மாதிரியிருக்கும் எனக்கு. என்ன வந்து கேக்கறியே ஆருன்னு...”

தெருக்கதவு வழியாக தோட்டம் தெரிந்துவிடப் போகிறது என்பது போலச் சுவரில் ஒண்டிக் கொண்டாள்.

“போய் பாருதே! கூப்புட்றாங்க...”

அவன் படல் கட்டுவதை நிறுத்திவிட்டு எழுந்து வந்தான். அடுப்பங் கரையில் வைத்துவிட்டு அவனைத் தொடர்ந்து பின்னாலேயே அவளும் வந்தாள். கதவு வரைக்கும் வந்து மறைவில் உடம்பை வைத்துக் கழுத்தை மட்டும் வெளியில் வைத்து நின்றாள்.

“வாங்க... வாங்க நீங்கதானா. உக்காருங்க” அவன் சொன்னான். வெள்ளைச் சட்டை போட்ட சிவப்பு உடம்புக்காரர் திண்ணையில் உட்கார்ந்தார்.

“நம்ப இந்த கொரளூர் ரோடு போடறது விஷயமா மின்ன ஊர்ப் பஞ்சாயத்துல பேசிக்னு இருந்தமே... அது விஷயமா ஊருல எல்லார் கிட்டியும் கையெழுத்து வாங்கி ஒரு மகஜர் குடுக்கலாம்னு... அடுத்த வாரம் மந்திரி வர்ராராம் கூட்டேரிப்பட்டுக்கு...” அவர் கொஞ்சம் பேசினார்.

பளிச்சென்று சிகப்பாயிருக்கும் விரல்களால் பாக்கெட்டில் மடித்து வைத்திருந்த வெள்ளைப் பேப்பரை எடுப்பதையும் பேனா எடுப்பதையும் பார்த்தாள். காய்ந்த தவிட்டுத் திப்பியும் வைக்கோல் சுணையும் உள்ள கையை கையெழுத்துப் போடுவதற்காகக் கோவணத்தில் துடைத்துக் கொண்டிருந்தான் அவன்.

“கைய அப்பவே கழுவக் கூடாதா தே!” வந்தவர் நிமிர்ந்து பார்த்ததும் தலையை உள்ளுக்கு இழுத்துக் கொண்டாள்.

“கொஞ்சம் தண்ணி கொண்டாரச் சொல்லுங்க, குடிக்க.”

“ஏமே... கொஞ்சம் தண்ணியாம் மொண்டாந்து குடு தாகத்துக்கு...”

கதவை விட்டு நகர்ந்தவள் காலையில் கழுவிய வெங்கலச் செம்பை சட்டுப்பிட்டென்று புளி போட்டுத் துலக்கி குடத்திலிருந்து

தண்ணீர் சாய்த்துக் கொண்டாள். மூணாம் மாசம் வாங்கியிருந்த ஒரே ஒரு எவர் சில்வர் டம்ளரைத் தேடி எடுத்துக்கொண்டு கதவண்டை வந்து நின்றாள்.

"இங்க வாதே இங்க..."

"கொண்ணாந்து குடுமே அவருகிட்ட..."

"இங்க வாதேன்ன..."

உடம்பை அஷ்டகோணலாக்கி வளைத்தாள். கதவருகிலேயே நெளிந்து நாணிக்கோணிக்கொண்டு அறியாத பெண் மாதிரி நின்றாள்.

கந்தசாமி தண்ணீரை வாங்கி அவரிடம் கொடுத்தான். "கெணத்துத் தண்ணி, கொஞ்சம் உப்புக் கரிக்கும்." அவள் கதவு மறைவிலிருந்து காற்றுக்குச் சொன்னாள். தண்ணீர் குடித்த பிறகு வந்தவர் போய் விட்டார்.

"சரியான ஆளுதே நீ! மின்னபின்ன தெரியாத ஆம்பள எதுறால வந்து நிண்ணு நீம்பாட்டுனு தண்ணி குடுறீன்னா ஆரால முடியுது... எனக்கென்னுமோ நெனச்சாலே ஒடம்பே சிலுக்குது. இன்னுங்கூடம் அந்த அயக்கம் போவலையா. வேர்த்துப் போச்சி தெரியுமா எனக்கு..."

அவள் தோட்டத்துக்கு வந்து சோளத்தட்டுப் பக்கத்தில் அமர்ந்தாள்.

"நீ சொன்னதும் அப்படியே ஜென்மமே குன்னிப் பூடுத்தியா எனக்கு... என்னா நெனச்சிக்கின்றா இந்த ஆம்பள இப்பிடி சொல்லிப் புட்டாருன்னு... எடுத்துப்போட்டா மாரி பூடுத்து... ஏயா... என்னா நெனச்சிக்னுயா அப்பிடி சொன்ன... கொண்ணாந்து குடுக்கறாளா இல்லியா பாப்பம்னா..."

அவன் குறையோடு விட்ட படலைக் கட்டிக் கொண்டிருந்தான்.

"கதவாண்ட நிக்கறதுக்கே உள்ளங்காலல்லாம் கூசுது எனக்கு. அப்பேர்ப்பட்ட பொம்பளைய இவர் என்னாடான்னா ஊரு பேரு தெரியாத ஆம்பளைக்கி அரிவிகால தாண்டி வந்து தண்ணீ குடுறீன்னா... நல்லா இருக்குதே ஞாயம்... அந்தமாரிதான் இன்னொரு நாளைக்கி சொல்லப் போறயா..."

கிடந்த மீதி சோளத்தட்டுகளை ஒடித்து முடித்து தென்னம் அலவு எடுத்து இறைந்து கிடந்த செத்தைகளைக் கூட்டினாள்.

“சில பொம்பளைவ மொகந் தெரியாத ஆம்பளகிட்ட கூடம் என்னுமா பேசிப்புடுதுங்க. எடுத்த வாய்க்கி வெடுக்வெடுக்குன்னு... நமக்கு என்னடான்னா அப்பிடியே மரவட்ட ஊர்றாமாரி கிது போ மேனில... கட்டனவன உட்டுட்டு மத்தவன நிமிந்து பாக்கறதுன்னாகூடம் கண்ணு ஒப்பல...”

உடம்பைச் சிலிர்த்து அருவருத்துக் கொண்டாள்.

அவன் படல் கட்டுவதை நிறுத்தித் தெருவுக்கு வந்து எரவாணத்தில் பனம் நாரு செருகி வைத்திருந்த இடத்தைத் தேடிக் கொண்டிருந்தான்.

துடைப்பத்தை எடுத்து வந்து வைத்தவள் வெளியே போய் வேலை எதுவும் இன்றி சும்மா நின்றாள். கண்களை இடுக்கிக்கொண்டு வெறிச்சென்று கிடந்த எதிர்வீட்டைக் கூர்ந்து பார்த்துக்கொண்டு நின்றாள்.

கோழிமுட்டைக் கண்ணன் மறுபடியும் தோன்றினான். கன்னத்தில் கைவைத்து, உள்ளங்கையில் முகவாயைப் புதைத்து, கண்களை அகல விரித்தாள். ஆச்சரியத்தோடு பார்க்கிற மாதிரி முகத்தில் ஒரு வியப்புக்குறி தோன்ற, அபிநயம் பிடிக்கிற பாவனையில் நின்றாள்.

பின்னால் நாரு கத்தையுடன் கந்தசாமி வந்தான்.

“பாரன்யா அவன... பழையபடியே வந்து நின்னுக்னு மொறைக்கிறத... அப்பிடியே கொள்ளிக்கட்டைய எடுத்தாந்து கண்ணுல சுட்டா என்ன இவன...”

“சரிதான் உள்ள போமே பேசாத... சும்மா பொண பொணன்னிக்னு...” அவன் படல் கட்ட உட்கார்ந்தான். “இப்பதான் ஒரேடியா காட்டிக்கிறா என்னுமோ பெரிய பத்தினியாட்டம்.”

07

மீன்

கிராமணி சட்டையைத் தலைவழியாக மாட்டிக் கொண்டார். அவர் உடலுக்கு ரொம்ப லூஸான சட்டை அது. எப்பொழுதும் அது மாதிரியான சட்டையைத்தான் அவர் போடுவார். கை, அரைக் கையாயும் இல்லாமல் முழுக் கையாயும் இல்லாமல், முக்கால் கை இருக்கும். கை அகலம் ஒன்னரை ஜாணுக்குக் குறையாது. மார்பில் ரெண்டு பவுன் பொத்தான்கள் கோக்கப்படாமல் அப்படியே கிடந்து ஆடும். மார்பின் வெள்ளி மயிர் வெளியில் தெரியும்.

"ஆனந்து..." என்று அவர் மனைவியைக் கூப்பிட்டார்.

ஆனந்தாயி கூடத்தில் குந்தியவாறே, மரச்சீப்பால் தலையை பரக்பரக்கென்று சீவி பேன் எடுத்துக் கொண்டிருந்தாள். ஒரு முழத்துக்கு ஒரு ஜாண் குறைவு அவள் கூந்தல். அவள் கறுப்பு மயிரில் வெள்ளைப் பெயின்ட் அடித்த மாதிரி கலந்திருக்கும்.

"இன்னா..." என்றாள் அவள்.

"ஒடம்பு என்னுமோ காலைலேந்து ஒரு மாரியா இருக்கு... சளி புடிச்சிருக்கு... மத்தியானம் காரமீனு வாங்கியாந்து மொளவ கொஞ்சம் அதிகமாப் போட்டு கொழம்பு வையி..." என்றார் அவர்.

பிரபஞ்சன் (1945 - 2018) *என்னும் வைத்தியலிங்கம் புதுச்சேரியைச் சார்ந்தவர். நூற்றியெழுபதுக்கும் மேற்பட்ட சிறுகதைகளையும் இருபத்தோரு நாவல்களையும் மூன்று நாடகங்களையும் எழுதியுள்ளார். சுய அடையாளங்களோடு யாருடைய படைப்பையும் முன் மாதிரியாகக் கொள்ளாமல் சுயமான அனுபவங்களிலிருந்து பிறந்தவை இவரது கதைகள். சாகித்ய அகாதமி விருது (1996) பெற்றவர். எழுதுவதைப்போல் பேசுவதிலும் வல்லவர்.*

கிராமணிக்குப் பல வியாதிகள் மீனாலேயே தீரும். மீன் இல்லையென்றால் வரும். ஜலதோஷம், ஜுரம், வாய்வு சம்பந்தப்பட்ட குத்தல் குடைச்சல்கள் ஆகியவற்றுக்கு எல்லாம் அருமையான மீன் வைத்தியம் சொல்வார். தனக்குச் செய்து கொண்டு திருப்தி ஏற்பட்ட அனுபவ வைத்திய முறைகள் இவை அவருக்கு.

“காரமீனு எங்க கிடைக்குது, நெனச்ச நேரத்துக்கு எல்லாம்...” என்று தன் கஷ்டத்தைச் சொன்னாள் ஆனந்தாயி.

“காரமீனு இல்லன்னா கெழங்கா மீனு கெடக்காமையா பூடும்... பாரு... கெழங்கானும் கெடைக்கல்லேன்னா இருக்கவே இருக்கு சுதும்பு... வாங்கி நல்லா தள தளன்னு காரம்மா வய்யி... சுதும்பு மீன் வறுத்துப்பூடாத... நெத்திலி கெடைச்சா வாங்கிக்கினு வந்து நெறைய இஞ்சி, பூண்டெல்லாம் வச்சி புட்டு வெயி... நல்லாயிருக்கும்...” என்றார் ரசித்துக்கொண்டே கிராமணி.

“உக்கும். திண்ணு கெட்ட ஜாதி... உங்களுக்கு மீனு ஒணும்... ஒங்க புள்ள மீனுன்னாலே மூஞ்சால அடிக்கிறான்... அவனுக்குக் காய்கறி தினுசுதான் ஒணுமாம்... ஒங்க ரெண்டு பேருக்கு மத்தியில மாட்டிக்கினு நான்தான் லோல் பட்டு லொங்கழிறேன்... சீக்கிரம் கல்யாணத்துக்கு ஏற்பாடு பண்ணுங்க... வர்றவ கிட்ட எல்லாத்தையும் உட்டுட்டு அக்கடான்னு என் தம்பி வூட்டுக்குப் போயி உழுந்து கெடக்கப் போறேன்...” - ஆனந்தாயி சலித்துக் கொண்டாள்.

கிராமணி பதில் சொல்லாமல், செருப்பை மாட்டிக்கொண்டு வெளியில் போனார்.

கூரையில் சொருகி இருந்த பறியை எடுத்துக்கொண்டு, சுருக்குப் பையில் ரூபா நோட்டைப் போட்டுச் சுருக்கி, இடுப்பில் சொருகிக் கொண்டாள் ஆனந்தாயி. கையிலிருந்த சுண்ணாம்பைக் கதவு ஓரத்தில் தடவி இழுத்துப் பூட்டினாள். தெருவில் இறங்கி நடந்தாள்.

வீட்டுக்கும் மார்க்கெட்டுக்கும் தூரம் கம்மிதான். பாரதி வீதியே வந்து புஸ்ஸி வீதி திரும்பினால், மணிக்கூண்டு தெரியும். மார்க்கெட்டும் அங்குதான். தூரத்தில் வரும் போதே மீன் கவிச்சை வந்து மூக்கில் மோதும். சில பேருக்கு இதுதான் மணம். ஆனந்து, மீன் மார்க்கெட்டுக்குள் நுழைந்தாள். வரிசையாகக் கூடைகள். ஒவ்வொரு கூடைக்காரியும் கூடையின் குறுக்காக மீன்களை

அடுக்கி வைத்திருந்தார்கள். கீழே தரையிலும் விதவிதமாக, சுறா, வஞ்சனை, சென்னாவரை நாக்கு, வெளவா என்று பல விதமான மீன்கள் கூறுகட்டி, வைக்கப்பட்டிருந்தன. வியாபார மும்முரத்திலும் டீ குடிப்பதும் வெற்றிலை போடுவதுமாக இருந்தார்கள் செம்படச்சிகள். ஜனம் 'ஜே ஜே' என்று இருந்தது.

ஆனந்தாயி, தான் வாடிக்கையாக மீன் வாங்கும் பவுனைத் தேடினாள். மூலையில் தந்திக் கம்பத்துக்குக் கீழே குந்தியிருந்தாள் பவுனு. டீ குடித்துக்கொண்டே பீச்சைக் கையால் மீனை எடுத்து வைத்துக்கொண்டிருந்தாள் பவுனு. இவளைப் பார்த்ததும் "வாம்மா" என்று சொல்லி டீ கிளாசை கீழே வைத்தாள். வெற்றிலை எச்சி, கோடு கிழித்ததைப் போல காலி கிளாஸின் விளிம்பிலிருந்து வழிந்து கொண்டிருந்தது.

மீன்களை நோட்டம் விட்டாள் ஆனந்தாயி. பாம்பு மாதிரி வெள்ளை வெள்ளையாகச் சுண்ணாம்பு வாளை, சிவப்பு சிவப்பாகச் சங்கரா மீனும் சென்னாவரையும் கூறு போடப்பட்டிருந்தது. அவளுக்குப் பிடிக்காத விலாங்கு மீனும் அங்கிருந்தது.

"கார இருக்கா..." என்று கேட்டாள் ஆனந்து.

"அதான் இல்ல... பட்டாதான் பாக்கியம்... சுதும்பு இருக்கு... கெழங்கா இருக்கு... காலா இருக்கு... கெளுத்திக்கூட இருக்கு. எடுத்துக்கிட்டுப் போயேன். ரெண்டு பிஞ்சி கத்தரிக்காயி போட்டுக் கொழம்பு வையேன்... சோறு கொண்டா கொண்டான்னு உள்ள எறங்காது...?" என்று சொன்னாள்.

"கெழங்கானே போடு..." என்றாள் ஆனந்தாயி.

ரெண்டு கூறை எடுத்துப் பறியில் போட்டாள், பவுனு. "நெத்திலி இருக்கா..."

"ஏது... இங்க இருக்கிறதுதான்... ஒனக்கு வச்சிக்கினே இல்லன்னுவனா... ஆமா... பத்தியப் பொடி வாங்கியிருக்கியே... ஊட்ல யாருக்காவது ஒடம்பு கிடம்பு செரியில்லியா இன்னா..." என்று நேச பாவத்தோடு விசாரித்தாள் பவுனு.

"உக்கும்... எங்கூட்டுக்காரருக்கு சளி புடிச்சுக்கினு ஒடம்பு இன்னுமோ மாரி இருக்காம்... அதான், பத்தியப் பொடி போட்டுக் கொழம்பு வச்சிட்டு நெத்திலியப் புட்டு வக்கலாம்னுட்டு..."

"புட்டு வக்கத்தான் சொறா இருக்க... புட்டு வச்சா ஷோக்கா இருக்குமே..." என்று சொல்லித் துண்டுதுண்டாக அறுத்துக் கூறு கட்டியிருந்த ஒரு பகுதியை எடுத்து அதையும் பறியில் போட்டாள்.

"எவ்ளோ ஆச்சி..?" என்றாள் ஆனந்து. இடுப்பில் சொருகியிருந்த சுருக்குப் பையை எடுத்துக் கயிற்றை இழுத்துத் திறந்து ஓர் அஞ்சு ரூபாத் தாளை எடுத்தாள்.

பவுனு, தன் வாயிலிருந்து எச்சிலை, சிகரெட் பிடிக்கிற மாதிரி, ரெண்டு விரலை வாயில் வைத்து 'ப்ளிச்' என்று எட்டித் துப்பினாள். கொஞ்சம் யோசித்து "ஒன்னார் ரூபா குடு" என்றாள்.

"இன்னாது, ஒன்னார் ரூபாவா... ஒரு நாலு கெழங்காம், சுதும்பு பொடிக்கும் நாலு துண்டு சொறாவுக்குமா" என்றாள் ஆனந்து.

"அக்காங்... ஒங்கிட்டேந்து புடுங்கித்தான் நான் மாடி வூடு கட்டிடப் போறேன்... இன்னா பாப்பா... இம்மா நாளு பயகியும் என் கொணத்தைத் தெரிஞ்சிக்கிலையே நீ... வோனுன்னா சும்மா எடுத்துக்கிட்டுப் போ... என் மவளாட்டம் நெனச்சுக்கிறேன்...!" என்று பவுனு அலுத்துக் கொண்டாள். மருமவள் வரும் வயசான போதும், ஆனந்தாயி பாப்பாதான், அந்த பவுனுக் கிழவிக்கு.

"இல்ல இல்ல, சும்மா ஒரு பேச்சுக்குச் சொன்னா... எங்கிட்டாயா நீ ரொம்ப வாங்கிடப் போற... இந்தா... எடுத்துக்கினு மீதி குடு...!" என்று ஐந்து ரூபாத் தாளைக் கொடுத்தாள் ஆனந்து. மீதியை வாங்கிப் பையில் போட்டுக் கொண்டாள்.

"இந்தா, போயிலை இருந்தா கொடேன்" என்று கேட்டாள் ஆனந்தாயி. பவுனு, காலடியில் போட்டிருந்த சாக்கின் அடியிலிருந்து, ஒரு துண்டை எடுத்துக் கொடுத்தாள். அந்தப் போயிலைத் துண்டை வாயில் போட்டு அதக்கிக் கொண்டு வீடு நோக்கி நடந்தாள் ஆனந்தாயி.

செம்படச்சி பவுனுக்கும் கிராமணிச்சி ஆனந்தாயிக்கும் உறவு ஏற்பட்ட சமாசாரம் ரொம்ப சுவாரஸ்யமானது. நாம் அதைத் தெரிந்து கொள்ளத்தான் வேணும்.

இதே மாதிரிதான், ஒரு மூணு வருஷத்துக்கு முந்தி ஒருநாள் காலையில் மீனு வாங்க மார்க்கட்டுக்குப் போனாள் ஆனந்தாயி. அன்றைக்கு அவள் தம்பியும் தம்பி பொண்டாட்டியும் வந்திருந்தார்கள். கடல் மீன் கிடைக்காத தஞ்சாவூர்க்காரன்

அவன். அவனுக்காக நல்ல மீனைத் தேடி அலைந்தாள். பவுனு ஒரு பெரிய வஞ்சனை மீனை வைத்துக்கொண்டு குந்தியிருந்தாள். தம்பிக்கும் வஞ்சனை என்றால் ரொம்ப இஷ்டம் என்று ஞாபகம் வந்தது அவளுக்கு. குழம்பும் வைக்கலாம். வறுக்கலாம். பவுனை நெருங்கி விலை கேட்டாள்.

பவுனு, கறாராக, "ஒரே வெல... அஞ்சு ரூபா..." என்றாள்.

"சொல்லிக் குடு" ஆனந்தாயி.

"அதாஞ் சொல்லிட்டேனே. இஷ்டமானா எடு... கஷ்டமானா விடு..."

"மூணு ரூபா வச்சுக்கோ... அஞ்சுன்னு ஒரேயடியா சொல்றியே... அநியாயமால்ல இருக்கு..."

"தே... நாயம் அநியாயமெல்லாம் வேற எங்காவது போயி வச்சுக்கோ... வந்துட்டா சின்னாளப்பட்டி சேலையைக் கட்டி சிலுக் சிலுக்குன்னு... வாங்கற மூஞ்சியப்பாரு... போ பொத்திக்கிட்டு என் வாயப்புடுங்காத." கூடைக்காரியிடம் சகஜமான இந்த வார்த்தையைக் கேட்டு ஆனந்தாயி கோபம் கொள்ளவில்லை. இது என்ன புதுசா... அவள், அம்மாவின் புடவை முந்தானையைப் பிடித்துக்கொண்டு மீன் வாங்கிய ஒரு தலைமுறைப் பழக்கம் அவளுக்கு...

ஒருமுறை எவனோ ஒருவன் குடித்துவிட்டுக் கொஞ்சம் ஓவராகப் பேசினான் போல. ஒரு கூடைக்காரி கேட்டாள், "போடா பேமானி, ஒன் மூஞ்சில இருக்கிற மீசையும் சரி... என் மயிருஞ் சரிடா..."

"சரி... மூனரை வச்சுக்கோ..."

"ஒரே வெல... நாலு குடுத்துடு... கேக்கறியேன்னு கொடுக்கறேன்..." என்று சொல்லியவாறே மீனை எடுத்துப் பறிக்குள் போடப் போனாள்.

திடீரென்று ஓர் தடித்த கை, வேப்ப மரத்து அடிப்பாகம் மாதிரி, ஏகப்பட்ட பொன் வளையல்கள் போட்ட கை. உள்ளே நுழைந்து மீனைப் பற்றியது.

ஆனந்தாயி நிமிர்ந்து, வந்தவளை நோக்கினாள். கழுத்தே இல்லாமல் கழுத்தில் ஏகப்பட்ட சங்கிலிகளும் நெக்லசும் போட்டிருந்தாள் அவள். உதடுகள் சாயச் சிவப்பில் சிரித்துக் கொண்டிருந்தன.

அவள் ஒரு அஞ்சு ரூபாவை பவுனிடம் நீட்டி, "மீன இதுல போடு..." என தன் பையைக் காட்டினாள்.

"இந்தப் பொண்ணுக்குக் கொடுத்தாச்சி, நாலுக்கு..." என்றாள் பவுனு.

"நான்தான் அஞ்சி ரூபா தாறேனே... எனக்குக் கொடுத்துரு..." என்றாள் அவள்.

"அதான் சொல்லீட்டனம்மா... இதுக்குக் குடுத்தாச்சுன்னு..."

"சர்தான் போடு... பெரிய இவதான் நீ... ஓர் ரூபா சேத்து தர்றேனே..."

"இன்னாடி சொன்னே..." சிலிர்த்துக்கொண்டு எழுந்தாள் பவுனு. மயிர் அவிழ்ந்து வீழ்ந்தது. "நீ ஆயிரம் ரூபாய் கொடேன்... மீன தருவானா... அது இன்னாடி? நாக்கு ஒன்னா ரெண்டா மனுஷாளுக்கு; வாயின்னா சுத்தம் ஒனுன்டி... நான் இதுக்குக் குடுத்துட்டேன்னு சொன்னப்புறமும் ஏத்தி தர்றாளாம் ஏத்தி... இன்னாடி பணக் கொழுப்பா... ஒன் பணமும் பீயும் எனக்கு ஒன்னுடி... இந்தப் பவுன ஒனக்குத் தெரியாது... ஒருத்தனுக்கே வாக்குப்பட்டு ஒருத்தனுக்கே தலப்பு போட்டவடி நானு... பஜாரியில்ல ஒன்னப்போல... பணத்துக்குப் பீயி துன்ற ஜாதி இல்லடி உன்னைப்போல... ஒங்கம்மாவையும் உங்காத்தாளையும்..." வார்த்தைகள் அருவி மாதிரி அவள் மனசிலிருந்து பீறிக் கிளம்பின. அந்தத் தடிச்சி மெல்ல நழுவினாள். பவுனு கூந்தல் ஆட ஜிங்கு ஜிங்கென்று சாமி ஆடினாள்.

ஆனந்தாயி ரொம்ப நாள் வரைக்கும் தன் புருஷனிடமும் பையனிடமும் "இன்னா நாணயம்; இன்னா வாக்குச் சுத்தம்; இன்னா மனுஷி" என்று சொல்லி மாய்ந்து போனாள். அவர்கள் உறவு இந்தச் சந்தர்ப்பத்துக்குப் பிறகு வளர்ந்தது.

சோற்றை இறக்கி வைத்தாள். குழம்பு கொதி வந்தது. கரண்டியால் ஒரு சொட்டு எடுத்து உள்ளங்கையில் வைத்து நக்கிப் பார்த்தாள். நல்லாவே இருந்த மாதிரி இருந்தது. வாணலியில் இருந்த புட்டைக் கிளறிவிட்டாள். வேலையெல்லாம் முடிந்தபோது ரொம்ப

அசதியாக இருந்த மாதிரி இருந்தது அவளுக்கு. அடுப்பங்கரை ஓரமாக முந்தானையைப் போட்டுப் படுத்தாள். கண்ணை இழுத்துக்கொண்டு போயிற்று.

திடீரென்று சத்தம் கேட்டு விழித்துக் கொண்டாள். பையன் நட்ராஜன் சைக்கிளைத் தள்ளிக்கொண்டு உள்ளே வந்து ஸ்டாண்டு போட்டு நிறுத்தினான். மில்லில் கிளர்க்கு அவன்.

"சோறு போடும்மா" என்று சொல்லியவாறு சட்டையை அவிழ்த்தான். பேண்ட்டைக் கொடியில் போட்டுக் கைலியைக் கட்டிக்கொண்டான். செம்பால் தண்ணி எடுத்துக் கை கால் கழுவிக் கொண்டான். ஆனந்தாயி தடுக்கைப் போட்டாள். லோட்டாவில் தண்ணி வைத்து இலை போட்டாள். சோறு பரிமாறினாள்.

"இன்னா கொழம்பு..." என்று கேட்டவாறே வந்து இலையில் உட்கார்ந்தான் நட்ராஜன்.

"மீன் கொழம்பு.. பத்தியக் கொழம்பு மாரி வச்சியிருக்கேன். நல்லாருக்கும்... சாப்ட்டுப் பாரு" என்று சொல்லியவாறே கொழம்பை ஊற்றினாள் ஆனந்தாயி.

"உக்கும்... இன்னிக்கும் மீனு கொழம்பு தானா...? அன்னாடம் இந்த எழவையே எப்படீமா துன்றது... சே... வாரத்துல ஒரு நாளாவது ஏதாவது காய்கறிய வாங்கியாந்து கொழம்பு வக்கக் கூடாதா...?" என்று அலுத்துக்கொண்டான் நட்ராஜன்.

"ஒண்டிக்காரி நானு ஒவ்வொருத்தருக்கு ஒன்னு ஒன்னு புடிக்குது... நான் இன்னாதான் பண்ணுவேன்... யாருக்குன்னு மாரடிப்பேன்... என்னால முடியாதப்பா... அவருக்குன்னு மூணு வேளையும் மீனு வேணும்... ஒனக்கு மீனுன்னாலே பிடிக்கலே... ஒன் பொண்டாட்டி வந்தா அந்தப் பாப்பாத்திக் கிட்டக் கேட்டு வேணுங்கற காய்கறி தினுசு ஆக்கிப் போடச் சொல்லுப்பா... என்னாலே இப்டி லோல் படமுடியாது...?"

முக்கி முனகிக்கொண்டே சாப்பிட்டு எழுந்தான் நட்ராஜன்.

நட்ராஜனுக்கு உலகத்தில் முதல் எதிரியே மீன்தான். மீன் சாப்பிட்டுச் சாப்பிட்டு அலுத்துப் போய் விட்டான் அவன். வாரத்தில் ஏழு நாட்களும் ஒருவன் மீனையே சாப்பிட எப்படி இருக்க முடியும்? தன் அப்பாவுக்கும் அம்மாவுக்கும் மட்டும் அது எப்படி ஒத்துக் கொள்கிறது? நட்ராஜனுக்கு இது ஒரு

புரியாத புதிர்தான். கிராமணிக்குக் காலை இட்லிக்கு என்னதான் விதவிதமான சட்னி, இருந்தாலும் தொட்டுக் கொள்ளப் பிடிக்காது. முந்தின நாள் வைத்துச் சூடேற்றிச் சுண்டிப் போன மீன் குழம்புதான் இட்லிக்கு வேணும். அவனுக்கும் அப்படியே மத்தியானம் மீன் குழம்பு. ராத்திரிக்கும் மீன் குழம்பே. மீன் அந்த வீட்டில் மாசத்தில் முப்பது நாட்களிலும் வரும். ரெண்டு வேளை தவிர. அமாவாசை கிருத்திகை, அன்றைக்கு மட்டும் மத்தியானம் சாம்பார். ராத்திரிக்கே நிச்சயம் மீன் இருந்தாக வேண்டும் அவருக்கு. நல்ல வெறால் கெண்டையாக வாங்கி வந்து குழம்பு வைத்துச் சாப்பிட்டால்தான், மத்தியானம் சாப்பிட்ட பருப்பு செரிக்கும் அவருக்கு. இல்லையென்றால் வாய்வு வந்து விடும். இடுப்புப் பிடித்துக் கொள்ளும்; ரெண்டு நாட்களுக்குப் படுத்துக் கொண்டு "ஹா... ஹூ..." என்று புரளுவார்.

கிராமணி மீன் பிரியர் அல்லது வெறியர் மட்டுமல்ல! ஒன்னாங் கிளாஸ் ரசிகரும்கூட... இன்ன மீனை இன்ன விதமாகத்தான் சமைக்க வேண்டும் என்பது அவருக்கு அத்துப்படி. நாக்கு மீனைக் குழம்பு வைப்பவளை ஒரு பெண் ஜன்மமாகவே அவர் ஒத்துக் கொள்ள மாட்டார். நாக்கு மீனை வறுக்கவே வேண்டும். வௌவா மீன் என்றால் அதைக் குருமாதான் வைக்க வேண்டும். ஏதாவது கஷ்டப்பட்டுக் கொண்டு, தள்ளாமையால், வௌவாவை ஒரு சமயத்தில் வறுத்து விடுவாள் ஆனந்தாயி. போச்சு...! அவ்வளவு தான்... வீடு தூள் தூள் ஆகும். அவள் ஏழு தலைமுறையையும் இழுத்துப் பேசுவார். வண்டை வண்டையாகத் திட்டுவார்.

கானாங்கழுத்தை அவருக்குக் கட்டோடு பிடிக்காது. உலகத்திலேயே மட்ட ஜாதி மீன் கானாங்கழுத்தை. கழுதை என்ற வார்த்தைதான் கழுத்தை ஆகிவிட்டது என்பது அவர் கட்சி. சுண்ணாம்பு வாளை மீனை பஜ்ஜியாகத்தான் போடவேணும். வேறு விதமாக அதைப் பண்ணக் கூடாது. "ஆம்பிளைன்னா வேஷ்டி கட்டணும்.... பொம்பளைன்னா பொடவை கட்டணும்... மாத்திக் கட்டலாமோ...?" என்பது அவர் கேள்வி.

ஒரு சின்ன விஷயம்! போன தடவை புயல் அடித்தது அல்லவா? அந்தச் சமயம், நல்ல ராத்திரி நேரம். மழை இன்னும் விட்ட பாடில்லை. வெள்ளம் வடிந்து கொண்டிருந்தது. கிராமணி கதவைத் தட்டினார். தூக்கக் கலக்கத்தில் முனகிக் கொண்டே கதவைத் திறந்தாள் ஆனந்தாயி. எதிரே கிராமணி ஒரு பெரிய சுருட்டைப்

பிடித்துக் கொண்டு, வாயில் வைத்துக்கொண்டு, கையில் ஒரு பெரிய வரால் மீனை வைத்துக்கொண்டு பாவாடைராயன் மாதிரி நின்றிருந்தார்.

"உங்க எழவ எடுக்க... இந்த அர்த்தசாம நேரத்துல இந்த மீன வாங்கியாந்து நின்னிங்கன்னா நான் என்ன பண்ணித் தொலையறது... ஒண்டிக்காரியா ஒருத்தி லோல்படறாளேன்னு ஈவு எரக்கம் இருக்கா உங்களுக்கு... ஓங்க ஜாதிக்கே அது கெடையாதே..." என்று திட்டித் தீர்த்தாள்.

"மழைல ஒதுங்கிச்சாண்டி... ரொம்ப மலிவா கொடுத்தான்..."

"மயிரில கொடுத்தான்... அன்னாடம்தான் வெவுச்சிக் கொட்டறன... அது போதாதுன்னு இது வேறையா...?"

"சர்தாண்டி... ரொம்ப எகிறாதே..." என்று அலட்சியமாகச் சொன்னார் கிராமணி. அவர் வாயிலிருந்து பட்டை வாசனை வந்தது.

இந்தச் சூழ்நிலையில் ஆளாகி வந்தவன் நட்ராஜன். மீன் அவனுக்குப் பிடிக்கவில்லை என்பதல்ல... மீனே சாப்பிடுவதுதான் பிடிக்கவில்லை. கல்யாணம் ஆவட்டும்... வரப்போகும் மனைவி நிச்சயம் இப்படி இருக்க மாட்டாள். நம்மை மாதிரி சாப்பாட்டு வகைகளில் ஒரு 'நாகரிகம்' உள்ளவளாக இருப்பாள் என்று அவன் மனப்பூர்வமாக நம்பினான்.

நட்ராஜன் ராத்திரி தூங்கும்போது கனவு கண்டான். ஒரு பெரிய கடல். அதில் லட்சக்கணக்காக, கோடிக்கணக்காக மீன்கள், அலை அலையாகப் படை எடுத்து வருகின்றன. ஒவ்வொரு மீனின் கையிலும் ஒவ்வொரு கத்தி இருந்தது. அந்த மீன்களெல்லாம் நட்ராஜனைச் சுற்றிச் சூழ்ந்து கொண்டன. "டேய்... மீன் இனத் துரோகி... கொலைகாரா... உன்னை என்ன செய்கிறோம் பார்... ஹ...ஹ...ஹ...ஹ..." என்று வில்லன் வீரப்பா மாதிரி சிரித்தன.

தம் கைகளிலுள்ள கத்தியால் அவனைக் குத்தின. ஒரு பிருமாண்டமான மீன் அது நிச்சயம் திமிங்கலமாகத்தான் இருக்க வேண்டும். ஒரு பெரிய ஸோபாவில் உட்கார்ந்து கொண்டு இந்தச் சண்டையைப் பார்த்து ரசித்துக் கொண்டிருந்தது.

திடுக்கிட்டு விழித்துக் கொண்டான் நட்ராஜன். மேல் எல்லாம் வியர்வை வழிந்தோடியது. நாக்கு வறண்டிருந்தது. எழுந்து தண்ணி குடித்துவிட்டு மீண்டும் படுத்தான்.

திரும்பவும் ஒரு கனவு...

ஒரு மனிதன் படுத்துக் கொண்டிருக்கிறான். அவன் வயிறு பிருமாண்டமானதாக இருக்கிறது. அந்த வயிறுக்கு உரிய மனிதன் நட்ராஜன்தான் என்று அவன் உணர்கிறான். அந்த வயிற்றுக்குள் மிகப் பெரிய கல்லறை. கல்லறை இன்னும் மூடப்படவில்லை. அதன் வாய் இன்னும் திறந்தே இருக்கிறது. கிராமணியும் ஆனந்தாயியும் கூடை கூடையாக வண்டி வண்டியாக, அம்பாரம் அம்பாரமாக மீன்களைச் சுமந்து கொண்டு வந்து திறந்த கல்லறையின் வாயில் கொட்டுகிறார்கள்.

கடைசியாக நட்ராஜனையும் ஒரு கறுப்பு வண்டியில் வைத்து இழுத்துக் கொண்டுவந்து அந்தக் கல்லறையில் போட்டு மூடுகிறார்கள். கல்லறைக்குள் இருந்த மீன்களெல்லாம் இவனைப் பார்த்து 'ஓஹோ' என்று சிரிக்கின்றன. கண்ணடிக்கின்றன. இவனைச் சுற்றிச் சுற்றி வந்து கும்மி அடிக்கின்றன.

திடுக்கிட்டு விழித்துக் கொள்கிறான் நட்ராஜன். ஒரு கணம் தான் கல்லறையில் இருப்பதாகவே நினைத்துக் கொள்கிறான். அழுகை வந்தது. நைட் லாம்ப் தன் சிவப்பு, வெளிச்சத்தைச் சிதறுகிறது. கல்லறையில் நைட் லாம்ப் ஏது? எதற்கு?... அப்படி... தான் சாகவில்லை என்பதும் தன் வீட்டில் தன் அறையில்தான் இருக்கிறோம் என்பதும் கொஞ்சம் கொஞ்சமாகப் புரிந்தது. நிம்மதியாக இருந்தது. பெருமூச்சு விட்டுக் கொண்டு விடிய விடியக் கொட்டுக் கொட்டென்று விழித்துக் கொண்டிருந்தான்.

நட்ராஜன் கல்யாணம் முடிந்தது. முதல் இரவில் அறைக்குள் பயந்துகொண்டே நுழைந்தான், நட்ராஜன். கட்டில் மெத்தைமேல் மல்லிகைப் பூவை நிறையத் தூவி இருந்தார்கள். ஒரு சின்ன மேஜையில் ஒரு தட்டு. அந்தத் தட்டு நிறைய ஸ்வீட்களும் பட்சணங்களும் இருந்தன. மீன் சமாசாரமும் ஏதாவது இருக்கிறதா என்று ஒவ்வொன்றாக எடுத்து முகர்ந்து பார்த்தான். இல்லை!

புது மனைவி சுமதி உள்ளே வந்தாள். அவள் மிரண்டு போய் இருந்தாள். பளிச்பளிச்சென்று மைக்கண்களைச் சிமிட்டிக்கொண்டு சுவரோடு ஒட்டிக்கொண்டு நின்றாள்.

அவளோடு என்ன பேசுவது என்று நட்ராஜனுக்கு விளங்கவில்லை. ரொம்ப நேரம் யோசித்து, "ஒனக்கு மீன் பிடிக்குமா...?" என்று கேட்டான். அவள் மேலும் மிரண்டு போனாள்.

இந்தக் கேள்விக்கு அர்த்தம் விளங்கவில்லை அவளுக்கு. என்ன பதில் சொல்வது என்று யோசித்தாள். தான் படித்த எந்த நாவலிலும் கதாநாயகன் இப்படி ஒரு கேள்வி கேட்கவில்லை. எந்த சினிமாவிலும் கேட்கவில்லை. சினிமாவில் பாட்டுதான் பாடுவார்கள். ஆனால் அவளால் பாட முடியாது. முடிந்தாலும் கேட்க முடியாது. என்ன தர்ம சங்கடம். கடைசியாகப் பட்டும் படாமலும் பிடிக்கும்... ஆனா அதிகமாகப் பிடிக்காது..." என்று முணுமுணுத்தாள்.

நட்ராஜனுக்கு நிம்மதி பிறந்தது.

மாப்பிள்ளையும் பெண்ணும் மறு உண்டுவிட்டு ஊர் திரும்பினார்கள். நட்ராஜனுக்கு லீவ் முடிந்துவிட்டது. அன்று மில்லுக்குப் போக வேணும்.

காலையில் குளித்து இட்லியும் சட்னியும் வடையும் சாப்பிட்டான். அறைக்குள் சென்று டிரஸ் பண்ணிக்கொண்டு வெளியே வந்தான்.

"நான் போயிட்டு வர்றேன் சுமதி..." என்று சொல்லிக் கொண்டே அடுப்பங்கறைக்கு வந்தான். சுமதி இட்லி சாப்பிட்டுக் கொண்டிருந்தாள். தட்டில் இரண்டு இட்லிகள் இருந்தன. பக்கத்தில் பெரிய கிண்ணத்தில் முந்தின நாள் வைத்துச் சுண்டின மீன் குழம்பு இருந்தது. சட்னிக் கிண்ணம் அப்படியே தொடப்படாமல் இருந்தது. சுமதி இட்லியைப் பிட்டு, குழம்பில் போட்டுப் புரட்டிப் புரட்டி 'சர் சர்' என்று சத்தத்துடன் சாப்பிட்டுக் கொண்டிருந்தாள். ஒரு சின்ன மீன் மண்டையை எடுத்து வாயில் வைத்து உறிஞ்சினாள். பக்கவாட்டில் உட்கார்ந்திருந்த சுமதி நட்ராஜனைக் கவனிக்கவில்லை.

மீன் குழம்பு வாசனை தூக்கி அடித்தது.

08

குயிற்குஞ்சு

உயிர் ஊசலாடும் இந்த நேரத்திலாவது உண்மையைச் சொல்லி மன்னிப்புக் கோராது போனால், எத்தனை ஜென்மத்துக்கும் இந்தப் பாபம் தொடர்ந்து துன்புறுத்தவே செய்யும் என்ற தவிப்பு கணத்துக்குக் கணம் பெருகி பாக்கியலட்சுமியை வருத்துகிறது. உடல் உபாதையுடன் உள்ளத்து உபாதையும் வறுத்தெடுக்க, புரண்டு நெளிந்து அவள் அவஸ்தைப்படுவதை அவர் அறியாமல், மரண அவஸ்தை என்ற பச்சாதாபத்துடன் அவளை ஆசுவாசப்படுத்த முயல்கிறார்.

அருகில் நெருங்கி, அலங்கோலமாய்ச் சுருண்டு நெளியும் மனைவியின் உடம்பை நேராக்கி அவளது நலிந்து மெலிந்த கைகளைத் தன் கைகளில் ஏந்திக்கொண்டு ஆதரவாய்ப் பேசுகிறார் உமாபதி குருக்கள்.

"பாக்கியம், உடம்பு என்ன பண்றதும்மா? ஏன் இப்படித் தவிக்கிறே? பிள்ளைகளைப் பார்க்க முடியாம போயிடும்னா? அசடு அசடு... இதோ விடியறதுக்குள்ளே வந்துடுவா பாரு. நம்ம வேதராமன் அவாளை அழைச்சுண்டு வரப் போயிருக்கான். கவலைப்படாதே! கொஞ்சம் பொறுமையா இரு."

வே. சபாநாயகம் (1935 - 2016) விருத்தாசலம் அருகிலுள்ள தெ.வ. புத்தூர் கிராமத்தில் பிறந்தவர். வாழ்வின் சோகத்தை, அவலத்தை, எக்களிப்பை, கற்பனையை அதிகம் கலக்காமல் பார்த்தவாறே யதார்த்த வாழ்வைச் சித்தரிக்க விரும்புகிறேன் என்கிறார் வே. சபாநாயகம். மனித நேயமும் வாழ்வின் நம்பிக்கையும் இவரது கதைகளின் அடிநாதம். பெரும்பாலும் இவரது கதைகளில் பிராமணப் பாத்திரமும் பிராமண மொழியும் அதிகம் இடம்பெறுகின்றன. நாவல், விமர்சனம் போன்ற பல தளங்களில் இயங்கியவர்.

அவளால் எப்படிப் பொறுமையாக இருக்க முடியும்...? 'தன் பாவம் தன்னை விட்டு விடாது' என்று மறுகுகிறாள். பெற்ற பிள்ளைகளேகூட கடைசி நேரத்தில் வந்து பார்க்க மறுக்கிற பாவ ஜென்மம்! இந்தச் சாதுவான மனிதருக்குச் செய்த துரோகத்துக்கு அவளுக்கு நல்ல கதி ஏது?

வெறும் சாது மனிதரா அவர்? சாதனை மனிதரும் அல்லவா!

வேத விருட்சம் அவர்... சகல சாஸ்திரங்களிலும் கரைகண்ட விற்பன்னர்; வேதம் பயின்று, பயிற்றுவித்து, தர்க்கித்து, விமரிசித்து வேதப் பிழம்பாகப் பார்த்ததுமே விழுந்து வணங்கத் தோன்றும் தேஜஸ்! அவருக்கு, தான் எந்த விதத்தில் பொருத்தம்? அந்த விருட்சத்தின் முன்னே தான் வெறும் புழு! தர்மத்தின் நாயகனாக விளங்கும் அவருக்குத் தாரமாக இருக்கத் தனக்கு என்ன தகுதி இருக்கிறது? தகுதியற்ற தன் மீதும் குழந்தைகளின் மீதும் அளவற்ற பாசமும் அபரிமிதமான நம்பிக்கையும் வைத்திருக்கிற அந்த மனித தெய்வத்துக்குத்தான் எந்த வகையில் உண்மையாக இருந்திருக்கிறோம்? அந்தப் பாவம்தான் பெற்ற பிள்ளைகளே ஒட்டாமல் தன்னை உதறிவிட்டார்களோ? தன் பாவத்தின் விளைவினால்தான் இந்தத் தர்மாத்மாவுக்கும் பெற்ற பிள்ளைகளால் பயன் இல்லாது போய் விட்டதோ?

வேத வித்தாக வளர வேண்டிய மூத்த பிள்ளை முட்செடியாய், முரட்டுக் காளையாய் வளர்ந்து, பெற்றோரை உதறிவிட்டு ஓடி, கல்யாணச் சமையலுக்கும் பிற சடங்குகளுக்கும் பரிசாரகனாக மாறி, பெற்றோருக்கும் வம்சத்துக்கும் இழுக்கு தேடிக் கொண்டிருக்கிறான். சாகும் தருவாயில்கூட, பெற்ற தாயை வந்து பார்க்கக் கசந்து உதாசீனப்படுத்துவது எதனால்? தன் பாவத்தினால்தானே?

இரண்டாவது பிள்ளையாவது தேறுவானா என்று பிரம்மப் பிரயத்தனம் செய்து பார்த்தாரே! தேறினானா... அவனும் அவரது வேதக் குருத்தாய் வளர விரும்பவில்லை. தர்ப்பைப் புல்லும் பஞ்சாங்கமும் கையில் ஏந்த அவனுக்கு அவமானமாகப் போனது ஏன்? சிறகு முளைத்ததும் அவனும் கட்டற்றுப் பறந்துபோய் எங்கோ விடுதியொன்றில் தட்டுகளைக் கழுவி வயிற்றைக் கழுவும் கொடுமை... இந்தப் புண்ணிய புருஷருக்கு ஏன் இந்த நிலைமை நேர்ந்தது? அது யார் பாவம்?

மூன்றாவது பிள்ளைதான் இந்த வேதராமன்... இவனாவது வேத மூர்த்தியாக வளர எண்ணித்தான் பெயரையும் அப்படி வைத்தாரோ என்னவோ? இவன்தான் அவரது முயற்சிகளுக்கு வளைந்து கொடுத்தான். அவரது நினைப்புக்கேற்ப, லட்சியத்துக்கேற்ப வளர்ந்தான். 'இவனாவது என் வாரிசாக இருக்கட்டும் என்று அவர் ஏக்கப் பெருமூச்சு விடும் போதெல்லாம் அவளுக்கு நெஞ்சை அறுப்பதை அவர் அறிய மாட்டார். உண்மை தெரிந்தால் அவருக்கு எவ்வளவு வேதனையாக இருக்கும்? உண்மையான வாரிசுகள் சிறகு முளைத்துப் பறந்து போய்விட... காக்கைக் கூட்டில் வளரும் குயிற்குஞ்சாய் தன்னிடம் வளர்பவனை அல்லவா அவர் தன் வாரிசாக நம்பிக் கொண்டிருக்கிறார். இந்த நம்பிக்கை பொய்யெனப் புரிந்தால், அந்தப் புனித ஆத்மா எப்படி அலைக்கழிக்கப்பட்டு அழியும். செய்த பாவம் போதாதென்று, பொய்யான நம்பிக்கையை விருட்சமாக வளர்த்து வருகிற பாவமும் அல்லவா செய்து கொண்டிருக்கிறோம். அது தன்னைப் படுத்தாது விட்டுவிடுமோ.

ஆழ் மனத்தில் ரத்தம் கசிகிறது. கண்களில் நீர் ஊற்றாய்ப் பெருகி வழிகிறது. தவிப்பு மேலும் அதிகமாக, மூச்சுத் திணறலும் உடல் திருகலும் அதிகரிக்கின்றன. அவரது கைகளைத் தன் பலமற்ற கைகளால் பற்றிக் கொள்கிறாள். வாய் பேசத் துடிக்கிறது. ஆனால், வார்த்தைகள் வெளி வரவில்லையே?

"என்னடீம்மா? என்ன வேணும்? ஏன் இப்படி அவஸ்தைப்படறே? உடல் உபாதை தாங்கலியா? இல்லே மனசுலே எதையாவது போட்டுண்டு மறுகறியா? அப்படி ஏதும் இருந்தா சொல்லு. ஏதாவது கடைசி ஆசை பாக்கியா? சொல்லும்மா!" என்று உமாபதி குருக்கள் இப்போது சங்கடத்துடன் அவளை வாரி மடிமீது வைத்துக்கொண்டு இறைஞ்சுகிறார். இந்தக் கருணை அவளை மேலும்மேலும் கடனாளியாக்குவதாகவே அவளுக்குத் தோன்றியது. குற்றவுணர்வு மேலும் அதிகரிக்க, அவரைப் பரிதாபமாகப் பார்க்கிறாள். மௌனமாகக் கண்களால் இறைஞ்சுகிறாள்.

"பாக்கியம், என்னமோ சொல்லத் தவிக்கிறே... ஆனா, ஏன் தயக்கம் உனக்கு? என்னண்டே சொல்லு. உன் சுகதுக்கங்களுக்கு நான் துணையில்லையா? என்கிட்ட சொல்ல உனக்கு என்ன தயக்கம்? சொல்லு... எதுவானாலும் சொல்லு..." என்று கழிவிரக்கத்துடன் அவளைத் தூண்டுகிறார்.

கொஞ்சம் தெளிவும் தைரியமும் பிறக்க, வாய் திறக்கிறது. சற்றே திணறலுடன், "ஐயோ! அதை எப்படி உங்களண்ட சொல்லுவேன்?" என்று குரல் கரகரக்கக் கெஞ்சுகிறாள்.

"ஏன்? என்னண்ட என்னடி தயக்கம்? என்னண்ட கூடவா சொல்ல முடியாத விஷயம் அது?"

"உங்களண்டதான் - உடையவர் கிட்டவே - செஞ்ச துரோகத்தை எப்படிச் சொல்லுவேன்?" மீண்டும் கழிவிரக்கம், முனகல், சுய பச்சாதாபம்.

"துரோகமா! அடி பாக்கியம் நீயா எனக்குத் துரோகம் செஞ்சே? இல்லே... ஒரு நாளும் இல்லே... வீணா அலட்டிக்காதே பிள்ளைகளைப் பாக்காத ஏக்கத்துல பேதலிச்சுப் போய் உளறாதே. அசடு மாதிரி பேசாதே!" என்று உரிமையை உணர்த்தும் குரலில் அதட்டுகிறார் குருக்கள்.

"இல்லேண்ணா! இல்லே. நான் பாவி... மகாபாவி. கட்டின புருஷனுக்குத் துரோகம் செஞ்சுட்ட பாவி. உங்களுக்குத் தெரியாது. நீங்க வெகுளி, வெளுத்ததெல்லாம் பால்னு நம்பற சாது. இனிமே தாங்காது சொல்லிடறேன்."

"இத்தனை தபஸ் இருந்தும் வேத மூர்த்தியா விளங்கியும் பிள்ளைகள் உங்களுக்கு வாரிசா வராம, விளங்காமப் போனது ஏன் தெரியுமோ? எல்லாம் என் பாவம்தான்! இந்தக் கடைசிக் கொழுந்து வேதராமன் மட்டும் நீங்க நினைச்சிண்டிருக்கேளே உங்களோட உண்மையான வாரிசுன்னு அந்த வேதராமன் உங்க பிள்ளையில்லே - உங்களுக்குத் துரோகம் பண்ணினதுமில்லாமே - உங்களை இத்தனை நாளா - குயில் குஞ்சை, தன் குஞ்சுன்னு நம்ப வச்சிருக்கேனே-இத்தனை பாவமும் என்னைச் சும்மா விடுமோ? எனக்கு விமோசனம் ஏது?" சக்தியற்ற கைகளால் தலையில் அறைந்து கொள்ள முயன்று முடியாமல் தலையை அப்படியும் இப்படியுமாய்ப் புரட்டி அலைக்கழித்துக் கொள்கிறாள்.

அவர் பரபரத்து அவளது ஆவேசத்தைத் தடுத்து நிலைப்படுத்துகிறார். சலனமற்ற முகத்துடன் அவளை நோக்கித் தலையை ஆட்டுகிறார். அவரைப் பார்க்கவே அவளுக்குத் திராணியில்லை. கண்கள் தாழ்ந்து கொள்கின்றன. மௌனத்திரை ஒன்று சற்று நேரத்துக்கு அங்கே விழுகிறது.

பிறகு கண்களைச் சிரமப்பட்டு உயர்த்தி அவரை அச்சத்தோடு பார்க்கிறாள். ஆனால் அங்கே ?

அவள் எதிர்பார்த்த விளைவுகளைக் காணாது ஏமாற்றமாகிறது. ஒரு சீறல், வெடிப்பு, மருட்டல், உதாசீனம்...? ஊஹூம்! எதுவுமே இல்லையே ஏன்?

எதுவுமே இல்லாமல் நிர்மலமான வானம் போல, பளிச்சென்ற முகபாவத்துடன் அவளையே பார்த்தபடி இருக்கிறார்.

"ஐயோ! அப்படிப் பாக்காதேயுங்களேன்! ஏதாவது பேசுங்களேன்! 'அடி பாதகீ'ன்னு திட்டுங்களேன்!" என்று அவள் அரற்றுகிறாள். ஆனால், அவரிடமிருந்து எந்தப் பதிலுமில்லை. லேசான புன்முறுவலும் மந்தகாசமுமே பதிலாகிறது. அதுவே அவளுக்குத் தண்டனையாகிறது.

"அசடே! நான் அசட்டுக் காட்டுக்காக்கை மாதிரி ஏமாந்து போனதாகத்தானே நீ குற்றவுணர்வோட பேசறே? உண்மை அதில்லே... என்னதான் அசட்டுக் காகம்னாலும் ஒரு நாள் இல்லேன்னாலும் இன்னொரு நாளாவது தன் குஞ்சுக்கும் பிற குஞ்சுக்கும் வேத்துமை தெரியாமே போயிடுமா? வெறும் சதைப் பிண்டமா - முட்டையிலேர்ந்து வெடிச்சு வந்த வேளையிலே வேணுமானா, காக்கைக் குஞ்சுக்கும் குயிற்குஞ்சுக்கும் வேத்துமை தெரியாம இருக்கலாம். ஆனா, ரோமம் முடி, சிறகு மொளைச்சு, அலகு கிளம்பி உருமாத்தம் ஏற்படறப்பவாவது இனம் புரியாமலா போயிடும்? எனக்கும் புரியத்தான் செஞ்சுது. அதனாலே நான் ஏமாந்து போன பாவத்தையும் நீ சுமக்க வேண்டாம். வீணா வருத்திக்காதே." என்றார் அமைதியாக.

"ஐயோ! உண்மை தெரிஞ்சுமா என்னை வெச்சிண்டு இத்தனை வருஷமா வாழ்ந்தேள்? தன் குஞ்சு இல்லேன்னு தெரிஞ்சதும் விரட்டி அடிக்காமே, அனுசரணையா ஆளாக்கி வாரிசாக்கப் பாடுபட்டேள்? தாயோடு குஞ்சையும் தூக்கியெறிஞ்சி துரத்தி இருக்கப்படாதா? ஏன் செய்யாமப் போயிட்டேள்?" என்று பாக்கியம் புலம்பத் தொடங்குறாள்.

"அடீ பாக்கியம்! உண்மை தெரிஞ்சப்போ ஆத்திரம் ஏற்பட்டாலும் மனசுக்குள்ளே ஓர் உக்கிரம் உண்டானாலும் படிச்ச வேதமும் சாஸ்திரமும் பக்குவப்படுத்தினதாலே, இதுவும் நம்ம குழந்தைன்னு ஏத்துண்டேன். அதோட, காக்கையோட அசல் குஞ்சுகள், இறக்கை

மொளைச்சதும் அப்பா வேண்டாம்னு பறந்து போனப்போ, இந்தக் குயில் குஞ்சு மட்டும் தன் அப்பான்னு என்னை நம்பி ஒட்டிண்டு நகராம இருந்துடுத்தே... அதுவே நான் செஞ்ச புண்ணியம் தானே? பெற்றால்தான் பிள்ளைப் பாசமா? வளர்த்தாலும் பாசத்தை விட முடியாது தானே! அதனால் தாய்ப்பறவை செஞ்ச தப்புக்காக, ஒரு பாவமும் அறியாத, நம்மையே ஆதரவாக நம்பி வாழுகிற குயில் குஞ்சை உதறியெறியாம விட்டுட்டேன். அதுக்கும் மேலே, அதுவே நம்ம ஆன்ம வாரிசா அமைஞ்சுட்டபோது, பிணைப்பு மேலும் இறுகிப் போயிடுத்து! அதனாலே நீ வீணா மறுகாதே! குற்றவுணர்வோட நீ மரண அவஸ்தையிலே வதைபட வேணாம். ஏமாற்றிவிட்டோம் என்கிற குறையோட நீ சாக வேண்டாம். மனசை சாந்தப்படுத்திக்கோ." என்று கருணை ததும்பும் விழிகளால் அவளைப் பார்த்துச் சொல்லியபடி, அவளது கரங்களை மிருதுவாய் வருடிக் கொடுக்கிறார்.

சற்றும் எதிர்பாராத இந்தக் கருணை அவளைத் திணறலுக்கு ஆட்படுத்துகிறது சுயபரிதாபமும் கழிவிரக்கமும் மிக, அயர்ச்சியும் பலவீனமும் மயக்கத்தில் ஆழ்த்த அவளது தலை மெல்லச் சரிகிறது!

ஆதுரத்துடன் அதனை நிமிர்த்தி நேராக்கி வைத்துவிட்டு, உமாபதி குருக்கள் வேதராமன் திரும்பி வருவதை எதிர்நோக்கிக் காத்திருக்கிறார்.

09

சாதிக் கத்தரிக்கோல்

பெருமாள் அந்த ஊரில் கத்தியும் கையுமாக அலைபவன்.

அவனது கத்தி, கைக்கு அடக்கமாக இருக்கும். நல்ல கூர்மை, பளபளப்பு. சதா கத்தியைக் கவனிக்கத் தவறுவதில்லை. கத்திமேல் அவனுக்குப் பக்தி, பரவசம் எல்லாம் அதிகம்.

அவன் நாலு தீட்டு தீட்டிக்கொண்டு ஒவ்வொருவரின் தலைக்கும் கத்தியைக் கொண்டு போவான். அப்போது விழுவது தலையா? இல்லை, முடிதான். அவன் பார்ப்பது நாவிதன் வேலையாயிற்றே.

இந்த நாவிதன் வேலையிருக்கிறதே. இதைச் செய்வதைவிட எங்காவது சிரைக்கப் போகலாம். ஓ... அந்த வேலையைத்தானே அவன் செய்து கொண்டிருக்கிறான்...உண்மைதான். எங்கு போனாலும் அவன் இந்த வேலையைத்தான் செய்தாக வேண்டும். வேறெந்த வேலையும் அவனுக்குத் தெரியாது.

தலையில் முடி தங்கியிருக்கும்வரைதான் உயர்வு என்பார்கள். கீழே இழிந்து போனால் மரியாதை இல்லை. அந்தக் காரியத்தைச் செய்யும் அவனுக்கும் அந்த ஊரில் மரியாதை இல்லை.

அந்த ஊரில் அவனைப் பார்க்க மிகமிக அலட்சியம். செய்த வேலைக்குக் கூலி கேட்டால், அவன் செய்யாததையெல்லாம்

பரிக்கல் ந. சந்திரன் (1943) உளுந்தூர்பேட்டை அருகிலுள்ள பரிக்கல் கிராமத்தைச் சார்ந்தவர். இவரது கதையும் கதை மாந்தரும் அடித்தட்டு விளிம்புநிலை மக்களின் பிரச்சனை, வாழ்வியல் முறை, உளவியலை அடிப்படையாகக் கொண்டவை. நூற்றுக்கும் மேலான கதைகள், ஆறு நாவல்கள் எழுதியுள்ளார். இவர் வாழ்ந்த பகுதி மக்களின் நாட்டுப்புறப் பாடலைத் தொகுத்தவர்.

செய்ததாகச் சொல்லிக்காட்டி, வம்பு பேசும் அடாவடிகள். பேசியபடிக் கூலியை அளந்து கொடுக்காமல், ஒன்றுக்குப் பாதியாய்க் கொடுத்து ஏய்க்கும் ஏமாற்றுத்தனங்கள். அஞ்சாறு தடவை இழுத்தடித்து இழுத்தடித்து, அதன் பிறகே கொடுக்கும் அவலங்கள்.

தனக்கு இழைக்கப்படும் இந்தக் கொடுமை எப்போது தீரும் என்று அவன் ஏங்கியிருந்த காலம் ஒன்று உண்டு. அந்த நேரம் வந்துவிட்டது. இப்போது நல்ல வாய்ப்பு. இனி நமக்கு நல்ல காலம்தான் என்ற திட நம்பிக்கை அவனுக்கு.

அந்த ஊர் பெரிய ஊரல்ல. ஆயிரம் பேர் ஜனத்தொகை கொண்டது. வீடுகளோ மொட்டை மாடிகள். மாடிகள் எனச் சிலவும் நன்றாகப் படிய வாரிய கிறாப்புத் தலைகள் மாதிரி, ஒழுங்காகக் கூரைகள் வேய்ந்த வீடுகள் பலவுமாக இருக்கும் ஊர்.

ஊர் நல்ல செழுமை. நாளுக்கு நாள் வளர்ச்சி, தலை முடியைப் போல.

இந்தத் தலைமுடி இருக்கிறதே. அது அவர்களுக்கு மிகப்பெரிய பிரச்சனை. தலையின் உள்ளே மூளை விஷயம் மாதிரி, மேலே முடியின் நிலையும் இருந்திருந்தால் மகிழ்ந்திருப்பார்கள். தலைமுடி வளர்ந்து தொலைக்கிறதே. அதைப் பற்றிய கவலை அவர்களுக்கு அதிகம். அப்படிக் கவலைப்படுவதற்குக் காரணங்கள் உண்டு.

முடி வளர்ச்சியால் எண்ணெய்க்குக் கேடாம். வீணாக வாணியன் அவர்கள் வீட்டுப் பொருளைச் சாப்பிடுகிறானாம். அதுமட்டுமல்ல. தலை அதிக வேலை வாங்குவதை வைத்து, இந்தப் பரியாரி அதிகாரி கூலி கேட்டுக் கொந்தி எடுக்கிறானாம். இதுவும் அவர்களுக்குப் பிடிக்கவில்லை.

முடி வளர்கிறது. வெட்ட ஒரு ஆள், அது நாவிதன் பெருமாள் என்றாகிவிட்ட நிலையில், தலையில் முகத்தில் முடி லேசாகக்கூட எட்டிப் பார்த்து விடக்கூடாது. உடனே பெருமாளுக்கு அழைப்பு. அவனும் கூப்பிட்ட குரலுக்கு உடனே ஓடி வர வேண்டும். ஒரு நொடி தாமதமானாலும் அல்லது வேறு ஏதாவது சாக்குப்போக்குச் சொல்லி விட்டாலும் போச்சி, ஏச்சும் பேச்சும் சில சமயங்களில் தர்ம அடியும் தாராளம்.

இப்படி, கொஞ்சம் முடி வளர்ந்தாலும் அவர்கள் சிரைத்துக் கொள்ளத் துடிக்கும் மர்மம் வேறு என்னவாக இருக்கும். நாகரீகமா? தன்னை அழகாக வைத்துக்கொள்ள வேண்டும் என்ற ஆசையாலா? அதெல்லாம் ஒரு எழவும் இல்லை.

பெருமாள் அக்கடா என்று உக்கார்ந்துவிடக் கூடாது. அவன் கிழிக்கிற கிழிப்புக்கு ஓய்வு ஒரு கேடா? அவன் சும்மாவா வேலை செய்கிறான். வருஷத்துக்குப் படியென்று கூடைகூடையாக நெல்லும் கம்புமாக வாரிக்கொண்டு போகிறானே... அவனைச் சரியாக வேலை வாங்க வேண்டும் என்ற நல்ல எண்ணம்தான் காரணம்.

எது எப்படியோ, பெருமாள் அடப்பையை அக்குளில் வைத்தபடி ஊரைச் சதா சுற்றிச்சுற்றி வருவான்.

அவன் அந்த ஊருக்குள் சட்டை போட்டவனில்லை. நாலு முழ வேட்டி ஒன்று. அதனோடவே அவன் உடம்பில் மானம் அடங்கிப் போனது. அந்த நாலு முழ வேட்டியையும் தொங்கத்தொங்கக் கட்டுவானா? கட்டினால் ஊர் முழுக்க கடும் கோபக்கனல் எழும். வம்பெல்லாம் எதற்கு என்று முழங்காலுக்கு மேலேயே வேட்டி முடங்கிக் கொள்ளும்.

மார்பு எலும்புகள் தூக்கிக்கொண்டு, ஒத்த நாடியில், தன் தலை முகத்துக்குக்கூட கத்தியை வைக்கக் காலம் போதாமல், வலை வலையாக முடி பின்னிப் பிணைந்த தலைமுடியோடும் தாடி மீசையோடும் அவன் திரியும் காட்சி, ஏதோ தொழில் செய்கிறான் என்றா எண்ணத் தோன்றும். இல்லை, ஒரு வேள்விக்காக தவக்கோலம் பூண்டிருக்கிறான் என்றே எண்ணத் தோன்றும்.

இந்தத் தொழில் வேள்வியைச் செய்யும் பெருமாள் கவனிப்பது, இந்தத் தலை முகம் விவகாரம் மட்டுமா? அதுதான் இல்லை. இடுப்புக்குக் கீழே ஊரார், இடக்கரடக்கலாக - இட்டுப் பெயர் வைத்த, கால் சவரமும் அவன் முழுமையாகச் செய்ய வேண்டும். அருவறுப்புக் கருதி அவன் செய்ய மறுத்தால், இடக்கு செய்கிறாயா என்று வழக்குதான் வம்புதான்.

இப்படிக் கால்சவரம், முகச்சவரம் என ஓய்வில்லாமல்தான் செய்கிறான். என்ன செய்வது? மனைவி பல காலமாகக் கேட்கிறாள். அல்பம், கால் சவரன் தோடு வழி உண்டா..?

சவரன் கிடக்கட்டும்? சாவறனே... சாவறனே... எனச் சதா புலம்பும் தாய், பல மாதங்களாக நோய் நொடியாகக் கிடக்கிறாள். அவளுக்குச் சரியாக வைத்தியம் பார்க்க முடிகிறதா? அதற்கு வசதி ஏது?

அவனுக்கு மனைவி, தாய், இரண்டு பெண் பிள்ளைகள், இவர்களுக்குப் போதிய சாப்பாடாவது போட முடிகிறதா? வயிற்றைக் கட்ட வேண்டியதிருக்கிறது.

ஊரில் ஒவ்வொருவருக்கும் முடி வெட்டுவதால் தலையில் இருக்கும் ஈருக்கும் பேனுக்கும் மட்டும் நட்டமல்ல. அவனுக்கும் பெரிய நட்டம்தான். கத்தி, கத்தரிக்கோலை அடிக்கடி சாணை பிடிக்க வேண்டும். முகத்தில் போட சோப்பு, எரிச்சல் தீர படிகாரம், தீட்டிக் கொள்ள சாணைக்கல், தேங்காய் எண்ணெய், அடிக்கடி பல் உடைவதால் வாங்கும் சீப்பு என நிறையச் செலவு.

அவன் முடி வெட்டும்போது, தங்களின் முடிவெட்டுகள் எப்படி உள்ளது எனக் கண்ணாடியில் ஒருக்களித்து, சாய்த்து, தலையைப் பல கோணங்களில் பார்த்துப்பார்த்து, அங்கே கொஞ்சம் கை வை... இங்கே கொஞ்சம் குறை என வேலை வாங்கும் கூட்டம் கூலி கேட்டால், அவர்களின் முடி குத்திட்டுக் கொள்வதும் முகம் கடுப்பாகிப் போவதும்தான் அவனுக்குப் புரியாத புதிர்.

அவன் சவரம் மட்டுமா செய்கிறான்? அவன் ஊருக்கு மேலும் பல காரியங்கள் ஆற்ற வேண்டும்.

விரல்களில் நகங்களா? வெட்டு. காலில் முள் ஏறிவிட்டதா? களை. கோவில் திருவிழாவா? கல்யாணமா? ஓடு. எங்கிருந்தாலும் தவுல், நாயணம், அமர்த்தி வா எனப் பொறுப்புகள் கொடுப்பார்கள். செய்தாக வேண்டும்.

கரும காரியம் நடக்கிறது. எவனோ செத்தான், எவனோ அழுதான் என்றிருக்க முடியுமா? படித்துறையில் ஐயர் யாகம் வளர்க்க அரசங்குச்சி, ஆலங்குச்சி சேகரித்துத் தருவதிலிருந்து, கரும காரியம் செய்வோருக்கு முடி மழிப்பதுவரை சரியாக இருக்கும்.

ஊரில் முதியோர் காலமாகி விடுகிறார்கள். அவர்கள் சொர்க்கம் போக வேண்டாமா? பேரப்பிள்ளைகள் நெய்ப்பந்தம் பிடித்தால்தானே சொர்க்கம் போவார்கள். அதற்கென நெய்ப்பந்தம்

தயாரித்துக் கொடுக்க வேண்டும். பிணம் சுடுகாடு போகும்போது தீச்சட்டி பிடிக்க வேண்டும்.

பிண மேடையில், நீர்க்கடன், பால்கடன் செய்வார்கள். அதில் இவன் பங்கு அதிகம் இருக்கும்.

இந்த வேலைகளையெல்லாம் இழுத்துப் போட்டுக்கொண்டு செய்யும் அவனுக்குக் கூலி இவ்வளவுதான் என்று கராராகக் கேட்க முடியுமா? ஏதோ மனசு வைத்து அவர்கள் கொடுத்ததுதான். அவன் வாங்கியதுதான்.

இது இப்படியிருக்க, முடிவெட்டுவதற்குக் கூலி சமாச்சாரம் எப்படி? அது தனி விவகாரம். முடிவெட்டியதும் கையில் கூலியைத் தந்து விடுவார்களா? அதெல்லாம் இல்லை. வருஷப்படி என்று ஒவ்வொரு குடும்பமும் நெல் அளப்பார்கள். குடும்பத்திற்குத் தகுந்தாற்போல், இருபது படி, முப்பது படி என்று கணக்கு உண்டு. இப்படி வருஷப் படியைக் கொண்டுதான் தன் குடும்பத்தை ஒரு வருஷத்திற்கு அவன் ஓட்டியாக வேண்டும். ஊரார் பேசியபடி கணக்காய் வருஷப் படி கொடுக்கிறார்களா?

அங்கேதான் அவன் சிண்டு அறுபடுகிறது. ஊரார் அத்தனை பேருடைய சிண்டும் அவனது கையில் இருந்தும் அந்தத் தலைகளுக்கு அவனால் ஒரு ஆபத்தும் இல்லை. ஆனால், அவனது சிண்டு மட்டும் அந்த ஊரின் கையில் மாட்டிக்கொண்டு அவனைப் படாதபாடு படுத்துகிறது.

கூலி கேட்க அவன் நடையாய் நடக்க வேண்டும். சரி... ஒரு வழியாய் கூலி வந்து சேர்கிறது. அளவை சரியாய் இருக்குமா? தன் வீட்டில் அளந்து பார்க்கும்போதுதான், அவர்கள் வீட்டுப் படிகளால் பாதியாய் அளந்திருப்பது தெரியும். இதையாவது பேசாமல் கொள்ளாமல் கொடுக்கிறார்களா?

“எலே... நீ வச்சிருக்கிற கத்தி, கத்தரிக்கோலு இரண்டுமே மொட்டை, மகட்டை. நாங்க உன் கத்திய நம்பி தலைய கொடுக்கறோமே. அது போதாதா உனக்கு. கூலி வேற கொடுக்கணுமா?”

“அட போன ஜென்மத்துல திருப்பதி ஏழுமலையானுக்கு மொட்டை போடறதா வேண்டுதல் செஞ்சிக்கினு, அதன்பிறவு சொன்னபடி மொட்டை போடாம ஏமாத்திட்டோமோ என்னமோ. இந்த ஜென்மத்துல இவன் ரூபத்துல அந்தத் திருப்பதி பெருமான்

பழிக்குப்பழி வாங்குகிறான். மொட்டை அடிடான்னா தலையக் கொத்திக் கொளறி, செத்தி சின்னாபின்னமாக்கிட்றாய்யா.”

“மசுர மழிடான்னா... மகட்டக் கத்திய வச்சிக்கினு, மாங்கா பொளக்கற மாதிரி, அங்கங்க பொளந்துட்றான்...”

“இவன்கிட்ட கிறாப்பு வெட்டிகினா, அப்புறம் இன்னா குறவு. எல்லாரும் தலைய மாடு மேய்ஞ்சிடுதான்னு ஏகடியம் பேசறாங்க.” இப்படிப் பலரும் அவன் செய்யாததைச் செய்ததாகப் பேசி, திட்டி பிறகே எழவு, எள்ளு என்று கூலியைக் கொடுப்பார்கள்.

அவன் அழகாய் எல்லாருக்கும் முடியைத் திருத்துகிறான். திருத்திய முடியோடு எல்லாருமாகச் சேர்ந்து அவனை மொட்டையடிக்கிறார்களே. இது தெய்வத்துக்கு அடுக்குமா? இந்த அநியாயத்தைக் கேட்க யாருமில்லையா? என்று அவன் புழுங்கிய காலம் போய்விட்டது.

இதோ கேட்கப் போகிறார்கள். ஊர்க்கூட்டம் கூடப் போகிறது. தலைவர் பழனிச்சாமியும் நல்லவர். நேர்மையானவர், அவரது நேர்மையை, அவர் ஒருவர் மட்டுமே அவனுக்குப் பேசியபடி கூலி கொடுத்து விடுவதிலிருந்தே தெரிந்து கொண்டான் பெருமாள்.

விசாரணை என்றால் சாட்சி வேண்டுமே. இதற்குச் சாட்சி இருக்கிறதா? பெருமாள் ஒரு வீட்டில் கூலி நெல் வாங்கிக் கொண்டு வந்து, அதற்குப் பக்கத்து வீட்டிலேயே அவர்கள் வீட்டுப் படியைக் கொண்டு அளந்து காட்டினான். முப்பது படி நெல்லுக்கு இருபது படி நெல்தான் இருந்தது. அதுவும் கரிக்கால், பதர் என்று பாதி போய்விடும். இந்த மோசடியைக் கண்கூடாகக் கண்ட, எந்த வீட்டில் அளந்து காட்டினானோ அதே வீட்டுப் பொன்னுசாமி, சாட்சி சொல்கிறேன் என்று உறுதி கூறியுள்ளார். இதே போலத்தான் எல்லா வீடுகளிலும் கொடுக்கிறார்கள். ஏதோ விரல் விட்டு எண்ணக்கூடிய சில வீடுகளே ஒழுங்காக இருக்கும். இந்த மோசடியை எத்தனை காலம்தான் தாங்கிக்கொண்டு போவது. விஷயத்தை ஊர்த் தலைவரிடம் சொல்லியாகி விட்டது. அவரும் விசாரித்து நல்ல தீர்ப்பு வழங்குவதாகக் கூறியிருக்கிறார்.

இனி என்ன - பெருமாளுக்கு நல்ல காலம். சரியான அளவில் கூலி கிடைக்கும்.

அன்று ஊர்க்கூட்டம். தலைவர், நாட்டாமைகள், ஊர் மக்கள் என சபை குழுமியிருந்தது.

சபை நடுவே நாவிதன் பெருமாள் கைகளைக் கட்டிக்கொண்டு கூனிக்குறுகிப் பணிவாக நின்று கொண்டிருந்தான்.

தலைவர், சபையில் பெருமாளுக்கு ஊரில் கொடுக்கும் கூலியின் மோசடி பற்றியும் இதுபற்றி விசாரிக்க வேண்டும் என்று அவனிடமிருந்து முறையீடு வந்தது பற்றியும் எடுத்துக் கூறியவர் பெருமாளைப் பார்த்தார். "பெருமாளு, இதுக்கு சாட்சி இருக்கா?"

"இருக்குங்க எசமான்" என்று கூறியவன், பொன்னுசாமியைக் காட்டினான். "இவருதாங்க சாட்சி."

"இன்னா பொன்னுசாமி, அவன் சொல்றது சரிதானா?"

பொன்னுசாமி என்ன சொல்லப் போகிறார்? கூடியிருந்த மக்களுக்கு ஆவல், துடிப்பு. பெருமாளுக்கோ நம்பிக்கை. இவர் வீட்டில்தானே அன்று அவன் அளந்து காட்டினான். நேரில் கண்டதைச் சொல்லப் போகிறார். சொல்ல வேண்டும். அப்படிச் சொல்லிவிடுவதால் ஊரின் குடி ஒன்றும் முழுகிப் போய்விடாது. அரைகுறையாக அளந்து கொடுத்தவர்களுக்குத் தண்டனை வாங்கித்தரவா பெருமாள் சபைக்கு இந்தப் பிரச்சனையைக் கொண்டு வந்திருக்கிறான்? மக்கள் மனம் மாறினால் சரி. தொழிலாளியாகிய அவனுக்கும் பிள்ளைகள், குடும்பம் உண்டு என்று திருந்தி இனி ஒழுங்காக நடந்தாலே போதும். அந்த எதிர்பார்ப்பைத் தவிர வேறு ஒன்றுமில்லை.

பொன்னுசாமி தொண்டையைக் கனைத்துக்கொண்டு சாட்சி சொல்லத் தயாரானார். முதல் வார்த்தையாக "உண்மைய கண்ணால பார்த்தத சொல்றேன்" என்றார். அப்புறம் என்ன? இனி வழக்கு சுமுகமாக முடிந்த மாதிரிதான்.

அடுத்து ஒரே மூச்சில், நடந்த சம்பவம் இதுதான் என்று கூறி முடித்தார் பொன்னுசாமி.

கூடியிருந்த மக்களுக்கு அதிர்ச்சி. ஆமாம். தன் வீட்டில் நெல்லை பெருமாள் அளந்து காட்டியபோது முப்பது படிக்கு முப்பது படி சரியாகத்தான் இருந்தது என்று பொன்னுசாமி சொன்னால் அதிர்ச்சியாகத்தானே இருக்கும். ஊராருக்கு ஒரு கிலி இருந்தது. எங்கே பொன்னுசாமி உண்மையை உளறி ஊரை

அவமானப்படுத்தி விடுவாரோ என்று அவர்கள் கொஞ்சமும் எதிர்பார்க்கவில்லை. அவர் இப்படி ஒரு பொய்யைச் சொல்லி ஊர் மானத்தை நிலைநாட்டுவார் என்று. இது உண்மையில் மக்களுக்கு அதிர்ச்சிதானே.

ஆனால் பெருமாள்? அவனும் எதிர்பார்க்கவில்லை. அவனுக்கும் அதிர்ச்சிதான்.

அப்புறம் என்ன? பொன்னுசாமிக்கு ஒரே பாராட்டுதான். "இவர்தாய்யா உண்மையான அரிச்சந்திரன்."

பெருமாளை அவர்கள் விடுவார்களா? "அயோக்ய ராஸ்கல். எங்கள அவமானப் படுத்திட்டியே. அம்பட்டப் பயலுக்கு இவ்வளவு திமிரா?"

"இவன இனி சும்மா உடப்படாது. சும்மா உட்டா இதே மாதிரி அடிக்கடி ஏதாவது கிறுக்கு செய்வான். ஏதாவது அபராதம் தீட்டினாதான் படுவா வாட்டத்துக்கு வருவான்."

இப்படியெல்லாம் கூட்டத்தில் பேசியது ஒருவருக்குப் பிடிக்கவில்லை. வீராவேசமாகி, வேட்டியை மடக்கிக் கட்டி, பெருமாள் தன் கத்தியால் திருத்தம் செய்த மீசையையே முறுக்கிக்கொண்டு, எகிறித் தாவிவந்து பெருமாளைப் பிடித்தார். நாலு சாத்து சாத்தினார். கன்னத்திலும் ஓங்கிஓங்கி அறைந்துவிட்டு, பிறகு கூட்டத்தைப் பார்த்துக் கோபம் தணியாமலே கூறினார், "அமட்டப் பயல எல்லாருமா சேர்ந்து கொஞ்சறீங்களே. அவன் செய்த காரியத்துக்குப் பேசிட்டா சரியாப் போயிடுமாய்யா. ஆளுக்கு ஆள் நாலு போட்டாத்தாய்யா புத்தி வரும்."

எல்லாரும் அப்படியே செய்தால் போகிறது என்று தாவினார்கள். அவன் சொன்னதை நிறைவேற்றினார்கள்.

பெருமாளுக்கு முகமே வீங்கிப்போனது. உதடு கிழிந்து ரத்தம் கொட்டியது. துடித்துப் போனான். உடல் வெடவெடவென்று நடுங்கியவாறு கையெடுத்துக் கும்பிட்டான். ஒன்றும் பேசவில்லை. அவனுக்கு அத்துடன் விட்டுவிட்டாலும் போதும். மேலும், யாராவது அடித்தால் உடல் தாங்காது. அந்தப் பயம் வேறு. இனி என்னை எதுவும் செய்ய வேண்டாம் என்று கெஞ்சும் விதமாகத்தான் அவன் கையெடுத்துக் கும்பிட்டான்.

தலைவர் தன் பங்குக்கு எதாவது செய்ய வேண்டாமா? பெருமாளுக்கு ஐநூறு ரூபாய் அபராதம் போட்டார். அவன்மேல் உள்ள கருணையால் கண்டிஷன் வேறு. "இந்த அபராதத்த ரெண்டு நாள்ள கட்டிடணும். இல்லே, அபராதம் ஆயிரமா கூடும்."

தலைவரும் சாட்சி பொன்னுசாமியும் ஏன் அடியோடு மாறினார்கள்?

வேறொன்றுமில்லை. எல்லாம் சாதி உணர்வு செய்யும் லீலைதான். அந்த ஊரில் எல்லாரும் ஒரே சாதி. அன்னிய சாதிப் பயலுக்கு இடம் கொடுப்பதா? என்று ஒட்டுமொத்தமாக முடிவெடுத்துவிட்ட பிறகு, தலைவரும் சாட்சி பொன்னுசாமியும் சத்தியத்துக்கு முக்கியத்துவம் கொடுப்பார்களா என்ன...?

நல்ல கதைதான் போங்கள்.

10

சன்மானம்

காசி தாத்தாவுக்கு தன் பேரன் பழனியைக் கூத்துக் கலைஞனாக ஆக்குவதில் கிஞ்சித்தும் விருப்பமில்லை. வாரக் கணக்கிலே குடும்பத்தை விட்டுப் பிரிந்து, ராவெல்லாம் தூக்கமில்லாம, ஊர்ஊராக அலைகிற அந்த அலைச்சல் பொழப்பு தன்னோடு போகட்டும் என்றிருந்தார். ஆனால் விதி வேறு மாதிரி இருந்தது. பழனி பத்தாங்கிளாஸ் வரைக்கும்தான் ஒழுங்காய் படித்தான். அப்புறம் படிப்பு ஏறவில்லை. எவ்வளவு அடி, உதை? ஊஹூம் அவன் எதுக்கும் மசியவில்லை. விதியே என்று மெக்கானிக் ஷாப்பில் வேலைக்கு விட்டார். ஆறு மாசம் நிலைக்கவில்லை. கொஞ்ச நாள் ஜவுளிக் கடையில வேலை செய்தான். அப்புறம் ஓட்டலில் பில் செக்ஷன், கொத்து வேலை, எதிலேயும் அவன் நீடிக்கவில்லை. அவன் எண்ணம் பூராவும் கூத்துமேலதான் இருக்கு என்பதை ரொம்ப நாட்களுக்கு அப்புறந்தான் கண்டுபிடித்தார். ஒரு நாள் தோட்டத்தில் கிணற்றின் மேல் உட்கார்ந்து ஏகாந்தமாகப் பாடிக் கொண்டிருந்தான். பாட்டைக் கேட்டார். பதினெட்டாம் போர் கூத்துப் பாட்டு அது. தோடி ராகத்தில், அட தாளம். தன் தொடையில தாள ஞானத்தோடு தாளம் தட்டிக் கொண்டிருந்தான். ஆலாபனையும் அமர்க்களமாக இருந்தது. அசந்து போய் விட்டார். கேள்வி ஞானம்தான் இது. எந்த ஊரில் கூத்து என்றாலும் சொல்லாமல்

செய்யாறு தி.தா. நாராயணன் (1945) வாழ்வின் நெருக்கடிகளைச் சார்ந்த சமகாலப் பிரச்சனை, அதன் வக்கிரமான கொடுமைகளின் உச்சங்களைச் சுற்றி எழுபதிற்கும் மேலான கதைகளை எழுதியவர். இரு நாவல்களையும் எழுதியுள்ளார். செய்யாறில் பிறந்தவர். சமூகத்தின் சிறுமை, சீரழிவு அதன் கீழ்மையை இவரது கதைகள் அம்பலப்படுத்துகின்றன.

கொள்ளாமல் ஓடி விடுவான். எவ்வளவோ போராடிப் பார்த்துக் கடைசியில் முடியாமல் விட்டு விட்டார். ஹூம் விடலைப் பசங்க விஜய், அஜீத்னு சுத்துகிற இந்தக் காலத்தில இப்படி ஒரு பிள்ளை. இவன் தலையிலும் கூத்தாடின்னு எழுதி வெச்சிருக்காப்பல இருக்கு. கூத்தாடி ரத்தம்தான இவன் உடம்புலேயும் ஓடுது? இவங்க வீட்டில் பரம்பரை பரம்பரையா எல்லாரும் கூத்தாடிகள்தான். இவருடைய அப்பன் கோவிந்தன் பெரிய லெவலில் பெயரெடுத்தவர். அவரு இரணியன் வேஷங் கட்டினால் மேடை அப்படி அதிருமாம். காசி தாத்தாவும் லேசு இல்ல. முப்பது வருஷமா ஆடி ஓய்ந்து போனவர். ஆரம்பத்தில் இருந்தே எல்லா வேஷங்களையும் கட்டி ஆடினவர்தான். கிழவருடைய பிள்ளை ஒரு வருஷம் சின்ன சின்ன வேஷங்களைக் கட்டி ஆடிட்டு அல்பாயுசுல போயிட்டான்.

தாத்தாவுக்கும் பேரனுக்கும் இன்றைக்கு ஆதரவுன்னு சொல்லிக்க உறவுகள் யாரும் கிடையாது. கிழவனுடைய பொண்டாட்டி போயி ரொம்ப காலமாச்சி. அவருடைய ஒரே பிள்ளையும் மருமவளும் கிடந்து பட்றா கிழவான்னு பேரன் பழனியை இவர் தலையில் கட்டிவிட்டு ஒருத்தர் பின் ஒருத்தராய் போய் சேர்ந்து விட்டார்கள். மருமக பிள்ள பெறமாட்டாமல் போய் சேர்ந்தாள். பிள்ளை ஜூரத்தில ஜன்னி கண்டு போய் விட்டான். எல்லாம் விதி.

“தோ பார்றா! கண்ணூ! சொல்றதை கேளு. கூத்துன்றது அல்லல் பொழப்புடா. வாணாண்டா அவ்வளவு சுலுவு இல்லை. பழகறது ரொம்ப கஷ்டம்டா.”

“ஒவ்வொண்ணா சொல்லிக் குடு தாத்தா நான் புடிச்சிக்கிறேன்.” “அடத்தூ! சொல்றேன் கேக்காம அதே பாட்டை பாட்றியே. நீ சிப்காட்ல வேலைக்குப் போ.”

“இல்லபா எம்மா கஷ்டமிருந்தாலும் சமாளிப்பேம்பா.”

“கிழிச்சே. முப்பத்திரெண்டு அடவுகள் புடிக்கத் தெரியணும்டா மடையா. குரல் வளமும் தாள ஞானமும் வோணும். கிறு கிறுன்னு அம்பது கிறிக்கிக்கு மேல அடிக்கணும். அப்புறம் வசனத்தை மனப்பாடம் பண்ணனும் பாவங்களைச் சரியா புடிக்கணும். இப்படி எல்லாத்தையும் கத்துக்கணும். ஆமாம் சொல்லிட்டேன்.” அவன் எதுக்கும் ஜகா வாங்கறதா இல்லை. அப்புறம் வேற வழியில்லாமல் ஒரு நல்ல நாளில் கர்ண மோட்சம் கூத்துப்

பாடத்தைக் கொடுத்துப் பாடம் முழுசையும் மனப்பாடம் பண்ணச்சொல்லி ஆரம்பித்து வைத்தார். அன்றிலிருந்து ஒவ்வொரு சங்கதியாய் நிதானமாக அடிப்படையிலிருந்து பயிற்சி கொடுக்க ஆரம்பித்தார். பையனும் கற்பூரமாய் பற்றிக்கொண்டு வந்ததில் தாத்தாவுக்குச் சந்தோஷமாய் இருந்தது.

“இதோ பார்றா! கூத்துப் பாடம் முழுசையும் மனப்பாடம் பண்ணணும். அப்பத்தான் அதில எந்த வேஷங் கொடுத்தாலும் உன்னால ஆட முடியும். எடுத்தவுடனே மெயின் வேசம் தரமாட்டாங்க. ஒவ்வொரு குழுவிலயும் பத்து பதினைஞ்சி கூத்துப் பாடங்களுக்கு மேல பழக்கி வெச்சிருப்பாங்க தெரியுதா? எந்த ஊர்ல இன்னா கூத்து வேணும்னு கேட்டாலும் ஆடியாவணும். சில சமயங்கள்ல ராத்திரி அந்த ஊருக்குப் போன பின்னாலதான் இன்னா கூத்துன்னு ஊரார் சொல்லுவாங்க. அப்படியே ஒத்திகை பார்க்காம ஆடியாவணும். தெரிதா. நீயும் அந்தப் பத்துப் பதினஞ்சி கூத்துப் பாடங்களையும் முழுசா மனப்பாடம் பண்ணி வெச்சிக்கணும். எந்த ஊர்ல இன்னா கூத்துன்னாலும் அதில உனக்கு எந்த வேசம் குடுத்தாலும் ஆடத் தெரியணும். அப்பத்தான் நீ சரியான ஆட்டக்காரன் தெரிஞ்சிக்கோ.”

“சரி, கண்டிப்பாய் இதுல நான் ஜெயிச்சிடுவேன் தாத்தா. நீ வேணா பாரேன்.”

“பாக்கத்தான போறேன். தோ பார்றா பாரதக் கூத்துன்றது மட்டுமே பதிமூணு நாள் கூத்து. குறவஞ்சியில ஆரம்பிச்சி பதினெட்டாம் போர் கூத்தோடு பதிமூணு நாள் தொடச்சியா ராத்திரி பூரா கண் முழிக்கணும்.”

“தூத்தெரி யோவ் கெழவா! சொம்மா காபரா குடுக்கிறீயே. வுடு நான் சமாளிச்சிக்கிறேன்.” பேரன் வெகுண்டான். தாத்தாவுக்கும் கோபம்.

“இப்படி எடுத்தேன் கவுத்தேன்னு பேசாதடா நாயே. இன்னா சொல்றேன்னு கவனி.” பேரன் முறுக்கிக்கொண்டு போனான்.

பழனிக்கு இப்ப என்னா இருபத்தி மூன்று வயசாகிறது. நல்ல உயரம், திடமான, முறுக்கேறிய உடம்பு. இள வயசு மூளை. விடாத பயிற்சியில ஒவ்வொன்றாகக் கற்றுத் தேறி ஒரு வருஷத்துக்குள்ள கூத்துக் கலையின் அத்தனை சூட்சுமங்களும் அவனுக்கு ஓரளவு அத்துபடியாகி விட்டன. மேடையில் ரங்கராட்டினம் போல சுற்றி

வரும் கிறிக்கியடிக்கிற கலையைக் கற்றுக் கொள்ளத்தான் நிறைய சிரமப்பட்டான். பத்து கிறிக்கி அடிக்கிறதுக்குள்ள தலை சுற்ற கீழே விழுந்திடுவான்.

“டேய்! மேடை ஏறினா அம்பது கிறிக்கிக்கு மேல அடிக்கணும் புரியுதா? அடிச்சிட்டு தள்ளாடாம கிண்ணு நிக்கணும். தலை சுத்தறாப்பல இருந்தா உடனே உல்டாவா ரெண்டு மூணு கிறிக்கியடிச்சிப் பாரு சரியாப் போயிடும்.”

அவ்வளவுதான் வித்தையின் சூட்சுமத்தைப் பிடித்துக் கொண்டான். வெறித்தனமாய் பயிற்சி எடுத்தான். மூணு மாசத்துக்குள்ளே ஏக்தம் ஐம்பது கிறிக்கி அடிச்சிட்டு உல்டாவா அடிக்காமலேயே அசையாம நிற்கிற அளவுக்கு வித்தை கைவந்து விட்டது. ஒரு நல்ல நாளில் தாத்தா காலில் விழுந்து ஆசி வாங்கினான். தாத்தா அவனைக் கூட்டிப் போயி புதூர் மணிகண்டன் குழுவில சேர்த்து விட்டார். முதல் நாள் ‘பகடை துகில்’ கூத்தில் பழனிக்கு சந்தர்ப்பம் கொடுத்தார்கள். அதில் சகுனி வேஷங் கொடுத்துப் பார்த்தார்கள். சின்ன வேஷந்தான், ஆனால் சிறப்பாக ஆடினான். பாத்திரத்தின் கள்ளத்தனத்தையும் சேஷ்டைகளையும் நன்றாய் முகத்திலும் நடையிலும் காட்டினான். காசி தாத்தாவுக்குக் கொள்ளை சந்தோஷம். அப்படி இப்படி நகுலன், சகாதேவன், சல்லியன், அஸ்வத்தாமன், அபிமன்யூ, அப்புறம் திரவுபதி, பொன்னுருவி மாதிரி ஸ்த்ரீபார்ட் வேஷமெல்லாம் கூட ஆடி, கடைசியாகப் பிரம்மதேசத்தில ஆடிய கூத்துல பதிமூணு நாள் கட்டியக்காரன் வேஷம் கட்டி ஜனங்களை நன்றாய் சிரிக்க வைத்தான். இடையிடையே சொந்த டயலாக்குகளையும் அள்ளி விட்டான். அவ்வளவுதான் அதுக்கப்புறம் ராஜபார்ட் வேஷந்தான். முதல் மெயின் வேஷமாக கிருஷ்ணன் தூதுவில் கிருஷ்ணனாக வேஷங்கட்டி வள்ளிப் பேட்டையில் ஆடினான். முதல் நாளிலேயே அந்தப் பாத்திரத்துக்கான அமைதி, நளினம், அலட்சியம், குசும்பு, அத்தனையையும் காட்டி மக்கள்கிட்டே கைத்தட்டலைப் பெற்றான்.

ரெண்டு வருஷத்துக்குள்ளேயே எல்லா ராஜபார்ட் வேஷங்களையும் கொடுக்க ஆரம்பித்தார்கள். அவனுடைய சம்பளமும் உயர ஆரம்பித்தது. ஒரு நாள் கிழவன் அரிசி, பருப்பு வாங்க ரேஷன் கடைக்குப் போயிருந்தப்ப அவர் ஆடிய காலத்தில் கட்டியக்காரன் வேஷம் கட்டிய நாதமுனியை ரேஷன் கடை வாசலில் வைத்துச்

சந்தித்தார். பரஸ்பரம் குசல விசாரிப்புகளுக்குப் பின்பு ஓரமாய் உட்கார்ந்து தத்தம் பழைய நினைவுகளைப் பகிர்ந்து முடித்தார்கள்.

“அண்ணா! இப்பல்லாம் சின்னச் சின்ன பசங்கள்லாம் ஆட வந்து சூப்பரா ஆட்றாங்கண்ணா கவனிச்சீங்களா? ராத்திரி குத்தனூர்ல கர்ண மோட்சம் கூத்து பார்த்தேன். மணிகண்டன் குரூப்தான் ஆட்னாங்க. உங்கிட்ட சொல்றதுக்கென்ன. அதுல கர்ணன் வேசம் கட்னவன் யாருன்னு தெரியலபா. புதுசா இருக்கான். அறியாத பையன், சின்ன வயசுதான். இன்னா இன்னைக்கெல்லாம் ஒரு இருவத்திமூணு இருவத்திநாலு வயசுதான் இருக்கும்” கிழவன் அவன் தன் பேரன்தான்னு சொல்லவில்லை.

“ஏண்டா! இன்னா விஷயம் நொளப்பிட்டானா?”

“அய்யோ! அய்யோ! டி.எம். சவுந்தரராஜன் மாதிரி வெங்கலக் குரலுண்ணா. கணீர்னு இன்னா குரல் வளம்ன்ற? இன்னா மாதிரி ஆலாபனைன்ற? அப்படியே உருக்கிட்றான். அம்சமான முகவெட்டு. இன்னாமாரி கிறிக்கி அடிக்கிறான் தெரியுமா? இன்னா பாவம்? நம்பவே முடியலபா. சும்மா அம்பது கிறிக்கிக்கு மேல அனாயாசமா சுத்தறாம்பா. ஆச்சரியமா இருக்கு. சுத்திட்டு கிண்ணு நிக்கிறான். ஒரு காலத்தில் நீ கூட அம்மாம் தரவசா கிறிக்கி அடிக்கலயேபா? எனக்குத் தெரியாதா? என்னிக்கும் இருவதை தாண்ட முடியாதே உன்னால. கவனிச்சேன் அவன் ஸ்டேஜ் மேல ஏறிட்டாலே மேளக்காரன்கூட குஷியாயிட்றான். இவனுக்கென்று ஒரே தம்ல முப்பத்தி ரெண்டு தாளக்கட்டையும் வாசிச்சி முடிக்கிறான். பையனும் சளைக்கலபா. அடஅட. முப்பத்திரெண்டு அடவுகளையும் இன்னா நளினமா புடிக்கிறான்பா. இதெல்லாம் தெய்வ கடாட்சம்தான்.” காசி தாத்தா தாள முடியாமல் அழுதார். வெகுஜன அபிப்பிராயத்துக்கும் ஆட்டக்காரங்களுடைய அபிப்பிராயங்களுக்கும் வித்தியாசமுண்டு. ஆட்டக்காரன் குறைகளைப் பட்டியல் போட்டுவிடுவான். நாதமுனியே இவ்வளவு பாராட்டியதில் கிழவன் உணர்ச்சிவசப் பட்டார். வந்தவுடனே பையனுக்கு திருஷ்டி சுத்திப் போடணும்னு நினைத்துக் கொண்டார்.

பழனி குத்தனூரில் பதினெட்டாம் போர் என்ற துரியோதனன் படுகளத்தை முடிச்சிக்கிட்டு மறுநாள்தான் வீடு வந்து சேர்ந்தான். வந்தவுடன் மேடையில் நடிப்பைப் பாராட்டி மக்கள் கொடுத்த ரூபாய் நோட்டுகளைக் கொத்தாக எடுத்துத் தாத்தா மடியில்

போட்டுவிட்டு படுக்கப் போய் விட்டான். மதியம் சாப்பிடும்போது பேரன் தாத்தாவிடம் பேச்சு கொடுத்தான்.

"யோவ் தாத்தா! நேத்து கதை தெரியுமா? பதினெட்டாம் போர்ல நானு துரியோதனன் வேசங் கட்டினேன். துரியன் புலம்பல் சீன்ல காபி ராகத்தில விருத்தத்தை எடுத்தேன் பாரு..."

"என்ன செய்வேன் நானே ஏது செய்வேன் நானே மன்னுமெந்தன் ஆவி மாய காலமாச்சே அன்னையினுமேலாம் அம்மணியுனையான் பன்னியே வருத்தம் பாவியாகினேனே" கணீரென்று உச்ச ஸ்தாயியில் நாலரை கட்டையில் குரலெடுத்துப் பாவத்துடன் பாடிக் காட்டினான். மாதிரிக்கு கிறுகிறுன்னு பத்துக் கிறிக்கி அடிச்சி காட்டினான்.

"ஜனங்க என்னை மேல பாடவே வுடலபா தெரியுமா? ஓடியாந்து என்னை அலக்காக தூக்கிக்கினாங்க. ரூபா நோட்டுகளைக் கொண்டாந்து கொண்டாந்து கையில வெச்சிட்டு போனாங்க. ஐயோ! முத்தமெல்லாம் குடுக்கறாங்கபா." லஜ்ஜையாய் சிரித்தான். கிழவரிடம் எந்த பிரதிபலிப்பும் இல்லை. எரிந்து விழுந்தார்.

"அட பொறம்போக்கு ரொம்ப பீத்திக்காத அடங்கு. மண்டையில கர்வத்த ஏத்திக்காதடா நாயே, வித்தை பூடும். அடக்கமா இரு. போ..போ.. டைம் ஆப்பட்றப்ப போயி தூங்கு. எப்பவொன்னாலும் கூத்தாட்றதுக்கு தகவல் வரும். அதுக்குள்ள நல்லா தூங்கி ரெஸ்ட் எடுத்துக்கோ." பேரனுக்கு சப்பென்று போய்விட்டது. எழுந்து உள்ளே போய்விட்டான்.

காசி தாத்தா வாய்க்கு சர்க்கரைதான் கொட்டணும். நாலு நாள்தான் ரெஸ்ட். காஞ்சிபுரம் டவுனில் மூணு நாள் கூத்து. அர்சுனன் தபசு, கிருஷ்ணன் தூது, கர்ண மோட்சம். தாம்பூலம் பிடித்தாகி விட்டது. வருகிற வியாழன், வெள்ளி, சனிக்கிழமை. இடம் பிளையார்பாளையம் மந்தை வெளியில் என்று வாத்தியாரிடமிருந்து செய்தி வந்துவிட்டது. முதல் தடவையாக பழனி டவுனில் கூத்து ஆடப் போகிறான். தாத்தாவுக்கு உள்ளூர சந்தோஷம். பேரனின் உடம்பைப் பற்றிக் கவலைப் பட்டார். தயார் தீனிக் கொடுக்கணும் என்று நாலு நாளும் கவிச்சி சாப்பாடு போட்டார்.

என்னதான் தாத்தாவும் பேரனும் காரசாரமாகச் சண்டை போட்டாலும் வெளியூருக்குக் கூத்தாட கிளம்பறப்போ தாத்தா

கால்ல விழுந்து ஆசி வாங்கிட்டுத்தான் பழனி கிளம்புவான். நாலு நாளும் நிம்மதியாகச் சாப்பிட்டுத் தூங்கி அன்னைக்கு மதியம் காஞ்சிபுரம் கிளம்பினான்.

"டேய்! உனுக்கு ஒரு விசயம் சொல்லணும். நம்ம குடும்பத்தில பரம்பரை பரம்பரையா கூத்தாடி வந்தாலும் யாரும் சாராயத்த தொட்டதில்ல. அத எப்பவும் மனசில வெச்சிக்கோ." அவன் அவர் கன்னத்தைத் தட்டினான்.

"என்னைக்கும் சாராயத்த தொட மாட்டேன் கெழவா. கவலைப் படாதே. சரி தாத்தா! என் கூத்தைப் பாக்கறதுக்கு புள்ளபாளையம் வர்றியா."

"இல்லடா ஒடம்பு ஒத்துழைக்காது. அப்புறம் அங்க வந்து தூசு தும்பு பட்டுட்டா இழுப்பு வந்துடும். வாணா பேஜாரா பூடும்." இதுவரைக்கும் பழனி சில்லரை வேஷங்களைக் கட்டி ஆடியதைத்தான் தாத்தா பார்த்திருக்கிறார். மெயின் வேஷங்கட்டிப் பார்த்ததில்லை. பார்க்கக் கூடாதுன்னு இல்லை. மெயின் வேஷங் கட்டினதுக்கப்புறம் அக்கம் பக்கத்தில தாத்தா போற தூரத்தில எங்கியும் கூத்து நடக்கவில்லை.

"நீ கர்ணமோட்சத்தில கர்ணனா வேசங் கட்றதப் பாக்கணும்னு மனசு அடிச்சிக்குதுடா இன்னா பண்றது?" பேரன் சிரித்தான்.

"எனக்கும் என் கர்ணன் ஆட்டத்த நீ பார்க்கணும் தாத்தா. உன் எதிர்ல ஆடிக்காட்டணும். ஆசையா இருக்குதுபா." சொல்லும் போதே பழனி லேசாக நெகிழ்ந்தான். கிழவர் அவனைத் தட்டிக் கொடுத்தார்.

"சரி கெழவா! இதான் சான்ஸ். கர்ணமோட்சம் ஆட்ற அன்னிக்கு மத்தியானம் யாரையாவது புடிச்சி காரு அனுப்பறேன் வந்து சேரு. செரியா?"

பழனி வழக்கம் போலக் கிழவன் காலில் விழுந்து ஆசி வாங்கிட்டு காலையிலேயே கிளம்பிவிட்டான். கிழவன் எதிர்பார்ப்போடு காத்திருக்க ஆரம்பித்தார். இவனை ரெண்டு வயசு குழந்தையாக விட்டுவிட்டுப் பிள்ளையும் மருமவளும் போனதில இருந்து ஒவ்வொரு கட்டமாக நெனைச்சிப் பார்த்து அசை போட்டுக் கொண்டிருந்தார். எவ்வளவு கஷ்டம்? குழந்தையையும் பார்த்துக்கணும் கூத்தும் ஆடணும். பலநாள்

மேக்கப் ரூமில் குழந்தைக்குச் சாப்பாடு ஊட்டித் தூங்க வெச்சிட்டு மேடையேறுவார். அவனுக்கு ஏழெட்டு வயசு வரைக்கும் அப்படித்தான் காலம் ஓடியது. பழனி சொல்லிட்டு போன பிரகாரம் சனிக்கிழமை மதியம் கார் வந்தது. பெட்டி அடியில உபயோகமில்லாம மடிச்சி இஸ்திரி போட்டு வெச்சிருந்த பட்டு வேஷ்டி, பட்டு சொக்காய், பட்டு அங்கவஸ்திரம் சகிதம் ஜபர்தஸ்த்தாக கிளம்பி விட்டார்.

மேடைக்கு எதிரில் சற்று ஓரமாய் பிரதானமான இடத்தில் பழனி தாத்தாவுக்கு சேர் போட்டு உட்கார வைத்து விட்டான். இரவு ஒன்பது மணிக்கு கூத்து களைகட்டியது. கூத்து வாத்தியார் சண்முகம் பிள்ளை கற்பூரம் ஏற்றி சாமிக்குத் தீபாராதனை காட்டிவிட்டு, விசில் கொடுத்தார். களறி கட்ட ஆரம்பித்தார்கள். மிருதங்கம், ஆர்மோனியம், முகவீணை, எல்லாம் சேர்ந்து எல்லாத் தாளக்கட்டுக்கும் வாசித்து முடித்தார்கள். அதுக்கு அரைமணி நேரம் ஆகிவிட்டது. அடுத்து முருகன், சிவன், சரஸ்வதி, துதிகளை ஒவ்வொன்றாய் எடுத்து இருபது நிமிஷம் போல பாடினார்கள். அடுத்து ஆலாபனைகளுடன் தோடி ராகத்தில ஒரு பொது விருத்தம் பாடி, அத்துடன் களறி கட்டி முடித்தார்கள். அடுத்ததாகப் பத்து நிமிஷங்களுக்குக் கட்டியக்காரன் அறிமுகப் படலம் நடந்தது. அடுத்து கர்ணராஜன் பிரவேசப் படலம்தான். ஆரம்பித்தது. எல்லா வாத்தியங்களும் கோரஸ்ஸாக உச்ச ஸ்தாயியில் வாசிக்க மேடையில் கம்பீரமாய் வெளிப்பட்ட கர்ண மகாராஜனைப் பார்த்துக் கிழவர் உணர்ச்சி வசப்பட்டார். இமைக்க மறந்தார்.

“கதிரவன் ஈன்ற மைந்தன், தான தரும தயாள குணசீலன் அதி வீர தீர பராக்கிரமன் கர்ண மகாராஜன் வந்தேன். மேதினியோர்களும் வீசிட சாமரம், மாதவராகிய வேதியர் சூழ்ந்திட...”

நாலரை கட்டையில் பாட்டை எடுத்தான். கிழவர் அசந்து போய்விட்டார். கணீரென்று என்னா குரல் வளம்? வார்த்தை உச்சரிப்பு, என்னா மிடுக்கு, என்னா குதிப்பு, கரகரவென்று அம்பது கிறிக்கிக்கு மேல அடித்துவிட்டு அசராமல் நிற்கிறானே. அடவுகளைச் சடசடவென்று மாற்றுகிறானே. பாவங்களில் என்னா கற்பனை வளம்? ரெண்டு வயசிலிருந்து அக்குளிலேயே அதக்கி வெச்சிருந்த சிசுவா இது? கிழவருக்குக் கரகரவென்று கண்ணீர் ஊற்றுகிறது. அடக்க முடியவில்லை. அதிலிருந்து

விடியவிடிய நடந்த கூத்தில் பல தடவைகள் கிழவர் உணர்ச்சிப் பெருக்கில் அழுது தீர்த்து விட்டார்.

ஆயிற்று கூத்து முடிஞ்சிப் போய் விட்டது. தெய்வமும் மனுஷங்களும் சேர்ந்து படிப்படியாக சதித் திட்டம் போட்டு பாவப்பட்ட கர்ணனை மோட்சத்துக்கு அனுப்பி வெச்சிட்டாங்க. பொழுது விடிந்ததும் எல்லாரும் பெர்தனம் வீட்டில் டிபன் சாப்பிட்டு விட்டு பேசிய சம்பளத்தை வாங்கிக்கொண்டு கிளம்பி விட்டார்கள். தாத்தாவும் பேரனும் வீடு போய்ச் சேர மதியமாகிவிட்டது. கிழவனுக்குப் பேரன் ஆடிய ஒவ்வொரு அடவுகளும் வெங்கலக் குரல் பாடல்களும் கிறிக்கியும் சேர்ந்து உள்ளே அலையடித்துக் கொண்டிருந்தன.

மறுநாள் காலையில் சாவகாசமாக தெரு வராண்டாவில் ஈஸி சேரில் படுத்துக் கொண்டிருந்தார். கர்ண மோட்சத்தில் பேரன் பாடிய பாடல்களை முணுமுணுத்துக் கொண்டிருந்தார். வெளியே நிழலாடியது.

"யாரது?"

"அய்யா நாங்க காஞ்சிபுரத்திலிருந்து வர்றோம். கூத்து சம்பந்தமாய்..."

"ஐயா! நானு இப்பல்லாம் ஆட்றதை விட்டுட்டேனுங்க."

"இல்லீங்க, நாங்க பழனி சாரை பார்க்க வந்தோம்." கிழவருக்கு முகம் சுருங்கி விட்டது. உள்ளே திரும்பிக் குரல் கொடுத்தார்.

"டேய் பழனீ! யாரோ உன்னைப் பார்க்க வந்திருக்காங்க பாரு." பழனி கை கூப்பியபடியே வெளியே வந்தான்.

"சார் நாங்க காஞ்சிபுரம் தமிழ்ச் சங்கத்திலிருந்து வர்றோம். மூணு நாளா நீங்க ஆடின மூணு ஆட்டத்தையும் பார்த்துச் சொக்கிப் போயிட்டோம். அதிலும் கர்ண மோட்சத்தில அழ வெச்சிட்டீங்க. எங்களால முடிஞ்ச ஒரு சின்ன அன்பளிப்பு. இதை நீங்க ஏத்துக்கணும்." அவர்கள் கிழவரை எழச் சொல்லி அவர் கையால அரை சவரனில் தங்க மோதிரம் ஒன்றைப் போட்டுவிடச் செய்தார்கள். சால்வை போர்த்தினார்கள். பேரன் தாத்தாவைப் பார்த்தான்.

"தாத்தா! வந்தவங்களுக்கு நம்ம கையால ஒரு டீயாவது தர்றதுதான் மரியாதை. அய்யா எல்லாரும் உட்காருங்க." கிழவர் எதுவும் சொல்லாமல் எழுந்து டீ போட உள்ளே போனார். எல்லாம் முடிந்தது. வந்தவர்கள் மீண்டும் ஒருமுறை பழனியை வாழ்த்திவிட்டுச் சென்றார்கள். பழனி கெத்தாய் உள்ளே போனான். அப்புறம்கூட யாரோ ரெண்டுபேர் சங்கம்னு சொல்லிக்கிட்டு பழனி சாரைத் தேடி வந்து சன்மானத்தைக் கொடுத்து வாழ்த்திட்டு டீ குடிச்சிட்டுப் போனார்கள். கலை இலக்கிய மன்றம்னு ஆளுங்க கும்பலா பழனி சாரைத் தேடி வந்தாங்க. மாலைக்குள் ஐந்தாறு சால்வைகள் சேர்ந்து விட்டன.

அன்றைக்கே இரவு ஏழு மணியிருக்கும். பழனி உள்ளே அசந்து தூங்கிக் கொண்டிருக்கிறான். கிழவர் ராத்திரி உணவுக்காக சப்பாத்தி மாவைப் பிசைந்து கொண்டிருக்கிறார். தொட்டுக் கொள்வதைப் பற்றி இன்னும் முடிவு செய்யவில்லை. எதுவும் இல்லேன்னாலும் கொஞ்சம் சர்க்கரையைத் தொட்டுக்கிட்டு ஒப்பேத்தி விடலாம் என்கிற தெளிவு. யாரோ கதவைத் தட்டினார்கள். கிழவர் மெதுவாக எழுந்து போய் கதவைத் திறக்க, ஒரு ஏழெட்டு பேர் இருக்கும். வெளியே கார் நிற்கிறது.

"யாரு நீங்கள்லாம்?"

"இங்க கூத்தாட்றவர் ஒருத்தர்.."

"நாந்தான். பேரு காசி. ஆனா இப்பல்லாம் நானு ஆட்றதை விட்டுட்டேனே."

"ஐயா! பழனி சார் உங்களுக்கு இன்னா உறவு வேணும்."

"என் பேரன்."

"சந்தோசம். அவரைப் பார்க்கத்தான் வந்தோம். நாங்க கூத்துப் பட்டறையிலிருந்து வர்றோம்." அவங்களை உட்காரச் சொல்லி விட்டு உள்ளே போனார். கொஞ்ச நேரத்தில் முகத்தைக் கழுவிக்கொண்டு பழனி வந்தான். பரஸ்பரம் வணக்கம் சொல்லிக் கொண்டார்கள்.

"இன்னைக்கி காஞ்சிபுரம் பிள்ளையார் பாளையம் பூரா உங்க நடிப்பைப் பற்றித்தான் பேச்சு. அர்ச்சுனன் தபசுவிலேயே அப்படி பேசினாங்களேன்னு கூத்துப் பட்டறையிலிருந்து நாங்க ஒரு பத்து பேர் வந்து ரெண்டு நாளும் கிருஷ்ணன் தூது, கர்ண மோட்சம்,

ஆட்டங்களைப் பார்த்தோம். அடடா என்னா ஆட்டம்? நேரிலே சொல்லக் கூடாது. ஆனா சொல்லாம இருக்க முடியல. நாங்களும் ஆட்டக்காரங்கதான். ஆனா உங்களுக்கு என்னா குரல்வளம், உருக்கிடுதுப்பா. அடவு புடிக்கிறது, கிறிக்கி அடிக்கிறது, பாவம் புடிக்கிறது அத்தனையிலும் நீங்க ஏ ஒன்னுங்க. வித்தியாசமாக பண்றீங்க. கடைசி கட்டத்தில ஆட்டக்காரங்களான எங்களுக்கே கண்ல தண்ணி வந்திடுச்சிங்க. சமீபத்தில இந்த மாதிரி ஆட்டத்தை நாங்க யாரும் பார்த்ததில்லை. வாழ்த்துகள்...”

“ஆமா உங்களுக்கு வாத்தியார் யாருங்க?”

“என் தாத்தாதான். அவரும் கூத்து கட்டினவர்தான்.” கை நீட்டி அவரைக் காட்டினான். அவருக்கு வணக்கம் சொன்னார்கள்.

“அதான பார்த்தேன். கூத்து உங்க ரத்தத்திலேயே ஊறிக் கிடக்குது. இந்தாங்க. இது எங்க அன்பளிப்பு. மகிழ்ந்து போய் குடுக்கிறோம் ஏத்துக்கணும்.” ஒரு தட்டில் பழங்கள், இனிப்பு, பூச்சரம் வைத்து அதுக்கு மேலே பட்டு வேட்டி, பட்டு சட்டை, பட்டு அங்கவஸ்திரம் வைத்து நீட்டினார்கள். பழனி வாங்கிக் கொண்டான். கிழவரையும் கிட்டே வந்து நிற்கச் சொல்லிக் கூப்பிட்டார்கள். இருக்கட்டும் பரவாயில்லை என்று மறுத்து விட்டார். அப்புறம் பழனி பரிசுப் பொருட்களுடன் உள்ளே போக பெரியவருடன் பேச்சுக் கொடுத்தார்கள்.

“ஐயா உங்க பேரு?”

“காசி. நானு பூண்டி உத்தமன் குழுவுல மெயின் ஆட்டக்காரனா இருந்தேன். ஆரம்பத்தில இருந்தே ராஜபார்ட் வேஷந்தான். சில்லறை வேஷம் கட்டினதில்லை.” சொல்லிவிட்டு கர்வமாய்ப் பார்த்தார்.

“ரொம்ப சந்தோஷம். உங்க பேரன் இவ்வளவு தூரம் பெரிய பேர் எடுத்திருக்கிறது ஒரு குடுப்பினை வரம்க அய்யா. அவருக்கு நடிப்பு என்னா அருமையா கைவருது பாருங்க. நாங்கள்லாம் விடிய விடிய பார்த்துக்கிட்டே இருந்தோம்யா. பெரிய லெவல்ல வருவாரு. பேரன் இவ்வளவு சிறப்பா ஆட்றதில உங்களுக்கு எவ்வளவு சந்தோஷம் இல்லே?”

“சந்தோஷம்தான். சந்தோஷமில்லாம வேற என்ன? கத்துக்கிட்டு ரெண்டு ரெண்டரை வருசமாத்தான் ஆட்றான். ஒரு நாள்தான்

டவுன்ல போய் ஆடினான். அதுக்குள்ள எவ்வளவு புகழ், சன்மானம் எல்லாம் வீடு தேடி வருது. எவ்வளவு பேரு? கும்பல் கும்பலா சன்மானத்தோட வந்து போனாங்க" கொஞ்ச நேரம் மவுனமாய் தலை கவிழ்ந்தார்.

"ஒண்ணுமில்லே ஆனாலும் இத நெனைச்சி பார்க்காம இருக்க முடியல. நானும் முப்பது வருஷமா கூத்தாடியா மெயின் வேஷம் கட்டி ஆடினவன்தான்யா." சொல்லும் போதே அவருக்குக் குரல் கம்மியது.

"எல்லா வேஷங்களையும் இவனுக்கு மேலயே கட்டி ஆடிட்டேன். பதினெட்டாம் போர்ல நான் துரியன் வேஷங்கட்னா ஜனங்க துரியோதனனுக்கோசரம் அழுவாங்கய்யா. அப்பிடி ஆக்ட் குடுப்பேன். ஆனா எனுக்கு வாழ்க்கையில ஒரே ஒரு தடவைகூட இந்த மாதிரி ஒரு பெருமையோ, சன்மானமோ கிடைக்கவே இல்லையே. இத என்னான்னு சொல்றது? எல்லா ஆட்டக்காரனுங்களும் இப்படி ஒரு பெருமைக்குத்தானய்யா ஏங்கிண்டு கெடக்கறோம். த்சு நானு முப்பது வருசம் ஆடினதுக்கு ஒரு அர்த்தமும் இல்லாம போச்சி." சுய இரக்கம் கிளர்ந்து கொள்ள, சொல்லும் போதே அவருக்குக் கண்ணீர் கொப்பளிக்கிறது. சடாரென்று உள்ளே போய்விட்டார். மறைவில் போய் நின்று குழந்தை போல் மேல்துண்டால் முகத்தைப் பொத்திக்கொண்டு அழ ஆரம்பித்தார். எல்லாவற்றையும் கேட்டுக் கொண்டிருந்த பேரன் பின்னாலேயே ஓடிப்போய் அய்யோ தாத்தா என்று அவரை அணைத்துக்கொண்டு தட்டிக் கொடுத்து ஆசுவாசப் படுத்தினான். இன்னும் அவர் துக்கத்திலிருந்து வெளியே வரவில்லை.

11

சேதி

"முனியந்தான போய்க்கிறான்?"

"டன்டனக்கடி... னக்கடி... னக்கடி... டன்டனக்கடி" என்று சாவு சேதியை உரத்து ஒலித்துக் கொண்டிருந்த சாவுமேள சத்தத்தின் நடுவே கேட்கப்பட்ட கேள்வி அனைவருடைய கவனத்தையும் ஈர்த்தது.

"என்னா ஊருக்கு?" என்று பல குரல்கள் சம்மன் இல்லாமல் ஆஜராயின.

"அட... பேரணிக்குப்பா. நம்ம பெரிய பாப்பா வூட்டுக்கு" என்றார் செத்துப்போன முதலியாருக்கு ஒண்ணுவிட்ட பங்காளி.

"ஆமாம். அவனத்தான புடிச்சி அனுப்பனது. மத்தவனுவல்லாம் விவரம் தெரியாம உட்ருவானுவன்னுதானே அவன அனுப்பனது. அப்படியே போய் அங்க தாக்கல் சொல்லிட்டு பக்கத்துல செண்டியம்பாக்கம், வீடூரு இதெல்லாம் பார்த்துக்குனு வாடான்னு சொல்லி அனுப்பனது. என்னா காலைல போனவன் இன்னமா சொல்றான்? அது வந்துதானப்பா எடுக்கணும். எம்மாம் நாழியாவுது!" அலுத்துக் கொண்டார் பதில் சொன்னவர்.

இரா. இராமமூர்த்தி (1947) விழுப்புரம் அருகிலுள்ள ஆனாங்கூரில் பிறந்தவர். நடுநாட்டுப் பகுதியில் ஒடுக்கப்பட்ட மக்களின் அவலப்பாடுகளை எண்பதுகளிலேயே எழுதிய சிறப்புக்குரியவர். தாமரை, கணையாழி போன்ற இதழ்களின் வாயிலாகப் பதினாறு கதைகளை எழுதியுள்ளார். பள்ளி ஆசிரியராகப் பணிபுரிந்தவர். சங்கப் பணியின் தீவிரச் செயல்பாடு இவரது எழுத்திற்கு இடையூறாய் அமைந்துவிட்டது.

“ஏம்பா மத்த ரெண்டு மவளும் வந்துட்டாங்க. செங்கல்பட்டிலேருந்து சம்பந்தி ஊட்டக்கூடம் வந்துட்டாங்க தோக்கிற பேரணி இங்கேருந்து வர இம்மா நாழியா? எங்கியாவது ரவத்தண்ணிகிண்ணி வாங்கி ஊத்துக்கினு உருண்டுட்டானா!” சந்தேகத்துடன் ஒரு குரல் ஒலித்தது.

“டேய்... டேய்... யார்ரா அவன்? யார செல்ற நீ? அவனா? குடிப்பான கண்டி இந்த மாறி சமயத்துல அந்த மாறி வேலையெல்லாம் செய்யமாட்டான். அம்பது வருஷமா நாம அவன பாக்கல? முக்கியமான பெரிய சாவு, சின்ன சாவு எதுவாயிருந்தாலும் சாவு சொல்ல கருமாதி சொல்ல அவனத்தான அனுப்பறது. தப்புகிப்பெல்லாம் பண்ணமாட்டான். என்னமோ? ஏதோ? பாப்பம்! நம்பிக்கை தெரிவித்து ஒரு குரல் உறுதியாய் ஒலித்தது.

“காலத்துக்கேற்ப அவரும் மாறிட்டாரேோ என்னவோ?” எகத்தாளக்குரலில் இன்னொரு நியாயம்.

“சரிப்பா. மணி மூணாவுது. மழக்காலமாவேறக்கிது பொழுதோட பொணம் போனாத்தான மழ வரமுன்னால வரலாம். அஞ்சுமணி பஸ் வர வரிக்கும் பாப்போம். அப்பறம் அத வுட்டா எட்டு மணிக்குத்தான. வரலன்னா எடுத்துற வேண்டியதுதான். யாருப்பா அங்க? எல்லாம் எடுத்தாந்து பாடைய கட்டுங்க. வெறவு ஏத்திக்கினுபூட்டாச்சா? பரியாரி, வண்ணான் எங்கக்கிறாங்க, சடுதி பண்ணு அவனுவள. பாப்பம், அந்த பஸ் வரவரிக்கும் பாப்பம்.” செத்துப்போன குப்புசாமி முதலியார் மவன் மணி முதலியார் தயாரிப்பு வேலையில் அனைவரையும் முடுக்கிவிட்டான்.

கூறப்பட்ட முனியன் என்பவர் அப்பொழுதுதான் காலை பின்னிபின்னி முட்டித்தட்ட வேகமாக நடந்து வருவது தெரிந்தது. கையில் வைத்திருந்த நீண்டகோல் அவருக்கு இன்னுமொரு அடையாளம்.

“தோ... வராம்பா ஆளு. ஆனா, இன்னம் பெரிய பாப்பாவ காணோம்.”

“வரட்டும். எங்கூத்தியாரு. இன்னிக்கு இருக்குது. பொறுப்பா அனுப்பனதுக்கு சொல்லாம கொள்ளாம வந்திருந்தான்னு வச்சிக்க, இன்னிக்கு இருக்குது கதை” ஒருத்தன் எழுந்தவாறே வார்த்தைகளில் எகிறினான்.

“டேய்... டேய்... சும்மா இருடா. அவனவன் துள்ளக்கூடாது. நான் கேக்கறேன். விசாரிச்சிட்டு பாத்துக்குவம்! நரைத்த தலையொன்று பொறுமை பாராட்டியது.

“கும்புடறேன். சாமியோவ்...” நெடுஞ்சாண் கிடையாக விழுந்து கோலைப் பக்கவாட்டில் வைத்து வணங்கினார் முனியன்.

“அதெல்லாம் சரி. பெரிய பாப்பா ஊட்டுக்கு போனியா இல்லியா? அதக் காணமடா இன்னும். எப்படிர்றா பொணத்த எடுக்கறது?” பொரிந்து தள்ளினான் மணி முதலியார். “அய்யோ சாமி... இன்னமா வர்ல பாப்பா? நான் காலையிலே பதினோரு மணிக்கு பேரணி பூட்டன். நேரா அங்கதான் போனேன். ஆண்ட மல்லாட்டை ஏத்திக்கினு திண்டிவனம் கமிட்டிக்கு பூட்டாரு. சேதி கேட்டதும் உழுந்துது பெரண்டது. ஒரு ஆளு திண்டிவனம் ஓடிச்சி. அவங்க பங்காளி ஊட்லதான் ரவ கூழு ஊத்துனாங்க. குடிச்சிட்டு, கை கழுவிக்கினு அப்படியே செண்டியம்பக்கம் போயி, வீடூரு போயி சேதி சொல்லிட்டு எல்லாம் முடிச்சிக்கினுதானே வந்தேன். தோ.... பாருங்க! மணிபர்சு மாதிரி தைத்திருந்த நீண்ட துணிப்பையின் நாடாவை அவிழ்த்து அதில் கசங்கியிருந்த வெள்ளைத் தாளை எடுத்து அங்கிருந்த நாட்டாமையிடம் கொடுத்தார்.

அவர் அதை வாங்கி மேலும் கீழும் சரி பார்த்தார். எல்லா ஊருக்கும் சென்று விட்டு வந்ததற்கு அத்தாட்சியாய் கையெழுத்திட்டிருந்தது. பாப்பாவின் மூத்தார் கையெழுத்தும் அதில் இருந்தது.

“தோ... போயிதான்பா இருக்கான். கமிட்டிக்கு போனவரு எப்பவந்தாரோ? என்னமோ? பாப்பம், பாப்பம். நீங்கவேலய பாருங்க” விஷயத்துக்கு முற்றுப்புள்ளி வைத்தார் நாட்டாமை.

“ஏண்டா... போன இடத்துலல்லாம் வவுத்துக்கு போட்டாங்க இல்ல” ஆதரவான விசாரிப்பு சற்று வாஞ்சை கலந்து வந்தது.

“சத்தியமா. உட்டன். உட்டன். பேரணில இரண்டுகை கூழுகுடிச்சதுக்கப்புறம் வேற எங்கியும் ஒண்ணும் கெடக்கல சாமி. தோ, விழுப்புரம் வந்து பட்டாணி வாங்கி கொறிச்சிக்கினு நடந்து வந்துட்டேன். பஸ்ஸு வேற இல்லியா, அதான் நடந்தே வந்துட்டேன்! என்ற முனியனின் குரலில் களைப்புத் தெரிந்தது.

"சரி... சரி... அப்படி சந்துக்கா போயுட்டு வந்துடு. களைப்பு கிளைப்பல்லாம் பறந்துடும். போ...போ..." என்று சற்றுக்கிண்டலுடன் கை காட்டினார் ஒருத்தர்.

முனியன் முகத்தில் லேசான பரவசம். "ஆமா ரவகஞ்சி ஊத்துங்க. பசிக்கின்னா இந்த சரக்கத்தான் குடுப்பீங்க" என்று மகிழ்ச்சியான சலிப்புடன் சந்து பக்கம் நடையைக் கட்டினார் முனியன்.

பொழுது போய்க்கொண்டிருந்தது. வானம் ஒரு பக்கம் இருட்டிக் கொண்டு வந்தது.

பாடை தயாராகிவிட்டது. பெரியபெரிய ஏனங்களில் தண்ணீர் நிரப்பி குளிப்பாட்ட தயாராய் இருந்தது. உள்ளேயிருந்து வந்த மட்டமான வத்தி வாசனையுடன் அழுகுரலும் வந்து கொண்டேயிருந்தது. அழுகை நாழியாக நாழியாக உச்சத்துக்குச் சென்று கொண்டிருந்தது.

தயாரிப்புப் பணி விரைவுபட விரைவுபட ஊர் கூட்டம் சுத்தி பெருகியிருந்தது. பெரிய சாவு, சற்று வசதியானவர்கள் என்பதாலும் கூட்டம் கொஞ்சம் அதிகம்தான்.

சாவு வீட்டில் குழுமியிருந்த அத்தனை பேர் கவனமும் சட்டென்று தூரத்திலிருந்த சாலை பக்கம் திரும்பியது. வந்து நின்ற பஸ்ஸிலிருந்து திபுதிபுவென ஆம்பிளையும் பொம்பளையுமாய் பத்துப் பதினைந்து பேர் இருக்கும். இறங்கி அவசர அவசரமாக சாவு வீட்டை நோக்கி வந்து கொண்டிருந்தனர். ஓட்டமும் நடையுமாய் வந்து கொண்டிருந்தவர்கள் நடுவில் பிரதானமாய் தலைவிரி கோலமாய் பெரிய பாப்பா, "அய்யோ என்ன பெத்த ராசா... எங்கிட்ட சொல்லாம பூட்டியே" என்ற பிலாக்கணத்தோடு தலையில் அடித்துக் கொண்டு கதறியது அனைவரையும் கலக்கியது.

சாவு மேளக்காரர்கள் முன்னால் போய் அழைத்து வர, கூட்டம் வந்து கொண்டிருந்தது. மேளத்தின் உச்ச முழக்கத்திற்கேற்ப முனியன் சாராயகிறக்கத்தில் அந்த வயதிலும் தன்னை மறந்த லயத்தில் ஆடிக்கொண்டு வந்தார்.

மலர்மாலை, சருவ சட்டியில் வாய்க்கரிசி, கிண்ணத்தில் எண்ணெய், சீயக்காய் என்று சர்வகோலங்களுடன் இரண்டு பக்கம் திரண்டிருந்த கூட்டத்திற்கிடை அவர்கள் வந்து கொண்டிருந்தார்கள்.

சந்தேகமெல்லாம் தீர்ந்த நிறைவில் முனியன் பூண்டிருந்த புதுக்கோல ஆட்டத்தைப் பார்த்துக் கொண்டிருந்தார்கள்.

"எவனோ சொன்னான, எங்கடா அவன்! என்னமோ முனியன் போவாத மாரியும் குடிச்சிட்டு எங்கியோ படுத்துட்ட மாரியும். எம்மா வருஷமா பாக்கறோம் அவன. எந்த ராசா எந்த பட்டணம் போனாலும் தவறாம போயி சாவு சொல்ற சீவன் அது ஒன்னுதான" ஒரு பெரியவர் பெருமிதத்தோடு முனியனுக்கு வக்காலத்து வாங்கினார்.

"இதே மாரி தூக்கி உட்டுக்குனே இருங்க. அப்பறம் அவனுவ தலைக்குமேல ஒக்காந்துக்குவானுவ" என்று பொருமியது வேறொரு குரல்.

"டேய். நாயம்னா பொதுவாத்தான பேசணும். இதுல என்னாடா தூக்கி உடறது. நான் தூக்கி உடறன், நீங்க கொலையில ஒதைங்க!" என்று ஆதங்கத்தோடு அடங்கியது அந்த நியாயக்குரல்.

இதற்குள் குளிப்பாட்டி, எல்லா சடங்குகளும் முடித்து பாடை கிளம்பியது.

சலிக்காமல் ஆட்டம் ஆடி, கட்டை விரலை மடக்கி வாயில் வைத்து விசிலடித்து அந்த எழுபது வயதிலும் அந்த ஆட்டம் ஆடிக் கொண்டு மேளத்துடன் போய்க் கொண்டிருந்தார் முனியன்.

மணி முதலியார் வீட்டிற்கு வெளியே இருந்த விசிப் பலகையில் உட்கார்ந்திருந்தார். அவரைச் சுற்றி ஒரு கூட்டம். விளைச்சல் குறைவு, விலையின்மை, மழைக் காலத்திற்கேற்ப சரியாக பெய்யாமை, கீழ்சாதி மேல்சாதி வித்தியாசம் மாறி போய்க் கொண்டிருக்கும் காலக் கொடுமை என்றெல்லாம் நாலாவித விஷயங்களையும் அடித்து அலசிக் கொண்டிருந்தார்கள். இது அந்த வீட்டில் சாவு நிகழ்ந்து மூன்று மாதங்களுக்குப் பிறகு.

"சாமி... கும்புடறேன் சாமியோவ்..." தோள் துண்டை இடுப்புக்கு மாற்றி கையிலிருந்த கோலைப் படுக்கை வசத்தில் கீழே வைத்து நெடுஞ்சாண் கிடையாகக் கண்ணில் வடியும் நீரோடு உடல் நடுங்க விழுந்து எழுந்தது வேறு யாருமல்ல. முனியன்தான்.

அவருடைய உடம்பெல்லாம் நடுங்கிக் கொண்டிருந்தது. கண்ணிலிருந்து மலை மலையாகக் கண்ணீர். பேச்சு நின்று திடுக்கிடலோடு முனியனையே பார்த்துக் கொண்டிருந்தார்கள்.

“டேய்... முனியா என்ன இது? எழுந்திருடா, என்னா விஷயம் சொல்லு!” மணி முதலியாரும் பதறிப்போய் கேட்டார்.

“சாமி நீங்கதான் காப்பாத்தணும். இன்னும் கொஞ்சம் போனா உங்க ஊட்ல மாடு மேய்க்க உடலான்னு இருந்த எம் பேரனுக்கு ரொம்ப காய்ச்சல் அடிக்குது. தூக்கி தூக்கிப் போடுது. செட்டியார் கடைல மாத்திரை வாங்கி குடுத்தும் சொரம் நிக்கல. விழுப்புரம் தூக்கிம் போய் காட்லான்னா கையில பரம் பைசா இல்ல, ஒரு அம்பது ரூபா குடுத்து ஒத்தாச பண்ணீங்கன்னா புண்ணியமா போவும். சாமி பன்னண்டு மணி பஸ்ஸுக்கு இட்டுக்கினுப் போறேன். ஒரு அம்பது ரூபாய குடுங்க சாமி. புள்ளை பொழைச்சி உங்கபேர சொல்லிக்கினுக்கெடக்கும்!

பேசப்பேச முனியனின் கண்களில் கண்ணீர் வந்து கொண்டேயிருந்தது. எடுத்த நடுக்கம் வாங்காமல் உடம்பு தொடர்ந்து நடுங்கிக் கொண்டேயிருந்தது.

சுற்றியிருந்த எல்லோருக்கும் பதட்டம். மணி என்ன சொல்வாரோ என்று முனியனைப்போலவே அவர்களும் காத்துக் கொண்டிருந்தனர்.

யோசிக்காமல் அவர் பட்டென்று சொன்னார். “கையில் பரம் பைசா இல்லடா. என்னா பண்ண சொல்ற. வேற எங்கியாவது கேட்டுப்பாரு!” நிர்த்தாட்சண்யமாக குரல் உறுதியாயிருந்தது. வெக்கி, வெலவெலத்துப் போனார் முனியன். அப்பொழுதுதான் நகரத்து வியாபாரிக்கு நெல் பிடித்துத்தரும் தரகு கொண்டு வந்து தந்த கத்தைப் பணத்தை உள்ளே சென்று வைத்துப் பூட்டிவிட்டு இப்படிச் சொல்கிறாரே என்று கூட்டமும் திகைத்தது.

“இப்படிக்கூடம் ஒரு மனுஷன் இருப்பானா? ஒரு அவுதாயம் தவுதாயத்துக்குக் கூடம் உதவலன்னா என்னா மனுஷன்” என்று அவர்களால் ஆதங்கப்படத்தான் முடிந்தது. சொல்ல முடியாதவர்கள் மட்டுமல்ல, கொடுத்து உதவக்கூட இல்லாமல் முதலியாரை அண்டிப் பிழைப்பவர்கள் அவர்கள்.

இப்படி அழுக்குத்தனமா இருக்கிறதனாலத்தான் இம்மாம் காசு சேருது இவனுவளுக்கு. செத்துப் போனவன் துணியில் வடிகட்டன கஞ்சன்னா, இவன் நாய்த் தோல்ல வடிகட்டுன கஞ்சனாச்சே. ஈரமில்லாத நெஞ்சு உப்புக்கல்ல வச்சு சுட்டா என்னா?” பொருமிபொருமி மனதுக்குள் புலம்பிக் கொண்டிருந்தனர்.

சட்டென்று மீண்டும் விழுந்து காலைத் தொட வந்த முனியனின் கை தன்மீது பட்டுவிடக் கூடாது என்பதற்காகச் சட்டென்று தள்ளி நின்று கொண்டான் மணி முதலியார்.

"சரிசரி போங்கப்பா..." எல்லோரையும் கலைத்து விட்டு சட்டென்று உள்ளே போய்விட்டான். மனசாட்சியின் உறுத்தல் தாங்க முடியவில்லை போலும்.

எல்லோரும் போன பின்பும் திகைப்போடு செய்வதறியாது நீண்ட நேரம் நின்று கொண்டிருந்துவிட்டு நடுக்கத்தோடு அழுது கொண்டே சென்றார் முனியன்.

லபித்து விட்ட இப்படிப்பட்ட மோசமான நிலையை எண்ணி வானத்தைப் பார்த்துக் கும்பிட்டுக் கொண்டே "இப்படியாச்சே நம்மகதை" என்று துயரத்தோடு நடந்தார். "வீட்டில் புள்ள என்னாச்சோ" என்று சேரியைப் பார்க்க ஓடினார். புள்ளை போய் விட்டிருந்தது.

திண்டிவனம் பெரிய பாலத்துக்கருகிலிருந்து புறப்பட்ட சென்னைப் பேருந்தில் முனியன் அமர்ந்திருந்தார்.

சென்னைத் துறைமுகத்தில் மூட்டை தூக்கிப் பிழைக்கும் தனது மருமகன் வீட்டிற்குச் சென்று கொஞ்ச நாளைத் தள்ளலாம் என்ற நப்பாசையில் தான் இந்தப் பயணம்.

அந்த நிகழ்ச்சிக்குப் பிறகு அந்த ஊர்க்காரர்கள் முகத்தில் விழிக்கவே அவருக்கு வெறுப்பாய் இருந்தது.

"இவனுவள்ளாம் எம்மா உழைப்ப வாங்கியிருப்பானுவ மழைன்னும் வெயில்னும் பாக்காம ஓடிஓடி எம்மாம் சேதி சொல்லியிருப்பன். ஒரு அம்பது ரூபா பொறாத ஆளாப்பாத்துட்டான் பாரு நம்பளை. இவனுவளெல்லாம் என்னா மனுஷனுவ, சீ... மிருகங்கள்!"

ஈன சாதியாக கருதப்பட்ட சாதியில் பிறந்து விட்ட கொடுமைக்காக மனசு கசந்து வந்தது.

"அங்கியே போயி சொறிஞ்சிக்கினுகிட" என்று இளம் பிள்ளைங்க கிண்டலடித்தது கூட நாயந்தானே.

"நியாயமாத்தான் கோபப்பட்டானுவ" என்று இப்பொழுது அதை மனதார அங்கீகரித்தார்.

மனக்கசப்பு வாய் வழி வெளிவர வெற்றிலை போடவேண்டும் போல் இருந்தது. தனது துணிப்பையின் நாடாவை அவிழ்த்து வெற்றிலை எடுத்தபோது கீழ்ப்பையிலிருந்த ஒரு பத்துரூபா நோட்டைப் பார்த்தவுடன் சிரிப்பாய் வந்தது.

பாக்கை எடுத்து வாயிலிட்டு கடித்து, சுண்ணாம்பு சேர்த்த வெற்றிலையைச் சுருட்டிப் போட்டுக் கொண்டு அரைக்க ஆரம்பித்தபோது மனது துள்ள ஆரம்பித்தது.

பொட்டலம் புகையிலையைப் பிரித்து ஒரு கொத்து எடுத்தபோது அந்த பத்து ரூபாய் கண்ணில்பட மேலும் மகிழ்ச்சி பொங்கி வந்தது.

வாயில் சேர்த்த புகையிலைக் காரம் வாயையும் பல்லையும் சிவப்பாக்க வாய் திறந்து சிரித்தார்.

கடைசி தடவையாக உள்ளத்தில் எரிச்சலோடு "கும்புடறேன் சாமியோவ்..." என்று நெடுஞ்சாண்கிடையாகக் கோலை பக்கத்தில் வைத்து விழுத்து எழுந்தார். "மணி முதலியார் திடீரென்று நேத்து ராத்திரி மார்வலி, செத்துப்பூட்டாருங்கோ" என்று எழவு சேதி சொன்னார்.

எப்பொழுதுமில்லாமல் இந்த முறை கொடுத்த இரண்டு ரூபாயை வாங்காமல் பத்து ரூபாய் வற்புறுத்தி வாங்கிக்கொண்ட முனியனை அவர்கள் வித்தியாசமாய் பார்த்தார்கள். "காலம் கலி காலமாகப் போச்சு" என்று சொல்லிக் கொண்டே இழவு சேதிக்கு முதன் முதலாக பத்து ரூபாய் கொடுத்தார்கள். வன்மத்துடன் அதை வாங்கித் துணிப்பையில் வைத்துக் கொண்டார்.

இந்நேரம் அலறிபுடைச்சிக்கினு, பேரணியிலிருந்து படைய திரட்டிக்கினு, வாய்க்கரிசி எடுத்துக்கினு விழுப்புரம் போய் மாலைய வாங்கிக்கினு பெரிய பாப்பா பாளையம் போயிருக்கும்!

இந்த காட்சி அவர் கண்முன் வரவும் சிரிப்பு பொங்கிப்பொங்கி வந்தது.

"எங்கூத்தியாருவ பதறி அடிச்சிக்கினு ஓடியிருப்பானுவோ. அங்கே, அந்த ஆளு உள்ள உக்காந்து பணத்தை எண்ணறானோ? இல்ல எங்கனாச்சும் வேவா வெயில்ல எல்லாம் வேலை செய்றப்ப வரப்புமேல கொடைய புடிச்சிக்கினு கங்காணம் பாக்கறானோ?" அவர்கள் பதறப்போகிற காட்சி மீண்டும் கண்ணில் வர வாய்விட்டு

சிரித்தார். ஒழுகிய சிவந்த புகையிலை எச்சிலை அனிச்சையாய் துடைத்தார்.

“யோவ்... என்னா நீயி ஓம்பாட்டுக்கு சிரிச்சிக்கினுக்கிறே? என்ன ஊருக்குப் போற. டிக்கட் வாங்கிட்டு சிரி. என்ன இது இங்கே கோல வேற நீட்டி வச்சிக்கிறே? எவனாவது தடுக்கிவிழப்போறான். ஓரமா வையி!”

பேருந்து நடத்துநரின் எகத்தாளக் குரலால் தன்னுணர்வு பெற்றார்.

“மெட்ராசுக்கு...” என்று ஒரு ஐம்பது ரூபாய் நோட்டை நீட்டி சில்லறையோடு பயணச்சீட்டைப் பெற்றுக் கொண்டார்.

பேருந்து திண்டிவனத்திலிருந்து புறப்பட்டு வேகமாக ஓடத் தொடங்கியது.

என்ன நினைத்தாரோ, சற்று நேரப் பிரயாணத்திற்குப் பின் கோலை எடுத்து வெளியே வீசி எறிந்தார்.

இப்பொழுது முக மலர்ச்சியோடு ஒரு ஆசுவாசமும் அவர் முகத்தில் கம்பீரம் கூட்டியது.

12

செந்தமிழ் நகர்

வருடம் 2025. மயானக் கொள்ளையும் இறந்த தலைவருக்குச் செலுத்தியிருந்த கண்ணீர் அஞ்சலியும் சுவரொட்டிகளில் ஆங்கிலத்தில் இருந்தன. தமிழ்நாடு மொரீஷியஸாக மாறியிருப்பது எதிர்பார்த்ததுதான். ஆனால் செந்தமிழ் நகரைப் பற்றிய எதிர்பார்ப்பில் நிச்சயத் தன்மைகளின் விழுக்காடு குறைவாகவே இருந்தது. பெரிய அதிர்ச்சிகள் எவையுமில்லை என்றாலும் ஒருவிதமான பதற்றமும் வியப்பும் சேர்ந்த கலவை நெஞ்சில் கொப்பளித்தது. மனத்தில் அதுநாள் வரை வளர்த்துக்கொண்ட கற்பனைக்கு வடிவம் கொடுத்திருப்பேனோ என்ற சந்தேகத்தில் மெல்ல நடந்து பெயர்ப் பலகையைத் தொட்டுப் பார்த்து அப்படி ஏதுமில்லை என்பதை உறுதிப்படுத்திக் கொண்டேன். நான்கடிக்கு இரண்டடி அளவிலிருந்த பலகையில் அக்ரிலிக் வகை நிறப்பூச்சு உபயோகித்திருந்தார்கள். வெண்மை, கறுப்பு நிறங்களிலுமிருந்த எழுத்துகள் செந்தமிழ் நகர் என அறிவித்தன. அந்நகரோடு ஆங்கிலேயர் தொப்பியும் நீண்ட காக்கி கால்சராயை ஒரு பக்கம் முழங்கால் தெரிய மடித்தும் பூவும் இலையுமாய் புஷ் ஷர்ட்டும் அணிந்த அந்நபருடனான முதல் சந்திப்பும் அவரை வேடிக்கையாய் எதிர்கொண்ட தாத்தாவும் நினைவுக்கு

நாகரத்தினம் கிருஷ்ணா (1952) *வானூர் அருகிலுள்ள கொழுவாரி கிராமத்தைச் சார்ந்தவர். பிரான்சில் வசிப்பவர். ஒன்பது நாவல்களும் நான்கு சிறுகதைத் தொகுப்புகளும் எழுதியுள்ளார். தான் வாழ்ந்த மண்ணும் புலம்பெயர்ந்த மண்ணுமே இவரது கதைக்களன். பழைய வரலாற்றையும் சமகாலப் பண்பாட்டையும் கொண்டதாகப் புனைவிலக்கியம் உள்ளது. நிலா என்ற இதழை நடத்தியவர். பிரெஞ்சு நூல்களைத் தமிழில் மொழிபெயர்ப்பு செய்பவர்.*

வருகிறார்கள். 1985ஆம் ஆண்டு இலண்டன் போவதற்கு ஒரு வாரம் இருந்தபோது தாத்தாவிடம் சொல்லிக்கொள்ள இந்தப் பக்கம் வந்திருந்தேன். அப்போது தாத்தா உயிரோடு இருந்தார், ஊரும் உயிர்த்திருந்தது. சற்று முன்பு பேருந்திலிருந்து இறங்கியபோது, தவறான நிறுத்தத்தில் இறங்கியிருக்கலாமென ஒரு கணம் நினைத்தேன். மலேசிய மனிதரை ஒவ்வொருமுறை சந்தித்தபோதும் தவறான நிறுத்தத்தில் அவர் இறங்கியிருக்கக் கூடும் என்பதுதான் எங்களில் பலருக்கும் இருந்த அபிப்பிராயம். இறக்கும்வரை தாத்தாவைச் செந்தமிழ் நகரும் அந்த ஆசாமியும் துரத்தி வந்திருக்கிறார்கள். பூர்வ ஜென்மத்தில் அவனிடம் கடன்பட்டிருந்ததாகத் தாத்தா ஒருமுறை கூறியிருந்தார். அவர் செலுத்தாத கடன் ஏதேனும் நிலுவையில் இருக்க வேண்டும். நிழல் கிடைத்தால் சற்று உட்காரலாம். அப்புதிய காலனி வெறிச்சோடிக் கிடக்கிறது. உயிர் வாழ்க்கைக்கான எந்தத் தடயமும் அற்றதுபோல் பூமியும் ஆகாயமும் இருந்தன. பேதமின்றி ஒன்று போல கான்க்ரீட் வீடுகள் வண்ணப் பூச்சுக்களின் மெருகு குலையாமல் அண்மையில் முளைத்த காலனியென்ற மமதையுடன் நிற்கின்றன. மனிதர்கள் நடமாட்டங்களில்லை. கதவைத் திறந்துகொண்டு ஓர் உயிர், சன்னல் கதவிடுக்கில் ஒரு முகம். அவை போதும். பத்து நிமிட உரையாடலில் மனக் கரைசலைத் தெளிவுபடுத்திக்கொண்டு புறப்பட்டு விடலாம். நடக்கநடக்கச் செந்தமிழ் நகரின் முதல் தெரு ஒரு மாயப் புனைவு போல அயற்சியின்றி வளர்ந்துகொண்டு போனது.

அந்நபரை முதன்முதலில் பார்க்க நேர்ந்தபோது எனக்குப் பதினைந்து வயது. வியட்நாம் சண்டை- மார்ட்டின் லூதர் கிங் கொலை- பிரான்சு நாட்டில் நடந்த மிகப் பெரிய மாணவர் கிளர்ச்சி இவற்றைக் குறித்து எங்கேயாவது படிக்க நேர்ந்தாலோ யாரேனும் பேசக் கேட்டாலோ அம்மனிதரைத்தான் நினைத்துக் கொள்வேன். ஏனெனில் அவருடனான அம்முதல் சந்திப்பிற்கும் குறிப்பிட்ட அம்மூன்று உலக நிகழ்வுகளுக்குமிருந்த காலக்கொடி உறவை அல்லது ஆண்டு ஒற்றுமையை எட்டாண்டுகளுக்குப் பிறகு இரண்டாம் முறையாக அம்மனிதரைச் சந்தித்த மறுநாள் விளங்கிக்கொள்ள முடிந்தது. அறுபதுகளின் இறுதியில் அவரை முதலில் பார்த்தேன். அதாவது எனது மூளையின் ஞாபகப் பிரிவு ஆவணத்தின்படி 1968 மே மாதத்தில் ஒரு சனிக்கிழமை காலை பதினோரு மணி அளவில். அவ்வருடத்தை அத்தனை சுத்தமாக

நினைவு கொள்ள முடிவதற்கு வேறொரு காரணமும் இருக்கிறது. பள்ளி இறுதி வகுப்புக்கான பொதுத் தேர்வை அப்போதுதான் எழுதி முடித்திருந்தேன். எங்கள் முதல் சந்திப்பின்போது அவரது நினைவென்று வாய்கொள்ள நாக்கும் இரும்புக் கிராதியை வலியத் திறப்பது போன்ற குரலும் சொற்களோடு பொருந்தாத வாயசைவும் தவளை நெஞ்சுபோலப் புடைத்து அடங்கிய கழுத்தும் இன்றுவரை நினைவிலிருக்கின்றன. இரண்டொரு மி.மீ. கூடுதலாக அவர் வாயைத் திறந்திருப்பாரென்றால் வாய் கிழிந்து தாள்மட்டும் கழன்றுவிடக்கூடிய அபாயமும் அன்றைக்கு இருந்தது. இவ்வளவிற்கும் அக்குரலுக்கும் அக்குரல் போர்த்திய சொற்களுக்கும் கவனத்திற்கொள்ளப் பெரிதாய் ஒன்றுமில்லை.

அப்போது கிராமத்தில் வசித்து வந்தேன். ஆடு, மாடு, கோழிகள் போக கொஞ்சம் மனிதர்களும் வாழ்ந்த ஊர். நாதஸ்வரக் குழுவும் வாண வேடிக்கையும் சிலாகித்துச் சொல்லும்படி இல்லாமலிருந்தால் உலா முடித்த இரண்டு மணி நேரத்தில் தேரடிக்குத் தேர் வந்து விடும். தெருக்களுக்குப் பெயர்களெல்லாம் கிடையா. தெருவுக்கு ஒரு பெரிய தலையிருக்க, அவர்களுக்கே தெருக்களைச் சொந்தமாக்கி இருந்தார்கள். பள்ளியிறுதி வகுப்புப் பொதுத்தேர்வை எழுதி முடித்துவிட்டுக் கல்லூரியில் சேரும் கனவுடன் இருந்தேன். விகடன், குமுதம், கல்கியெனச் சஞ்சிகைகளுக்காக மகேஸ்வரி டீச்சர் வீட்டையும் பேட்மிண்டனுக்காகப் பிள்ளையார் கோவில் திடலையும் சீட்டுக்கட்டுக்கென்று முனுசாமி ஆச்சாரி வீட்டுத் திண்ணையையும் வில்வண்டியைப் பூட்டிக்கொண்டு இரண்டாம் காட்சி சினிமாவுக்கென்று புறப்படும் பெண்களின் தரிசனத்திற்காக மூன்று கல் தொலைவிலிருந்த டூரிங் கொட்டகையையும் சொப்பன ஸ்கலிதத்தால் நனைப்பதற்கு மிச்சமிருந்த இரவுகளையும் அண்டியுமிருந்த இளைஞர்களில் நானும் ஒருவன்.

என்ன நடந்ததோ அல்லது எனது எதிர்காலத்தைப் பற்றிய கவலையோ இரண்டிலொன்று அவ்வருட கோடை விடுமுறைக்கு என்னைத் தாத்தா வீட்டிற்கு அனுப்பி வைக்க அப்பாவுக்குக் காரணமாகக் கிடைத்தது. கல்லூரி சேர்க்கைக்கான ஒப்புதல் வரும்வரை தாத்தா வீட்டில் கொஞ்சநாள் இருந்துட்டு வாயேன் என்று அப்பா இட்ட கட்டளைக்கு அம்மாவின் தலை சொடுக்குப் போட்டது. போகலாமே என்று அதற்கு அர்த்தம். புறப்பட்டு விட்டேன். தாத்தா அங்கே கர்ணமாக இருந்தார். தாத்தாவுக்குப் பெரும்பாலான நாட்கள் நிலத்தை அளக்க, பத்திரங்கள்

எழுத, அவற்றைப் பதிவு செய்யவென்று வேலைகள் நிறைய. இன்றைக்கும் தாத்தா ஒரு மகா புருஷர் எனத் தயக்கமின்றிச் சொல்ல முடிகிறது. அவர் வெகுசனக் கடலில் கரைந்து போகாத பெருங்காயம். ஈரத்தையும் வறட்சியையும் பாரபட்சமின்றி மனத்தில் வாங்கிக் கொள்வார். தாத்தாவுக்கும் அப்பாவுக்குமுள்ள பேதங்களை வண்ணங்களால் அளக்கும் வழக்கம் எனக்கிருந்தது. இந்த அளவுமுறையைத் தாத்தாதான் பரிச்சயப்படுத்தினார். நிலத்தைச் சங்கிலிகொண்டு அளந்து அவர் அலுத்திருக்கலாம். வண்ணங்களால் அளக்கிறபோது மதிப்பீடுகளில் ஏற்றத்தாழ்வுகள் இருப்பதில்லை என்பது தாத்தா தந்த விளக்கம். தாத்தா அதிகம் பேச மாட்டார். பாட்டி அப்படி அல்ல. தாத்தாவை ஏதாவது குறை சொல்லியபடியிருக்கும். வார்த்தைகளால் கொட்டுவது பாட்டிக்குப் பழகியிருந்தது. தாத்தாவைப் பார்க்கப் பரிதாபமாக இருக்கும். என் அம்மாகூடச் சில நேரங்களில் குறிப்பாக அப்பா வீட்டில் இல்லாத நேரங்களில் அப்பாவைப் பற்றி என்னிடம் முணுமுணுப்பதுண்டு. பாட்டியிடமிருந்துதான் இப்பழக்கம் அம்மாவுக்கு வந்திருக்க வேண்டும். தாத்தா தமது கோபத்தைப் பிரயோகிக்கும் விதமே வேறு மௌனம்தான் அவரது பிரத்தியேக ஆயுதம். தனதிருப்பை வெற்றிடத்திற்கு ஒப்படைத்துவிட்டு வெளிகளில் கரைந்து சில நேரங்களில் தாத்தா பூடகமாகப் பாட்டிக்குக் கையளிக்கும் தண்டனைக்கு எனது வாக்கு ஆதரவாக இருந்தது. முரண்களுக்கிடையிலும் தாத்தாவுக்கும் பாட்டிக்குமிடையே ஒருவித நெருக்கம் நாணேற்றப்பட்ட நிலையில் தொய்வின்றி இருந்ததென்பதையும் சொல்ல வேண்டும். என்ன வேலையாக எங்கே போயிருந்தாலும் இரவு வீடு திரும்பிவிடுகிற பழக்கத்தைத் தாத்தா வைத்திருந்தார். அவர் களைத்துக்கொண்டு தெருக் கதவைத் தட்டும்வரை எச்சிலைக் கூடப் பாட்டி விழுங்காது. தாத்தா ஒரு வெற்றிலை போகி. வீட்டில் பகல் சாப்பாட்டிற்குப் பின்னும் இரவு பலகாரத்திற்குப் பின்னும் வெற்றிலை ஒரு கட்டாயம். காம்புகளைக் கிள்ளி நரம்புகளை நீக்கி, அளவாய் சுண்ணாம்பு சேர்த்து, பாக்குவெட்டியும் களிப்பாக்குள்ள தட்டையும் முன்னுக்குத் தள்ளி, சாய்வு நாற்காலியில் அமர்ந்தபடி முகத்தைத் திருப்பாமலேயே ஐந்து விரல்களையும் இணைத்து உள்ளங்கையைத் தொன்னையாக்கி நீட்டும் தாத்தாவின் கையில் மடித்த வெற்றிலையைப் பாட்டி வைப்பார். கை தொன்னையை வாய்க்கு நேராகப் பிடிப்பதும் நாக்கில் அதை நாசூக்காக வாங்கிக்கொள்வதும் கண் சிமிட்டும் நேரத்தில் நடந்து முடியும்.

இரத்தச் சிவப்பில் உமிழ்நீர் கடைவாயில் அரும்பும்வரை மெள்ள வேண்டும். முதல் எச்சில் துப்புகிறபோது முகத்தில் திடுமென்று ஒரு மினுமினுப்பு வந்தமர்ந்து கொள்ளும். தாத்தாவிடம் காரியம் சித்தியாக அது உகந்த நேரமெனப் பாட்டி சொல்லியிருந்தது.

தாத்தா வீட்டிற்கு வந்து இரண்டு நாட்கள் ஆகியிருந்தது. அன்று சனிக் கிழமை. காலை ஆப்பமும் தேங்காய்ப் பாலும் சாப்பிட்ட மயக்கத்தில் இருந்தேன். "நாராயணா கிளம்பு ரோட்டுவரை போய் வருவோம்" என்ற குரல் கேட்டுத் திரும்பினேன். தாத்தா நின்றிருந்தார். நான் எழுந்துகொண்டேன். "பத்து நிமிடத்துலே ரெடியாயிடுவேன், கொஞ்சம் பொறுங்க" என்றேன். "இங்கே பாருங்க! அவன் வளர்ந்த பையன். உங்கள் நிழலில் பொத்தி வச்சிருக்க இன்னமும் அவன் குழந்தை இல்லை" என்ற பாட்டியின் பேச்சை இருவருமே பெரிதுபடுத்தவில்லை. தாத்தா என்னைப் பார்த்தார். 'நீ கிளம்பு அவள் கிடக்கிறாள்' என்று அதற்குப் பொருள். அவசர அவசரமாக பேண்ட் சட்டையை மாட்டிக்கொண்டு கிளம்பி விட்டேன். இரண்டு தென்னந்தோப்புகள் ஊடாகப் புகுந்து கடைத் தெருக்கள், அரிசி ஆலை, டூரிங் சினிமா என இருந்த கிராமத் திடலுக்கு வந்தோம். எதிர்ப்பட்ட சிநேகிதர்களுடன் தாத்தா உரையாடியதில் அங்கே ஓர் அரை மணி நேரம் கழிந்தது. நண்பர்களிடம் ரோட்டு வரைக்கும் போகணும் வீராசாமி எனக்காக டீக்கடையில் காத்திருப்பான் எனக் கூறித் தாத்தா விடை பெற்றுக்கொண்டார்.

தாத்தாவால் 'ரோடு' என்று சுட்டப்பட்டது சுமார் நாற்பதாண்டுகளுக்கு முந்தைய கிழக்குக் கடற்கரைச் சாலை. தாத்தா ஊரைச் சேர்ந்தவர்கள் தெற்கே புதுச்சேரிக்கோ வடக்கே மரக்காணம் அல்லது திண்டிவனம் போக வேண்டுமென்றால் அங்கேதான் பேருந்து எடுக்க வேண்டும். இரண்டு டீக்கடைகளும் ஒரு நிழற்குடையும் பயணிகள் ஒதுங்குமிடங்கள். அரிதாக நேரம் கிடைக்கும் போதெல்லாம் ஒன்றிரண்டு நண்பர்களோடு உரையாட தாத்தாவுக்கு அதுதான் பொருத்தமான இடம். நாங்கள் ரோட்டில் கால் வைக்கும் நேரம், புதுச்சேரியிலிருந்து திண்டிவனம் செல்கிற பேருந்தொன்று காச நோயாளிபோல இருமிக்கொண்டு வந்து நின்றது. அந்நபருக்கு முன்பாக இறங்கியவர்கள் இரண்டுபேர், அவர் மூன்றாவதாக இறங்கினார். நல்ல கருத்த மனிதர். நடுத்தர வயது. முகத்தைச் சுத்தமாக மழித்திருந்தார். தலையில் ஆங்கிலேயர் தொப்பி. பேண்ட் போட்டிருந்தார் என்றாலும் ஒரு பக்கம் முழங்கால் தெரிந்தது, மேலே பூவும் இலையுமாய் புஷ் ஷர்ட்.

அதை மணிக்கட்டுவரை மடித்திருந்தார். முதற்படியிலிருந்து காலை எடுத்தவர், அடுத்த படியில் கால்வைக்கத் தவறிச் சாலையில் கால் பாவ, பிடிமானம் இல்லாமற் போகவே தடுமாறி விழ இருந்தார். நல்ல வேளை பேருந்தில் ஏறவிருந்த பயணி ஒருவர் தாங்கிக் கொண்டார். அதற்குள் எங்களுக்குப் பின்னாலிருந்து ஒரு குரல், "பிச்சேரி தண்ணி, இன்னும் தெளியலை போல, அதான் ஆளை இந்தச் சுழட்டு சுழட்டுது" என்றது. தாத்தா குரல் வந்த திசையை எச்சரிப்பதுபோல் பார்த்தார். பின்னர் அம்மனிதனிடம்:

"எங்கே மலேசியாவிலிருந்து வர்றீங்களா?" என்றார்.

தாத்தாவின் கேள்வியால் ஈர்க்கப்பட்டு, அவரிடம் நம்பிக்கை கொண்டவர் போல எங்களிடம் வந்தார்.

"சரியா சொன்னீங்க, மலேசியாவில் இருந்துதான் வரேன். இந்தியாவுக்குக் குடும்பத்தோடு வந்து இரண்டு மாதம் ஆகப் போவுது. செந்தமிழ் நகர்னு ஒன்று இங்கே இருக்கணும், அதைத் தேடி வந்தேன்."

அம்மனிதர் தேடலில் நேர்ந்துள்ள தவறை உணர்ந்த மாத்திரத்தில் பலரும் உச்சுக் கொட்டினார்கள். ஒன்றிரண்டு பேர் வாயைப் பொத்திக்கொண்டு சிரித்தார்கள். தாத்தா குறுக்கிட்டார்.

"ஏதோ தவறு நடந்திருக்குங்க தம்பி. நீங்க சொல்றது மாதிரி ஊரெதுவும் இந்தப் பக்கத்திலில்லை. மற்றவர்களைவிட எனக்கு இங்கிருக்கும் ஊர்கள் ஒவ்வொன்றும் அவற்றின் எல்லைகள் உட்பட மனப்பாடம். வடக்கால போனா ஆலப்பாக்கம், ஆட்சிக்காடு, மரக்காணமென்று ஊர்கள் இருக்கு. வம்பா மணலில் ஒரு கல் கிழக்கால நடந்து போனா குப்பம் வரும். மேற்கு திசையிலே எங்க கிராமத்தைத் தாண்டினா கழுவெளி. அது தவிர சின்ன சின்ன ஊர்கள் இருக்கு. தெற்குத் திசையிலே நடந்தா கூனிமேடு. மற்றபடி நீங்க சொல்ற பேருலே எதுவுமில்லை."

"இல்லை எனக்குக் கிடைத்த தகவலின்படி செந்தமிழ் நகர் இங்கே தான் எங்கோ இருக்கணும்."

முதன்முறையாகக் கோபங்கொண்ட தாத்தாவைப் பார்த்தேன்.

"இங்கே பாருங்க தம்பி, ஏற்கெனவே சொன்னதுதான். நீங்க தேடற ஊர் இங்க இல்லை. இப்போ வந்து இறங்கின பஸ் பதினொன்றரைக்குத் திரும்பவும் வரும். பேசாம கிளம்பிப்

செந்தமிழ் நகர் ✱ 133

போங்க. ஒழுங்கான முகவரியைக் கேட்டுத் தெரிஞ்சுக்கோங்க, அதன் பிறகு அந்த ஊரைத் தேடலாம்."

செந்தமிழ் நகரைத் தேடி வந்த நபரிடம் பதில் இல்லை. சிறிது நேரம் யோசிப்பதுபோல் பாவனை செய்தார். பின்னர் தெற்குத் திசை நோக்கி நடக்கத் தொடங்கினார்.

"பாவி! அந்நிய தேசத்துக்கு வருகிறபோது யாரையாவது துணைக்கு வைத்துக்கொண்டோ அல்லது தீர விசாரித்துக் கொண்டோ பஸ் ஏற வேண்டாமா?" தாத்தா கடிந்து கொண்டார்.

வீடு திரும்பின தாத்தா அம்மனிதனைச் சுலபத்தில் மறக்கவில்லை. அவனைக் கிட்ட இருந்து பஸ் ஏற்றிவிட்டு வந்திருக்க வேண்டுமென்றார். இரவெல்லாம் உறக்கமின்றி நடைக்கும் தெருவாசலுக்குமாக அலைந்து கொண்டிருந்தார். தம்மைத் திரும்பவும் அவன் தேடி வருவான் என்றார். இத்தனைக்கும் வீட்டிற்கும் ரோட்டிற்கும் இரண்டு கல் தூரம். கண நேரச் சந்திப்பில் தாத்தா முகங்கூட அவனுக்கு ஞாபகத்திலிருக்குமா என்பது சந்தேகம். நாங்கள் யார்? எங்கிருக்கிறோம்? என்ற தகவல்கள்கூட அவனிடத்திலில்லை. இத்தனை தூரம் விசாரித்துக்கொண்டு மெனக்கெட்டு வர அவனென்ன பைத்தியக்காரனா என்றேன்.

"இல்லை நீ பாரேன் அவன் வருவான்!" எனப் புதிரைப் போட்டுவிட்டு நிறுத்திக் கொண்டார். இப்போது எனக்கு அந்த ஆள் மீதல்ல தாத்தா மீதுதான் எரிச்சலேற்பட்டது. அவருக்கு ஏதேனும் மனப் பிறழ்வு நேர்ந்திருக்குமோ என்ற சந்தேகம்.

இரண்டாம் முறையாக அம்மனிதனைச் சந்தித்தபோது பதினெட்டு ஆண்டுகள் கழிந்திருந்தன. தாத்தா வீட்டிற்குச் செல்வது படிப்படியாகக் குறைந்து முக்கியமான நிகழ்வுகளுக்கு மட்டுமே செல்வதென இருந்தபோது அது நடந்தது. இதற்கிடையில் கல்லூரி, வேலை, திருமணமென்று மனித வாழ்க்கையின் பரிணாமங்களைப் படிப்படியாகக் கடந்து கொண்டிருந்தேன். பாட்டி இறந்து ஆறு மாதங்கள் கடந்திருந்தன. அம்மாவும் மாமாவும் தங்கள் வீட்டிற்கு வந்துவிடும்படி வற்புறுத்தியும் சாகும்வரை தனது வீட்டைவிட்டு எங்கும் வரமாட்டேனென்று தாத்தா பிடிவாதமாக இருந்தார். "தாத்தா முன்ன மாதிரி இல்லை. ரொம்ப மெலிஞ்சு போயிருக்கிறார். உன்னைத்தான் அடிக்கடி கேட்டு எழுதறார். ஒருமுறை பார்த்துட்டு வந்துடேன்"

என்று புதுச்சேரியிலிருந்து கிராமத்திற்கு வந்தபோதெல்லாம் அம்மா ஓயாமல் புலம்பும். அதற்கான சந்தர்ப்பமும் வந்தது. எனக்குத் திடீரென்று இலண்டனில் வேலை கிடைத்திருந்தது. அதற்காகப் பயணப்பட்டுக் கொண்டிருந்த நேரம். அம்மா வழக்கம்போல, "ஊருக்குப் போவதற்கு முன்பு தாத்தாவைப் பார்த்து சொல்லிக்கொண்டு போ. தவறினால் நீ அவரைத் திரும்பவும் பார்க்கச் சந்தர்ப்பம் வாய்க்காமலே போகலாம்" என எச்சரித்தாள். மனைவியும் "நானும் வர்றேங்க ஒருமுறை பார்த்துட்டு வந்திடலாம்" என்றாள். குடும்பத்தோட தாத்தா ஊருக்குச் சென்று இறங்கினோம். ரோட்டுக்கு வில்வண்டியென்கிற கூண்டுவண்டியை அனுப்பியிருந்தார். வீட்டை அடைந்தபோது வாசலிலேயே காத்திருந்தார். வண்டிக்காரர், "ரொம்ப நாளைக்கப்புறம் அவர் வாசலில் நிற்கப் பார்க்கிறோம். அம்மா செத்ததுக்கப்புறம் ஐயா வெளியில் போவது சுத்தமா நின்னுபோச்சு" என்று கண்ணைக் கசக்க ஆரம்பித்தார். அவரைச் சமாதானம் செய்துவிட்டு வண்டியிலிருந்து இறங்கிக் கொண்டேன்.

மறுநாள் காலை தாத்தாவிடம் எதையாவது பேச வேண்டுமேயென்று, "ரோடு முந்தைய கலகலப்புடன் இப்போதுமிருக்கிறதா?" என்று கேட்டேன். "இருக்கலாம் யாருக்குத் தெரியும். நான் அந்தப் பக்கம் தலையைக் காட்டி ரொம்ப நாளாச்சு" பட்டும் படாமல் பேசினார்.

"எதற்காக ரோட்டுப் பக்கம் போகலை. ஒரு வேளை அந்த ஆளை மறுபடியும் சந்திக்க நேரும் என்று பயமா?"

"எந்த ஆளை?"

"ஞாபகமிருக்கா? அப்போ பள்ளி இறுதி வகுப்புப் பொதுத்தேர்வு முடிச்சுட்டு வந்திருந்தேன். இரண்டு பேருமா ஒரு சனிக்கிழமை காலை நேரம் ரோட்டுக்குப் போகலாம்னு புறப்பட்டுப் போனோம். அங்க வச்சுத்தான் அந்த ஆளைச் சந்திச்சோம். ஒரு ஃபார்கோ பஸ்ஸிலே புதுச்சேரியிலிருந்து வந்து இறங்கினான். மலேசியாவைச் சேர்ந்தவன்."

"செந்தமிழ் நகர் எங்கே இருக்குண்ணு கேட்டுவந்தான். நாமகூட அது மாதிரி எந்த ஊரும் இல்லண்ணு சொல்லி அனுப்பி வைச்சோம்."

"நீங்களும் மறக்கலை போலிருக்கு."

"ம்..." என்று தலையாட்டிவிட்டு அமைதியானார்.

“வாங்களேன், அங்கே போய் வருவோம். ரோடும் கடைகளும் இப்போது எப்படி இருக்குதுன்னு எனக்கும் தெரிஞ்சுக்க ஆசையாயிருக்கு” என்று எனது விருப்பத்தைக் கூறினேன்.

“வண்டியைப் பூட்டச் சொல்லட்டுமா?”

“வேண்டாம் நடந்தே செல்வோம்.” தாத்தா முகத்தில் ஒளிப் புள்ளிகள் தோன்றி மறைந்தன. முடிந்தவரை அதை நிரந்தரப்படுத்த வேண்டுமென எண்ணிக் கொண்டேன்.

வயதும் இழப்பும் தாத்தாவின் கால்களைப் பலவீனப்படுத்தி இருந்தன. செருப்பை மாட்டக்கூடத் தெம்பில்லை. அவற்றைச் சுமக்க இயலாது என்பது போல் கால்கள் தயங்கின. நனவிலி மனநிலையில் கால்களை அதிகம் ஊன்றாமல் நடப்பது போலிருந்தது. சற்று முன்புவரை இருந்த சோகத்தை விலக்கி நாசித் துவாரங்களையும் வாயையும் போதிய அளவு திறந்து தற்காலிகமாகச் சரீரத்திற்குத் தெம்பூட்டிக்கொண்டு நடந்ததும் எனது கவனத்தில் பதிவாகியிருந்தது. கடந்த முறை தாத்தாவுடன் ரோட்டுக்குப் போனபோது எதிர்ப்பட்ட மனிதர்களிடம் நின்று பரஸ்பரம் விசாரித்தோம். இம்முறை அப்படியேதும் நடக்கவில்லை. பேருந்தைத் தவறவிடக் கூடாதென்கிற எச்சரிக்கையுடன் எட்டிக் கால்வைத்து நடக்கிற பயணியை ஒத்திருந்தார். நாங்கள் ரோட்டை அடைந்தபோது பேருந்துக்குக் காத்திருந்தவர்களில் பெண்மணி ஒருவர், “ஏங்க வாட்சு கட்டிகிறவரே உங்களத்தான், மணி என்னாவுது?” என விசாரித்தார். அவரும் தன் வலதுகை மணிக்கட்டை உயர்த்திப் பார்த்துவிட்டு, “பதினொண்ணு ஆவப்போவது, வீரப்பா (பேருந்தின் பெயர்) டாண்ணு வந்திடுவான், கவலைப் படாதேம்மா” என்றார்.

தெற்கே சாலையில் பார்வை முடிந்த இடத்தில் முதலில் ஒரு புள்ளிபோலத் தோன்றிப் பின்னர் மெல்ல மெல்ல விஸ்வரூபமெடுத்து வெயில் அலைகளில் மிதந்தபடி நீல வண்ணத்தில் பேருந்து எங்களை நோக்கி வருவது தெரிந்தது. சாலையின் இரு மருங்கிலுமுள்ள தென்னை மரங்களை விலக்கிக்கொண்டு முன்னேறியது. அங்கிருந்த மனிதர்களிடையே பேருந்தின் வரவு ஒரு பரபரப்பை ஏற்படுத்தியது. “உள்ளே எங்க வீட்டுக்காரர் இருக்கார், பஸ் வந்துட்டுதுன்னு சொல்லுங்க” பெண்மணி தேநீர்க் கடை வாசலில் நிற்பவர்களிடம் வேண்டினாள். பந்தய முடிவில் கோட்டைத் தொட்ட நிம்மதியில் மூச்சிறைத்துக்கொண்டு பேருந்து நின்றது.

முதலில் இளம்பெண்ணொருத்தி கைக்குழந்தையுடன் இறங்கினாள். அவள் இறங்கட்டுமெனக் காத்திருந்து இரட்டைச் சடைபோட்ட சிறுவனை மார்புக்கு நேராகத் தூக்கிப் பிடித்தபடி ஓர் இளைஞன் இறங்கி வந்தான். ரோட்டில் காலை ஊன்றியபோது அவன் அணிந்திருந்த பாட்டா ரப்பர் செருப்பின் வார் அறுந்திருக்க வேண்டும், சமாளித்துக்கொண்டு இறங்கினான். காத்திருந்தவர்கள் மூட்டை முடிச்சுகளுடன் ஏறவிருந்த நேரம், நடத்துநர் தலை எட்டிப் பார்த்தது. "கொஞ்சம் பொறும்மா, உள்ளே இருக்கிறவங்க முதலில் இறங்கி முடியட்டும்" என்றார். இரட்டை நாடிகொண்ட பெண்மணி ஒருத்தி இறங்கினாள். உடையும் தலைமுடியைக் கழுத்துக்கு மேலே உயர்த்திக் கொண்டை போட்டிருந்த விதமும் மஞ்சள் முகமும் பர்மியப் பெண்களை நினைவூட்டின. அவளை நாங்கள் அதிசயமாகப் பார்த்தோம். அவளுக்கு அந்த இடம் விந்தையாகப்பட்டிருக்க வேண்டும். கண்களை அகல விரித்துக்கொண்டு, பற்கள் தெரியப் புன்னகைத்தபடி அதிசயமாகச் சுற்றிலும் பார்வையை ஓடவிட்டாள். பின்னர் ஏதோ ஞாபகம் வந்தவளாக, "கண்டக்டர் இன்னும் எங்க புருஷன் இறங்கணும்ப்பா. அவர பஸ்ல கொண்டு போயுடாதீங்க. எனக்கிருக்கிறது ஒரு புருஷந்தான்" என்று நடத்துநரிடம் வேடிக்கையாகக் கூறினாள். அங்கிருந்த பலரும் சிரித்தார்கள்.

அவள் புருஷன் என்று குறிப்பிட்ட நபர், நடத்துநர் வழிவிட மெல்ல இறங்கினார். அந்த மனிதர்தான். நாங்கள் இருவரும் குறிப்பாக நான் வியப்புடன் பார்த்தேன். இப்படிக்கூட உலகில் நடக்குமா? அவர்தானா? அல்லது வீணாக எதையாவது கற்பனை செய்து கொண்டோமா? தாத்தாவிடமும் என்னிடமும் வயது ஏற்படுத்தியிருந்த மாற்றத்தை அம்மனிதரிடமும் பார்த்தேன். மற்றபடி அவரது தொப்பி, அணிந்திருந்த நீண்ட கால்சராய், புஷ் ஷர்ட் இவற்றில் மாற்றங்களில்லை. பேருந்திலிருந்து இறங்கிய மனிதர் தமது பர்மிய மனைவியைக்கூட இலட்சியம் செய்யாமல் எங்களை அங்கே எதிர்பார்த்தவர் போல நடந்து வந்தார்.

பல நாள் தாத்தாவிடம் பழகியவர்போல, "எப்படி இருக்கீங்க, நல்லா இருக்கீங்களா?" என விசாரித்தார். அவரது முன்பற்களில் ஒன்று விழுந்திருந்தது. மெல்லியதாகவொரு சீழ்க்கை சப்தமும் உடன் வந்தது. நாங்கள் பதில் சொல்ல வேண்டிய அவசியங்கள் எவையும் இல்லை என்பது போல அவரே தொடர்ந்தார்.

"செந்தமிழ் நகரைத்தான் தேடி வந்திருக்கேன். இந்த முறை எல்லா டாக்குமெண்ட்டோட வந்திருக்கேன்." தமது பர்மிய மனைவியைப் பார்த்தார். பிறகு எங்களைப் பார்த்தார். "இங்கே வேண்டாம் கொஞ்சம் தள்ளிப் போய்ப் பேசுவோமா" என்றார். அவரே மனிதர்கள் யாருமற்ற ஒதுக்குப்புறமாக ஓரிடத்தைத் தேர்வு செய்து கொண்டு போய் நின்றார். நாங்களும் அவரது கட்டளைக்கு உட்பட்டவர்கள்போல் பின்தொடர்ந்தோம்.

"தம்பி!" தாத்தாதான் பேசினார். "நான் ஏற்கனவே சொன்னதுதான் இங்கே எனக்குத் தெரிந்து" என்று பேசிக்கொண்டு போனவரைத் தடுத்து நிறுத்தினார்.

"இங்கே செந்தமிழ் நகரென்று எதுவுமில்லையென மறுபடியும் சாதிக்கப் போகிறீர்கள் அப்படித்தானே. இதைப் பாருங்கள் நில அளவையாளர் ஒருவர் எழுதிய வரைபடம் இது. இதன்படி சரியாகச் சொன்னால் இந்த ரோட்டிலிருந்து ஒரு பர்லாங் தொலைவில் மேற்கில் இருக்கிறது.

"தாராளமாய்ப் போய்ப் பார்த்துக்குங்க. என்னுடைய அடங்கல் புத்தகத்தின் பிரகாரம் அவ்வளவும் முத்து மாணிக்கம் செட்டியாரோட சாகுபடி நிலங்கள். இந்த வருஷங்கூட நெல் அறுப்பு முடிச்சுத் தாளடியாகப் போட்டு வச்சிருக்கார். அவர்கிட்டே போய் செந்தமிழ்நகர் அப்படி இப்படின்னா மனுஷன் கொதிச்சுப் போயிடுவார்."

பர்மியப் பெண்மணி தன் கணவரைத் தொட்டுக் கொஞ்சம் ஒதுங்கிக் கொள்ளுங்கள் என்பதைப் போலப் பார்த்தாள். அவரும் அதைப் புரிந்து கொண்டவர்போல் ஒதுங்கிக் கொண்டார்.

"நாங்க மலேசியாவிலிருந்து நிரந்தரமாக இந்தியாவுக்கு வந்துட்டோம். இப்போது புதுச்சேரியிலே தான் குடியிருக்கிறோம். திடீர் திடீரென்று இங்கே புறப்பட்டு வந்திடறார். செந்தமிழ் நகர்னு சொல்றார். அங்கே வீட்டுமனை எங்களுக்கு இருக்காம்."

"இல்லைம்மா அப்படியேதுமில்லை. எதற்கும் புதுச்சேரிப் பக்கத்திலே உங்களுக்கு யாராவது தெரிஞ்சவங்க இருந்தா அவங்களை வச்சுகிட்டுத் தேடிப் பாருங்க. இப்படித்தான் பல வருடங்களுக்கு முன்ன ஒருமுறை வந்தார். அப்போதும் பொறுமையா அவர்கிட்டே விளக்கிச் சொல்லியிருக்கேன். ரகசியமா அப்பெண்மணியின் காதில் முணு முணுத்தார். "உங்க

கணவருக்குப் புத்தி கித்தி பிசகிப்போச்சா? பத்திரமா திருப்பி அழைச்சுப் போங்க."

பர்மியப் பெண்மணியையும் அவள் கணவரையும் இம்முறை தாத்தாவின் விருப்பப்படி மீண்டும் புதுச்சேரி பேருந்து வரும்வரைக் காத்திருந்து வழியனுப்பி விட்டு வந்தோம். அவர்கள் இருவரும் பேருந்தில் அமர்ந்து கையசைத்த காட்சி கண்முன்னே நிற்கிறது. அதற்குப் பிறகு நாற்பது ஆண்டுகள் கடந்து விட்டன. எதற்காக வந்தேன்? ஏன் வந்தேன்? என்னை நானே கேட்டுக் கொண்டேன். ஆட்டைக் கடிச்சு மாட்டைக் கடிச்சு கடைசியில் என்னையும் கடித்திருக்கிறது. செந்தமிழ் நகரைத் தேடி நானும் வந்திருக்கிறேன். கடந்த நாற்பது ஆண்டுகளில் வயது உடலில் நடத்திய மூர்க்கமான தாக்குதலில் மரணத்தைக் குறித்த பயமும் சேர்ந்துகொள்ள மனத்தின் ஆதிக்கத்திற்கு அடிமையாகி அறிவின் கட்டுப்பாடுகள் தளர்ந்திருந்தன. தாத்தாவுக்கும் இறப்புக்கு முன்னே செந்தமிழ் நகர் குறித்த தேடுதல் இருந்திருக்க வேண்டும். உறக்கமிழந்த பின்னிரவுகளில் மலேசிய மனிதரை சன்னலை ஒட்டியோ திறந்திருந்த அறைக் கதவு இடைவெளியிலோ என்னைப் போல அவரும் பார்த்திருக்கக் கூடும். கனவுகளுடனான இரவுகளும் விழிப்புகளும் உளறல்களும் அவருக்கும் நேர்ந்திருக்கலாம். என்னைப் போலவே இங்கே வந்திருப்பார். செந்தமிழ் நகரென்ற பெயர்ப் பலகையைக் கண்டு அநேகமாக வியந்திருப்பார். எவ்வளவு தூரம் நடந்திருப்பேன் எனத் தெரியாது. களைப்பாக இருந்தது. இனித் தொடர்ந்து நடக்க முடியாதென்று தோன்றியது. அருகிலிருந்த வீட்டின் கதவைத் தட்டிச் சற்று இளைப்பாறி விட்டுப் போகலாமென நினைத்தபோது அவர்தான், அதே மலேசிய மனிதரை மூன்றாம் முறையாகப் பார்த்தேன், கதவைத் திறந்துகொண்டு என்னை எதிர்பார்த்தவர் போல நின்றார். உடலில் முதுமை போட்டிருந்தது. தலை என்னைக் காட்டிலும் கூடுதலாக வெண்மை போட்டிருந்தது.

"நீங்க?"

"என்னை அடையாளம் தெரியுதா? உங்களை இரண்டுமுறை இங்கே சற்று தள்ளியிருக்கிற பேருந்து நிறுத்தத்துல வெவ்வேறு காலங்களில் பார்த்திருக்கேன். அப்போ என்னுடைய தாத்தாகூட இருந்தார்."

"அடையாளம் தெரியாமலென்ன? செந்தமிழ் நகரைத் தேடி வந்த என்னை உங்க தாத்தாவும் மற்றவங்களும் பைத்தியக்காரனென்று அபிப்ராயப்பட்டதை நான் மறக்கவில்லை. வர வேண்டிய இடத்துக்குத்தான் நீங்களும் வந்திருக்கீங்க. உள்ள வாங்க."

என்னை அழைத்துக்கொண்டு உள்ளே சென்றவரைப் பின்தொடர்ந்தேன்.

"உட்காருங்கள்" என்றவர், "நீங்ககூட என்னைப் பைத்தியக் காரனென்றுதான் நினைச்சிருப்பீங்க. பாருங்க உண்மை வேறா இருக்கு. சின்மா சின்மா!" பின்புறம் திரும்பிக் குரல் கொடுத்தார். பர்மியப் பெண்மணிக்குக் கூன் போட்டிருந்தது. மெல்ல எட்டிப் பார்த்தார். "யார் தெரியுதா?" என்றார். அப்பெண்மணி, சிறிது நேரம் கூர்ந்து என்னைப் பார்த்தார். உதட்டைப் பிதுக்கித் தலையாட்டி விட்டுச் சிரித்தபடி மீண்டும் வீட்டுக்குள் பதுங்கிக் கொண்டார்.

"அவளுக்குப் பார்வை முன்ன மாதிரியில்லை. வயசாகுதில்லையா? இங்கேதான் அஞ்சு வருஷமா பிள்ளை, பேரப் பிள்ளைகள்னு இருக்கோம். நீங்க?"

"லண்டன்ல இருக்கேன்."

"உங்களுக்குத் தெரிஞ்சவங்க யாராவது இந்தக் காலனியிலே இருக்காங்களா?"

"முகவரி கொடுத்தாங்க தொலைச்சிட்டேன்."

"பொறுமையா தேடுங்க கிடைச்சிடும்." சிரித்தார்.

வெகுநேரம் லண்டன், மலேசியா என்று உரையாடல் நீண்டது. தாத்தாவைப் பற்றி ஏதேனும் கேட்பாரா என எதிர்பார்த்தேன். எதுவுமில்லை என்றபோது அலுப்பாக இருந்தது. அவரிடம் சொல்லிக்கொண்டு புறப்பட்டபோதுதான் கவனித்தேன். வாசற்கூடத்திலிருந்த நிழற்படத்தில் தாத்தா இருந்தார். அவர் அருகில் பாட்டியின் இடத்தில் வேறொரு பெண்மணி. அன்றிரவு மனைவிக்கு எழுதிய மின்னஞ்சலில் தாத்தா ஊருக்கு நான் சென்று வந்ததையும் செந்தமிழ் நகரை கடைசியில் பார்க்க முடிந்ததையும் எழுதினேன். அகத்தில் ஏதோ எரிந்து சாம்பலாகியிருந்தது. வெகுநாட்களுக்குப் பிறகு இரவு நன்கு உறங்கினேன்.

13

நீரில்லாத மேகங்கள்

“அடுப்புல நெருப்பு போட்டு ஒரு நாளாச்சி. கெணத்து வேல செஞ்ச ஊட்டுக்குப் போயி கூலி வாங்கிக்கினு வாயே மாமா.”

“போறேன், மெத்த ஊட்டுக்காரங்க இன்னிக்கி நெல் அறுத்தாங்களே உன்னை வேலக்கிக் கூப்படலையா?”

“மானம் காஞ்சி பூடுதில்ல, வில்லிங்கள தேடுவாங்களா? அவுங்க சாதி, ஜனத்த வைச்சே அறுத்துக்கிணாங்க. நாடு செழுமியா இருந்தா மட்டும் வேலக்கி வா, வேலக்கிவான்னு இந்த வில்லிங்க ஊட்டுக்கே நடையா நடப்பாங்க. பொயக்கக்கூடப் பாழாப்போன மானம் ஒடஞ்சி உழ மாட்டேன்னுதே!”

“கன்னிமா வேல செஞ்சா கூலி. அதுக்கு ஏ கவலைப்படறே? இவங்க கூப்படலனா நாம செத்தா பூடுவோம்? மழபெய்யும் போது ஊடு ஒழுவுது. உக்கார, படுக்க முடியலனு ‘பாழும் மானம் ஏ ஊத்துதோன்னு’ கண்டபடி மழ பெய்யற மானத்த நீ திட்டும்போது நா ‘ஒலகத்து ஜனங்க பொயக்கறதுக்கு மழ முக்கியம். பொம்பளைங்க புள்ள பெக்கும்போது வலிய தாங்கிக்கிற மாதிரி நல்ல ஊடு இல்லாத நம்ம மாதிரி பொத்த ஊட்டு ஏயங்களும் தாங்கிக்கணும்னு சொன்னேனே. இப்போ பாத்தியா! நீயே மழ ஒணும்னு பொலம்பறே.”

எஸ். சீதாராமன் (1955) *திரைப்பட இயக்குநராக வேண்டும் என்கின்ற கனவு நிறைவேறாததால் இலக்கியம் பக்கம் திரும்பியவர். ஒன்பது சிறுகதைத் தொகுப்புகள் இரண்டு நாவல்கள் எழுதியவர். இவர் வாழ்ந்த பகுதி மக்களின் வாழ்வையே படைப்பாக்கியவர். மேடை நாடக ஆசிரியர். எந்த எழுத்தாளர் உடனும் தொடர்பில்லாமல் வாழ்ந்தவர். திண்டிவனம் அருகிலுள்ள மானூரைச் சார்ந்தவர்.*

“நாடு காஞ்சி பூட்ட பொறகுதான் மாமா நீ சொன்னது எவ்வளவு நெசம்னு ஒனர்றேன். மானம் பேஞ்சிருந்தா இப்படி நாம பட்டினி கெடக்க நேந்திருக்குமா?”

“நாம கவலைப்பட்டா மானம் பேஞ்சா பூடப் போவது? நா போய்க் கூலி வாங்கி நாட்டார் கடையில் அரிசி, பதார்த்தம் வாங்கி வந்துடுறேன்.”

“கூடவே நாலணா பட்டாணி வாங்கி வந்துடு. இந்நேரம் புள்ள பசி, பசின்னு அழுதுட்டு இப்பத்தான் குடுத்தனக்கார ஊட்டுப் பசங்கக்கூட வெலாடப் போய்க்கிறான் - வந்ததும் துன்னுவான்.”

“செரி வாங்கியாறேன்.”

வடிவேல் வீட்டுக்கெதிரே சின்னப்பையன் தலை தென்பட்டதும் “சின்னப்பையா! எங்கேடா இப்படி?” என்றார் வடிவேல்.

“கெணத்து வேல செஞ்ச கூலிய...”

“இன்னிக்கி காசு இல்லை, நாளைக்கும் ஒரே வழியா வேலை செய், ரண்டு நாள் கூலியையும் நாளைக்கே வாங்கிக்குவே.”

“மவன் பட்டினி தாளாமல் பசி, பசின்னு அழுதானாம்.”

“உன் மகன் பட்டினின்னா இல்லாத பணம் என்கிட்ட வந்துடுமா என்ன?

சிறிது நேரம் செய்வதறியாமல் நின்றிருந்த சின்னப்பையன் “ஒரு சின்ன படி அரிசி குடுத்திங்கன்னா கஞ்சி காச்சிக் குடிச்சி ராத்திரி பொழுத தள்ளிடுவோம்.”

பெட்டியில் இருக்கும் பணம் சின்னப்பையனுக்குத் தெரியாது. அதனால் துணிந்து ‘பணம் இல்லை’ என்று வடிவேல் பொய் சொல்லி விட்டார்.

நெல் அறுத்துப் பதினைந்து நாள்தான் ஆகிறது. இரண்டு மூட்டை நெல்லைப் போன திங்கட்கிழமைதான் சாப்பாட்டுக்காகக் குத்தி வந்தது சின்னப்பையனுக்கும் தெரியும். இதனால் வாயைத் திறக்காமல் வடிவேல் வீட்டுக்குள் புகுந்தார்.

இருவரின் சம்பாஷணையையும் கூடத்தில் நின்று கேட்டுக் கொண்டிருந்த வடிவேலுவின் சகதர்மிணி, “இன்னிக்கு

வெள்ளிக்கிழமை தானே! பணம் இல்லைன்னு சொன்னது சரி. அரிசியை மட்டும் வெள்ளிக்கிழமை கொடுக்கலாமா? அதுவும் லட்சுமிதானே! அரிசி மூலமா நம்ம வீட்டு லட்சுமி அவன் வீட்டுக்குப் போயிடாதா?

பொம்பளை ராஜ்யத்தில் உழன்று பழகிவிட்ட வடிவேல் மனைவியை எதிர்த்துப் பேச முடியாமல் சிலையாக நின்றார்.

"இந்த மாதிரி கொதி தாங்காத நொய் அரிசிப் பசங்களை வேலைக்கு கூப்டாதீங்கன்னு அப்பவே சொன்னேன். ஆளு கிடைக்கலே இதுக்காக இவனைக் கூப்பிட்டேன்னு சொன்னீங்க. இவன் என்னடான்னா வெள்ளிக்கிழமை நாம எதையும் யாருக்கும் கொடுக்க மாட்டோம் என்பது தெரியாம வந்து நின்னுட்டான். இன்னைக்கு ஒன்றும் கொடுக்க மாட்டோம். நாளைக்கு மொத்தமா வாங்கிக்கோ ஒரு நாள் பட்டினி கிடந்தா உயிர் போயிடாது - போடான்னு துரத்திட்டு வாங்க. மீறி நின்னான்னா நாலு சாத்து சாத்துங்க வில்லிக்கு யாரும் பரிந்து வர மாட்டாங்க."

வடிவேலுவிடம் அவர் தர்ம பத்தினி உபதேசம் பண்ணியதைக் காதில் வாங்கிக் கொண்டிருந்த சின்னப்பையன் கூலி கொடுக்க மாட்டார்கள். அடியை வாங்காமல் நழுவி விடுவதே மேல் என்று வீட்டுக்குத் திரும்பினான்.

"இன்னா மாமா! அரிசி, பதார்த்தத்தோடு வருவீங்கன்னு காத்திருந்தேன், சொம்மா வர்றீங்க?"

"இன்னிக்கி வெள்ளிக் கிழமையாம் கூலி குடுக்க மாட்டாங்களாம். நாளக்கிம் வேல செஞ்சிட்டு ரண்டு நா கூலியையும் சேத்து வாங்கிக்கச் சொல்லிட்டாங்க."

"நீங்க செஞ்ச வேலக்கி கூலிய வெள்ளிக் கெழம குடுத்தாத்தான் லட்சுமி பூடும், அவ மாமனார் உசுர மட்டும் எப்படி வெள்ளிக் கெழம எமங்கிட்ட குடுத்தாங்கன்னு ஒரு வார்த்த கேட்கறதானே மாமா?"

"கன்னிமா, நாம இருக்கறது ஒரு ஊட்டுக்காரன். இப்படி எல்லாம் பேசினா வீணா வம்பு, தும்புதா வரும். நம்ம பொறக்க வைச்ச கன்னிமா தாயி எப்படியும் காப்பாத்துவா. ஒரு ஓசன இன்னிக்கி மெத்த ஊட்டுக்காரர் நெல் அறுத்த கழனி பெரிய வரப்பில் தோதான எலிவளை இருந்ததைக் கெணத்து வேல செஞ்சிட்டு வரும்போது பாத்தேன். ராப்பொழுது கன்னிமா தாய நெனச்சி

பச்சத்தண்ணியைக் குடிச்சிட்டுப் படுத்துக்குவோம். வெடிஞ்சதும் மெத்த ஊட்டுக்காரரிடம் எலி வளையைத் தோண்ட உத்தரவு வாங்கிக்கின்னு தோண்டினா ஒரு மரக்காவுக்குக் கொறையாம நெல் கெடைக்கும்' பொறகு நா கெணத்து வேலைக்கிப் பூடுவேன்."

கணவன் யோசனை கன்னியம்மாளுக்குப் பிடித்திருந்தது என்பதைவிட வேறு வழியில்லை என்பதால் நிறைமாதக் கர்ப்பிணியாகிய அவளும் ஐந்து வயது மகனும் சின்னப்பையனுடன் தண்ணீரைக் குடித்துவிட்டுப் படுத்துக் கொண்டார்கள்.

எப்பொழுது விடியும் என எதிர்பார்த்துப் படுத்திருந்த சின்னப்பையன் அதிகாலையிலேயே எழுந்து மாடிவீட்டுக்காரரைச் சந்தித்தான்.

"என்னடா சின்னப்பையா, காலையிலேயே பெரிதா கும்பிடு போடுறே?" என்றார் புன்சிரிப்புடன் மாடிவீட்டுக்காரர்.

"நேத்து நெல் அறுத்த ஒங்க கழனி பெரிய வரப்பிலிருக்கும் எலி வளைய தோண்டிக்க நீங்க உத்தரவு குடுக்கணும் சாமி" என்று குழைந்தான்.

"அட துக்கிரி பையா, வரப்பு வீணாயிடுமேடா?"

"நா பழையபடியே வரப்ப செரி செஞ்சி குடுத்துடுறேங்க."

"அப்படின்னா பேஷா போய் நோண்டிக்க."

மாடிவீட்டுக்காரரின் உத்திரவை வாங்கிக்கொண்ட சின்னப்பையன் ஆனந்தத்துடன் குடிசைக்குச் சென்றான்.

எலி வளையைக் குத்தித் தோண்டத் தேவையான கடப்பாறையைச் சின்னப்பையன் எடுத்துக் கொண்டான். கன்னியம்மாள் ஊதுபானையைக் கொளுத்துவதற்காக மூணு தீக்குச்சியைச் செட்டியார் வீட்டில் வாங்கிக்கொண்டு வந்து ஊதுபானையை ஒரு கூடையில் வைத்துத் தூக்கிக் கொண்டாள்.

ஊதுபானையின் மூலம் எலி வளையில் புகையைச் செலுத்தத் துவங்கியதும் மேட்டுவளை வழியாகத் தப்பித்து ஓடும் எலிகளை அடித்து மரணமடையச் செய்ய உதவும் சுமார் ஆறு அடி நீளமுள்ள மெல்லிய மூங்கில் கழியைச் சின்னப்பையனின் ஐந்து வயது மகன் தன் வலக்கையில் பிடித்துக் கொண்டு, இடக்கையால் தன் தந்தையின் வலக்கையைப் பிடித்துக் கொண்டு நடந்தான்.

குறுக்கிட்ட ஏரியில் இருந்த வண்டலில் கொஞ்சத்தைக் கூடையில் வாரிப் போட்டுக் கொண்டு நடந்தாள் கன்னியம்மாள்.

மூவரும் நெல் அறுத்த கழனியை அடைந்தார்கள்.

கன்னியம்மாள் கூடையில் வாரி வந்த வண்டல் மண்ணை மாடிவீட்டுக்காரர் பம்ப் செட் தொட்டிக்குப் பக்கத்தில் கொட்டினாள். தொட்டியிலிருந்த தண்ணீரைக் கையால் அள்ளி வண்டல் மண்ணில் தெளித்துப் பிசைந்து, பெரிய உருண்டையாக உருட்டிக் கூடையில் வைத்துக்கொண்டு கணவனிடம் சென்றாள்.

இதற்குள் சின்னப்பையன் தான் ஏற்கனவே பார்த்து வைத்த வளையின் முன்னே ஊதுபானையின் உதடுகள் பதியும்படி சிறியதாகப் பள்ளம் பரித்திருந்தான்.

மகனோ ஊதுபானையில் செருகத் தேவையான வைக்கோல் கூளத்தைக் கொண்டு வந்தான்.

சின்னப்பையன் ஊதுபானையில் (மண் தோண்டியில் பத்துப் பைசா அளவுக்கு அடியில் துவாரம் போட்டதுதான் ஊதுபானை) சிறிது வைக்கோலைப் போட்டுக் கொளுத்தினான். பிறகு வைக்கோல் கூளங்களை அதில் போட்டுக் கனைய வைத்தான்.

சிறிது நேரத்தில் வளையின் முன் பரித்திருந்த பள்ளத்தில் ஊதுபானையைக் கவிழ்த்து, உதடுகளைச் சுற்றிப் புகை வெளியே வராதபடி மனைவி பிசைந்து வந்த வண்டல் மண்ணைப் பூசி மெழுகினான். துவாரத்தின் வழியே தம் பிடித்து ஊதினான்.

பட்டினியாகக் கிடந்ததால் தம்பிடித்து ஊதும்போது வாய் வழியே குடல் வெளியேறத் துடிப்பதுபோல் தோன்றியது. இருந்தாலும் மனைவி மகனின் பட்டினியைப் போக்க வேண்டுமே என்பதற்காக உயிரைப் பிடித்துக்கொண்டு ஊதினான் சின்னப்பையன்.

கன்னியம்மாளும் மகனும் புகை கிளம்பிய மோட்டு வளைகளில் (ஆபத்துக் காலங்களில் எலிகள் தப்பிக்க வைத்திருக்கும் வழி) பிசைந்து வைத்திருந்த மண்ணை டக் டக்கென எலிகள் தப்பித்து ஓடாத முன்பாகவே அடைத்தார்கள்.

வளைக்குள் இருக்கும் எலிகள் மூச்சுத்திணறி இறக்கும் குறிப்பிட்ட நேரம் வரையிலும் சின்னப்பையன் ஊதுபானையின் வழியே புகையைச் செலுத்தினான். பிறகு ஊதுபானையை எடுத்துத் தூர

வைத்துவிட்டுக் கடப்பாறையால் எலி வளையைத் தோண்டத் துவங்கினான்.

கொஞ்ச தூரம் தோண்டியதுமே படுத்திருக்கும் பாவனையில் ஒரு பெரிய அரவான் எலி இறந்திருந்தது.

மூன்று முகங்களிலும் மகிழ்ச்சி தாண்டவமாடியது.

சின்னப்பையன் உற்சாகத்துடன் தோண்டினான். வளையில் இறந்து கிடந்த எலிகளை ஒரு புறமாகவும், காய்ந்த நெற்கதிர்களையும் நெல்லையும் மண்ணோடு வாரிக் கூடையில் போட்டுக்கொண்டும் முன்னேறினான்.

வளை அனைத்தையும் தோண்டி முடித்ததும் இருபத்திரண்டு சின்னதும் பெரியதுமான எலிகளும் மூன்று மரக்கால் நெல்லும் கால்கிலோ மிளகாயும் ஒரு கிலோ ஆகக்கூடிய காய்ந்த கேழ்வரகுக் கதிர்களும் கிடைத்தன.

"ஒரு வாரச் சாப்பாட்டுக்குக் கன்னிமா தாயி வழி காட்டிட்டா" என்று சின்னப்பையன் வாய்விட்டுக் கூறி முடித்தானோ என்னவோ, "என்னடா சின்னப்பையா, எலி கிடைச்சுதா?" எனக் கேட்டுக் கொண்டே தங்களை நோக்கி வந்து கொண்டிருந்த மாடிவீட்டுக்காரரிடம், "உங்க புண்ணியத்தில எலிங்க, தானியம் எல்லாமே அதிகமாவே கெடைச்சுதுங்க" என்றான்.

அருகே வந்த மாடிவீட்டுக்காரர், "பாழாப்போன எலிகள் இவ்வளவையுமா வளைக்குள் வச்சிருந்துதுங்க! இன்னக்கி எல்லா வளையையுமே தோண்டிடு சின்னப்பையா" என்றார்.

"மீதி இருக்கற வளையில் அவ்வளவா இருக்காதுங்க. அதுவும் இல்லாம நா கெணத்து வேலைக்குப் போகணும் சாமி."

"சரி சரி. கன்னியம்மா! இந்தத் தானியத்தை எல்லாம் வாரிக்கின்னு எங்க வீட்டுக்கு வாங்க. ஆளுக்கு ஒரு சொம்பு கூழு ஊத்தி அனுப்புகிறேன்."

"அய்யா! பட்டினி வயுத்தோடு கஷ்டப்பட்டுத் தோண்டி எடுத்த இத்தப் போய்..."

"டேய் சின்னப் பையா, இதெல்லாம் என் நிலத்தில் விளைந்ததுதானே? எனக்குத்தானே சொந்தம். நியாயமா பார்த்தால் இந்த எலிகள்கூட எனக்குத்தான் சொந்தம். உன் அதிர்ஷ்டம் எங்க

வீட்டில் யாருமே எலிக்கறி தின்னமாட்டோம். அதனாலதான் எலிகளை உன்னையே எடுத்துக்கச் சொல்லிட்டேன்."

"சாமி, இந்தத் தானியத்தை எங்களுக்குக் குடுத்திட்டிங்கன்னா ஒரு வாரத்த தள்ளிடுவோம்."

"நியாயத்துக்கு கட்டுப்பட்டால்தான் உனக்குத் தெய்வம் துணை இருக்கும். இதுகளை எலிகள் கடிச்சிப் போய் வளைக்குள் வைக்காட்டி எனக்குத்தானே சேர்ந்திருக்கும்? ஏண்டா வாயைத் திறக்கமாட்டேன்ற? கன்னிமா, நீயே சொல்லு. இந்த நெல், மிளகாய் யாருக்குச் சேரணும்?"

கன்னியம்மாள் தன் கணவனைப் பார்த்தாள்.

"சாமி, நெலத்துக்குள்ளிருந்து வெளியே கொண்ணும் வந்ததுக்காகவாவது எனக்கு இதுலே பாதியாவது குடுங்களேன்."

"அட கழுதை, செருப்புப் பிஞ்சு போயிடும். யார் வீட்டுத் தானியத்தில் உனக்குப் பாதி வேணும்? யார் வீட்டு நிலத்தில் உட்கார்ந்துகின்னு சட்டம் பேசற? சட்டு, சிடுக்குன்னு இதை எல்லாம் வாரிக்கின்னு என் பின்னால வரலை கொன்னுடுவேன் கொன்னு. மிளகாயை வாரி நெல் கூடையிலேயே போடுங்க."

அதட்டலுக்குப் பயந்து சின்னப்பையன், கன்னியம்மாள், மகன் மூவரும் மிளகாயை நெல் இருந்த கூடையில் வாரிப்போடத் துவங்கினார்கள்.

அவர்கள் கண்ணிலிருந்த கருமேகம் மட்டும் இடி இடிக்காமல் மின்னலடிக்காமல் மழையைப் பெய்யத் துவங்கியது.

14

தழும்புகள்

பம்பரக் கயிறைத் தொடையில் வைத்துத் திரித்துக் கொண்டே அய்யா சொன்னார், "நாளைக்கி ஆண்டை உன்ன ஊட்டுக்கு வரச்சொன்னார். போவியாம். போய் ஒழுங்கா வேலை செய்வியாம்."

இவனுக்குச் சந்தோசமாய் இருந்தது. குடலுக்குள் காற்றுப் புகுந்து உடல் முழுக்கப் பரவித் தூக்குவதுபோல் மகிழ்ச்சி. ஆகா... ஆண்டை வீட்டில் வயிறு நிரம்பச் சோறு கிடைக்கும். "சரி" என்றான்.

பம்பர ஆணி உள்ளே அமுங்கியிருந்தது. கயிறு வைத்துச் சுற்றுகையில் வழுக்கிவழுக்கி விழுந்தது. இவன் கத்தியைக்கொண்டு வந்து அய்யாவிடம் கொடுத்தான். அய்யா பம்பரத்தைச் சீவிக் கொடுத்தார்.

இவன் விளையாடப் போய் விட்டான். பையன்களிடம் சொன்னான், "நாளையிலிருந்து உங்களோட நான் விளையாட வரமாட்டேன். ஆண்டை வீட்டுக்கு வேலைக்குப் போறேன்."

வட்டம் போட்டுக் கொண்டிருந்த ஈசாக்கு நிமிர்ந்து பார்த்துக் கேட்டான், "பள்ளிக்கூடம்?"

மணிநாத் (1955) என்கின்ற சுவாமிநாதன் செஞ்சிக்கு அருகிலுள்ள அருகாவூரைச் சார்ந்தவர். செம்மலர், கணையாழி, தாமரை போன்ற இதழ்களில் எழுதிய கதைகள் மூன்று சிறுகதைத் தொகுப்புகளாக வந்துள்ளன. பாமரத்தனத்தோடு பயணிக்கும் கதாபாத்திரமும் உண்மை மனிதர்களின் உண்மை வாழ்வினை எவ்வித பாவனையும் இல்லாத நிலையில் இவரது கதைகள் உள்ளன.

“எனக்குப் படிப்பு வரல, அதான் வேலைக்குப் போறேன்.”

எல்லோரும் ‘கொல்’லென்று சிரித்தார்கள். இவனுக்கு அவமானமாய் இருந்தது. ஏதோ திறமையில்லாத உடல் ஒன்று களிமண் தலையைச் சுமந்து நிற்பதாய் உணர்வு; உடல் கூசியது.

‘நான் என்ன செய்ய? படிப்பு வரமாட்டேங்குது. தமிழை எப்படி எழுத்துக் கூட்டிப் படிக்கிறோம். அப்படி இங்கிலீஸை படிக்க முடியலயே! எடத்துக்கு ஏத்தாபோல எழுத்தின் ஒலி மாறுமாம். எந்த எடத்துல எப்படி மாறுமோ ஒரு எழவும் புரியல.’

“எங்க ஊரிலிருந்து ஐந்து கிலோமீட்டர் தூரத்தில் மேல்சித்தாமூருன்னு ஒரு ஊர். அங்கதான் உயர்நிலைப்பள்ளி இருந்தது. அதைச்சுற்றி உள்ள பத்து ஊர்ப் பிள்ளைக எல்லாம் அங்கே போய்த்தான் படிப்பாங்க. நானும் அங்கதான் படிச்சேன். வாத்தியாரு ஒரு எஸ்ஏ படிச்சிட்டு வந்து எழுதிக் காட்டணும்னு சொன்னாரு. நானும் படிச்சிப் படிச்சிப் பார்க்கிறேன். அப்பவும் மண்டையில ஏறல. அப்புறம் எங்க எழுதிக் காட்டறது? நானும் சீனுவும் பள்ளிக்கூடம் போறதா சொல்லிட்டுப் போய் முருங்கக்காட்டுல விளையாடிட்டு சாய்ந்திரமா பள்ளிக்கூடம் விட்டு வர்ற பசங்களோட பசங்களா வீடுவந்து சேர்ந்திடுவோம். இப்படியா எத்தனை நாளைக்கு ஏமாத்த முடியும்? வாத்தியாரு வீட்டுக்குச் சொல்லி விட்டாரு. மாட்டிக்கிட்டோம். அய்யா ரெண்டு அடி போட்டு வாத்தியார்கிட்டச் சொல்லி விட்டுட்டு வந்தாரு. ஆனாலும் இங்கிலீஸ்ல மார்க் இல்லன்னு ஏழாவது பெயிலாக்கிட்டாங்க. கோடை விடுமுறை முடிஞ்சி பள்ளிக்கூடம் தொறக்க இன்னும் பத்து நாளு இருக்கு. எனக்கு பள்ளிக்கூடம் போக அசிங்கமா கீது. அய்யாவும் என்ன பள்ளிக்கூடம் போடான்னு சொல்லல. வேலைக்குப் போகச் சொல்லிட்டாரு. அப்பாடா, இனி வாத்தியார்கிட்ட அடி வாங்கற வேலை இருக்காது.”

இவன் உள்ளங்கைகளைப் பார்த்துக் கொண்டான். சிவப்புத் தழும்புகள் மறைந்து வெளுத்துக் கிடந்தது. மனசு தும்பைப் பூப்போல் ஆடியது. மனக் கண்ணில் இவனுக்குப் பள்ளிக்கூடம் கூண்டுபோல் பட்டது. தினம்தினம் உள்ளே புகுந்து வதைபட்டு வருகிற வேலை இனி இல்லை என நினைத்தான். மனசுக்குள் முயல் புகுந்து குதித்தது.

ஆண்டை வீட்டில் இவனிடம் ஒரு படியும் ஒரு கிண்ணமும் கொடுத்திருந்தார்கள். இவன் பின் பக்கமாய் வந்து கொடுப்பான். "அம்மா... நான் சோலார் வந்திருக்கேன்."

ஆண்டையம்மா சோறும் தண்ணீரும் கொண்டு வருவார்கள். மாட்டுக் கொட்டடியில் சொருகி வைத்திருந்த படியையும் கிண்ணத்தையும் அவர்கள் முன் வைப்பான். தண்ணீரைப் படியிலும் சோற்றைக் கிண்ணத்திலும் போடுவார்கள். தண்ணீர் தெறித்துத் தீட்டுப்படாமல் இருக்க தூக்கித்தான் ஊற்றுவார்கள்.

காலை, மதியம் இரண்டு வேளை சாப்பாடும் வருடத்திற்கு ஆறு கலம் நெல்லும் வட்டியில்லாக் கடனாகப் பத்தாயிரமும் இவனுக்காகப் பேசி முடிவாகி இருந்தது. வேலையிலிருந்து நின்றால் பத்தாயிரத்தைக் கட்டிவிட வேண்டும்.

ஆண்டைக்கு எட்டு ஏக்கர் நிலமும் இரண்டு பம்பு செட்டும் இருந்தது. காலையில் எழுந்துவந்து மாடுகளைக் கொட்டடியில் இருந்து அவிழ்த்துக் கட்டுத் தரையில் கட்டி வைக்கோல் போடணும். மாட்டுச் சாணத்தை வாரிக் குப்பையில் கொட்டணும். ஆரம்பத்தில் சந்தோஷமாகத்தான் இருந்தது. போகப்போகத்தான் கஷ்டம் தெரிந்தது. உழவு நாட்களில் அதிகாலை மூணு மணிக்கு எழுந்து வந்திடணும்.

இவனுக்குத் தூக்கம் தூக்கமாய் வரும்.இவன் அய்யா இவன் முகத்தில் நீர் அறைந்து எழுப்பி அனுப்புவார். ஏர் கலப்பையத் தோளில் தூக்கிக்கொண்டு ஒரு மாட்டை முன்னேயும் ஒரு மாட்டைப் பின்னேயும் பிடித்துக்கொண்டு ஒத்த வரப்பில் நடக்கணும். பனிப்பொழிவில் வரப்பு புல்லெல்லாம் சளி பிடித்துக் கிடக்கும். கால் ஜில்லிட்டுச் சறுக்கிவிடும். மூட்டையில சொருகுகிற கொக்கி மாதிரி கட்டை விரலால் வரப்பில் ஊனிதான் நடக்கணும். சில நேரங்களில் இவன் வழுக்கித் தடுமாறி விழுவான். இதைச் சாக்காக வைத்து மாடுகள் பயிரை இரண்டு கடி கடித்துக்கொள்ளும். பின்னால் வர்ற ஆண்டை கத்துவார்.

"என்னடா விழறயா? எழுந்து ஓட்டுடா மாட்ட"

நட்சத்திரங்களின் முக ஜொலிப்பில் வரப்புகளைத் தேடிப்பிடித்து மீண்டும் நடப்பான்.

கரம்புகளில் ஏர் ஓட்ட மேழியை அமுக்கிப் பிடிக்கணும். மேழி எட்டாது. எக்கி எக்கித்தான் அமுக்கணும். கைகள் வலிக்கும். சேடைகளில் அமுக்க வேண்டியதில்லை. ஆனால், பொதிந்த கால்களை உருவி நடக்கச் சிரமமாய் இருக்கும். தண்ணீர் மறைப்பில் படுத்துக்கிடக்கிற சால் பார்த்து ஓட்டணும். நீரில் அமுங்கிக் கிடக்கிற ஓணான் முதுகுபோல் சால் தெரியும். தூக்கம் கண்களை இழுக்கும். தண்ணீரைத் தொட்டுக் கண்களில் ஒற்றிக் கொள்வான்.

ஒரு நாள் இவன் தூக்கக் கலக்கத்தில் மேழியை விட்டுவிட்டான். கார் மாட்டுக்காலில் பாய்ந்து மாடு படுத்துக் கொண்டது. முன் ஏர் ஓட்டிக் கொண்டிருந்தவர் ஓடிவந்து சாட்டைக் கொம்பைத் திருப்பிக்கொண்டு இவன் தலையில் ஓங்கி அடித்தார். இவன் அலறியடித்துக் கொண்டே ஓட்டம் பிடித்தான். தலையில் ரத்தம் கசிந்தது. பனங்குருத்துக்களில் ஒட்டியிருந்த பனம் பஞ்சுகளைச் சுரண்டித் தலையில் வைத்து அமுக்கி ரத்தக் கசிவைத் தடுத்தான்.

ஓடினான் வீட்டுக்கு. அம்மாவிடம் சொன்னான். "அம்மா, நான் இனிமே அங்கே போக மாட்டேன். பள்ளிக்கூடம் வேணா போறேன்."

"இப்ப நீ திடீர்னு நின்னாக்கா உழைச்ச கூலியும் போயிடும். திடீர்னு பத்தாயிரம் எப்படிப் பொரட்டிக் கட்டுறது? கொஞ்சம் பொறுத்துக்க மாராசா."

அடுத்த நாள் ஆண்டை, வீட்டை நோக்கி வருவதை இவன் தூரத்திலேயே பார்த்து விட்டான். அம்மா தண்ணீர் எடுக்கப் போயிருந்தாள். இவன் யாருக்கும் தெரியாமல் பரண் மீது ஏறிப் பதுங்கிக் கொண்டான்.

ஆண்டை, அம்மாவிடம் கேட்டார், "என்ன பையன் வேலைக்கு வரல?"

"ஏன் சாமி பையன இப்படியா அடிக்கிறது, மாட்ட அடிக்கிற மாதிரி?"

"இல்ல புள்ள! கார் மாட்டுக் கால்ல பாஞ்சி மாடு நொண்டியாப் போச்சு. வைத்தியர வரவழைச்சு மாட்ட கீழே தள்ளி வெல்லத்தைக் காயத்தில அடச்சி சுட கரண்டியால சூடு வச்சிவிட்டோம். நேற்றைக்கெல்லாம் மாடு எழுந்திருக்கவே

இல்ல. இன்னைக்குத்தான் எழுந்து நிக்குது. உன் புள்ள இப்படியா செய்வான்? இப்படி ரெண்டு அடி வச்சாதான் நாளைக்கு அவன் ஒழுங்கா வேலையை ஊனிப் பிடிப்பான். வேலை நேரத்தில தூக்கம் எங்கிருந்து வரும்? செல்லம் கொடுத்துக் கெடுத்துப்புடாத புள்ள."

"என்ன இருந்தாலும் நீங்க இப்படி அடிச்சிருக்கக் கூடாது சாமி, சின்னப்புள்ள விபரம் கெட்டது."

"சரி சரி. இனிமே இப்படி நடக்காது. நாளைக்கி அவன அனுப்பி வை" என்று சொல்லிவிட்டுப் போய் விட்டார்.

இவன் பரண் மீது இருந்து எல்லாவற்றையும் கேட்டுக்கொண்டுதான் இருந்தான். ஆண்டை மீது கோபம்கோபமாய் வந்தது இவனுக்கு.

அடுத்த நாள் அய்யா இவனைச் சமாதானம் செய்து கூட்டிக்கொண்டுபோய் ஆண்டையிடம் விட்டுவிட்டு வந்தார்.

வைக்கோல் போர் அமுங்கிக் கிடந்தது. வைக்கோல் கீற்றுகள் லேசில் வரவில்லை. இவன் புடிச்சிபுடிச்சி கைகள் சிவந்துவிட்டன. வாத்தியார் அடியே தேவலாம்போல் இருக்குது. ஒவ்வொரு மாட்டுக்கும் வைக்கோலை அள்ளிப் போட்டான். கடைசி மாட்டுக்குப் போட அள்ளி மார்பில் அணைத்தான். விண்ணென்று கொட்டியது தேள். அய்யோ அம்மா என்று ஆண்டையின் வீட்டின் பின்னால் போய் விழுந்தான். ஆண்டையம்மாள் ஒரு கொம்பால் சுண்ணாம்பைத் தொட்டு வந்து தேள் கொட்டிய இடத்தில் தடவி விட்டாள். ஏதோ மூலிகை மருந்தை அரைத்து வந்து வாய்திறக்கச் சொல்லி உருண்டையாய் தூக்கிப் போட்டு விழுங்கச் சொன்னாள். அன்று முழுக்க கொட்டிய இடத்தில் விண்விண் என்று வலித்தது.

ஊரில் கூத்து நடந்தது. இவனுக்குக் கூத்து என்றால் கொள்ளைப் பிரியம். கட்டியங்காரன் அடிக்கும் ஜோக்குக்கும் சேட்டைக்குமே இவன் விடிய விடியக் கூத்துப் பாக்கணும்னு நினைப்பான். ஆனால் பாதி ராத்திரியிலேயே தூங்கித்தான் போவான். அவன் அய்யா தூக்கிப் போய்த் திண்ணையில் கிடத்தியிருப்பார். என்னதான் ராத்திரியில கண்முழிச்சாலும் காலையில ஆண்டை வீட்டுக்குப் போகிற நேரத்திற்கு தூக்கம் கலஞ்சிப் போகும். அன்றைக்கு அப்படித்தான் வேலைக்குப் போனான்.

அன்றைக்கு வயல்களில் ஏதும் வேலையில்லை. மாட்டைப் பொத்திக்கொண்டு போய் மேய்க்கிற வேலைதான். மாடுகளை ஏரியில்தான் விட்டிருந்தான். களைப்பாய் இருந்தது. பாறையில் சாய்ந்து உட்கார்ந்தான். ராத்திரி கூத்துப் பார்த்த தூக்கக் கலக்கம். எப்படித்தான் தூங்கினான் என்றே தெரியவில்லை. மாடுகள் எல்லாம் ராமசாமிக் கவுண்டர் பயிரில் போய் மேய்ந்து அவர் வந்து இவனைத் தூக்கிப் போட்டு மிதிக்கிற போதுதான் இவனுக்குத் தெரிய வந்தது. அடி என்றால் அப்படி இப்படிப்பட்ட அடி அல்ல. சட்டை இல்லாத உடம்பு. ஐந்து ஐந்து விரலாக வீங்கிக் கிடந்தன. இவன் ஓடினான், ஓடினான். அவர் துரத்தித்துரத்தி அடித்தார். தடுக்க ஒரு நாதி இல்லை.

பக்கத்து ஊரில்தான் அவன் அத்தை வீடு இருந்தது. அதை நோக்கிப் போய்க்கொண்டு இருந்தான். பள்ளிக்கூடம் விட்டு பள்ளிப் பிள்ளைகள் போய்க்கொண்டிருந்தனர். அவர்களைப் பார்த்ததும் இவன் மனம் ஏங்கியது.

இவன் அத்தை சொல்லிவிட்டு இவன் அய்யா வந்து இவனை அழைத்துப் போனார். இவங்க போன போதுதான் இவங்களைத் தேடி ஆண்டையும் வந்திருந்தார். “என்ன முனியாண்டி. உன் பையன் ஒண்ணும் வேலைக்கு ஆக மாட்டான். பணத்தக் கொடு. நான் வேற ஆளப் பாத்துகிறேன். இவனால எனக்கு ஐநூறு ரூபாய் நஷ்டமாயிடுச்சி. ராமசாமிக் கவுண்டன் மாட்டை எல்லாம் பட்டியிலே விட்டுவிட்டான். மணியக்காரரிடம் அபராதம் கட்டிப்புட்டுத்தான் ஓட்டி வந்தேன்.”

“என்னங்க சாமி! இப்படித் திடுதிப்புன்னு வந்து பணத்தக் கேட்டா நான் எங்க போவேன்? ஏதோ பையன் கூத்துப் பார்த்த கலக்கத்தில விட்டுட்டான். இனிமே அவன் எங்கவும் விளையாடவும் கூத்து சினிமா பாக்கவும் விடாம பாத்துக்கிறேன். ஒரு தபா பொறுத்துக்கங்க சாமி. நாளைக்கி வேலைக்கு அனுப்பி வைக்கிறேன்.” கை எடுத்துக் கும்பிட்டான்.

ஆண்டை போய்விட்டார்.

இவன் அடுத்த நாளிலிருந்து வேலைக்குப் போனான்.

ஆண்டைக்கு ஒரு ஏக்கர் நிலம் தனியாய்த் தொட்டிப் பாசனம். ஏரி வாய்க்காலில் தொட்டிபோட்டு இறைக்கணும். இப்பொழுதெல்லாம் அவரே வீடு தேடி வந்து இவனை எழுப்பி

அழைத்தும் போனார். அதிகாலை நாலுமணி, தொட்டி மிதிக்கிற வேலை இவனுக்கு. ஒத்தைக் கொம்பைப் பிடிச்சிக்கிட்டு ஒரே தாவு தாவி ஏறி மிதிக்கணும். தண்ணீர் சால் மேலே வந்து தண்ணீர் எல்லாம் கொட்டி முடிப்பதற்குள் படி ஏறித் தொட்டிக் கட்டையில் வந்து நிற்கணும். ஆண்டை தொலாம் பாட்டுப் பாடிக்கொண்டே இறைத்தார். அவர் குரலுக்குப் பாட்டு ராகமாய் இருக்கும். இன்னும் கேட்க வேண்டும்போல் இருக்கும். பாட்டிலேயே எத்தனை சால்னு கணக்கு வந்திடும். வலி தெரியாம இருக்கத்தான் பாட்டு. இருந்தாலும் இவனுக்குக் கால்கள் வலித்தன. கொஞ்சம் காலுக்கு வெயிட்டைக் குறைக்கக் கையில் பலம் போட்டு ஏறினான். 'மொளுக்கென' கொம்பு முறிஞ்சி கீழே விழுந்தான். கால் முறிஞ்சி வீக்கம் கண்டது. இவன் அப்பாவுக்கு விஷயம் தெரிந்து ஓட்டேரிக்குத் தூக்கிப்போய் மாவுக்கட்டுப் போட்டு வந்து விட்டார். ஒரு மாசத்துக்கு எந்த வேலையும் செய்யக் கூடாது! ஒரு வகையில் கால் ஒடிஞ்சது நல்லதாகவே பட்டது இவனுக்கு. ஏன்னா நல்ல ஓய்வு எடுக்க முடியுது பாரு அதான்.

இந்த முறை அவன் தூங்கவில்லை. கொம்பு முறிஞ்சிதான் விழுந்தான். ஆனால் ஆண்டை பிடிவாதமாய்ச் சொன்னார், “இவன் வேலைக்கு லாயக்கில்லாதவம்பா; தூங்கு மூஞ்சிப் பையன். தூக்கம் தூக்கம் தூக்கம்தான்.”

“இல்லை நான் தூங்கல கொம்பு முறிஞ்சித்தான் விழுந்தேன்”னு எவ்வளவோ சொல்லிப் பார்த்தான். யாரும் ஏத்துக்கிட்டதா தெரியல.

“எது எப்படியோ பிள்ளை பிழச்சிதே போதும். இவன் விழுந்த எடத்தில ஒரு பெரிய கல்லு இருந்திச்சி, அதுல தலை பட்டிருந்தா என்ன ஆகியிருக்கும்? ஏதோ அந்த ஆண்டவன்தான் காப்பாத்தி கீறான். நம்ம கொல தெய்வத்துக்குப் பொங்கல் வைக்கிறதா வேண்டிக்கினு கீரேன்”னு அய்யா அம்மாவிடம் சொல்லிக் கொண்டிருந்தார். குல தெய்வத்துக்குப் பொங்கல்னா எனக்குக் குஷிதான். எங்க குலதெய்வம் முண்டக்கன்னிக்குப் பொங்கல்னா நிச்சயமா கெடா வெட்டு இருக்கும். கறி தின்னலாம்.

நினைக்கும்போதே இவனுக்கு நாக்கில் எச்சில் குமிழிட்டது. நாக்கைத் தட்டி எச்சில் கூட்டி விழுங்கினான். சுனை ஏற்றிக்கொண்டு போன எச்சில் விழுதில் இறங்குகிற குரங்காய்

குதித்துக்கொண்டு இறங்கியது தொண்டையில். இவன் ஏப்பம் விட்டு அமிழ்ந்தான்.

ஒரு மாசம்கூட ஆகல. இரண்டாம் கட்டுப் பிரிச்சி நாலு நாள்தான் ஆனது. வேண்டாம்ன்னு சொன்ன ஆண்டை பிடிவாதமாய் இவன்தான் வேணும்னு வந்து உட்கார்ந்துவிட்டார். ஒரு மாசமாய் இவன் இல்லாததால இவன் அருமை இப்பத்தான் அவருக்குத் தெரிஞ்சுதாம். இவன் இல்லாதது ஒரு கை ஒடிஞ்ச மாதிரி இருக்காம்.

கரும்பு ஆடற வேலை. சிப்ட்டு முறையில்தான் கரண்ட் விட்டிருந்தார்கள். இரவில்தான் ஃபுல் கரண்டு வரும். அப்பத்தான் கரும்பு ஆடுவார்கள். ஆலையில் விட, கரும்பு குறையக் குறைய இவன் கொண்டு வந்து போடணும். கரும்பை ஆலையில் விட தனி ஆள் வைத்திருந்தார்கள்.

இவன் சிநேகிதர்கள் கரும்புக்காக ஒட்டிஒட்டி வந்து நிற்பார்கள். இவன் ஆண்டை, அவர்களை விரட்டிவிரட்டி அடிப்பார். மண்கட்டிகளை எடுத்து வீசுவார். இவனுக்கு வருத்தமாய் இருக்கும்.

அடுத்த நாள் இவன் அவர்களை வீட்டில் பார்த்துச் சொன்னான். “டேய் எல்லோரும் ராத்திரியில வந்து அந்தப் பனமரச் சாலை ஓரமா நில்லுங்கடா. நான் கரும்பு தூக்கிப் போடறேன். நீங்க எடுத்துக்கினு வந்துடுங்க; பகல்ல வராதிங்கடா.”

சொல்லி வைத்தாற்போல் சிநேகிதர்கள் வந்திருந்தார்கள். நிலவு இரவைத் துலக்கி இருந்தது. கொஞ்சம் இருட்டு பனஞ்சாலையின் ஓரமாய் பதுங்கியிருந்தது. அங்குதான் சிநேகிதர்களும் நின்றிருந்தார்கள். இவன் கரும்பு கத்தைகளைத் தூக்கிக்கொண்டு போகிறபோது, அவர்கள் கல் எரிந்து தங்கள் இருப்பை உணர்த்தினார்கள். இவன் பார்த்து விட்டான். நான்கு கழிகளை உருவிப் பனைமரம் நோக்கி வீசினான். சந்தோஷமாய் சிநேகிதர்கள் எடுத்தும் போனார்கள். இவனுக்கு மகிழ்ச்சி, ஏசி உள்ளுக்குள் ஓடியது. தான் பெரிய இடத்தில் இருந்துகொண்டு வாரி வழங்குவதாய் பெருமிதம் கொண்டான்.

அன்றைக்கு ஆலையில் கரும்பு விடுகிற ஆள் வரவில்லை. ஆண்டை இவனைக் கரும்பு விடச்சொன்னார். கரும்பைத்

தூக்கிவந்து போடுவதும் அதை ஆலையில் விடுவதும் என இரண்டு வேலைகளையும் இவனே செய்ய வேண்டி வந்தது.

இவன் நண்பர்களை நினைத்துக்கொண்டே ஆலையில் கரும்புகளைச் சொறுகிக் கொண்டிருந்தான். இந்நேரம் பாறையில் அமர்ந்து நிலா வெளிச்சத்தில் கும்மாளம் போட்டுக்கொண்டு தின்னுவார்கள்.

தான் அவர்களுடன் இல்லாமல் போனது இவனுக்கு வருத்தமாய்ப் பட்டது. கண் அயர்வது போல இருந்தது. என்ன செய்ய? ஆள் பற்றாக்குறை. செய்துதான் ஆகணும். கரும்பை ஒவ்வொன்றாய் சொறுகி கத்தையாய் சேர்த்து பிடித்துக்கொண்டே கண்ணயர்ந்து விட்டான். அவ்வளவுதான் கை ஆலையில் மாட்டிக்கொண்டது. “அய்யோ, அம்மா” என்று கத்தினான். அலறல் சத்தம் கேட்டு வெல்லப்பாகு எடுத்துக் கொண்டிருந்த ஆண்டை ஓடிவந்து மோட்டாரை நிறுத்தினார். அதற்குள் இடதுகை முழங்கை வரையில் நசுங்கிவிட்டது. இவன் மயக்கமுற்றுச் சாய்ந்து கிடந்தான்.

வண்டிகட்டி ஆஸ்பத்திரிக்கு ஏற்றினார்கள். கையை எடுக்கும்படி ஆகிவிட்டது.

ஊர்க்கூட்டம் போட்டு கேஸ் இல்லாமல் பேசி முடித்தார்கள். ஏற்கனவே இவன் அய்யா வாங்கியிருந்த பத்தாயிரத்தை இவன் அய்யாவே எடுத்துக்கொள்ள முடிவானது.

ஆஸ்பத்திரியில் தலையணையில் சாய்ந்துகொண்டு தன் இடது கையைப் பார்த்தான். முழங்கையில் பாதிவரையில் துண்டிக்கப்பட்டு பேண்டேஜ் போடப்பட்டிருந்தது. இரண்டு கைகளையும் உயர்த்தி விரித்துப் பார்த்தான். கடிகாரத்தின் சின்னமுள் பெரியமுள்போல் வித்தியாசப்பட்டுக் கிடந்தன கைகள்.

15

தம்பலா

'அந்த சுப்பிரமணிய பாரதி புதுச்சேரியைக் கெடுக்கிறதுக்கு வந்திருக்கின்றான். ஹரிஜன கனகலிங்கத்திற்கு உபநயனம் செய்து வைத்து, அவனை பிராமணன் என்று சொல்லும்படித் தூண்டி விடலாமோ. இதென்ன அபசாரமாய் இருக்கின்றது'

இந்தப்படிக்கும் இன்னும் பலவாறும் ஊருக்குள் கொஞ்சம் பேர் பிரஸ்தாபித்துக் கொண்டிருந்த காலம் அது.

புதுச்சேரியில் ஈஸ்வரன் தர்மராஜா கோயில் தெருவின் கிழக்குக் கோடி. சிறு தொலைவுக்கும் அப்பாலே அடர்ந்த தென்னை மரங்கள் இணைந்து அமைத்திருக்கும் பந்தல் அலங்காரம். அதனை ரசிக்கும்படியாக அங்கங்கே கிளை பரப்பிப் பொன் மஞ்சள் பூக்களோடு வளர்ந்திருக்கிற பூவரச மரங்கள். சதா காலமும் வாடி வதங்கி இருக்கின்றது போன்று சாலை ஓரங்களில் பெருத்திருந்த தூங்குமூஞ்சு மரங்களின் பிரமிப்பு. யாவும் ஒரு வகைப்பட்ட சௌந்தர்யமாயிருக்கச் சுற்றிலும் சின்னதும் பெரிதுமாகப் பலதரப்பட்ட வீடுகள். அவற்றின் மத்தியில் அந்த மாடிவீடு மாத்திரம் தனிமையின் கனவுகளுக்குள் ஆழ்ந்திருக்கையில் அருகே நடந்து போகும் தூரத்தில் கடற்கரை தெரிந்தது.

பாரதிவசந்தன் (1956) என்கிற ப.அன்பழகன் புதுச்சேரியைச் சார்ந்தவர். இலக்கியம் மக்கள் விடுதலைக்கே என எழுத்தில் கலகம் செய்யும் விதமாகத் தமது படைப்புலகில் இயங்குபவர். இரு வேறுபட்ட பண்பாட்டை உடைய புதுச்சேரி மக்களின் வாழ்க்கை முறையும் தலித் மக்களின் மீதான அதிகார ஆதிக்க சக்தியின் நெருக்குதலையும் வரலாறு சார்ந்து மனித உறவுநிலையைக் கதைக்களனாகக் கொண்டு எழுதிய கதைகள் மூன்று தொகுப்புகளாக வந்துள்ளன.

நீலக்கடல். காலை இளம்பரிதி வீசும் கதிர்கள். நெருப்பெதிரே சேர்மணிபோல் மோகனமாம் சோதி முழுதும் 'தகதகவென்று' மின்னிக் கொண்டிருக்கும் லாவண்யம். ஒளி மேவும் அலைகள் வரையும் கவிதைச் சித்திரத்தைக் கண்டு மயங்கும் கற்பனை வளமுடைய கரை. அங்கிருந்து வீசும் உப்புக் காற்று. அதன் ஈரம் படிந்ததில் அந்த மாடி வீட்டின் வெளிப்புறக் கைப்பிடிச் சுவரில் வேலைப்பாடுகள் மிகுந்த துருப்பிடித்த இரும்புக் கிராதிகள். மேலே பக்கவாட்டில் மூன்றாம் பிறைகளைக் கவிழ்த்து வைத்தது போன்று தொடர்ச்சியாய் மாடங்கள். புழுதி படிந்த உடைந்த கண்ணாடிச் சாளரங்களின் வழியே உள்ளே நுழைந்த சிட்டுக் குருவிகளின் உற்சாகம். அவை ஒன்று சேர்ந்ததின் உயிர்ப்பில் மிகப் பழைய அந்த வீடு புது சிருஷ்டியாகத் துலங்கிக் கொண்டிருந்தது. எதிரே விளக்கெண்ணெய்ச் செட்டியின் வீடு.

பாரதி அந்த வீட்டைக் கவனித்தவாறு மாடியின் மேல், கூண்டிலிருந்து அவிழ்த்து விடப்பட்ட ஒரு சிறுத்தையைப் போன்று அப்படியும் இப்படியுமாக எதையோ தீவிரமாய் அவதானித்தபடியே நடந்து கொண்டிருந்தார்.

மிகவும் மெலிந்த சரீரம். ஆனால் வீர புருஷனுக்குரியதோர் நடை. ஆர்வத்துடன் எங்கும் கூர்ந்து நோக்கும் அஞ்சாத பார்வை. முக லட்சணமான மீசை. அக்கினிப் பந்துகள் ஜொலிப்பது போன்று பிரகாசத்துடன் விளங்கும் அகன்ற நெற்றி. அதில் அணையாத சுடரெனத் திகழும் குங்குமம். இந்த வண்ணமாக உணர்ச்சிப் பிழம்பாய் இருந்த பாரதிக்குத் தாம் உபநயனம் செய்வித்தது பற்றிய ஜனங்களின் பேச்சு கிஞ்சித்தும் வருத்தத்தை ஏற்படுத்தியிருக்கவில்லை.

மாறாக, கனகலிங்கத்திற்குப் பூணூல் அணிவித்த அன்றைக்கு 'இன்று முதல் நீர் பிராமணன். இனி யாராகிலும் உம்மை என்ன ஜாதி என்று கேட்டால் 'நான் பிராமணன்' என்று தைரியமாகச் சொல்ல வேண்டும். தெரிகிறதா' என்று கட்டளையிட்டுவிட்டு 'அப்படிப் பிராமணன் ஆகிவிட முடியுமோ என்று கேட்கத் துணிந்தால் அது எனக்குத் தெரியாது. என் குருநாதர் பாரதியிடம் கேளுங்கள். அவர் உங்கள் ஐயத்தைப் போக்குவார் என்றே பதில் சொல்ல வேண்டும்' என்று பகிரங்கப்படுத்திய இதுநாள் வரையிலும் புதுச்சேரியிலிருந்து ஒருவரும் தம்மிடம் கேள்வி

கேட்கவோ, வாது செய்யவோ முன்வராத துணிவில்லாத மனுஷரைக் குறித்துப் பாரதிக்குச் சிரிப்பே வந்தது.

தமக்குள் மெல்ல சிரித்துக் கொண்டார்.

'மூட ஜனங்கள் அப்படித்தான் இருப்பார்கள். நமக்கு மண் உழுது நெல் அறுத்துக் கொடுக்கின்ற உத்தமமான பஞ்சம ஜாதியாரை, இந்தத் தேசத்தில் ஆறில் ஒரு பங்காய் இருக்கின்றவரை நாம் நேர்மையுடனே நடத்தப்பட வேண்டாமோ'. இந்த விதமாகப் பாரதி தனக்குத் தானே நெகிழ்ச்சியோடு பேசிக் கொண்டபோது இருட்டத் தொடங்கியிருந்தது. அந்த வேளையிலும் அவருக்கு உடனே கனகலிங்கத்தைப் போய்ப் பார்க்க வேண்டும் போலத் தோன்றியது.

சட்டென்று எழுந்தவர் 'பராசக்தி' என்று சொல்லித் தம் கைகளை மேலே உயர்த்தி நமஸ்கரித்த வண்ணம் சிறிது நாழிகை மௌனமாயிருந்தார்.

புதுச்சேரி பிரெஞ்சிந்தியாவில் எலெக்சியோன் நெருங்கிக் கொண்டிருக்கிறது என்கிறது பார்த்த மாத்திரத்திலேயே புரிந்து போயிற்று. இந்த இடம்தான் என்றில்லாமல் எல்லா இடங்களிலுமே கட்சி விரோதங்களினால் மனுஷர்களுக்கு உபத்திரவங்கள் ஏற்பட்டுக் கொண்டிருந்தன. அதற்குக் காரணம் இல்லாமல் இல்லை. அது மிகவும் பிரசித்தமான லெமேர் எலெக்சியோன் என்கிறதனால் பொல்திக் கட்சிகள் அதி தீவிரத்தோடே நடந்து கொண்டன. அவைகள் கூலிக்கு ஏற்பாடு செய்திருந்த ஆட்கள் பண்ணின அக்கிரமங்கள் வரம்பு மீறினதாய் இருந்தன. அதன் பொருட்டு ராட்சஷத் தனமான வெறியாட்டம் புதுச்சேரி முழுதுமாகப் பரவியிருந்தது. எங்கும் கலவரமான நிலைமை. வெட்டும் குத்துமாக எந்த நேரத்தில் என்ன சம்பவிக்குமோ என அச்சத்தில் செத்துக் கொண்டிருந்தார்கள் ஜனங்கள். பகலில் இவ்விதம் எனில் ராத்திரியிலோ கையில் தீப்பந்தங்களுடனே வழிமறித்துத் தாக்குகிறது சர்வ சாதாரணமாய் இருந்தது. இதுவும் அல்லாமல் வீட்டை உடைத்து உள்புகுந்து ஸ்திரிகளைக் கற்பழிக்கும் கொடூரங்களும் நடந்தன. அரசாங்கத்தின் கேள்வி முறையே இல்லாமல் நடந்து கொண்டிருந்த அசம்பாவிதங்கள் கண்டு பாரதி திகைத்துப் போயிருந்தார்.

'புதுச்சேரி சாந்தி நிறைந்த சன்யாசிகள் வசிக்கத் தகுந்த இடம். ஆடம்பரமில்லாத எளிய ஜீவனம் நடத்த விரும்புவோர்க்கு அது ஓர் அடைக்கல ஸ்தானம்' என்பதாக இது நாளும் கருதி வந்தவருக்கு இந்த எலெக்சியோன் ரகளைகளினால் என்ன இவ்வாறெல்லாம் சம்பவிக்கின்றதே என்று சற்று மன வருத்தமாகத்தான் இருந்தது.

அந்த நினைப்புடனே வருவது வரட்டும் என்றபடிக்கு அந்த இருட்டு நேரத்திலும் கனகலிங்கத்தின் வீடு நோக்கிப் புறப்படுவதற்குச் சித்தமானார் பாரதி. ஆயினும் அந்தச் சமயங்களில் யார் என்ன என்று கேட்காமல் எவராக இருப்பினும் அடித்து உதைக்கிறது சம்பவிக்கும் என்பது பாரதிக்கு நன்கு தெரியும். ஆகையினாலே யாரும் தம்மை எளிதில் அடையாளம் கண்டு கொள்ளக் கூடாது என்பதில் அவர் மிகவும் ஜாக்கிரதையாக இருந்தார். அதற்கேற்றவாறு கனகச்சிதமாய் வெளிர் நீல வஸ்திரத்துடன், சிரசில் சிறிய சுங்கு வைத்த சிவப்புக் குல்லாய் அணிந்தபடி ஒரு கையில் தடி எடுத்த வண்ணம் கடற்கரை வழியாக உப்பளம் நோக்கி வந்து கொண்டிருந்தார்.

பாரதி சற்றேனும் மிடுக்கு குறையாதவராய் மார்பை முன்புறமாய் உயர்த்தி பயமறியாத ஒரு படை வீரனைப் போன்று குதித்து நடந்து குதூகலமாய் வரும் சமயம்.

யாரோ இரண்டு முரட்டுத் தனமான ஆசாமிகள் பாரதியை வழிமறிப்பது போன்று குறுக்கே வந்து நின்றார்கள். சட்டென்று திகைத்துப் போன பாரதி கணத்திற்குள் தம்மைச் சுதாரித்துக் கொண்டு அவர்களை ஆழமாய் ஊடுருவிப் பார்த்தார்.

'ஒருவேளை பிரிட்டிஷ் ராஜாங்கத்தைச் சேர்ந்த ரகசிய போலீஸ்காரர்களாய் இருப்பார்களோ.'

அவ்விதமாய் பாரதி யோசிக்கும் வேளையில் அவர்களிடையே இருந்த ஒருத்தன் மட்டும் மிரட்டும்படியாகப் பேசினான்.

"ஏய் யார் நீ. இந்நேரத்தில எங்க போற."

பாரதியிடமிருந்து சற்றும் தாமதிக்காது உடனே பதில் வந்தது.

"அதையேதாம் நாமும் உங்களிடம் கேட்கிறோம். யார் நீங்கள் உங்களுக்கு என்ன வேண்டும்."

‘படபடவென்று’ பாரதி கேட்கவும் பக்கத்தில் இருந்தவனுக்குப் பெருத்த கோபம் உண்டாயிற்று.

“என்ன உன் சம்பாஷணையே ஒரு தினுசா இருக்கு. நாங்க யாரு தெரியுமில்ல.”

“நீங்கள் யாராயிருந்தால் எமக்கென்ன.”

“நாங்க அனுமானித்தது சரிதான்.”

பாரதி ‘கடகடவென்று’ சிரித்தார்.

“என்ன, என்ன அனுமானித்தீர்.”

“அதை உனக்குச் சொல்ல வேண்டிய அவசியமில்லை. ஆனா நீ எங்கள வேவு பார்க்கிறதுக்காக மாறு வேஷத்தில் வந்திருக்கிற எதிர்க் கட்சிகளோட கையாளுன்னு தெரிஞ்சு போச்சு. உன்னை எங்க ஜமாகிட்ட சொல்லி என்ன செய்கிறோம்னு இப்பப் பாரு.”

என்றபடிக்குச் சொல்லிக் கொண்டே அவன் ஒரு வகையான மூர்க்கத்தோடு கூச்சல் போடவும் மற்றொருவன் செவிப்பறை கிழிந்து விடும்படியாகச் சீட்டி அடித்துச் சத்தம் செய்யவும் எங்கிருந்தோ சில ஆட்கள் வெறியூட்டும் விதமாக இருட்டைத் தம் மீது அப்பிக் கொண்டவர்களைப் போலத் ‘திபுதிபுவென்று’ ஓடி வந்தார்கள்.

அந்தக் கணம்தான் அது சம்பவித்தது. முன் ஏற்பாடாய் யாரோ சொல்லி வைத்தாற்போன்று அந்த மனுஷன் பலத்த சரீரத்தோடே மதுரை வீரனையோ அன்றிக் காத்தவராயனையோ ருசுப்படுத்தும் விதமாகப் பாரதிக்கும் அந்தக் கும்பலுக்கும் ஊடாக இடைமறித்து வந்து நின்று கொண்டிருந்தான்.

எதற்கும் அதைரியப்படாத அவன் ஆஜானுபாகுவான தோற்றம் கண்டு பாரதிக்கு இதுவெல்லாம் ஏதோ கற்பனா உலகத்தில் நிகழ்கிறது போல அதிசயமாய்த் தோன்றியது. அவர், இவன் பாகத்துக்கு என்ன செய்விக்கப் போகின்றானோ என்கிறது மாதிரியாக அவனையே உற்று நோக்கியவாறு இருந்தார்.

அந்த இருட்டிலும்கூட அவன் அச்சம் என்கிறதை என்னவென்றே அறியாதவனாய் நல்ல ஆகிருதியோடே இருந்தான். தன் பராக்கிரம பலத்தை வெளிப்படுத்தும் விதமாக நினைக்கிற போதெல்லாம் முறுக்கி விடப்படும் பெரிய மீசையும் ஐயனார் கோயில் சிலையின்

கண்கள் போன்று ரத்தச் சிவப்பேறிய பார்வையுமாய், சிரசில் அங்க வஸ்திரத்தினால் நீண்ட தலைப்பாகை அணிந்து நிஜமான ஒரு வீரனைப் போன்று வெளிப்பட்டான். கட்டுமஸ்தான அவன் தேகத்தின் கம்பீரமான வடிவம் கண்டு அங்கிருந்தவர்கள் அடங்கிப் போனவர்களாய்த் தெரிந்தார்கள்.

"நல்லவங்களுக்கும் பொல்லாதவங்களுக்கும் வித்தியாசம் காணாம என்னடா நீங்க கட்சி பண்ற லட்சணம்."

எடுத்த மாத்திரத்திலேயே அவனிடத்தில் இருந்து கோபத்துடன் வார்த்தைகள் வெளிப்பட்டன.

"இவரை யாருன்னு நினைச்சுகிட்டு இப்படிச் செய்றீங்க."

எல்லோரும் அவன் சொல்லுக்குக் கட்டுப்பட்டவர்களாய்ப் பிரதியுத்தரம் எதுவும் பேசாமல் அப்படியே நின்ற வண்ணம் இருந்தார்கள்.

"ஏதோ நாம செய்துகிட்டிருக்கிற வம்பு வழக்குலேயும் இந்தப் பிச்சேரிக்குன்னு ஒரு மரியாதை இருக்குன்னா அது இவரு மாதிரியான மனுஷங்களாலதான். அதையும் கெடுத்துடுவீங்க போலிருக்கே. போங்கடா போய் ஆக வேண்டிய ஜோலிய பாருங்க."

அவன் அவ்விதமாய்ச் சொன்னதைக் கேட்டுப் பாரதிக்கு மிகுந்த ஆச்சரியமாய் இருந்தது.

'இவன் யாராய் இருக்கக் கூடும். உருவத்துக்கும் சம்பாஷணைக்கும் ஒரு சிறிதும் தொடர்பின்றி நல்லவனாய்த் தோன்றுகின்றானே. தவிரவும் நம்மைத் தெரிந்தவன்போல் வேறு பேசுகின்றானே' என்று நினைத்தவாறே நின்றிருந்தார்.

அவனே மறுபடியுமாக இந்தமுறை பாரதியைப் பார்த்துப் பேசினான்.

"சாமி நம்ம ஊருக்கு எலேக்சியோன்னு வந்துட்டாலே அப்படி இப்படின்னு ஏதாவது நடக்கத்தான் செய்யும். இதெல்லாம் கட்சிக்காரங்க பண்ற பொல்திக்கு. இதுக்கு சில சமயம் நாங்களும் உடந்தையா இருக்கிறதால இந்தப் பசங்க ஏதோ அடையாளம் தெரியாம செய்துட்டானுங்க. நீங்க எதையும் மனசுல வச்சுக்காம நல்லபடியா போய்ட்டு வாங்க."

அவன் பாரதியைப் பார்த்து பெரிதாய்க் கையெடுத்து நமஸ்கரித்து விட்டு, அவர் பதிலுக்குக் காத்திராதவனாய் 'விடுவிடென்று' அங்கிருந்தவர்களை எல்லாம் அழைப்பித்துக் கொண்டு சடுதியில் இருட்டோடு இருட்டாக மறைந்து போனான்.

அவன் போன பின்னரும்கூட வெகு நேரமாகியும் பாரதிக்கு அவன் போக்கு பிடிபடாததாகவே இருந்தது.

'அந்தப் பராசக்தியேதான் நம்மைக் காக்கிறதுக்காக இந்நேரத்தில் இப்படி ஒரு மனுஷனை இவ்விடத்திற்கு அனுப்பி இருக்கின்றாள்' என்று அவர் தமக்குத் தாமே மிகுந்த நெகிழ்ச்சியோடு சொல்லிக் கொண்டே தன் சிரசை முன்னும் பின்னுமாக அசைத்தவாறு உணர்ச்சி வசப்பட்டவராய்க் கனகலிங்கத்தின் வீடு நோக்கி விரைந்து நடக்கலானார்.

ஈஸ்வரன் தர்மராஜா கோயில் வீடு.

யாரோ நீண்ட நேரமாய்க் கதவைத் தட்டுகிறதுபோல் பாரதிக்குத் தோன்றியது. 'யார் அங்கே' என்று உள்ளிருந்து குரல் கொடுத்தவாறு நடந்து வந்து கதவைத் திறந்தார். கதவு 'படீரென்று' திறந்து கொண்டது.

வாசலில் கனகலிங்கம் நின்று கொண்டிருந்தான்.

ஒடிசலாகவும் இன்றி, மிகுந்த தடிமனாகவும் இன்றி, சராசரி தேகத்தோடே, முகத்தில் மீசை இல்லாது, கண்களில் பணிவை வெளிப்படுத்திக் கொண்டிருந்த அவன் தோற்றத்தைக் கண்டதுமே பாரதிக்குப் பரவசம் உண்டாயிற்று.

"அடேய் கனகலிங்கம் உன்னைத்தான் எதிர்பார்த்திருந்தேன். வா வா."

சந்தோஷ மிகுதியால் பாரதி அவனை வரவேற்று உள்ளே அழைத்துக் கொண்டு போனார். மந்திரத்துக்குக் கட்டுப்பட்டவனைப் போன்று அவருடனே போன கனகலிங்கம் அந்த அறையைச் சுற்றிலுமாகப் பார்வையிட்டான்.

எங்குப் பார்த்தாலும் துண்டுக் காகிதங்களும் 'இந்தியா' பத்திரிகையும் அன்றைய தினம் தபாலில் வந்திருந்த 'ஹிந்து', 'சுதேசமித்திரன்' பத்திரிகைகளும் ஆக எல்லாமும் ஓரிடத்தில் சிதறிக் கிடந்தன. அறையின் மூலையில் பழைய கருப்புச்

சட்டையும் மரத்தால் செய்யப்பட்ட பெஞ்சியின் மீது ஒரு வீணையும் இருந்தது.

“கனகலிங்கம் என்ன அப்படிப் பார்க்கின்றாய். பத்திரிகைகளுக்கு வியாஸங்களும் கடிதங்களும் எழுதிக் கொண்டிருந்தேன். பராசக்தி அருளால் எல்லாம் ஜெயம்.”

பாரதி சொல்லி முடிக்கவில்லை. கனகலிங்கம் மரியாதையுடனே தயங்கித்தயங்கி ஏதோ சொல்ல வாயெடுத்தான். அதற்குள்ளாக பாரதியிடமிருந்து ‘சடாரென்று’ வார்த்தைகள் வந்து விழுந்தன.

“நேற்றைய தினம் உன்னைத் தேடிக்கொண்டு உம் வீட்டுக்கு வந்தேனே கனகலிங்கம். எங்கே போயிருந்தாய்.”

“சாமி ராத்திரி உங்களை பார்க்கிறதுக்காகத்தான் இங்க வந்திருந்தேன். அதுக்குள்ள நீங்க என்னைத் தேடி அங்க வந்திருக்கீங்க.”

“ஓஹோ அப்படி ஆகிவிட்டதா சங்கதி.”

“சாமி ஒரு விஷயம்.”

“என்னது கனகலிங்கம்.”

“உங்க கிட்ட யாரோ வம்பு செய்தாங்கன்னு கேள்விப்பட்டேனே.”

“ஆமாம் ஆமாம். அது எப்படி உனக்குத் தெரிந்தது.”

கனகலிங்கம் சற்றே மௌனமாய் இருந்துவிட்டுப் பின்னர் மெதுவாகப் பாரதியிடம் சொன்னான்.

“ஊர்ல இருக்கிறவங்க சொன்னாங்க சாமி. இதெல்லாம் அந்தத் தம்பலா வகையறாவ சேர்ந்தவங்களோட கைவரிசையாத்தான் இருக்கும்.”

இவ்விதமாய் கனகலிங்கம் ‘தம்பலா’ என்கிற பெயரை உச்சரித்த மாத்திரத்திலேயே பாரதி மகிழ்ச்சியில் துள்ளிக் குதித்தார்.

“என்னது தம்பலாவா. வெகு சிலாக்கியமான பெயராயிற்றே அது. நான்கூட அவ்வப்போது கேள்விப்பட்டிருக்கின்றேன். ஆனால் பார்த்தது கிடையாது.”

“சாமி அவனோட நிஜமான பெயர் எனக்கும் தெரியாதுங்க. பிச்சேரியில எல்லாருமே அவனைத் தம்பலான்னுதான் கூப்பிடுவாங்க.”

“அப்படியா.”

“ஆமாங்க சாமி. அவன் சுத்த முரடன். பெரிய வஸ்தாது. இப்ப நடக்கிற எலெக்சியோன் மட்டுமில்லைங்க, ஊர்ல எப்ப, எங்க கலாட்டா நடந்தாலும் எல்லா ரவுடித்தனத்துக்கும் அவன்தாங்க ஜவாப்தாரி. தம்பலான்னு சொன்னாலே அழுதுகிட்டிருக்கிற பிள்ளைங்ககூட வாயை மூடிக்கும்.”

கனகலிங்கம் அதனை அருமையான பாவத்தோடு விவரித்ததைக் கேட்டுப் பாரதிக்கு உற்சாகம் பீறிட்டுக் கிளம்பியது.

“அடடே... மிகவும் சுவாரஸ்யமாய் இருக்கின்றதே கனகலிங்கம். ‘ம்’ மேலே சொல்லு.”

“சாமி அவன் நம்ம ஊரு ஷோ கொட்டகையில சூதாட்டம் நடத்துகிறவன். சாராயக் கடை, கஞ்சாக் கடையெல்லாம் குத்தகைக்கு எடுத்து நிறைய சௌகரியத்தோட இருக்கிறதால எப்பவும் அவனைச் சுற்றிப் பெரிய ஜமா இருந்துகிட்டே இருக்கும்.”

இந்தத் தன்மையுடனே கனகலிங்கம், தம்பலாவின் வீரதீர பராக்கிரமங்களையெல்லாம் விவரித்துக் கொண்டே வந்தவன் மேற்கொண்டு ஒரு விஷயத்தை எப்படிப் பாரதியிடம் சொல்கிறது என்பது போன்று தயங்கித் தயங்கி நின்றிருந்தான்.

அவன் முகத்தையே ஆர்வத்தோடு பார்த்துக் கொண்டிருந்த பாரதிக்கு அது உடனே விளங்கிற்று என்கிறதைத் தெரிந்து கொண்ட கனகலிங்கம் எங்கே அந்த விவகாரத்தை மறைத்தால் பாரதி தம்மைக் கோபித்துக் கொள்வாரோ என்கிற பயத்தினூடே தொடர்ந்து பேசினான்.

“சாமி அந்த தம்பலா இருக்கானே அவன் பிச்சேரியில இருக்கிற தோட்டி சமூகத்துக்கெல்லாம் தலைவனுங்க.”

கனகலிங்கம் இவ்விதம் சொன்னதுதான் தாமதம். பாரதி ‘கடகடவென்று’ பெரிதாகச் சிரித்தார். அந்தச் சிரிப்பு வெண்கலத்தின் ஓசை போன்று அறை முழுக்க எதிரொலித்தது.

“என்ன கனகலிங்கம். இதைச் சொல்வதற்கா நீ இவ்வளவு தூரம் தயக்கம் காட்டினாய். எனக்குத்தான் இந்த ஜாதி, மத இழவெல்லாம் கிடையாதே. தவிரவும் தம்பலா தோட்டியாய் இருந்தால் இருந்து விட்டுப் போகட்டுமே. அதனால் அவனுக்கொன்றும் இழுக்கில்லை.

மாறாக அவனை அப்படியாக வைத்திருக்கின்ற நமக்குத்தான் அவமானம். தலை உடைந்து போகுமோ என்கிற பயம். நம் எல்லோருடைய எலும்புக்குள்ளும் ஊறிக் கிடக்கிறது. ஆனால் தம்பலாவிடம் தைரியலட்சுமி எப்படிப் புகுந்து விளையாடுகிறாள் பார்த்தாயா. இந்த பௌருஷத்தை நல்ல வழியிலே செலவழிக்கப் படாதாவென்று அவனைப் பார்த்துக் கேட்க வேண்டும் என்று நினைத்திருக்கின்றேன். ஆமாம், அந்தத் தம்பலா இப்பொழுது எங்கே இருக்கின்றான்."

கனகலிங்கத்திற்குப் 'பகீரென்றது'.

'நம் குருநாதர் அவ்விடம் போனால் ஏதாவது விபரீதமாகி விடுமோ' எனப் பயத்துடனே பேசாது இருந்தான்.

"என்ன கனகலிங்கம், நான் கேட்டதற்கு உன்னிடமிருந்து பதில் இல்லையே."

"சாமி அது வந்துங்க. நம்ம புல்வார் பக்கத்துல இருக்குதுங்களே சுண்ணாம்புக் காளவாய்ச் சேரி."

"சொல்லும்."

"அங்கேதான் தம்பலாவின் வீடு இருக்கிறது."

"சபாஷ் கனகலிங்கம். நாம் அந்தத் தம்பலாவை உடனே போய்ப் பார்க்க வேண்டும். என்னோடு புறப்படு."

கட்டளையிடுவது போன்று பாரதி சொல்லிவிட்டுத் தம்பலாவிடம் போகிறதற்கு ஆயத்தமானார். இதற்கு மேலும் தாமதம் செய்தாலோ இல்லை போக வேண்டாம் என்று தடுத்தாலோ பாரதி எவ்விதம் கோபித்துக் கொள்வார் என்கிறது கனகலிங்கத்திற்கு நன்றாகவே தெரியும். ஆகையினால் அவன் மறுமொழி ஒன்றும் சொல்லாது அவருடனே புறப்பட்டுப் போனான்.

சுண்ணாம்புக் காளவாய்ச் சேரி, தூரத்திலிருந்து பார்க்கையில் மிகுந்த வனப்புடனும் ஆழ்ந்த அமைதியுடனும் வெளிப்பட்டது. சேரியைச் சுற்றிலும் பச்சை மரகதத்தை வாரி இறைத்தது போன்று பசுமை மிளிரும் கழனிகள், அதன் ஓரங்களில் அழகு ததும்பும் நீலத் தாமரை பூத்த ஓடைகள், இரு கரைகளிலும் ஈச்ச மரப் புதர்கள் என்றவாறு எங்கு நோக்கினும் இயற்கையின் அதிசயம் ரம்மியமாய்க் காட்சியளித்தது. அருகாமையில்

எருமைகள் குளிப்பதற்கென்றே இருந்த கோரைக் குளம். விடலைப் பையன்கள் குளத்தில் தலையை மட்டும் வெளியே நீட்டி மிதந்து செல்லும் எருமைகள் மீது ஏறி நிற்பதும் அங்கிருந்த வண்ணம் தண்ணீருக்குள் குதிப்பதும் நீர் மட்டத்துக்கு மேலே நீள நீளமாய் வளர்ந்து கிடக்கும் கோரைப் புற்களைப் பறித்து ஒருவர்மேல் ஒருவர் அடித்து விளையாடுகிறதுமாக அந்தக் குளத்தையே அதம் பண்ணிக் கொண்டிருந்தார்கள்.

ஊரை ஒட்டினாற்போன்று கொஞ்ச தூரம் தள்ளி பிரசித்தி பெற்ற செட்டிக் குளம். அதில் எந்நேரமும் தளும்பிக் கொண்டிருக்கும் கண்ணாடி போன்ற சுத்தமான தண்ணீர். மழைக் காலத்தே ஊசுட்டேரியிலிருந்தும் ஓடைகளிலிருந்தும் மிகுதியாகி வழிந்து வரும் உபரி நீரின் சேர்க்கையானது இந்தக் குளத்தில் தங்கி என்றைக்கும் வற்றாமல் இருக்கிறதனால் இதற்கென்று தனி மவுசு ஜனங்களிடத்தில் எப்போதும் உண்டு. ஒரு புறத்தே மாடுகளுக்குப் புல் அறுத்து வரும் புல்லுக்காரிகள் குளத்தின் கரைப் பகுதியில் குனிந்தவாறு புல்லை அலசிக் கொண்டிருக்கையில் பக்கத்திலேயே புதுச்சேரி காசுக்கடையில் நகைகள் செய்கிற இடத்திலிருந்து எடுத்து வந்த மண்ணை ஏதாகிலும் பொன் கிடைக்காதாவென்று மிக சிரத்தையோடு அலசிக் கொண்டிருந்தார்கள் அரிப்புக்காரர்கள். இந்தச் செட்டிக் குளத்தில் குளித்து எழுந்தால் எப்பேர்ப்பட்ட ஜுரமும் சொஸ்தமாகும் என்கிற ஐதீகமும் நம்பிக்கையும் நீண்ட காலமாக இருக்கிறதைக் கேள்விப்பட்டிருந்த ஸ்திரீகள் தங்கள் குழந்தைகளை வாஞ்சையோடு குளிப்பாட்டுவதைப் பார்க்க முடிந்தது.

பாரதி வெற்றிலைப்பாக்கு போட்டுக் குதப்பிய வாயுடன் வலது கையினால் வேஷ்டியின் நுனியைப் பிடித்த விதமாகக் கனகலிங்கத்தோடு விரைந்து வந்து கொண்டிருந்தார். சுண்ணாம்புக் காளவாய்ச் சேரிக்குள் போகிற இடையன் சாவடி ரஸ்தாவுக்குள்ளே நுழைகிற சமயம், ஊரின் மேற்குப் புறத்தே கழனியை ஒட்டி பிரெஞ்சுப் படைகள் தங்குவதற்காகக் கட்டியிருந்த கோட்டைமேடு பராமரிப்பின்றி நிற்பது தெரிந்தது. ஆட்கள் அவ்வளவாக இல்லாதிருந்த அதன் மதில் சுவர்களைச் சுற்றிலும் எருக்கன் செடிகள் புதர்களாய் மண்டிக் கிடந்தன. கீழே நீண்டு செல்லும் செம்மண் சாலையின் இரு புறத்திலும் வரிசையாய்ச் சீமைப் பூவரச மரங்கள், இளஞ்சிவப்பு நிறப் பூக்களோடு சிரித்த வண்ணம்

நின்றிருந்த அந்த மரங்களின் கீழ் வெகு மும்முரமாக சில பேர் லொத்தோ ஆடிக் கொண்டிருந்தார்கள்.

அவர்களின் சமீபத்திலேயே அங்கங்கே குப்பைகளும் கூளங்களும் குவிந்திருக்கையில் அவற்றின் மீது நாய்கள் படுத்துப் புரள்வதும் பின் சோம்பல் முறிப்பதுமாக இருந்தன. கூடவே சின்னதும் பெரிதுமாய் பன்றிகளும் அதன் குட்டிகளும் குறுக்கும் நெடுக்குமாக ஓடுவதைப் பொருட்படுத்தாது நஞ்சானும் குஞ்சானுமாய் சிறுபிள்ளைகள் நிழல்களைப் பிரதி எடுத்தது மாதிரி பயமில்லாது நடந்து போகிறதைப் பார்க்க முடிந்தது. அந்தச் சேரி முழுவதும் எங்கு நோக்கினும் குடிசைகளாகவே தென்பட்டன. எல்லாம் தென்னங் கீற்றுகளால் ஆனவை. சிலது பனை ஓலைகளாலும் கருப்பஞ் சோலைகளாலும் கட்டப்பட்டவை. சொல்லி வைத்தாற்போன்று எல்லாக் குடிசைகளுக்கும் முன்பாக மாதுளஞ் செடியோ நெல்லிக்காய் மரமோ இல்லை கொய்யா மரமோ இவைகளில் ஏதாகிலும் ஒன்று நிச்சயம் இருந்தது.

பாரதி இடது புறத்தே திரும்பி அங்கிருந்த தோட்டித் தெருவுக்குள் அடியெடுத்து வைக்கையில் கனகலிங்கம் சொன்னான்.

"சாமி அதோ பாருங்க ஒரு பெரிய தென்னந்தோப்பு."

கனகலிங்கம் கைநீட்டிக் காட்டிய திசை நோக்கிப் பாரதி நிமிர்ந்து பார்த்தார். எதிரே விசாலமான தென்னந்தோப்பு தெரிந்தது. யாரோ ஒரே அளவுள்ள தென்னை மரங்களின் முனையில் மட்டைகளை வைத்துக் கட்டியிருக்கிறது போன்று காற்றில் தலையசைத்துக் கொண்டிருந்தது அந்தப் பகுதி.

"அதுதாங்க தம்பலா தோப்பு."

கனகலிங்கம் சொன்னது கேட்டுப் பாரதி ஆச்சரியத்தில் தம் கண்களை அகல விரித்தவாறு பேசினார்.

"என்னது இத்தனை விஸ்தீரணமுள்ள தென்னந்தோப்பா தம்பலாவுக்கு இருக்கின்றது."

"இது மட்டும் இல்லைங்க சாமி. இன்னும் எக்கச்சக்கமா நிலபுலன்கள், காடு, கழனியெல்லாம்கூட அவனுக்கு இருக்கு."

கனகலிங்கத்தின் இத்தகைய அபிப்ராயத்தைக் கேட்டதும் பாரதியிடமிருந்து சற்றும் தாமதிக்காது பதில் வந்தது.

"கனகலிங்கம் ஏதுமற்ற ஏழைகள் வாழ்க்கை முச்சூடும் இல்லாமையினால் துயரப்பட வேண்டும் என்பது இங்கே எழுதப்படாத விதியாக இருக்கின்றது. அதற்கு மாறாக அவர்கள் சமூக அந்தஸ்திலும் பொருளாதாரத்திலும் பூரண நிறைவு அடைவார்களே ஆயின் அந்த மேன்மையான மாற்றம் நமக்கும் மகிழ்ச்சிதானே" என்றதும் கனகலிங்கம் அமைதியாகி பாரதியின் கூற்றில் இருந்த பொது நீதியை உணர்ந்து கொண்டவனைப் போன்று அந்தப்படியே அவரைப் பின் தொடர்ந்தான். கொஞ்ச தூரத்தில் அவர்களுக்கும் பக்கத்திலேயே துலுக்கத் தோப்பின் மையத்தில் எண்ணெய் ஆட்டும் மரச் செக்குகள் மாடுகள் இன்றி வெறுமையாய்க் கிடந்தன. ஆயினும் இதற்கும் முன்பாகப் பிழிந்தெடுத்து இருந்த சுத்தமான நல்லெண்ணெயின் வாசம் அந்தப் பகுதி முழுவதுமாக வியாபித்திருந்தது. பாரதியும் கனகலிங்கமும் சிறிது தூரம்தான் போயிருப்பார்கள். எதிர்ப்பட்ட ஒரு வீட்டைக் காட்டி 'இதுதான் தம்பலாவின் வீடு' என்று சைகையினால் காட்டினான் கனகலிங்கம்.

பாரதிக்குத் தம்பலாவின் வீட்டைப் பார்த்த மாத்திரத்திலேயே மகிழ்ச்சி உண்டாயிற்று. சுற்றி இருந்த குடிசைகளுக்கும் மத்தியில் அந்த மாடி வீடு மாத்திரம் 'பளிச்சென்று' அழகாய்க் காட்சியளித்தது. சுண்ணாம்பினால் மிகவும் நேர்த்தியாகக் கட்டப்பட்டு வெள்ளையடிக்கப்பட்ட வீடு. வடக்கு பார்த்த வாசற்படியும் சற்றே அகலமான ஒட்டுத் திண்ணையும் அதன் மேல் பித்தளை பூண்கள் போட்ட பெரிய பெரிய மரத் தூண்களும் பர்மா தேக்கினால் ஆன ஜன்னல்களுமாய் வீடு மிகுந்த செல்வச் செழிப்பை வெளிப்படுத்திக் கொண்டிருந்தது. சாத்தியிருந்த நிலைக்கதவின் வேலைப்பாடு மிகுந்த பிரம்மாண்டம். அதற்கும் மேலே மையமாய்க் கிறிஸ்தவர்களுக்கென்று உரித்தான சூரியப் பலகை என்கிறதான திருக்குடும்பம். அதன் ஒரு புறத்தில் யோசேப்பும் மறு புறத்தில் தூய மரியாளும் நடுவே நியாயப் பிரமாணத்தின் பன்னிரெண்டு வயது நிரம்பிய இயேசு குமாரன் தம் கைகளை நீட்டியவாறு நிற்கும் தோற்றம். பின்னணியில் சிலுவையும் தலைக்குமேல் பரிசுத்த தேவ ஆவியானவர் ரூபங்கொண்டு இறங்கும் சிறகுகள் விரித்த புறாவுமாக யாவும் தேக்கு மரத்தில் கடைந்தெடுத்த அற்புதம் வழிகின்ற நுட்பமான சிற்பங்கள். அதன் இரு புறமும் குருத்தோலையில் ஆன சிலுவைகள். இவை எல்லாம் கண்டு பாரதிக்கு அளவில்லா

சந்தோஷம் உண்டாயிற்று. சடுதியில் கனகலிங்கம் பக்கமாய்த் திரும்பிச் சொன்னார்.

"பார்த்தாயா கனகலிங்கம், தம்பலா வீடு எத்தனை அழகாகவும் சுத்தமாகவும் இருக்கிறது என்று. ஆமாம், அந்தத் தம்பலா கிறிஸ்தவ மார்க்கத்தைச் சேர்ந்தவனோ."

"ஆமாங்க சாமி. சென்னைப் பட்டணத்து வாசல் பெரிய வீதியில இருக்கிற சம்பா கோயில் பங்குலதான் அவன் பூசைக்குப் போயிட்டு வருவான்."

மறந்து போய் தம்பலா வீட்டின் முன்பாகவே 'அவன்' என்று ஏகத்துக்குப் பேசி விட்டோமே என்று கனகலிங்கம் சற்றே பயந்தவனாகத் தன் பேச்சை உள்ளுக்குள் இழுத்துக் கொண்டான்.

"கனகலிங்கம் வீடு சாத்தியிருக்கின்றது. நீ போய் கதவைத் தட்டு. நான் இப்படிச் சிறிது நேரம் திண்ணையில் அமர்கின்றேன்."

சொல்லிவிட்டுப் பாரதி அங்கிருந்த ஒட்டுத் திண்ணையில் கால்மேல் கால்போட்டு உட்கார்ந்தார். உத்தரவுக்குக் கீழ்ப்படியும் ஒரு வேலைக்காரனைப் போன்று மறுபேச்சே இல்லாது கனகலிங்கம், தம்பலா வீட்டுக் கதவைத் தட்டுகிற சமயம். யாரோ குதிரையின் மேல் வருகிறது கண்டு இருவருமே திரும்பிப் பார்த்தார்கள்.

வாசலின் முன்பாக குதிரை வந்து நிற்கிறது தெரிந்தது.

சாம்பலைக் குழைத்துப் பூசி மெழுகியது போன்று வெளுத்துப் போய் 'கொழுகொழு' என்றிருந்தது குதிரை. அதன் செழுமை 'அவசரத்துக்கு மட்டுமேதான் நான் பயன்படுகிறவன்' என்கிறதை உணர்த்துகிற விதமாகத் தோற்றமளித்தது. குதிரையின் மேல் அமர்ந்தவாறு சிரசில் அங்கவஸ்திரத்தைத் தலைப்பாகையாகக் கட்டியபடி காத்திரமாய் ஒரு மனுஷன். அவன் பிடித்திருந்த குதிரையின் லகானை லாவகமாய்த் தளர்த்திக் கீழே இறங்கும் சமயம், எங்கிருந்தோ ஒருவன் ஓடிவந்து அந்தக் குதிரையை வாங்கிப்போய் வீட்டை ஒட்டி இருந்த இலந்தைப் பழ மரத்தில் கட்டினான்.

குதிரையிலிருந்து இறங்கிய அந்த மனுஷன் தன் வீட்டுத் திண்ணையில் பாரதி உட்கார்ந்திருப்பதும் கூடவே வேறொரு நபரும் வந்திருப்பதும் கண்டு அவசர கதியில், தன்னுடைய

தலைப்பாகையை அவிழ்த்துத் தோளின் மீது போட்டவாறு மிகுந்த பணிவோடு பாரதியைப் பார்த்து நமஸ்கரித்தான்.

“ஸ்தோத்திரம் சாமி.”

பாரதி அவனை வெகு ஆழமாக ஏற இறங்க ஊடுருவிப் பார்த்தார். ஆழ்ந்த சிந்தனையுடனே எதையும் நின்று நிதானிக்கும் கவனம். அதற்கு ஏற்றாற்போன்று சுய மதிப்புடைய தலை நிமிர்வை வெளிப்படுத்துகிற தோரணை. அடர்ந்த புருவ மத்தியில் மிகச் சின்னதாய் சந்தனப் பொட்டு. இரு காதுகளிலும் பவழக் கல் பளபளக்கும் தங்கக் கடுக்கன். கைவிரலில் பிரெஞ்சுக் கொடி பதித்த அங்குலீயம் என்கிறதான மோதிரம். கால்களில் அவன் அந்தஸ்தைச் சொல்லுகிற விலை கூடின சப்பாத்து. மல்லுவேட்டியைக் கீழ்ப்பாச்சலாகக் கட்டிய வண்ணம் முழுக்கை வஸ்திரத்தோடு இருந்தவனின் பொலிவு வைரம் பாய்ந்த பனை மரத்தின் கருத்த நிறத்தை நினைவுபடுத்துகிறது மாதிரி இருந்தது.

அவன் நமஸ்கரித்தது கண்டு நிமிர்ந்து உட்கார்ந்த பாரதிக்கு மிகுந்த அதிர்ச்சியாகிப் போயிற்று. கூடவே அவனை மிக நெருக்கத்தில் பார்த்ததும் சட்டென்று நினைவுக்கு வந்துவிட உற்சாக மிகுதியில் துள்ளிக் குதித்தவாறே பேசினார்.

“நேற்று நீர்தானே அந்த துஷ்டர்களிடமிருந்து என்னைக் காத்து விலக்கி அனுப்பினது.”

“ஆமாங்க சாமி.”

“அப்படியானால் உமது பெயர்.”

“தம்பலாங்க. நேத்து ஒரு காரியமா உப்பளத்துக்கு வந்தேன். அப்பதான் உங்களைப் பார்க்கும்படி ஆனது.”

அவன் அவ்விதம் சொன்னது கேட்டுப் பாரதியும் கனகலிங்கமும் ஒருவரை ஒருவர் அர்த்தம் தொனிக்கப் பார்த்துக் கொண்டார்கள்.

“என்ன ஆச்சரியம், என்ன ஆச்சரியம். அந்தத் தம்பலா நீர்தானா. என்னிடத்திலேதான் பராசக்திக்கு எத்தனை விளையாட்டு.”

பாரதி தன் மீசையை முறுக்கியவாறு அன்பு ததும்ப தம்பலாவைப் பார்த்தார். அவன் இன்னமும் நின்று கொண்டுதான் இருந்தான்.

“ஏன் நிற்கிறீர் தம்பலா. வந்து இப்படித் திண்ணையில் உட்காரும்.”

“இருக்கட்டுங்க சாமி. முதல்முதலா நம்ம வீட்டுக்கு வந்திருக்கீங்க. வாங்க உள்ள போய்ப் பேசலாம்.”

“பரவாயில்லை தம்பலா நமக்கு இது போதும். பயப்படாமல் நீர் வந்து என் பக்கத்தில் அமரும்.”

இவ்விதமாய் பாரதி எவ்வளவோ வற்புறுத்தியும் கேளாமல் தம்பலா, தன் தோள்மீது போட்டிருந்த அங்கவஸ்திரத்தை எடுத்துத் தரையில் விரித்து அதன் மேல் உட்கார்ந்தான்.

“நான் யாரென்று தெரியுமா உமக்கு.”

“தெரியுங்க சாமி. நீங்க சுதேசி.”

“அப்படியானால் நீர் என்ன பரதேசியா.”

‘பளிச்சென்று’ கேட்டுவிட்டு பாரதி கள்ளம், கபடின்றி இடைவிடாது சிரித்தார். அவரின் சமத்காரமான அந்த மொழி ஜாலத்தைப் புரிந்து கொண்டவர்களைப் போன்று கனகலிங்கமும் தம்பலாவும் கூடச் சேர்ந்து கொண்டு சிரித்தார்கள். பாரதி என்ன நினைத்தாரோ பெரிதும் இயல்பாகத் தமது சம்பாஷணையை வேறு திசைக்குத் திருப்பினார்.

“தம்பலா நான் உம்மை ஒன்று கேட்க வேண்டும்.”

“தாராளமா கேளுங்க சாமி.”

“எல்லா ஜோலிகளுக்கும் நீர் குதிரையில் போகிறதுதான் வழக்கமோ.”

“இல்லைங்க சாமி. கர்த்தரோட கிருபையால வெளிக் காரியங்களுக்கும் என் சொந்தத் தேவைகளுக்கும் கோர்னமா விவகாரங்களுக்கும் கோச் வண்டியிலதான் போறேன். எப்பவாச்சும் சில சமயம் கழனி வேலைக்கும் சாயந்திர வேளை ஆனா காத்து வாங்கறதுக்கும் குதிரை மேல போவேன். இப்படிப் போறது வர்றது பொறாமை பிடிச்ச உயர் ஜாதிக்காரங்களுக்குப் பிடிக்கலேன்னு தெரியுது. ‘தோட்டிப் பயலுக்கு திமிர பார்த்தியான்னு’ நான் இல்லாத நேரத்தில அதுவும் என் முதுகுக்குப் பின்னாடிப் பேசுறாங்க.”

தம்பலா சொல்லிவிட்டுப் பற்களெல்லாம் நன்றாகத் தெரியும்படியாகச் சர்வ சாதாரணமாய்ச் சிரித்தான். அதில் வெளிப்பட்ட அலட்சியம் பாரதிக்குப் பிடித்திருந்தது.

"தம்பலா ஒருவன் எவ்வளவு பெரியவனாய் இருந்தாலும் முதுகுக்குப் பின்னால் பேசினால், அவன் பேடிக்குச் சமம் என்கிறது உமக்குத் தெரியாதா. நீர் பயப்படாமல் உமது காரியத்தைச் செய்யும். 'சாதிகள் இல்லையடி பாப்பா குலத் தாழ்ச்சி உயர்ச்சி சொல்லல் பாவம்' என்று நான் பாடினேன். அது பாப்பாவுக்குத்தான் நமக்கில்லையென்று இந்தப் படுபாதக மனுஷர்கள் முடிவு கட்டி விட்டார்கள் போலிருக்கிறது."

"சாமி, ஜாதித் திமிர் பிடிச்சவங்கதான் இப்படின்னா. சில சமயம் நம்ம ஆட்களும்கூட எங்கள மகாமோசமா நடத்துறது மனசுக்கு வேதனையா இருக்குதுங்க. 'பீ வார்ற தோட்டிப் பசங்களுக்கு ஊழியம் பார்க்க வர மாட்டோம்னு' எங்க காதுபடவே கேவலமா பேசுறது கேட்க எவ்வளவு அவமானமா இருக்குது தெரியுங்களா."

"என்ன செய்யலாம் தம்பலா. ஜாதிக் கொள்கை வேரூன்றிக் கிடக்கும் நமது சமூகத்தில் மனுஷ சுதந்திரம், சமத்துவம், சகோதரத்துவம் என்னும் கொள்கைகளை நிலைநிறுத்துவதென்றால் அது லேசான விஷயமா. இந்த நாட்டில் கொஞ்ச நஞ்சம் ஜாதிகளா இருக்கின்றன. கொடூரமான அவற்றின் உட்பிரிவுகள்தாம் எத்தனை எத்தனை. அதிலும் ஏற்கனவே மலிந்து கிடக்கும் அக்கிரமங்கள் போதாதென்று புதியபுதிய ஜாதிப் பிளவுகள் வேறு நாள்தோறும் ஏற்பட்ட வண்ணமாய் மனுஷ வர்க்கத்தையே நாசப்படுத்தி வருகின்றனவே."

"இதையெல்லாம் பார்த்துகினு எங்களை மாதிரி தாழ்ந்த ஜாதிக்காரங்க எவ்வளவு காலத்துக்குத்தான் சாமி சும்மா இருப்பாங்க. பிச்சேரியில தோட்டி சமூகத்தைப் பொருத்த வரைக்கும் என்னைத் தவிர யாருமே ஐஸ்வரியத்தோட இல்லை. ஏதோ நான் மட்டும் ஆண்டவர் கிருபையால ஆசீர்வாதமா இருக்கேன். ஆனா எங்க ஜனங்க அப்படிக் கிடையாது. ரொம்பவும் கஷ்டப்படுறாங்க. வார்த்தைகளால சொல்ல முடியாத அளவுக்குக் கொடுமைகளை அனுபவிச்சுகிட்டே தினமும் வீடு வீடா போய் பீ வாருனாதான் அவங்களுக்கு அன்னைக்கு சாப்பாடு நிச்சயம். இப்படிப்பட்ட நிலைமையில இந்த ஜாதி, அந்த ஜாதின்னு ஜாதி வித்தியாசம் பார்க்காம எல்லா மனுஷர்களுக்காகவும் அவங்களோட அசுத்தத்த, அருவருப்ப சகிப்புத் தன்மையோட வாரிச் சுத்தப்படுத்துறோமே எங்களுக்கு எங்கங்க நியாயம் கிடைக்குது."

“நீர் கேட்கிறதும் உமது கோபமும் மிகவும் சரியாக இருக்கின்றது தம்பலா. பெரும்பாலும் தாழ்ந்த ஜாதியார்களே அதி ஏழைகளாக இருக்கிறார்கள் என்பது மறுக்க முடியாத உண்மை. உழைப்பும் அவர்களுக்குத்தான் அதிகம். அப்படி அதிக உழைப்பு நடத்தி வரும் வகுப்பினருக்குள்ளே மிகுந்த தீமை ஏற்படும் அநீதி உலகம் முழுவதிலும் இருக்கிறது. எனினும் நம்முடைய தேசத்தைப் போல இத்தனை மோசமான தன்மை வேறெங்குமில்லை என்கிறது எனக்குத் தெரிகிறது. ஆனால் இந்த மட ஜனங்களுக்குப் புரியவில்லையே.”

“அதான் அவங்களுக்குப் புரியும்படியாக எங்களுக்குன்னு ஒரு சங்கம் போல அமைச்சுகிட்டு, அதன் பிரகாரம் வேலை செய்துகிட்டு வர்றோம். கொஞ்ச நாளைக்கு முன்னாடி வெள்ளைக்காரத் தெருவுல பீ வாரப் போன எங்க சகாவ அங்கிருக்கிறவங்க கேவலமா பேசிட்டதால நாங்க என்ன செஞ்சோம் தெரியுங்களா. பானை பானையா பீய வாரிகிட்டுப் போய் துய்ப்ளெக்ஸ் வீதி பூராவும் போட்டு உடைச்சிட்டு வந்துட்டோம். பிச்சேரியே நாறிப் போயிட்டுது. ஒரு பய நடமாட முடியல. அப்புறம் குவர்னரே ஆளனுப்பி என்னை அழைச்சு சமாதானப்படுத்தி மன்னிப்பு கேட்கிற விதமா பேசுன பிறகுதான் அந்த அசிங்கத்தையெல்லாம் அப்புறப்படுத்தினோம்.”

“அப்படியான காரியமா செய்தீர்கள் தம்பலா.”

பாரதிக்கு அவன் சொன்னது நம்ப முடியாத கதை போலத் தோன்றியிருக்கக் கூடும். சந்தேகம் அவர் முகத்தில் பரவி இருந்தது.

“நான் தினந்தோறும் ஆராதிக்கிற அந்த இயேசு சாமி பேர்ல ஆணையிட்டுச் சொல்றேங்க. அத்தனையும் உண்மை. ‘ஒடுக்கப்படுகிற யாவருக்கும் கர்த்தர் நீதியையும் நியாயத்தையும் செய்கிறார்’னு எங்க வேதம் சொல்லுது. அந்தக் கர்த்தர் நீதி, நியாயம் செய்கிறாரோ இல்லையோ, இந்தத் தம்பலா கண்டிப்பா செய்வான்.”

அவன் குரலில் தொனித்த உறுதியும் ஆவேசமும் பாதிப்பின் வடுக்களாய் மாறி வெடிப்புற வெளிப்பட்டது. பாரதி கண்களை இமைக்க மறந்து அவனையே உற்று நோக்கிய வண்ணம் இருந்தார். தம்பலா, தான் பேசியதின் வேகத்திலிருந்து கொஞ்சம் கொஞ்சமாய் விடுபட்டு மெல்ல சுய நினைவுக்கு வந்தவன்

பாரதியிடம் பிரதியுத்தரமாக எதுவும் பேசத் தோன்றாமல் அப்படியே இருந்தான்.

“தம்பலா உம்மைப் பற்றிச் சிலது கேள்விப்பட்டோம். உம்முடைய வீட்டில் வந்து உட்கார்ந்து கொண்டு உம்மிடம் இரண்டொரு வார்த்தைகளாவது பேச வேண்டும் என்கிற அவா நீண்ட நாட்களாகவே எனக்குள் இருந்து வந்தது. அது இன்றைக்குப் பூர்த்தியாகி விட்டது. அவ்வளவுதான். பராசக்தி உமக்கும் உமது சமூகத்தாருக்கும் அருள் புரியட்டும். நாங்கள் போய் வருகிறோம்.”

பாரதி திண்ணையை விட்டு எழுந்தவாறு தம்பலாவிடம் உத்தரவு வாங்கிக் கொண்டு புறப்பட்டார். ‘தம் வீட்டுக்கு வந்திருந்த பாரதியாருக்கு எவ்வித உபசரிப்பும் செய்ய முடியாது போயிற்றே’ என்கிற வருத்தமும் ‘அவரிடத்தில் ஏதாகிலும் அதிகமாய்ப் பேசி விட்டோமோ’ என்கிற கவலையும் தம்பலாவைப் பற்றியிருந்தது. அதனைத் தன் முக வாட்டத்தில் பிரதிபலித்தபடி பாரதியுடனே சிறிது தூரம் ரஸ்தா வரைக்கும் வந்தவன் அவரை நமஸ்கரித்து வழியனுப்பி வைத்து விட்டுப் பிரிய மனதில்லாதவனாய்த் தன் வீடு போய்ச் சேர்ந்தான்.

பாரதியும் கனகலிங்கமும் நடந்து வந்து கொண்டிருந்தார்கள்.

‘நம் குருநாதர் எதற்காக இவ்விதமாகவெல்லாம் பேசுகின்றார், செய்கின்றார்’ என்கிறது கனகலிங்கத்திற்குப் புரியாது இருந்தது. அதை அவனுக்குத் தெரிவிக்கிறது போன்று சொல்வது தெளிந்து சொல்லும் பாரதி நிறுத்தி நிதானமாக நேர்படப் பேசினார்.

“கனகலிங்கம், தம்பலா நம்மிடம் எவ்வளவு நல்லவனாக நடந்து கொண்டான் பார்த்தாயா. தேர்தல் காலங்களிலே ஜனங்களை அடிக்கிறதும் இம்சிக்கிறதுமாய் இருக்கின்றான் என்று அவனைப் பிடிக்காதவர்கள் யாரோ அபவாதமாய்ச் சொன்னதை அப்படியே நானும் நம்பி, தவறுதலாகப் புரிந்து கொண்டதால்தான் இதுநாள் வரைக்கும் அவனிடத்தில் சிநேகம் செய்ய மனதில்லாது இருந்தேன். ஆனால் அது எத்தனைப் பெரிய மூடத்தனம் என்கிறதை நேற்றைக்கும் இன்றைக்கும் எனக்கேற்பட்ட சொந்த அனுபவங்களின் படிப்பினை மூலமாகவே நன்கு உணர்ந்து கொண்டேன். அதே விதமாகத் தம்பலாவிடத்தும் அவன் சமூகத்தின் பேரிலும் நடத்தப்படுகின்ற நியாய, அநியாயங்கள் குறித்தும் நாம் பிறருக்கு உணர்த்தியாக வேண்டும். அத்தகைய

முன்கை எடுப்புதான் அடுத்தவர்களால் அழுத்தப்பட்டு, நசுங்கிக் கிடக்கிற அடித்தட்டு மக்களின் விடுதலைக்கு நாம் செய்யக் கூடிய விமோசனமாக அமையும். அந்த முழுமையான நிலையைப் பெற்று விடக்கூடிய முயற்சியின் மீது கொண்ட நம்பிக்கையுடனே சொல்கிறேன். தம்பலா பார்க்கிறதுக்குத்தான் முரட்டுப் பலா. உண்மையில் உள்ளே இருக்கின்ற மதுரமான சுளையைப் போன்று அவனுக்கு நேர்மையான இருதயம்."

ஒரு சிறிதும் தடுமாற்றம் இன்றி ஒளிவு மறைவற்ற எண்ணங்களோடு 'கடகடவென்று' அதிர்ந்து பேசி வந்த பாரதி 'சடக்கென்று' தம் பேச்சை நிறுத்திக் கொண்டார். தீட்சண்யம் நிறைந்த அவரின் கண்கள் தீப்பிழம்புகளாய்ச் சிவந்திருந்தன. அடுத்து அவர் இறுதியாகத் தீர்ப்பிடப் போகிறது என்னவாக இருக்கும் என்கிறதைத் தெரிந்து கொள்ளும் ஆவலில் கனகலிங்கம் கனிவு மேலோங்க அவரையே கவனித்தவாறு இருந்தான்.

பாரதி தீர்க்கமான முடிவோடும் தீர்மானம் நிறைந்த உறுதியோடும் அடிமைத்தனமற்ற ஆண்மையுடனே சொல்கிறதற்கு முற்பட்டார். இதுகாறும் அவரது நெஞ்சத்தின் அடி ஆழத்தில் கனன்று கொண்டிருந்த வார்த்தைகள் ஒவ்வொன்றும் நெருப்புத் துண்டங்களாய் வந்து விழுந்தன.

"ஒரு மனுஷன் தாழ்ந்த குலத்திலே பிறந்து விட்டான் என்கிறதுக்காக அவனை ஒதுக்கி வைப்பதோ, ஒடுக்கி வைப்பதோ அவனுக்கும் கேடு. பிறருக்கும் கேடு. இனிமேல் பள்ளனோ, பறையனோ, சக்கிலியோ, தோட்டியோ யாரும் நம்மை கைநீட்டி அடிக்காத வண்ணம் பார்த்துக் கொள்வது நல்லது."

16

சுவரொட்டி

"எங்கள் ஊரில் பார்க்கும் இடங்களிலெல்லாம் தென்பட்ட சின்னச்சின்ன வாசகங்களைக் கொண்ட சுவரொட்டிகளைப் படித்தபோது, என் இளம் மனத்தில் உருவான உத்வேகம்தான் என்னைக் கவிஞனாக்கியது. அந்த வாசகங்களைப் புயல் வேகத்தில் எழுதியவர் ஓர் ஆலைத் தொழிலாளி. அவர் நெஞ்சில் ஒரு மகாகவியே குடியிருந்தான். சுவரொட்டி சொக்கலிங்கம் என்பது அவர் பெயர். ஆனால் ஊர்க்காரர்கள் எல்லோரும் செல்லமாக அவரைப் பெரியப்பா என்று அழைப்பது போல நானும் பெரியப்பா என்றுதான் அழைத்து வந்தேன்."

விழுப்புரத்தில் அன்று மாலை நிகழவிருந்த கூட்டத்தில் பேசுவதற்காக என் உரையை எழுதிக்கொண்டிருந்த நேரத்தில் முத்துசாமி கைப்பேசியில் அவசரமாக அழைத்தான். "என்னடா?" என்றேன். கிட்டத்தட்ட அலறும் குரலில், "மச்சான், சீக்கிரமா வாடா, பெரியப்பா போயிட்டாருடா" என்று உடைந்து அழுதான். ஒரு கணம் எதுவும் புரியவில்லை. "என்னடா சொல்ற?" என்று அதிர்ச்சியில் நானும் சத்தமிட்டேன். "பெரியப்பா

பாவண்ணன் (1958) என்கின்ற பாஸ்கரன் விழுப்புரம் அருகிலுள்ள வளவனூரில் பிறந்தவர். ஆதரவில்லாத வாழ்வின் தத்தளிப்புகளை அதன் வெப்பம் குறையாமல் முன்வைக்க வேண்டும் என்பதுதான் என் படைப்பின் எண்ணம் என்கிறார் இவர். குடும்ப நிலையில் மனிதச் செயல்பாடு, முரண்பாடு, பிரச்சனை எதிர்கொள்ளும்போது மனிதத் துக்கங்களை நெருக்கடியைப் பதிவு செய்கிறது இவரது கதைகள். இருபது சிறுகதைத் தொகுப்புகள், மூன்று நாவல்கள் எழுதியவர். கன்னட இலக்கியத்தைத் தமிழில் அதிகம் மொழிபெயர்ப்பு செய்தவர். சாகித்ய அகாதமி மொழிபெயர்ப்பு விருது (2005) பெற்றவர்.

போயிட்டாருடா" என்று மீண்டும் அழுதான். அந்த வார்த்தையைத் தவிர வேறு எதையும் அவனால் சொல்ல முடியவில்லை. போட்டது போட்டபடி சுலோசனாவிடம் விவரத்தைச் சொல்லிவிட்டு அவர் வீடு இருந்த ஐயனார் கோயில் தெருவுக்கு ஓடினேன்.

வடக்குத் திசையைப் பார்த்த மாதிரி போட்டிருந்த பெஞ்சில் சொக்கலிங்கம் பெரியப்பாவின் உடல் மீது போர்த்தப்பட்டிருந்த துணி காற்றில் படபடத்தது. அது பறந்துவிடாதபடி அவர் காலருகில் இருந்த மாலையை இழுத்து விட்டான் முத்துசாமி. என்னைப் பார்த்ததும் ஓடிவந்து கட்டிப் பிடித்துக்கொண்டு அழுதான். "பாருடா நம்ம பெரியப்பாவ, பாருடா."

அந்தப் பெஞ்சில் உட்கார்ந்துதான் பெரியப்பா செய்தித்தாள் படிப்பார். வண்ணங்கள் குழைப்பார். சுவரொட்டிகள் எழுதுவார். சாப்பிடுவார். பேசுவார். தூங்குவார். கடைசியில் அவர் மரணமும் அந்தப் பெஞ்சிலேயே நிகழ்ந்து விட்டது. அசைவற்றிருந்த அவர் உடலைப் பார்க்கப்பார்க்க என் உடல் நடுங்கிச் சிலிர்த்தது.

அவர் மரணத்தை நம்ப மறுத்தது மனம். நேற்று இரவு நெடுநேரம் வரைக்கும் அரசியல் பேசிய பிறகு, "சரி போய் படுக்கற வேலய பாருங்கப்பா. நான்தான் ஒத்தக்கட்ட. கேப்பாரும் கெடயாது, மேய்ப்பாரும் கெடயாது. நீங்கள்ளாம் அப்படியா? என்னைக்காச்சிம் ஒருநாள் ஒங்க பொண்டாட்டிங்க வந்து இங்க வந்து நின்னு கண்ண கசக்கறாப்புல வச்சிக்கக் கூடாது" என்று சிரிப்பும் கேலியுமாகச் சொல்லி வழியனுப்பி வைத்தவர், காலையில் இந்த உலகத்திலேயே இல்லாமல் போய்விட்டார்.

ஆறுமுகம், ஏழுமலை, சின்னத்தம்பி, தணிகாசலம் எல்லோரும் அடுத்தடுத்து வந்து சேர்ந்தார்கள். அழுகையையும் அதிர்ச்சியையும் தடுக்கவே முடியவில்லை.

"காலயில மொடக்கத்தான் கீர பறிச்சிவந்து குடுன்னு ராத்திரி கேட்டாரில்லயா? வாக்கிங் போன எடத்துல ஏரிப் பக்கத்துல பாத்து பறிச்சியாந்தேன். குடுக்கறதுக்காக வந்து எழுப்பனா கொஞ்சம்கூட அசைவே இல்லடா. தொட்டா ஐஸ்கட்டியாட்டம் சில்லுன்னு இருந்திச்சி. ஓடி போயி ஒரு டாக்டர கூட்டியாந்து காட்டனேன். பாத்துட்டு ராத்திரியே உயிர் பிரிஞ்சிடிச்சின்னு சொன்னாரு." கைக்குட்டையால் முகத்தை அழுத்தித் துடைத்துக் கொண்டான் முத்துசாமி.

அவருக்குக் குடும்பம் இல்லை. முப்பது ஆண்டுகளுக்கு முன்னாலேயே குடும்பம் இவரை விட்டுப் பிரிந்து போய்விட்டது. அரசியல்வாதிகளின் நியாயமற்ற நடவடிக்கைகளைக் கிண்டல் செய்தும் கேள்விக்குட்படுத்தியும் அவர் எழுதிய சுவரொட்டி வாக்கியங்கள் அவரைக் காவல் நிலையம், சிறைச்சாலை, நீதிமன்றம் ஆகியவற்றின் படியேற வைத்ததை அவர்கள் விரும்பவில்லை. அவர்கள் விரும்பியபடி சகித்துக்கொண்டு வாழும் வாழ்க்கையை அவரால் வாழ முடியவில்லை. தினம்தினம் போலீஸ்காரர்கள் வீட்டுக்கு வந்து விசாரிப்பதும் முகம் தெரியாத ஆட்கள் எல்லோரும் மிரட்டிவிட்டுச் செல்வதும் அவமானமாக இருந்தது அவர்களுக்கு. பரஸ்பர ஒப்புதலின் அடிப்படையில் கண் மறைவான ஊருக்கு அவர்கள் கிளம்பிச் சென்று விட்டார்கள்.

அடக்கத்துக்கான வேலைகளை நாங்களாகவே எடுத்துக்கட்டிச் செய்யத் தொடங்கினோம். வெயில் ஏறுவதற்கு முன்னால் துணிக்கூரைக்கு ஏற்பாடு செய்ய வேண்டும் என்று தோன்றியது. ஆறுமுகமும் ஏழுமலையும் அந்த வேலைக்காகப் போனார்கள்.

"எங்க தெருவுல சந்தனப் பொட்டுக்காரர்னு ஒருத்தர் இருக்காருடா. இந்த வேலையில பெரிய எக்ஸ்பெர்ட். எல்லாத்தயும் ஒத்த ஆளா நின்னு பாத்துக்குவாரு. அவர புடிச்சிரலாம். அதான் நமக்கு வசதி." தணிகாசலம் சொன்ன ஆலோசனையை எல்லோரும் ஏற்றுக்கொண்டோம். இரண்டு சக்கர வாகனத்தில் சென்று அவனே அவரை அழைத்து வந்தான். "நாளைக்கி காலைல சாம்பல் வாங்கறவரிக்கும் என் பொறுப்பு. எதுக்கும் கவலபடாதிங்க" என்றார் அவர். அவர் நெருங்கி வந்து பேசும்போது வெற்றிலை வாசம் வீசியது. வங்கியிலிருந்து பணம் எடுத்து வந்து அவரிடம் தந்தான் முத்துசாமி. மின் தகனம், மாலைகள், பறை, வண்டி, பூ அலங்காரம், பாடை எல்லாவற்றையும் அவர் பம்பரமாகச் சுழன்று கவனித்தார். கண்ணீர் அஞ்சலி வாசகத்தை எழுதிக் கொடுக்கும்படி என்னைக் கேட்டான் முத்துசாமி. எழுதிக் கொடுத்ததும் அதை எடுத்துக்கொண்டு அவனும் சின்னத்தம்பியும் அச்சகத்துக்குப் போனார்கள்.

"நம்ம போக்குல எடுத்துக்கட்டி செய்யறமே, அவுரு குடும்பத்துக்குச் சொல்ல வேணாமாடா?" தணிகாசலம் தயங்கித்தயங்கிக் கேட்டான். "எந்த ஊரு, எந்த எடம்னு எதுவும் தெரியாம எப்பிடிடா சொல்றது?" என்று பதில் சொன்னாலும்கூட அளவுக்கு

மீறிச் செய்கிறோமோ என்று எனக்கும் ஒரு கணம் தோன்றத்தான் செய்தது.

சில கணங்கள் பேச்சில்லை. தெருவில் இருப்பவர்கள் ஒன்றிரண்டு பேர்களாக வந்து பார்த்துவிட்டு மதிலோரமாக ஒதுங்கி நின்று சிறிது நேரம் தமக்குள் பேசிக் கொண்டார்கள். பெரிய கூட்டமே திரண்டுவரும் என்று எதிர்பார்த்தோம். ஆனால் ஏமாற்றமே மிஞ்சியது. வெயில் உச்சியை நோக்கிச் சென்றுகொண்டிருந்தது.

மாலை போட்டு வணங்கிவிட்டு மௌனமாகச் சில கணங்கள் நின்றார் ஒரு பெரியவர். அப்புறம் அவராகவே "நாங்கள்ளாம் அந்தக் காலத்துல சுதேசி மில்லுல ஒன்னா வேல பாத்தவங்க. எண்பத்தொன்னுல ஸ்டிரைக் வந்து ஆலய மூடறவரிக்கும் ஒன்னாதான் இருந்தோம். அவன் எழுதற தட்டிய ஆல ஜனங்களெல்லாம் சினிமா பாக்கறாப்புல அந்தக் காலத்துல கூடிக்கூடிப் பாக்கும்" என்று சொல்லிக்கொண்டார்.

நேரம் கடக்கக்கடக்க எந்த எண்ணமும் புரளாதபடி மனம் உறைந்து போய்விட்டதாகத் தோன்றியது. பாடையின் மீது மலர் அலங்காரம் செய்யத் தோதாக மூங்கில் பட்டைகளை அறுத்துக் கட்டிக் கொண்டிருந்தார்கள். அவர்கள் அருகில் சின்னச்சின்ன நாய்க்குட்டிகள் சுருண்டு படுத்திருப்பதைப்போல சணல் உருண்டைகள் கிடந்தன. அவற்றையொட்டி பத்துப் பன்னிரண்டு பூக்குடைகள். டயர் வண்டியை இழுத்து வந்தவர்கள் ஓரமாக நிறுத்திவிட்டு மரத்தடியில் உட்கார்ந்து பீடி பற்றவைத்தார்கள். தேநீர் வாங்கி வந்து எல்லோருக்கும் கொடுத்தார் ஒருவர்.

தயிர்க் கூடையோடு தெரு முனையில் திரும்பிய அம்மா, குடிசை இருந்த கோலத்தைப் பார்த்துவிட்டு அப்படியே உறைந்து ஒருகணம் நிற்பதைப் பார்த்தேன். அருகிலிருந்த வீட்டு வாசலில் உட்கார்ந்திருந்த பெரியவரிடம் அவள் விசாரிப்பது தெரிந்தது. பிறகு புடவை முந்தானையால் வாய் மறைத்தபடிச் சிறிது நேரம் அங்கிருந்தே பார்த்தாள். அப்புறம் தயிர்க் கூடையோடு பெரியப்பாவின் அருகில் வந்து நின்றாள். கண்கலங்கத் தன் கூடையிலிருந்து சுவரோரமாகக் கவிழ்த்து வைக்கப்பட்டிருந்த பித்தளைச் செம்பு நிறைய மோர் ஊற்றி வைத்துவிட்டுக் கைகுவித்து வணங்கிவிட்டுச் சென்றாள்.

மனம் பொங்கியபடி இருந்தது. "என் கூட இருக்கறதயே அவமானமா நெனச்சி எல்லோரும் போயிட்டாங்க. சாப்பாட்டுக்காகத்தான ஒரு

குடும்பத்த நாம அண்டிக் கெடக்கணும். சரி, அந்தச் சாப்பாட்டயே உட்டுரலாம்னு முடிவெடுத்து உட்டுட்டேன். வெளயாட்டா இதோ இருபது இருபத்தஞ்சி வருஷம் பறந்தே போச்சி. வெறும் மோர், டீ, காப்பி, தண்ணி, பழங்கள்னு பழகிகிட்டேன். இன்னைக்கு வரைக்கும் நம்ம வண்டி சிக்கலில்லாம ஓடுது." கடற்கரையிலிருந்து நடந்து வரும்போது பெரியப்பா ஒருமுறை சொன்ன வார்த்தைகள் நினைவில் படர்ந்தன. அது கடற்கரை முழுதும் பாலிதீன் பைகள் குப்பையாக இறைபடுவதைக் கண்டித்து, உடல் முழுக்க ஆடையோடு சின்னச்சின்ன சுவரொட்டிகளைக் குண்டூசிகளால் குத்திக்கொண்டு காந்தி சிலையிலிருந்து டியூப்ளே சிலைவரைக்கும் மாறிமாறி அவர் நடந்த நாள்.

'பாலித்தீன் பைகள் மரணத்தின் வலைகள்.' 'பாலித்தீன் கழிவு உலகுக்கே அழிவு.' 'மட்காத குப்பை பாலித்தீன் மண்ணுக்குக் கேடு பாலித்தீன்.' 'அமுதம் என்று நஞ்சை எடுக்காதே. சுலபம் என்று பாலித்தீன் பை கொடுக்காதே.' அவர் உடல் முழுதும் அந்த வாசகங்கள். முதல் இரண்டு நாட்கள் அவரைப் பார்த்தவர்கள் எல்லோரும் கேலிப்பொருளாக நினைத்துச் சிரித்துக் கிண்டல் செய்தார்கள். மூன்றாவது நாள் அவரை எதிர்கொண்டவர்கள் அசாதரணமான அமைதியோடு கடந்து போனார்கள். நான்காவது நாள் அது பத்திரிகையில் பெட்டிச் செய்தியாக வெளிவந்தது. ஐந்தாவது நாள், கடற்கரையோர விற்பனையாளர்கள் அவரைக் கரையோரம் நடக்க அனுமதிக்கவில்லை. அடித்து விரட்டினார்கள். அதுவும் செய்தியானது. அடுத்த நாள் அவர் அடிபடும்போது தற்செயலாகப் பார்த்துவிட்ட கல்லூரி மாணவர்கள் குறுக்கிட்டுத் தடுத்தார்கள். அந்த வார இறுதியில் கடற்கரையில் யாரும் எதையும் பாலித்தீன் பைகளில் விற்கவும் கூடாது வாங்கவும் கூடாது என்றொரு உத்தரவை அரசு பிறப்பித்தது.

"சரியா வந்துருக்கா பாருடா" வண்டியை பூவரச மரத்தோரம் நிறுத்திவிட்டு வந்த முத்துசாமி சுவரொட்டியைப் பிரித்துக் காட்டினான்.

"கண்ணீர் அஞ்சலி. முள்முள்ளாய் பரவிப் போன பிரச்சினையின் ஆழம் எல்லாம் கல்வெட்டாய் நெஞ்சில் தைக்க சுவரொட்டி வைத்த மைந்தன் மண்ணைவிட்டு மறைந்து போனான், மனசை விட்டு மறையவில்லை. தோற்றம் 02.10.1948. மறைவு 30.01.2013. நண்பர்கள் குழு."

தளும்பிய கண்ணீர்த் துளிகளை விரலால் வழித்து உதறியபடி "சரியா இருக்குடா. ஒட்டறதுக்கு ஆளப் புடிச்சி அனுப்பி வச்சிடு" என்றேன்.

இடைவிடாத பறையொலியின் முழக்கம். அடிவயிறு அதிர்ந்து சுருங்கியது.

"சடங்கு ஏதாச்சிம் செய்யணுங்களா தம்பி?" சந்தனப் பொட்டுக்காரர் வந்து கேட்டார். "அதெல்லாம் வேணாம்" என்றேன். "அப்ப கொள்ளி?" என்று உடனே அடுத்த கேள்வியைக் கேட்டார். கொஞ்சம்கூட யோசிக்காமல் "நானே வைக்கறேன்" என்று சொன்னேன். என் பதிலை அவர் எதிர்பார்க்கவில்லை. மௌனமாகச் சில கணங்கள் என்னையே பார்த்தார். பிறகு "சரி, புதுவேட்டி வாங்கியாறேன். கௌம்பும்போது கட்டிக்கணும்" என்று சொல்லிவிட்டுப் பறை முழங்கிக் கொண்டிருந்த கம்பத்தை நோக்கி நடந்தார். பறையைக் காய்ச்சுவதற்காகக் குவித்து எரிக்கப்பட்ட எருமுட்டைச் சாம்பல் புகைந்து கொண்டிருந்தது.

சில ஆண்டுகளுக்கு முன்பாக பேச்சோடு பேச்சாக, "இவ்ளோ அழகா வாசகங்கள் எழுதறிங்களே, நீங்க ஏன் கவிதைப் பக்கம் போகலை?" என்று கேட்டபோது மர்மமான ஒரு புன்னகை அவர் உதடுகளில் நெளிந்ததை நினைத்துக் கொண்டேன். "என் நாட்டம் கவிதயில இல்ல. சமூக விழிப்புதான் நம்ம உலகம்" என்று மெதுவாகச் சொன்னார். அவர் காதோர நரைமுடி வெள்ளிக் கம்பிகளாகப் பறந்து கொண்டிருந்தன. வெளுத்த புருவம். உருண்ட விழிகள். அழுத்தமான மூக்கு. "ஆனா நீ எழுதணும். ஒனக்கு கவித வரும். சீக்கிரமா நீ ஒரு தொகுப்பு போடு. அதுக்கு நான் ஒரு முன்னுரை எழுதறேன்" என்று சொல்லிவிட்டுச் சிரித்தார்.

இருபது வயதில் சுதேசி மில்லில் வேலைக்காகச் சேர்ந்தார் அவர். தொழிற்சங்கத்துக்காக வகைவகையான சொல் அடுக்குகளோடு அவர் உருவாக்கிய சுவரொட்டி வாசகங்கள் அவர் மீது மற்றவர்களின் கவனம் குவியக் காரணமாக இருந்தன. ஊர்வலங்கள், பொதுக்கூட்டங்கள், வேலைநிறுத்தங்கள் எல்லாவற்றிலும் அவருடைய சுவரொட்டிகள் முக்கியத்துவம் பெற்றன. கவித்துவம் நிரம்பிய சொற்சேர்க்கைகளை அவர் மனம் தன்னிச்சையாக உருவாக்கின.

பொய்க் காரணம் காட்டி ஒரு தொழிலாளி வேலையைவிட்டு நீக்கப்பட்டதையொட்டி நிகழ்ந்த போராட்டத்தின்போது ஆலை

வாசலில் திரும்பிய பக்கமெல்லாம் வண்ணவண்ண மைகளில் அவர் எழுதிய நூறு சுவரொட்டிகளைத் தாங்கிய தட்டிகள் வைக்கப்பட்டிருந்த சம்பவத்தைச் சொல்லிவிட்டு பழைய நினைவுகளில் சிறிது நேரம் மூழ்குவது பெரியப்பாவின் வழக்கம். 'நிர்வாகத்தின் தந்திரத்தால் நீதி தேவதை கண்ணிழந்தாள்.' 'வேலையைப் பறித்தது நிர்வாகம் நேர்மை இழந்தது பரிதாபம்.' 'பொய்மையில் வெற்றி முளைக்காது போலியின் நாடகம் நிலைக்காது.' கண்மூடிய கோலத்தில் அந்தப் பழைய வாசகங்களை அவர் மனப்பாடமாகச் சொல்லும்போது ஆச்சரியத்துடன் கேட்டபடி பல சமயங்களில் உறைந்துபோய் நின்றிருக்கிறேன். அந்தப் போராட்டம்தான் ஆலையில் அவர் முக்கியப் புள்ளியாக மாறியதற்கு வழிவகுத்த திருப்புமுனை. அந்தப் போராட்டத்தின் காரணமாக வேலையைத் திரும்பப் பெற்ற இளைஞன் சில மாதங்களுக்குப் பிறகு நிர்வாகத்தின் கையாளாக மாறி, அவருக்கு எதிராக சாட்சி சொல்லி, வழக்குகளைச் சந்தித்து மீண்டதைப்போல பல கதைகளை எவ்விதமான புகார் தொனியும் இல்லாமல் சொல்வது அவருக்கு மட்டுமே சாத்தியமான குணம்.

ஆலைக்கு வெளியே பொதுவாழ்விலும் தன் சுவரொட்டி வேலையை அவர் தொடங்கியபோது கடுமையான எதிர்ப்புகளையும் ஏளனங்களையும் அவர் சந்திக்க வேண்டி வந்தது. சாலையோர மதுக்கடையை அகற்றுவதை ஒட்டி அவர் எழுதியொட்டிய சுவரொட்டிகள், தொடக்கப்பள்ளி எதிரில் வாகனப் போக்குவரத்து ஒழுங்கை வலியுறுத்தி எழுதப்பட்ட சுவரொட்டிகள் எல்லாமே நியாயத்தின் குரலாக அமைந்தவை. இறால் பண்ணையை எதிர்த்து, நிறுத்தாமல் போகிற பேருந்துகளைக் கண்டித்து, புறம்போக்கு நில ஆக்கிரமிப்பை எதிர்த்து, பள்ளிக்கூடத்துக்குச் சொந்தமான நிலத்தை வளைத்து மதில் எழுப்பிக்கொண்ட அரசியல்வாதியை அம்பலப்படுத்தி... அவர் எழுதிய சுவரொட்டிகள் ஆயிரத்துக்கும் மேல் இருக்கும். இரவும் பகலுமாக ஒரு பக்க வெள்ளைத் தாள்களில் எழுதுவார். மை உலரும் வகையில் வாசலில் அடுக்கி வெயில் படும்படி வைப்பார். பிறகு வாளியில் பசையோடு தெருத்தெருவாய் நடந்து அவரே சுவரொட்டிகளை ஒட்டிவிட்டு வருவார். ஒட்டுவதை யாராவது தடுத்தால் அட்டைகளில் ஒட்டி மரக்கிளைகளில் தொங்கவிடுவார். விசாரணை என்கிற பெயரில் காவல் நிலையங்களுக்கு அவர் அழைக்கப்படுவதும் அடிபடுவதும் வாடிக்கையாக நடைபெறும் விஷயங்களாகி விட்டன.

பெரியப்பாவின் முகத்தில் வந்து உட்கார்ந்த ஈக்களை விரட்ட நெருங்கிச் சென்றபோது, காதோரமாகக் கன்னத்தில் ஒட்டிக்கொண்ட அட்டைப்போலத் தெரிந்த கரிய தையல் தழும்பின் மீது பார்வை பதிந்தது. ஸ்டேஷனில் ஒருமுறை இடுப்பு நிக்கரோடு நிற்க வைத்து அடித்த இன்ஸ்பெக்டர் அறைந்ததில் தடுமாறிப் பக்கவாட்டில் சாய்ந்தபோது, அருகிலிருந்த அலமாரி கைப்பிடியில் மோதிக் கிழிபட்டதில் உருவான காயம். இன்னும் மார்பில், முதுகில், தொடையில், தோளில் பல தழும்புகள். ஒவ்வொன்றுக்கும் ஒரு கசப்பான பின்னணி இருந்தது. பற்றற்ற குரலில் அவற்றை அவர் சொன்னதெல்லாம் நினைவில் பொங்கி அலைமோதின. "இந்த நாட்டுல கெட்ட வார்த்தைங்கள பேசறதுல ஒரு போட்டி வச்சா, போலீஸ்காரங்களுக்குத்தான் மொதல் மெடல் கெடைக்கும்" என்று விரக்தியான சிரிப்போடு சொன்ன வார்த்தைகள் காதருகில் மீண்டுமொருமுறை ஒலிப்பது போல இருந்தன.

ஆற்று மணல் கொள்ளையை அம்பலப்படுத்தி அவர் எழுதி ஒட்டிய சுவரொட்டிகளால் சமீபகாலமாக அதிகாரத் தரப்பின் எதிர்ப்புகளும் ஆத்திரமும் ஒட்டு மொத்தமாக அவர்மீது குவிந்தன. ஆனால் அவரை யாருமே பொருட்படுத்தவில்லை. வழக்கமாக ஸ்டேஷனுக்கு வரச்சொல்லி நடைபெறும் விசாரணைகூட நடைபெறவில்லை. பத்துநாள் கழித்து, காலை நடைக்காக ஏரிக்கரைப் பக்கம் போனவரை அறிமுகம் இல்லாத ஆட்கள் அவரை அடித்துத் தள்ளிவிட்டுப் போய்விட்டார்கள். மயங்கிக் கிடந்த தகவலை, அந்தப் பக்கமாக ஆடு ஏற்றிக்கொண்டு சைக்கிளில் போன சாயபு ஒருவர் சொன்ன பிறகுதான் ஊர்க்காரர்களுக்குத் தெரிய வந்தது. ஒரு மாதத்துக்கும் மேல் மருத்துவமனையில் சேர்த்து, மருத்துவம் பார்த்த பிறகுதான் அவர் பிழைத்து வந்தார். நடமாடும் நிலைக்குத் திரும்ப மேலும் சில வாரங்கள் பிடித்தன. "ஒரு ஆள கூடவா அடயாளம் தெரியல? நல்லா யோசிச்சி சொல்லுங்க பெரியப்பா" என்று பல முறை விசாரித்துவிட்டோம். அவரிடமிருந்து ஒரு வார்த்தைகூட பதிலாகக் கிடைக்கவில்லை.

"எடுத்துரலாமா?"

சந்தனப் பொட்டுக்காரர் நெருங்கி வந்து அடங்கிய குரலில் கேட்டார். குடிசையின் பக்கவாட்டுச் சுவரையொட்டியபடி சாக்குத் திரை மறைவில் இரண்டு குடங்களில் தண்ணீர் இருந்தது. ஒரு பானை தண்ணீரைத் தலையில் ஊற்றிக்கொண்டேன். தலையைத் துவட்டிக்கொள்ள முத்துசாமி துண்டைக்

கொண்டுவந்து கொடுத்தான். கட்டிக்கொள்ள புதுவேட்டியைக் கொடுத்தார் சந்தனப் பொட்டுக்காரர்.

நாங்கள் ஆறுபேர். தெருக்காரர்கள் ஆறுபேர். அவ்வளவுதான் கூட்டம். மன பாரத்தால் எங்களால் அழக்கூட முடியவில்லை. பெஞ்சிலிருந்த அவரை ஒரு சிலையைப் போலத் தூக்கிவந்து பூ அலங்காரத்துக்கு நடுவிலிருந்த பாடையில் கிடத்தி, பூப்பல்லக்கைத் தூக்கி வண்டிமீது வைத்தோம். கயிற்று உறியில் வைக்கப்பட்ட கொள்ளிச்சட்டியைக் கொண்டுவந்து என் கையில் கொடுத்துவிட்டுச் சென்றார் சந்தனப் பொட்டுக்காரர்.

பறையொலி அதிர்ந்தது. வண்டி நகர்ந்தது. வாசலில் நின்று வேடிக்கை பார்த்தார்கள் மக்கள்.

பத்து வருஷங்களுக்கு முன்னால் என் கவிதையைப் பாராட்டி அவர் சொன்ன வார்த்தைகள் ஒவ்வொன்றும் திடீரென்று துல்லியமாக நினைவில் மோதின. அன்று முதல் ஒவ்வொரு கவிதைக்கும் என்னை அவர் பாராட்டிக்கொண்டே இருந்தார். அந்த வார்த்தைகள். அந்த உணர்ச்சிகள். அருவி போல நினைவுகளில் பொங்கி வழிந்தபடி இருந்தன.

தகன மையத்தில் இறக்கி வைத்ததும் இரும்புத் தண்டுகளால் இணைக்கப்பட்ட மின்பலகைக்குப் பெரியப்பாவின் உடலை மாற்றி வைத்தார்கள். பதிவு வேலைகளை வேகவேகமாக முடித்துவிட்டு ரசீது வாங்கி வந்தான் முத்துச்சாமி. சம்பிரதாயமாகக் கொள்ளிச் சட்டியைப் பெரியப்பாவின் காலருகில் வைத்துவிட்டு சுற்றிவரச் சொன்னார் சந்தனப் பொட்டுக்காரர். மூன்று சுற்று முடிந்ததும் காலைத் தொட்டு வணங்கச் சொன்னார். பிறகு மாலைகள் அகற்றப்பட்டன.

"கடசியா ஒரு தரம் பாத்துக்குங்க."

நாங்கள் பார்த்துக்கொண்டிருக்கும்போதே மின்னல் வேகத்தில் அந்த முகத்தைத் துணியால் மூடிவிட்டுச் சந்தனப் பொட்டுக்காரர் விலகிக்கொள்ள, அருகில் நின்றிருந்த தகனப் பணியாளர் தண்டவாள அமைப்பின்மீது பலகையைப் பொருத்தி விசையை அழுத்தினார். சத்தத்தோடு உயர்ந்த உலைக் கதவின் இடைவெளிக்குள் பலகை முன்னகர்ந்து, பெரியப்பாவின் உடலைக் கிடத்திவிட்டுப் போன வேகத்தில் வெளியே வந்ததும் உலைக்கதவு மூடிக்கொண்டது.

வெறுமையான பலகையைக் கண்டதும் இதயம் உச்ச வேகத்தில் துடித்தது. ஆறுமுகமும் ஏழுமலையும் சத்தம் போட்டு அழுதார்கள்.

"காலயில வந்து ரசீதக் காட்டிச் சாம்பல வாங்கிக்கலாம்."

பணியாளர் சொல்லிவிட்டு மேடையில் இருந்து இறங்கினார். கொடுக்க வேண்டிய பணத்தைக் கொடுத்து எல்லோரையும் அனுப்பி விட்டுத் திரும்பினான் முத்துச்சாமி. வெளியே வந்து தகன மையத்தின் மதிலையொட்டி அரச மரத்தடியில் காணப்பட்ட சிமெண்ட் பெஞ்சுகளில் உட்கார்ந்ததும் அவன் வெடித்து அழ ஆரம்பித்தான். சில நிமிடங்கள் பைத்தியம் பிடித்துக் குழம்பிவிட்டது போல மனம் மரத்துப்போயிருந்தது. "காலையில ஆறுமணிக்குலாம் நான் வந்து சாம்பல வாங்கி வைக்கறேன். ஏதாச்சிம் வண்டியோட வந்திங்கன்னா திருக்காஞ்சிக்குப் போயி கரச்சிட்டு வந்துரலாம்" என்று சொல்லி விட்டுப் போனார் சந்தனப் பொட்டுக்காரர்.

பெரியப்பாவை நினைத்தபோது பொங்கிய வருத்தத்துக்கு அளவே இல்லை. அவருடைய உண்மையான மரணம் பல ஆண்டுகளுக்கு முன்னாலேயே நிகழ்ந்துவிட்டது. இன்று நிகழ்ந்தது வெறும் உடல் மரணம். அப்படி ஓர் எண்ணம் ஓடியபோது உடலே நடுங்கியது. ஆங்கிலப் பள்ளி வாகனங்கள் சாலையில் வரிசையாகக் கடந்து செல்வது தெரிந்தது. வெயிலின் கடுமை வெகுவாகக் குறைந்திருந்தது.

வீட்டை நோக்கி மௌனமாக நடக்கத் தொடங்கினோம்.

ஒரு திருப்பத்தில் பாரம் சுமந்த பெரிய சரக்கு லாரியொன்று வழியை அடைத்தபடி நின்றிருந்தது. அதன் ஒரு சக்கரம் பிசகாகச் சாலையை ஒட்டியிருந்த பள்ளத்தில் இறங்கிவிட்டது. மீட்டெடுக்கும் வழி புலப்படாமல் கூட்டமே மாறிமாறி ஆலோசனைகளைச் சொல்லிக் கொண்டிருந்தது. கலங்கிய மனத்தோடு நாங்கள் அதைக் கடந்து நடந்தோம்.

ஒரு சின்னத் தரைப்பாலம். தேர்தல் சின்னம் எழுதப்பட்டிருந்த அந்தச் சுவரில் எங்கள் கண்ணீர் அஞ்சலி சுவரொட்டி தெரிந்தது. அடுத்தடுத்து திரைப்படச் சுவரொட்டிகள். சுவர் விளிம்பில் சின்னதாக மூன்று சுவரொட்டிகள் தெரிந்தன. சுய உணர்வே இல்லாமல் நடந்து கொண்டிருந்த என் தோளை அழுத்தி அவற்றைப் பார்க்கும்படிக் கண்ணாலேயே சொன்னான்

ஆறுமுகம். அந்த வாசகங்களைப் பார்த்ததுமே என் மனம் பொங்கியது. 'ஆற்றுமணலை அள்ளாதே அன்னை இயற்கையைக் கொல்லாதே.' 'திரண்ட மணல் எமது செல்வமடா, திருட நினைப்பது பாவமடா.' 'அன்னமிட்ட வீட்டில் கன்னம் வைக்காதே ஆற்றுமணலை அள்ள திட்டமிடாதே.' ஒவ்வொரு எழுத்திலும் பெரியப்பாவின் முகம் நிறைந்திருப்பதுபோலத் தோன்றியது.

ஒவ்வொரு வாசகத்திலும் பெரியப்பா வெளிப்படுத்தும் உணர்வுகளில்தான் எத்தனைஎத்தனை வகை, ஆலோசனை. கோரிக்கை, எச்சரிக்கை எல்லாமே யார்யாரோ எந்தெந்தக் காலத்திலோ சொன்னவைதான். நம் காலத்தில் அதை முன்வைத்தவர் பெரியப்பா என்பதால் அதில் அவர் குரல் கேட்டது. ஒவ்வொரு சொல்லிலும் ஆழம் காண முடியாத அர்த்தம் பொதிந்திருப்பதாகத் தோன்றியது. பெரியப்பா என்று மனம் விம்மியது.

"கொலகாரப் பசங்களுக்கு அந்தத் தெய்வம்தான் கூலி குடுக்கணும்டா" வெடிப்பது போலச் சொன்னான் ஏழுமலை.

அவனை அமைதிப்படுத்தும் விதமாக அவன் கையைப் பற்றி அழுத்தியபடி நடையைத் தொடரத் தூண்டினேன். எண்ணங்களை ஒரு முகப்படுத்த முடியாதபடி வேதனையில் கொந்தளித்தபடியே இருந்தது மனம். அடுப்பில் வைத்த கூழ்ப் பானை போல நடக்கநடக்கத்தான் அது அடங்கும் என்று தோன்றியது.

வழி நெடுக, தரைப்பாலங்கள், வீட்டுச் சுவர்கள், வாகனங்கள், மரங்கள், குப்பைத் தொட்டிகள் என விட்டுவிட்டுக் கண்ணில் பட்ட இடங்களிலெல்லாம் தெரிந்த சுவரொட்டிகளில் பெரியப்பாவின் முகம் தோன்றியபடி இருந்தது, பிரகாசமாக.

17

வெள்ளை மாடு

சொக்கலிங்கப் படையாச்சி வீட்டுக்குள் நுழையும்போதெல்லாம் ஏதாவதொரு சாக்குப்போக்கு தயார் பண்ணிக்கொண்டுதான் வருவார். இருந்தாலும் தையநாயகியின் வாய் ஓயவில்லை. சாணி தெளிக்கிறபோது தினமும் வெளியில் போகும் மனுஷன், தவறாமல் ராத்திரி சாப்பாட்டுக்குத் தட்டு வைக்கிறபோது திரும்பிவிடுவார். குடும்பத்தில் என்ன நடக்கிறது? எது தேவை? என்பதைப் பற்றியெல்லாம் கவலையோ பொறுப்போ கிடையாது. தையநாயகிதான் விவரம் தெரியாத இரண்டு ஆம்பிளைப் பசங்களையும் வயசுக்கு வந்த ஒரு பொம்பளைப் பிள்ளையையும் வைத்துக்கொண்டு ராத்திரி பகலாக உழைத்தாள். தாயும் மகளுமாகச் சேர்ந்தே கூலி வேலைக்குப் போனார்கள்.

ஊருக்கெல்லாம் உழைக்கிற தன் புருஷனை நினைத்துப் புலம்பித் தீர்ப்பதைத் தவிர அவளால் வேறு எதுவும் செய்ய முடியவில்லை. கடன் உடன்பட்டு ஒரு சோடி மாடு வாங்கினால் அதை வைத்துக்கொண்டு வண்டிச் சத்தம் ஓட்டியாவது பிழைப்பைத் தள்ளலாம். இதுக்கெல்லாம் மனுஷனுக்குக் கறி வளையுமா? என்பதுதான் தையநாயகி தினமும் படிக்கிற பாடம்.

தங்கர் பச்சான் (1961) என்கின்ற தங்கராசு பண்ருட்டி அருகிலுள்ள பத்திரக்கோட்டையில் பிறந்தவர். வெள்ளை மாடு, குடிமுந்திரி, இசைக்காத இசைத்தட்டு என மூன்று சிறுகதைத் தொகுப்புகளும் இரு நாவல்களும் எழுதியுள்ளார். தான் பிறந்த மண்ணையும் மக்களையும் தன்னுடைய திரைப்படத்திலும் படைப்பிலும் உயிர்ப்பாகத் தந்தவர். தீவிரத் திரைப்படங்களின் தொழில்நுட்பம் தீவிர இலக்கியத்திலிருந்து பிறந்தவைதான் என்கின்ற கருத்துடையவர் தங்கர் பச்சான்.

சொக்கலிங்கப் படையாச்சியைக் குறைசொல்லி என்ன பிரயோசனம். அவருக்கு மட்டும் ஆசை இல்லையா என்ன?

சொக்கலிங்கப் படையாச்சியைச் சுத்துப்பட்டில் தெரியாத ஆளில்லை. யாருக்காவது புதுமாடு தேவைப்படும் போதெல்லாம் சொக்கலிங்கம் தேவைப்படுவார். மாடுகளைத் தேர்வு செய்வதில் அவரை யாரும் மிஞ்ச முடியாது. தரகர்களுக்கெல்லாம் இவர் மேல் கொஞ்சம் வாங்கல் இருக்கத்தான் செய்தது. கொடுக்க வேண்டியதைக் கொடுத்து சரிசெய்தாலும் கட்டுப்படுகிற ஆளாகத் தெரியவில்லை. அவரைக் கழட்டி விடுகிறதிலேயே குறியாய் இருந்தார்கள். நம்பியவனுக்கு மோசம் செய்ய அவர் மனசு ஒப்பவில்லை. எந்த மாட்டுக்கு என்ன விலை தகுமோ சொல்லிவிட்டு வந்துவிடுவார். பிறகு மாட்டுக்காரர்களுக்கும் வாங்குபவர்களுக்கும்தான் பிரச்சினை. முடிவில் சொக்கலிங்கம் குறித்த விலையில் இம்மி ஏறவும் ஏறாது, குறையவும் குறையாது. மாடு கொடுத்தவனுக்குப் பணமும் பணம் கொடுத்தவனுக்கு மாடும் கிடைத்துவிடும். சொக்கலிங்கத்திற்கு மிஞ்சியதெல்லாம் இரண்டு கிளாஸ் பட்டைச் சாராயமும் வயிறார டீக்கடையில் என்ன கிடைக்கிறதோ அது மட்டும்தான். கையை வீசிக் கொண்டு வீட்டுக்கு வந்துவிடுவார்.

பெரியவன் அப்பனிடம் வண்டிமாடு கேட்டுக்கேட்டுச் சலித்துப் போயிருந்தான். தையநாயகியைக் கைப்பிடித்த பத்தொம்பதாவது வயசிலிருந்து இருவத்திரண்டு வருஷமாகத் தவறாமல் திருவண்ணாமலை தீபத்துக்கு சொக்கலிங்கப் படையாச்சி போய் வந்து கொண்டிருக்கிறார். வருஷத்துக்கொருத்தர் யாராவது போக வரச் செலவைப் பார்த்துக் கொள்வார்கள். பதிலாக, கூட்டிக்கொண்டு போகிறவர்களுக்கு மாடு பிடித்துக் கொடுக்க வேண்டும்.

இந்த வருஷம் ஆரம்பத்திலிருந்தே சீட்டுக்கட்டி வைத்திருந்த பணத்தை வைத்துக்கொண்டு கண்ணுசாமி தவியாத் தவித்தான். இன்னும் இரண்டுபேர் எது எப்படி நடந்தாலும் இந்த வருஷம் மாடு பிடிக்கிறது மட்டும் தவறாது என்று சத்தியம் செய்திருந்தார்கள்.

எந்த வருஷமும் இல்லாத மாதிரி இரண்டு நாளாகச் சொக்கலிங்கப் படையாச்சியிடம் பிடிபடாத மாறுதல். ஊரை அளந்து கொண்டிருக்கும் கால் வீட்டுக்குள்ளேயே ஒடுங்கிக் கிடந்தது. கம்மந்தட்டுக் குச்சி ஒன்றைக் கையில் வைத்துத் தரையில் கீறிக்கீறி

மோட்டுவளையைப் பார்த்துக்கொண்டே யோசனையில் ஆழ்ந்திருந்தார்.

புருஷனின் யோசனை தையநாயகிக்குப் புலப்பட்டுவிட்டது. கம்மங் கூழையும் கிடா நார்த்தங்காய் ஊறுகாயையும் கொண்டு வந்து அவர் முன்னே வைத்து யோசனையைக் கலைத்தாள்.

“எழுந்து போயி மூஞ்சக் கழுவிக்கினு வந்து ஆவ வேண்டியதப் பாரு” என்றவுடனேயே சொக்கலிங்கத்துக்குத் தன் மனைவியின் பேச்சில் ஏதோ ஆதரவு இருப்பது மாதிரி தெரிந்தது. ஒன்றும் புரிந்தும் புரியாமல் முழித்த சொக்கலிங்கத்தை இன்னொரு தரம் மிரட்டினாள்.

மூஞ்சைக் கழுவிக்கொண்டு வந்த சொக்கலிங்கம் தயக்கத்துடன் ஆரம்பித்தார்: “நெனக்கிற நெனப்புக்கு ஒரு பவுசு வேணாமா? சும்மா எதையாச்சும் சொல்லிப்புட்டு பிஞ்ஞால லோலுபடறது நீதான். பாத்துக்க.”

“ரொம்பக் குடுத்தன அக்கற இருக்கிற மேரி காட்டிக்காத. நம்ம முழிங்க பொதையில நூத்திப் பத்துக் கழி தேறிச்சி. பாளையத்து மொதலியாருக்கிட்டே கழி பத்து ரூவான்னு பேசி உட்டுப்புட்டேன். முன்னூறு ரூவா குடுத்துட்டு மீதிய நாளைக்கி வந்து தரேன்னு சொல்லியிருக்காரு. மொதல்ல அதப் போயி வாங்கிக்கினு வந்தா சோறு கட்டிக் குடுக்கறன். நம்ம தோதுக்குத் தகுந்தாப்பல ஒண்ணப் புடிச்சிக்கினு வா. பசங்களுக்கும் பெனாட்டா இருக்கும்.” தையநாயகியின் பேச்சு எந்த அளவுக்கு உண்மை என்று சொக்கலிங்கத்தால் யூகிக்க முடியவில்லை. ஒருவேளை இவள் சொல்வது உண்மையானால் பணம் போதுமா என்பது பற்றிக் கணக்குப் போட ஆரம்பித்தார். தன் மதிப்புக்கு ஏற்றபடி மாடு வேண்டுமானால் குறைந்தது ரெண்டாயிரத்துக்குக் கீழே ஒரு நயா பைசா குறையாது. மீதிப் பணத்துக்கு எங்கே போவது என்று யோசனையில் இருக்கும்போதே தையநாயகி இன்னொரு விவரத்தையும் அடுக்கினாள்.

“ஏந்தம்பி, விசாலாட்சிக்குப் போட்ட மூக்குத்தியையும் தோட்டையும் அடவுக்கு வச்சாப் போதுமாண்ணு பாரு. பத்தாம போச்சின்னா வித்துட்டு எல்லாத்தையும் போட்டு நெறமாப் புடுச்சிக்கினு வா. பாப்பாவ அனுப்பறப்ப சும்மாவா அனுப்பப் போறோம். மேல ரெண்டு பவுனு வாங்கிப் போட்டா போவுது”

என்று தையநாயகி சொல்லி முடித்தவுடன் சொக்கலிங்கத்திற்கு முகம் சுருங்கிப் போனது. தன்னுடைய ஆசைக்காக அருமைப் பொண்ணுக்கு மாமன் செய்திருக்கும் நகையை விற்று மாடு பிடிக்கிற அளவுக்கு நாம் தாழ்ந்து போய்விட்டோமோ என்று சங்கடமாக இருந்தது.

ஏற்பாட்டின்படி ரெண்டாயிரத்து அம்பது ரூவாய் தேறியது. இன்னக்கி ராத்திரிக்கி கிளம்ப வேண்டும். பெரியவனும் சின்னவனும் தங்களுக்கு என்னென்ன மாதிரியான மாடு வேண்டும் என்று மூச்சு விடாமல் சொல்லிக்கொண்டே இருந்தார்கள். தன் மூக்குத்தியும் தோடும் போனால் பரவாயில்லை. வீட்டுக்கு வண்டி மாடு வந்தால் போதும் என்கிற திருப்தியில் விசாலாட்சி அப்பனுக்குத் துணி துவைத்துக் கொடுத்தாள்.

மாடு பிடிக்கிற விஷயத்தை யாருக்கும் சொல்லக்கூடாது என்று கண்டிப்பு போட்டிருந்தும் சின்னவனும் பெரியவனும் செய்தியை வெளியில் அவிழ்த்துவிட்டு வந்தார்கள். சொக்கலிங்கத்தை திருவண்ணாமலைக்கு அனுப்பி வைப்பதற்குள் தையநாயகியால் பதில் சொல்லி மாளவில்லை. கண்ணுசாமி எப்பவுமே கொஞ்சம் திருட்டுப் புத்திக்காரன். சொக்கலிங்கப் படையாச்சி உண்மையிலேயே நமக்கு நல்ல மாடாய்ப் பிடித்துக் கொடுப்பாரா? அவருக்கு மட்டும் நல்லதாய்ப் பிடித்துக்கொண்டு தன்னை ஏமாற்றிவிட்டால் என்ன செய்வது என்பது பற்றி நாலு பேரிடம் கலக்க ஆரம்பித்துவிட்டான்.

போகிற நாளைச் சேர்த்து ஐந்து நாளைக்குமாகப் புளிச்சோறு கட்டிக்கொடுத்து சொக்கலிங்கத்தை மாரியம்மன் கோவிலுக்குக் கூட்டிவந்து சாமி கும்புட்டுத் துண்ணூறு போட்டு தையநாயகி அனுப்பி வைத்தாள். திருட்டு எண்ணத்திலேயே வேறு வழியில்லாமல் கண்ணுசாமியும் பக்கத்து ஊர்க்காரர்களும் சொக்கலிங்கப் படையாச்சியுடன் மனசில் இருப்பதைக் காட்டிக் கொள்ளாமல் போனார்கள்.

அடுத்த நாள் காலை விடிந்ததிலிருந்து அக்காவும் தம்பிகளும் சேர்ந்து கொண்டு வரப்போகிற மாட்டுக்கு இதெல்லாம் பிடிக்கும் என்று சொல்லிக்கொண்டு கம்மம்புல், செண்டுப்புல், அருகம்புல், கத்தாழைப்புல் இவற்றை ஒவ்வொன்றாகத் தேடிப்போய்க் கொண்டுவந்து சேர்த்தார்கள். புல் காய்ந்துவிடக் கூடாது என்பதில் விசாலாட்சி குறியாய் இருந்தாள். வீட்டில்

படுக்கக்கூட இடமில்லாமல் எங்கும் புல் கட்டுகள், பத்து நாளைக்குப் போதுமென்கிற அளவுக்குச் சேர்த்து விட்டுத்தான் உட்கார்ந்தார்கள்.

நாட்களை எண்ணிஎண்ணி நாலு பகல் நாலு ராத்திரி ஓடிவிட்டது. இன்னைய ராத்திரிக்குள் அப்பாவும் மாடும் வந்து சேர்ந்து விடுவார்கள்.

கண்ணுசாமியின் மகனும் சின்னவனும் தங்களுக்குத்தான் பெரிய மாடு வரும் என்று ஆளுக்கு நூறு முந்திரிக்கொட்டை பந்தயம் கட்டிக் கொண்டார்கள்.

பெரியவனுக்குப் பள்ளிக்கூடத்தில் இருப்புக் கொள்ளவில்லை. பாதிப் பள்ளிக்கூடத்தோடு ஓடிவந்து மெயின் ரோட்டிலேயே உட்கார்ந்துகொண்டான். பக்கத்து ஊர்களுக்கெல்லாம் போக வேண்டிய மாடுகள் பிணையலோடு எப்போதாவது ஒன்று போய்க்கொண்டிருந்தன. மாடுகளும் சோர்ந்திருந்தன; ஓட்டிக்கொண்டு போனவர்களும் சோர்ந்திருந்தார்கள். பார்க்கிற அத்தனை பேருமே விலை விசாரித்தார்கள். மூணு நாளாக விலை சொல்லிச்சொல்லி அவர்களும் எரிச்சலடைந்ததாகத் தெரியவில்லை. மாடு பரவாயில்லையா? எவ்வளவு ரூபாய் கொடுக்கலாம்? இவ்வளவு ரூபாய் கொடுத்தேன்! ஏமாந்து போய்விட்டேனா? இப்படித் திருப்பித் திருப்பி ஒரு மாட்டுக்காரர் போலவே எல்லா மாட்டுக்காரர்களும் புலம்பிக்கொண்டே போனார்கள்.

பொழுது இருட்டியும் சொக்கலிங்கம் வந்து சேரவில்லை. பெரியவன் உட்கார்ந்த இடத்தை விட்டு நகரவில்லை. எங்கேயோ வெளியூருக்குப் போகிற மாதிரி வேகமாக வந்த லாரி பிரேக் போட்டு நின்றது. லாரியின் மேல் ஏழெட்டுச் சதைக் காளை மாடுகள் இருக்கும். தாம்புக் கயிற்றைக் குறுக்குக்குறுக்காகப் போட்டு, லாரி குலுங்கும்போது ஒன்றின் மேல் ஒன்று சாயாத அளவுக்குக் கட்டி வைத்திருந்தார்கள். ஒரு வேளை தன் அப்பாதான் வந்திருக்கிறாரா என்று பார்வைக்கு எட்டாமல் பக்கத்திலிருந்த கொடிக்கம்பத்து சிமெண்ட் மேடைமேல் ஏறிப் பார்த்தான்.

கண்ணுசாமிக்குப் பெருமை தாங்க முடியவில்லை. வாயெல்லாம் பல். டிரைவர் சீட்டின் பக்கத்திலிருந்து இறங்கி எல்லாரையும் புழுப்பூச்சியைப் பார்க்கிற மாதிரி பார்த்தான்.

ரோடு முழுக்கக் கூட்டம் கூடிவிட்டது. பலகை போட்டு கண்ணுசாமி உடைய மாடுகளை மட்டும் இறக்கினார்கள்.

இறக்கறப்பவே அவன் மாடு முறுக்கைக் காட்டியது. ஏரில் படிகிற மாடாகத் தெரியவில்லை. பக்கத்து ஊர்க்காரர்கள் மாடுகளும் லாரியில்தான் இருந்தன. கண்ணுசாமி வேலை முடிந்த பிறகு லாரி போய்ச் சேர்ந்தது.

ஊர் சனங்கள் கண்ணுசாமியிடம் முதலில் கேட்ட கேள்வி, “சொக்கலிங்கம் மாடு பிடித்தாரா? அவர் எங்கே?” என்றுதான் கேட்டார்கள். பிடித்துக்கொண்டு வந்திருக்கிற தன் மாட்டை விட்டு சொக்கலிங்கத்தைப் பற்றிப் பேசியதும் கண்ணுசாமிக்குக் கேட்டவர்கள் மீது எரிச்சல்தான் வந்தது. கோலியனூர் பக்கத்தில் மாடுகளை ஓட்டிக் கொண்டு சொக்கலிங்கம் வந்து கொண்டிருப்பதாகவும் அப்படியொன்றும் பிரமாதமான மாடு இல்லை என்றும் சொன்னான். கேட்கிறவர்களுக்கும் அந்தப் பதில் திருப்தியாக இருந்தது.

ராத்திரி பத்துமணி வரைக்கும் ரோட்டில் உட்காந்தும் புண்ணியமில்லை. தையநாயகி பெரியவனைச் சமாதானப்படுத்திப் படுக்கையில் போட்டாள். இரவெல்லாம் தூக்கத்தில் விதவிதமான மாடுகளுடன் அப்பா வந்துகொண்டிருந்தார்.

கோழிக்கூண்டைத் திறந்து விடுவதில் பெரியவனுக்கும் சின்னவனுக்கும் எப்போதுமே போட்டி. பெரியவன்தான் முந்திக்கொள்வான். இன்றைக்கு அப்படி இல்லை. பெரியவனுக்கு எதிலும் ஆர்வமில்லை. புரண்டுபுரண்டு படுத்தான்.

அக்கா எப்போதும்போல் கிழக்குத் தெருக் கிணற்றிலிருந்து தண்ணீர்க்குடம் கொண்டு வந்து வைத்திருந்தாள். பாதித் தூக்கத்தில் படுக்கையில் கிடந்த பெரியவனை எழுப்பி அப்பா மாரியம்மன் கோவிலில் வண்டிமாடுகளுடன் நின்று கொண்டிருக்கிற விவரத்தை அக்கா சொன்னாள். பெரியவனுக்குக் கை கால் ஓடவில்லை. மேலே கிடந்த புடவைத் துணியைச் சுருட்டி எறிந்துவிட்டுச் சின்னவனையும் கூட்டிக் கொண்டு கோயிலுக்கு ஓடினான்.

தையநாயகி தயாராக வாங்கி வைத்திருந்த வத்திக் கற்பூரத்தையும் கழுவிப் பூசைபோட்டு வைத்திருந்த உலக்கையையும் எடுத்துக்கொண்டு கோயிலுக்கு வந்தாள். யார் வீட்டிலோ

தீப்பிடித்துக் கொண்ட மாதிரி ஊர் சனங்கள் எல்லாம் ஓடிவந்து கோயில் மைதானத்தில் மந்தை மாதிரிக் கூடிவிட்டார்கள்.

தங்களுடைய மாடுகளைப் பார்க்கத்தான் இவ்வளவு கூட்டமும் சேர்ந்திருக்கிறது என்பதை நினைக்கிறபோது சின்னவனுக்கும் பெரியவனுக்கும் பெருமை தாங்க முடியவில்லை. நடக்கிறதெல்லாம் கனவு மாதிரிதான் பெரியவனுக்குத் தோன்றியது.

சொக்கலிங்கப் படையாச்சியின் சோர்வு மாடுகளிடம் இல்லை. காதுகளை விரித்து மேலே தூக்கி எல்லாரையும் முறைத்துப் பார்த்துக் கொண்டிருந்தன. மாட்டைத் தொட்டுப் பார்க்க வேண்டுமென்று பெரியவனுக்கு ஆசையாக இருந்தது. சொக்கலிங்கப் படையாச்சி தன் மக்களைப் பார்த்துச் சிரித்து இருவரையும் பக்கத்தில் கூப்பிட்டார். சின்னவனுக்குப் பக்கத்தில் போகப் பயம். பெரியவன் மட்டும் போனான். மாடுகளின் புதுக்கயிறு ரெண்டும் கையில் இருந்தாலும் முனையை மட்டும் பெரியவனிடம் கொடுத்தார். பெரியவன் கைக்குக் கயிறு வந்ததும் பெருமை தாங்க முடியவில்லை. அப்பாவை நிமிர்ந்து பார்த்து உடம்பைக் குலுக்கி உள்ளுக்குள் சிரித்து அவன் மகிழ்ச்சியை வெளிப்படுத்திக் கொண்டான். பிறகு எல்லாரும் தன்னையே பார்க்கிற மாதிரி அவனுக்குத் தோன்றியது. வெக்கம் தாங்காமல் கயிற்றை அப்பாவிடம் கொடுத்துவிட்டு அம்மாவின் முந்தானையில் ஒதுங்கிக் கொண்டான்.

கற்பூரம் ஏற்றி மாட்டுக்குக் காட்டினார்கள். வெள்ளை மாடு மோந்து பார்க்கத் தலையை நீட்டியது. கருப்பு மாடு எதையும் கண்டுகொள்ளவில்லை. ஊர் சனங்களை மட்டும் நுணுக்கமாக நோட்டம் விட்டது. உலக்கையைக் கொண்டுவந்து மாடுகளின் முன்னே தரையில் போட்டார்கள். ஒழுங்காகச் சேட்டை செய்யாமல் உலக்கையைத் தாண்டினால் ஒத்துப் போகும் குடும்பத்துக்கும் நல்லது என்று அர்த்தம். முதலில் வெள்ளை மாட்டைத்தான் தாண்டச் செய்தார்கள். வலுவேறிய நான்கு கால்களையும் வைத்து மிக அழகாக உலக்கையைத் தாண்டியது. வெள்ளை மாடு தாண்டியதை அடுத்து கருப்பு மாட்டுக்கும் பயமில்லை. சாதாரணமாக அடிபோட்டு உலக்கையைத் தாண்டியது. சொக்கலிங்கப் படையாச்சி பூரண திருப்தியுடன் கயிற்றைக் கையில் வைத்துக்கொண்டே கீழே விழுந்து அம்மனுக்குத் தன் நன்றியைத் தெரிவித்துக் கொண்டார்.

கண்ணுசாமி மாட்டுக்கு இப்போது மவுசு இல்லாமல் போய்விட்டது. நேற்று ராத்திரி ஒரு மாடு மட்டும் உலக்கை தாண்டாத விஷயத்தைப் பேசிக்கொண்டார்கள். அதை அடுத்த வெங்கிடாம்பேட்டை சந்தைக்கே ஓட்ட வேண்டியதுதான் பாக்கியாம். ஊரார்களின் திருஷ்டியெல்லாம் மொத்தமாகச் சேர்ந்து வெள்ளை மாட்டையும் கருப்பு மாட்டையும் அமுக்கியது.

ஐந்து நாட்களாக அடக்கி வைத்திருந்த பசியில் மாடுகள் ஆர்வம் காட்டின. வெள்ளை மாடுதான் பெரியவனுக்குப் பிடித்தது. கொஞ்சம் துடியாக இருந்ததும்கூடக் காரணமாக இருக்கலாம். சின்னவனுக்குக் கருப்பு மாடு ஒதுக்கப்பட்டது. புல் கட்டைப் பக்கத்தில் போட்டுக்கொண்டு கத்தை கத்தையாக எடுத்துக் கொடுக்க வீடு காலியாகிக் கொண்டிருந்தது. புதுமாடு வந்த செல்லத்தில் தையநாயகி அன்று ஒருநாள் மட்டும் இருவரையும் பள்ளிக்கூடத்துக்கு அனுப்பவில்லை.

சொக்கலிங்கப் படையாச்சியின் வாழ்க்கை முறையும் மாறத் தொடங்கியது. கருப்பு மாட்டுக்கும் வெள்ளை மாட்டுக்கும் பொருத்தமில்லாத வண்டிதான் என்றாலும் நானூறு ரூபாய் கொடுத்து புளிய மரத்து நிழலில் கேட்பாரற்றுக் கிடந்த வண்டியைச் சரிசெய்து வண்டிச் சத்தம் ஓட்டினார். கரும்புக்கட்டு, மல்லாக்கொட்டை, கம்பு, கேழ்வரகு இதையெல்லாம் ஏற்றிக்கொண்டு போய் பண்ருட்டியிலோ அல்லது கடலூரிலோ போடுவது. மாசத்துக்குப் பத்து நாள் நெல்லிக்குப்பத்திலிருந்து சர்க்கரை ஆலை அழுக்கையும், வீட்டுக் குப்பை எருவையும் ஏற்றிக்கொண்டு வந்து கொல்லையில் போடுவது... இவற்றிலேயே நல்ல வருமானம் கிடைத்தது. இரண்டு ரூபாயை மட்டும் வேஷ்டியில் முடிந்துகொண்டு மீதியைத் தையநாயகியிடம் கொடுத்து விடுவார்.

சொக்கலிங்கப் படையாச்சி மாடு பிடித்துக் கொடுக்கிற வேலை இப்போது குறைந்து போனது. பெரியவனும் சின்னவனும் ஆளுக்கு ஆள் சிறுவாடு சேர்த்து வெண்கலத்தில் கொப்பியும் சலங்கையும் வாங்கி மாட்டுக்குப் பூட்டி அழகு பார்த்தார்கள். பள்ளிக்கூட நேரம் தவிர மாட்டை வரப்பில் பிடித்துக்கொண்டே அலைந்தார்கள்.

பெரியவன் வெள்ளை மாட்டின் மேல் காட்டிய ஆர்வம் போலவே வெள்ளை மாட்டுக்கும் பெரியவனைப் பிடித்திருந்தது. நாக்கால்

அவனுடைய உள்ளங்கையையும் தோளையும் வருடிக் கொடுக்கப் பதிலுக்கு இவனும் வருடிக் கொடுப்பான்.

கடலூர் கமிட்டிக்கு மல்லாக்கொட்டை ஏற்றிக்கொண்டு போனபோது வழிப்போக்கன் ஒருத்தன் மாடு விலைக்கு வருமா? என்று சொக்கலிங்கத்தைப் பார்த்துக் கேட்டுவிட்டானாம். வெளியூராக இருந்ததினால் அவரை உயிரோடு விட்டுவைத்து வந்து விட்டார். வீட்டுக்கு வந்ததும் ஆத்திரம் அடங்கவில்லை. தையநாயகியிடம் முறையிட்டுக் கோபத்தைக் குறைத்துக் கொண்டார்.

மாடு வாங்கிய இரண்டு வருஷத்தில் சொக்கலிங்கப் படையாச்சியின் குடும்ப மரியாதையில் ஏற்றம் இருந்தது. தாலுக்கா முழுவதும் வெள்ளை மாடும் கருப்பு மாடும் பிரசித்தம்.

என்றைக்குமில்லாத மாதிரி பசங்களும் தையநாயகியும் படம் பார்த்தே ஆக வேண்டும் என்று நச்சரித்ததால் தொந்தரவு தாங்க முடியாமல் சொக்கலிங்கப் படையாச்சி வண்டியைப் பூட்டினார். கூடப் பக்கத்து வீட்டுக்காரர்களும் சேர்ந்து கொண்டார்கள். பாளையத்துக் கொட்டகையில் படம் போட்டு ரெண்டு வாரம் ஆகியும் வண்டி நிறுத்த இடம் இல்லை. மெயின் ரோடு தாண்டி எதிரிலிருந்த மாந்தோப்பிலேயே வண்டியை நிறுத்தினார். பூட்டாங்கயிரை யாராவது திருடிக்கொண்டு போய்விடுவார்கள் என்று எடுத்துத் தோளில் போட்டுக்கொண்டு சொக்கலிங்கம் தரை டிக்கெட்டில் மண்ணைக் கட்டி உயரமாக்கி அதன் மேல் உட்கார்ந்தார்.

‘ஹரிச்சந்திரா’ படத்தில் லோகிதாசன் பாம்பு கடித்து இறந்து சந்திரமதி மகனின் உடலை மடியில் போட்டுக்கொண்டு கதறுகிற காட்சி. கொட்டகையில் விம்மல் அதிகமாகிக்கொண்டே வந்தது. எல்லாரும் உலகத்தையே மறந்திருந்தார்கள். இந்த நேரம் பார்த்து கொட்டாக்காரர் ஓடிவந்து ‘யாருதுப்பா மாடு? அறுத்துக்கினு போவுது, எழுந்து ஓடியாங்க சீக்கிரம்’ என்று ஆண்கள் பகுதி முழுவதும் நடந்துகொண்டே கத்தினார். நன்றாகக் கவனித்தவர்களுக்குத்தான் விவரம் புரிந்தது. படத்தில் லயித்திருந்ததால் அதில் கவனம் செலுத்தாமல் விட்டுவிட்டார்கள்.

கொஞ்ச நேரம் கழித்து டீக்கடைக்காரரே ஓடிவந்து மீண்டும் அதே வார்த்தைகளைச் சொல்லிக் கத்தினார். சொக்கலிங்கப்

படையாச்சிக்கு இப்போதுதான் விவரம் புரிந்தது. நாலைந்து பேர் எழுந்து வெளியே ஓடும்போது இவரும் எழுந்து ஓடினார். அவருடன் ஓடி வந்தவர்கள் எல்லாரும் தங்களுடைய மாடு இருப்பதாகச் சொல்லி மீண்டும் படம் பார்க்க வந்துவிட்டார்கள். படம் பார்க்க முடியாமல் போன எரிச்சலில் மாந்தோப்புக்குச் சொக்கலிங்கம் ஓடினார்.

வண்டியிலிருந்து வெள்ளை மாடு மட்டும் முறைத்துப் பார்த்தது. கருப்பு மாடு இருந்த இடத்தில் பாதிக் கயிறு மட்டும்தான் தொங்கிக் கொண்டிருந்தது. சொக்கலிங்கப் படையாச்சிக்கு ரத்தமெல்லாம் தலைக்கு ஏறியது. படத்தைப் பாதியில் விடவும் மனசில்லை. மாட்டைத் தேடிக்கொண்டு ஓடவும் முடியவில்லை. வெள்ளை மாடு எங்கே நம்மை அடித்து விடுவாரோ என்று உடம்பைக் குலுக்கிப் பார்த்தது.

'படம் முடிந்த பிறகு மக்களை எப்படி வீட்டுக்குக் கொண்டு போய்ச் சேர்ப்பது?'

இனி யோசித்துக் கொண்டிருந்தால் கதை ஆவாது என்று வீட்டுக்கு ஓட்டம் பிடித்தார். வீட்டுக்குத்தான் போயிருக்குமா? ஒரு வேளை வடக்குப் பக்கம் போயிருந்தால் என்னாவது. ஒன்றும் புரியவில்லை. யோசனையிலேயே ஓடினார். அமாவாசை இருட்டு. தார்போல் வெறும் காணிக்கல் முட்டிக் கொண்டிருந்த ரோடு.

எதிர்பார்த்தபடியே கருப்பு மாடு வீட்டு வைக்கோல் போரில் அசைபோட்டுக் கொண்டு சொக்கலிங்கப் படையாச்சியையே உற்றுப் பார்த்தது. மெதுவாக கயிற்றைப் பிடிக்கக் கிட்ட போய் தாவினார். வகையாக மூக்கணாங்கயிறு கையில் மாட்டிக் கொண்டது. கருப்பு மாட்டுக்குப் பயம் இருந்த மாதிரி தெரியவில்லை. 'என்ன தப்பு செய்துவிட்டோம்' என்கிற பாணியில் கூடவே போனது. பூவரச மரத்தடியில் திருவாணியோடு கிடந்த தாம்புக் கயிற்றை எடுத்து முனையைத் தேடிக் கழுத்தில் கட்டினார்.

கருப்பு மாடு இப்போதுதான் விவரம் புரிந்து பின்வாங்கியது. சொக்கலிங்கம் விடுவதாக இல்லை. பாய்ந்து சுவரில் சாத்தி வைக்கப்பட்டிருந்த நுகத்தடியை எடுத்து முதுகில் ஒரு போடு போட்டார். நடு எலும்பில் நுகத்தடி பட்டு அவர் மூஞ்சிக்கே திரும்பிப் பாய்ந்தது. இன்னும் கோபம் அதிகமாகி நுகத்தடியால்

தொடர்ந்து மூஞ்சியிலேயே அடித்தார். கருப்பு மாடு கத்த ஆரம்பித்து விட்டது.

கோபம் குறைந்து மாட்டைச் சொக்கலிங்கம் தட்டிக் கொடுத்தார். கருப்பு மாட்டுக்கு உடம்பெல்லாம் நடுங்கியது. மயிர்க் கால்கள் எதிர்கொண்டு நின்றன. திரும்பவும் மாட்டைப் பிடித்துக்கொண்டு பாளையத்துக்கே வந்தார். படம் முடிந்து கொட்டாயில் ஒருத்தரும் இல்லை. வண்டியில் உட்கார்ந்திருந்த குடும்பத்தாரையும் மற்றவர்களையும் ஏற்றிக்கொண்டு சொக்கலிங்கம் வீட்டுக்கு வந்தார்.

மாட்டை இப்படி அடித்து விட்டோமே என்று ராத்திரியெல்லாம் தூக்கமில்லாமல் புரண்டுபுரண்டு படுத்தார். விடிந்து எழுந்ததும் முதல் வேலையாகக் கருப்பு மாட்டுக்கு அடிபட்ட இடத்திலெல்லாம் ஒத்தடம் கொடுத்தார். அன்றிலிருந்து மாடுகளின் மேல் கை வைப்பதையே சொக்கலிங்கம் விட்டுவிட்டார்.

கருப்பு மாடும் வெள்ளை மாடும் குடும்ப நபர்களாக இருந்துகொண்டு ராப்பகலாக உழைத்தன. குடும்பத்தில் வறுமை குறைந்து செழுமை வளர்ந்தது. வயசுக்கு வந்த பெண்ணை எவ்வளவு நாள்தான் வீட்டில் வைத்திருக்க முடியும்? நேரம் வந்தால் நல்ல இடமாகப் பார்த்துப் பிடித்துக் கொடுக்க வேண்டியதுதானே? மாப்பிள்ளை நெய்வேலி சுரங்கத்தில் வேலை பார்க்கிறானாம். சொக்கலிங்கத்திற்கு இந்தச் சம்மந்தத்தை நழுவவிட மனமில்லை. வேலையில் இருக்கிற மாப்பிள்ளை கிடைப்பதென்பது அவ்வளவு சுளுவானதா? குறைந்தது ஐந்து பவுனாவது போட்டுப் பாத்திர பண்டம் எடுத்து வைத்தால்தான் போகிற இடத்தில் மனசு கோணாமல் வைத்துக் கொள்வார்கள். அருமைப் பொண்ணுக்கு இதுகூடச் செய்யாமல் யாருக்குச் செய்யப் போகிறோம். இந்த ஒரு செலவை முடித்துவிட்டால் இனி பையன்கள் பெரிசாகித்தான்.

எவ்வளவுதான் யோசித்தாலும் தையநாயகியின் சிந்தனையும் சொக்கலிங்கத்தின் சிந்தனையும் அதைச் சுற்றியேதான் வந்தன. 'மாட்டை விற்றுச் செய்கிற அப்படிப்பட்ட கல்யாணம் எனக்குத் தேவையில்லை' என்று விசாலாட்சி முடிவாக அப்பனிடமே சொல்லிவிட்டாள். விவரமறிந்த பெரியவனும் சின்னவனும் துடித்துப் போனார்கள்.

குடும்பத்தில் அமைதியில்லாமல் சந்தோஷம் பறிபோய்விட்டது. மாடு விற்பனைக்கு வருகிற செய்தி ஊருக்கெல்லாம் தெரிந்துவிட்டது. எப்போது இந்தச் சனியன் இவனிடமிருந்து போகும் என்று காத்திருந்தவர்க்கெல்லாம் இப்போது கொண்டாட்டம். பெரியவனும் சின்னவனும் பழைய மாதிரி இல்லை. மாடுகளின் பக்கத்தில் போவதையே நிறுத்திக் கொண்டார்கள்.

திருமணத் தேதியும் நிச்சயமானது. விசாலாட்சி எவ்வளவு சொல்லியும் யாரும் கேட்பதாக இல்லை. கடைசிவரைக்கும் பணம் வருகிற வழி தெரியவில்லை. குந்தியிருக்கிற குடிசையை விற்றால் பிரச்சனை தீரும். அதை விற்றுவிட்டு மாடுகளை மட்டும் வைத்துக்கொண்டு எங்கே உட்காருவது. இறுதியில் மாடுகளை விற்றுவிடுவது என்று முடிவு செய்யப்பட்டது.

கருப்பு மாட்டுக்கும் வெள்ளை மாட்டுக்கும் ஏகப்பட்ட கிராக்கி. தினமும் விலை கேட்டு வீடேறி வந்தார்கள். நாட்கள் நெருங்கிக்கொண்டே வந்தன. நாலாயிரத்தில் ஒரு நயா பைசா குறையாது என்று சொக்கலிங்கம் அடித்துச் சொல்லிவிட்டார்.

சாதாரண குடியானவன் நாலாயிர ரூபாய் போட்டு மாடு வாங்கி என்னத்தை விவசாயம் செய்து பிழைக்க முடியும். பணத்தைப் பற்றிக் கவலைப்படாதவன்தான் இந்த மாடுகளின் மேல் ஆசைப்பட வேண்டும். அதே மாதிரி ஆசைப்பட்டு வந்தான் கடலூரில் ரைஸ்மில் வைத்திருக்கிற செட்டியார். நாலாயிரத்தில் ஒரு பைசா குறையாமல் கொடுத்தார்.

இந்த விஷயமெல்லாம் சின்னவனுக்கும் பெரியவனுக்கும் தெரியாமலேயே நடந்தது. சீக்கிரம் மாடுகளை விற்று விடுவார்கள் என்று அக்கா சொல்லியிருந்தாள். பள்ளிக்கூடத்தில் போய் என்னத்தப் படிப்பது? நினைப்பெல்லாம் மாட்டின் மேலேயே இருந்தது.

பள்ளிக்கூடம் போன பிள்ளைகள் மாடு எங்கே? என்று கேட்டால் என்ன செய்வதென்று தெரியாமல் கலங்கிய சொக்கலிங்கத்துக்கு ஒரு யோசனை பிறந்தது. செட்டியாரை ராத்திரிக்கி மேல் சனங்கள் அடங்கியபின் வரச் சொன்னார்.

பணத்தைக் கொடுத்துவிட்டுத் துடியாய்த் துடித்துக் கொண்டிருந்த செட்டியாருக்கு மாட்டைக் கொண்டு போகவிடாமல் 'இந்தப் பசங்க ஏதாவது ரகளை செய்து விடுவார்களோ' என்ற பயம்.

எட்டு மணிக்கே மெயின் ரோட்டில் வந்து உட்கார்ந்துகொண்டு கருப்பு மாட்டின் பெருமையையும் வெள்ளை மாட்டின் பெருமையையும் கேட்டுக் குஷி வந்து கீழே உட்கார முடியாமல் சொக்கலிங்கத்தின் தோட்டத்துக்கும் மெயின் ரோட்டுக்கும் நடந்து கொண்டேயிருந்தார்.

எப்பொழுதும் ராத்திரி வந்தால் கஞ்சித் தண்ணீரில் தவிடு கலந்து அப்பாவோடு ஆளுக்கு ஒரு கயிற்றைப் பிடித்துக்கொண்டு தண்ணி காட்டுகிற சின்னவனும் பெரியவனும் சாப்பிட்டுவிட்டுத் தூங்கிப் போனார்கள்.

விசாலாட்சிக்கு மாடுகள் இன்னும் கொஞ்ச நேரத்தில் தோட்டத்தை விட்டுப் போகப் போவது தெரியும். சாப்பாடு இறங்கவில்லை. ஏனத்தைத் தூக்கிப் போட்டுவிட்டு தோட்டத்து வாசற்படியில் வந்து உட்கார்ந்துகொண்டு மாடுகளையும் தன் தம்பிகளையும் மாறிமாறிப் பார்த்தாள். தெக்கத்திக் காத்து வாசல் வழியாகப் புகுந்து சின்னவனையும் பெரியவனையும் தூக்கத்தில் ஆழ்த்திக் கொண்டிருந்தது.

'தன் கையால் இந்த மகாபாவத்தைச் செய்ய முடியாது. நீயே பிடித்துக் கொடுத்து விடு' என்று சொக்கலிங்கம் தையநாயகியிடம் சொல்லி விட்டுத் துக்கம் தாங்காமல் வேஷ்டியால் முகத்தை மூடிக்கொண்டு வெளியே ஓடி வந்தவர்தான், எங்கே போனார் என்று தெரியவில்லை.

முதல் ஆட்டம் படம் முடிந்து சனங்களெல்லாம் பாளையத்திலிருந்து நடந்து வந்து சாப்பிட்டு விட்டுப் படுக்கையில் சாய்ந்து விட்டார்கள். கடைசியாகப் போக வேண்டிய பத்தரைமணி பஸ்ஸும் போய் விட்டது.

செட்டியாருக்கு இருப்புக் கொள்ளவில்லை. வேலையாளைக் கூப்பிட்டுக் கொண்டு ஊருக்குள் நுழைந்தார். சொக்கலிங்கம் வீட்டில் மட்டும் தாழ்வாரத்தில் சிம்னி விளக்கு ஒன்று கொஞ்சம் வெளிச்சத்தைக் காட்டி செட்டியாருக்கு உயிர் கொடுத்தது. வாசப்படியேறிய செட்டியார் நைசாகத் திண்ணையில் ஏறி உட்கார்ந்து உள்ளே கவனித்தார். குழந்தைகள் தூங்கிக்கொண்டிருந்த காட்சி இன்னும் தெம்பூட்டியது. அரவம் காட்டாமல் அப்படியே துண்டைத் தலைமாட்டில் வைத்து சார்மனையில் சாய்ந்து காலை நீட்டி யோசனையில் ஆழ்ந்தார். இவ்வளவு பெரிய ஆள் இந்தக்

குடிசைக்கு வந்து நம் பணத்தையும் கொடுத்துவிட்டுக் கேவலம் இந்த மாட்டுக்காக இப்படியெல்லாம் நடந்து கொள்ளும்படி ஆகிவிட்டதே என்று தன்னையே நொந்துகொண்டார். இருந்தாலும் வெள்ளை மாடும் கருப்பு மாடும் நினைப்பில் வந்தபோது பணக்காரத்தனம் எல்லாம் பறந்து போய்விட்டது.

பொறுமையிழந்த செட்டியார் தொண்டையைக் கரகரத்துக் கொண்டு தான் வந்திருந்த செய்தியை அறிவித்தார். தையநாயகிக்குத் தன் இயலாமையெல்லாம் சேர்ந்து செட்டியார் மேல் கோபமாக வந்தது. காட்டிக்கொள்ள முடியவில்லை. செட்டியார் எழுந்து நின்றுகொண்டு காரியத்துக்கு ஆயத்தமானார். தையநாயகியைப் பையன்கள் எதிர்க்காத குரலில் கூப்பிட்டுப் "படையாச்சி இல்லியா? நேரம் ஆவுதுல்ல. நாங்க நடந்து போயி சேர வேணாமா?" என்று கேட்டார்.

செட்டியார் வந்துவிட்டதைக் கவனித்த விசாலாட்சி திக்கென்று தம்பிகளுக்கு கடைசியாக ஒருமுறை காட்டலாம் என்று தோன்றினாலும் அதுவே வினையாக முடியும் என்று யோசித்தாள்.

புளிய மரத்தடியில் வைக்கோல்போரில் சுதந்திரமாகத் தன் இஷ்டத்துக்கு இழுத்துப் போட்டுத் தின்றுகொண்டிருந்த மாடுகளிடம் ஓடினாள். தலையை ஆட்டிப் பக்கத்தில் வா என்று வெள்ளை மாடு செய்கை செய்தது. அழுகையைக் கட்டுப்படுத்திக் கொண்டு தலையைப் பிடித்துக் கொண்டு முகத்தோடு ஒற்றிக் கொண்டாள். செட்டியார் வந்துவிடுகிற நேரம், எதுவும் யோசிக்க முடியவில்லை. அப்பாவோடு வெங்கிடாம்பேட்டை சந்தைக்கு நடந்தே போய் பெரியவன் வாங்கிக்கொண்டு வந்த சரவெண்கலச் சலங்கைகளை அவசரத்தில் முடிச்சை அவிழ்க்கத் தாடுமாறி ஒரு வழியாய் அவிழ்த்து முடித்தாள். கொம்புக்கயிறு இல்லாத வெள்ளை மாட்டைப் பார்க்கவே அவலட்சணமாக இருந்தது.

மீண்டும் அதே இடத்தில் கட்டிவிடலாமென்றுகூட விசாலாட்சி நினைத்தாள். முடியவில்லை. தோட்டத்து வேலிப்படலைத் திறந்துகொண்டு செட்டியாரும் வேலையாளும் நுழைந்தார்கள். விசாலாட்சி சலங்கைக் கயிற்றைத் தூக்கிக்கொண்டு உள்ளே ஓடிப்போய் நடக்கிற அக்கிரமங்களைப் பார்த்துக்கொண்டே வாய்விட்டு அழுதாள்.

தையநாயகியின் மனசு மட்டும் கல்மனசாக மாற முடியவில்லை. சீக்கிரம் பிடித்து இடத்தைக் காலி செய்யச் சொல்லிவிட்டு அவளும் வீட்டுக்குள் ஓடிப்போய் மகளைப் பிடித்துக்கொண்டு கேவிக்கேவி அழுதாள். தூங்கிக் கொண்டிருந்த பிள்ளைகளைப் பார்த்தபோது இன்னும் அழுகை வந்தது.

விடிந்ததும் சின்னவனுக்கும் பெரியவனுக்கும் சமாதானம் சொல்லி மாளவில்லை. கொஞ்ச நாள் பெரியவன் வெள்ளை மாட்டின் நினைவாய்ச் சலங்கைக் கயிற்றை வைத்துக் கொண்டே அலைந்தான்.

2

வெள்ளை மாடும் கருப்பு மாடும் போனதிலிருந்து குடும்பத்தில் கலகலப்புக் கொஞ்சம்கூட இல்லை. மாடு போன பத்தாவது நாளே விசாலாட்சியும் அழுத கண்ணீரோடு புருஷன் வீட்டுக்குப் போய்ச் சேர்ந்தாள். துணியில்லாக் கட்டை வண்டி மட்டும் புளியமரத்தின் கீழ் வெயிலிலும் மழையிலும் கிடந்து உளுத்துப் போய்விட்டது.

விசாலாட்சிக்கு மூணாவது குழந்தையாவது பெண்ணாகப் பிறந்ததே என்று நினைத்த சொக்கலிங்கத்தோடு அக்கா வீட்டுக்குப் பெரியவனும் போயிருந்தான்.

பெரியவனுக்குத்தான் முடியாமல் போய்விட்டது. சின்னவனுக்காவது என்ன ஆனாலும் தன் பெண்ணைக் கொடுத்து உறவைப் புதுப்பித்துக்கொள்ள வேண்டும் என்று விசாலாட்சியும் அவள் புருஷனும் பேசிக்கொண்டார்கள். சொக்கலிங்கப் படையாச்சியும் தலையசைத்தார்.

மகளின் சொல்லைக் கேட்காமல் இப்படியும் இல்லாமல் அப்படியும் இல்லாமல் வந்து நடுவழியில் மாட்டிக் கொண்டோமே என்று சொக்கலிங்கப் படையாச்சி முழியாய் முழித்தார். தாழம்பட்டுக்குப் போனாலும் பத்து மைல் தேறும். வீட்டுக்குப் பத்துமைல் தான். விடிகிற வரைக்கும் பண்ருட்டி பஸ்டாண்டிலேயே மூட்டைப்பூச்சுக்கடியில் கிடந்து சாக வேண்டியதுதான்.

'காலையிலேதான் போகப் போகிறோம். அதுவரைக்கும் படத்துக்காவது போய் வரலாம்' எனச் சொல்லிப் பெரியவன் அப்பாவைக் கூப்பிட்டுப் பார்த்தான். என்றைக்கும் மையாத சொக்கலிங்கம் இன்றைக்கும் மைவதாக இல்லை. இன்னும்

கொஞ்ச நேரம் இங்கேயே உட்கார்ந்திருந்தால் மாசக் கடைசி என்று கேஸுக்காகப் பேயாய் அலைந்து கொண்டிருக்கும் போலீஸ்காரர்கள் சந்தேகக் கேஸில் பிடித்துக்கொண்டு போய் விடுவார்களாம். பஸ்ஸை இவர்கள் மாதிரியே தவறவிட்டு அனாதரவாக உட்கார்ந்து கொண்டிருந்த வெளியூர்க்காரர்கள் இப்படிப் பேசிக்கொண்டது பெரியவனின் காதுக்குக் கேட்டது. சொக்கலிங்கம் இன்னும் யோசனையிலேயே இருந்தார்.

கொஞ்ச நேரம் கழித்துத் தியேட்டரிலாவது போய் உட்காரலாமென்று அந்த இரண்டு பேரும் பஸ் ஸ்டாண்டின் எதிரிலிருந்த எந்த நேரத்திலும் இடிந்து விழக்கூடிய தியேட்டருக்குள் நுழைந்தார்கள்.

இனிமேலும் பஸ் ஸ்டாண்டிலேயே உட்கார்ந்து கொண்டிருக்கப் பெரியவனுக்குப் பிடிக்கவில்லை. இப்படிப் போலீஸில் பிடிபடுவதைவிட நடந்தே ஊர் போய்ச் சேரலாம் என்று சொக்கலிங்கத்தைக் கிளப்பிக்கொண்டு நடந்தான். டவுன் எல்லையைத் தாண்டி கிராமத்து மெயின் ரோட்டில் நடந்து போய்க்கொண்டிருந்தார்கள். எப்போதாவது கரும்பு ஏற்றிக்கொண்டு நெல்லிக்குப்பம் சர்க்கரை ஆலைக்குப் போகும் டிராக்டர், லாரிகூட இன்றைக்கு வரவில்லை. செயற்கை ஒளியில்லாத தார் ரோட்டில் வாகனங்கள் ஓடிஓடித் தேய்ந்துபோன கோட்டைப் பிடித்துக்கொண்டு மைல்களை எண்ணிக் கொண்டிருந்தார்கள்.

பிந்திய நிலா இப்போது கால்வாசி உடம்பை வைத்துக்கொண்டு பயணத்துக்குப் புறப்பட்டுக் கொண்டிருந்தது. நிலா கொடுத்த கொஞ்ச வெளிச்சத்திலும் லேசான குளிர்ச்சியிலும் நெல் வயல்களின் பசுமைக் காற்றில் அசைந்து தான் இருப்பதைக் காட்டிக் கொண்டது.

அப்பனும் மகனும் என்னத்தைப் பேசிக்கொள்ள முடியும். சின்னப் பையனாக இருந்தாலும் பரவாயில்லை. தலைக்கொசந்த பிள்ளையாகி விட்டான். இன்னும் ஒரு வருடத்தில் பெரிய பள்ளிக்கூடத்தை முடிக்கப் போகிறான். இடையிலேயே ஊர்கள் குறுக்கிடும்போது நாய்கள் எழுப்பும் அர்த்தமற்ற கத்தலிலும் தார் ரோட்டில் முதுகை நிமிர்த்திக்கொண்டு கிடக்கும் காணிக்கல் காலில்பட்டு எழும் வலியிலும் மனம் புழுங்கிக்கொண்டே பெரியவன் நடந்தான். இத்தனைக்கும் கையில் தூக்குப்பை

சுமை வேறு. அக்கா கொல்லையிலிருந்து வெட்டி வந்த கருப்புக் கரும்பையும் வாழைப் பழத்தையும் வைத்து சுமை கூட்டியிருந்தாள்.

பெரியவனுக்கு கால் வலிக்கிற மாதிரி இருந்தது. முடக்கில் வெள்ளையாய் ரோட்டின் ஓரத்தை அடையாளம் காண்பித்துக் கொண்டிருந்த மைல்கல்லைக் குனிந்து பார்த்தான். இன்னும் எட்டு கிலோமீட்டரா என்று முனகிக்கொண்டே நடந்தான். சொக்கலிங்கப் படையாச்சிக்கு இதெல்லாம் ஒரு தூரமா எத்தனை தடவை திருவண்ணாமலையிலிருந்து புலியூருக்கு நடந்தே வந்திருப்பார்.

கட்டை வண்டிகளும் டயர் வண்டிகளும் மட்டும் எப்பவாவது ஒன்று தானிய மூட்டைகளை ஏற்றிக்கொண்டு பண்ருட்டி கிடங்குக்குப் போய்க்கொண்டிருந்தன.

பெரியவன், எவ்வளவுதான் தள்ளிப் போனாலும் தன்னை நோக்கியே வருகிற மாதிரியிருந்த டயர் வண்டி ஒன்றுக்கு இடம் கொடுக்க ரோட்டின் கீழே இறங்கி நின்றான். அப்பவும் வண்டி நேர் ரோட்டில் போகிற மாதிரி தெரியவில்லை. வண்டியில் பார மூட்டைகளின் மேல் படுத்துக் கிடந்த ஆள் எழுந்து நாலு சாத்து சாத்தி வண்டியை நேர் ரோட்டில் விட்டார்.

"வண்டியை ஒழுங்காக ஓட்டறதை உட்டுட்டு தண்ணியப் போட்டுக்கினு தூங்கறாம் பாரு. இவன்லாம் கமிட்டிக்குப் போயி ஒழுங்காப் பணத்தோட திரும்பறவனா?" என தொணதொணத்துக்கொண்டே மகனுடன் சொக்கலிங்கம் நடந்து போனார்.

பத்தடி தூரம்கூட நடக்கவில்லை. பளார், பளார் என்று மாட்டின் தோலைப் பதம் பார்க்கிற கழிக்குச்சியின் சத்தம் நடையை மட்டுப்படுத்தியது. திரும்பிப் பார்த்தால் தங்களைத் தாண்டிப்போன அதே டயர் வண்டிதான் கொஞ்ச தூரத்தில் நின்றிருந்தது. வண்டியை ஓட்டிக்கொண்டு வந்த ஆள் மாட்டைச் சுற்றிச்சுற்றி வந்து இரண்டு கைகளாலும் கழியைப் பிடித்து தெம்பு உள்ளவரைக்கும் போட்டுச் சாத்தினான். மாடு திருகல் போட்டு நடுரோட்டில் படுத்துக்கொண்டது.

சொக்கலிங்கத்திற்கு மேற்கொண்டு நடக்க மனசில்லை. மகனைக் கூப்பிட்டு நடையை நிறுத்தினார். மாட்டின் மேல் விழுந்த அடி நிற்கிற மாதிரி இல்லை. மாடும் அந்த இடத்தைவிட்டு அசைவதாக

இல்லை. குடிபோதையிலிருந்த அவனுக்கு என்னென்ன கெட்ட வசனங்கள் தெரியுமோ அத்தனையும் சரமாரியாக வந்து அமைதியான இருட்டுச் சூழ்நிலையையே மாற்றியது. சொக்கலிங்கத்திற்கு அநியாயமாகத் தன் கண் முன்னால் ஒரு மாடு கொல்லப்படுவதைப் பார்த்துக் கொண்டு சும்மா நிற்க முடியவில்லை. "பையப் புடிடா பெரியவனே" என்று மகனிடம் கைப்பையைக் கொடுத்துவிட்டு வண்டியை நோக்கி ஓடினார்.

மாடு வலி தாங்க முடியாமல் வாய்விட்டுக் கதறியது. 'கத்துவியா கத்துவியா' என்று வண்டிக்காரன் மூஞ்சியிலேயே உதைத்தான். சொக்கலிங்கம் ஓடிப்போய் வண்டிக்காரனை மடக்கி கழிக்குச்சியைப் பிடுங்கப் போனார். அவன் கழியை விடுகிற மாதிரி தெரியவில்லை. இவர் மறிக்கமறிக்க அவனுக்குக் கோபம் அதிகம் வந்து இன்னும் விளாசினான். மாடு எழுந்திருக்க முடியாமல் தலையை ரோட்டோடு அணைத்து வைத்துக்கொண்டு கண்களை மட்டும் திருப்பிச் சொக்கலிங்கத்தைப் பார்த்தது. மங்கிய நிலா வெளிச்சத்தில் அவருக்கு அது பார்ப்பது தெரியவில்லை.

"ஏம் மாட்ட நான் அடிப்பேன். நீ யார்றா கேக்கறதுக்கு" என்று குடிமயக்கத்திலிருந்த வண்டிக்காரன் சொக்கலிங்கப் படையாச்சியை வாடா போடாவென்று பேசினான். தன்னை யாரும் இப்படிப் பேசிக் கேட்காத சொக்கலிங்கத்துக்குக் கோவம் அதிகமாகித் தலையில் ஒரு குத்து விட்டார். அவனுடைய தலைப்பாய் கழட்டிக்கொண்டு போய் ரோட்டைத் தாண்டி விழுந்தது. விஷயம் பெரிதாவதைத் தூரத்திலிருந்து கவனித்துக்கொண்டிருந்த பெரியவன் ஓடி வந்தான். இரண்டு பேரையும் பார்த்துவிட்ட குடிகாரனுக்குப் பயம் அதிகமாகி "ரெண்டு பேரும் செட்டு சேந்திக்கினு அடிக்க வறீங்களா? மாடு திருவல் போட்டுக்கிச்சுன்னு எம்மாட்ட அடிச்சா ஒங்களுக்கு எஞ்ஞா? வழியப் பாத்துக்கிட்டுப் போவ வேண்டியதுதானே" என்று அழுதுகொண்டே கத்தினான். பெரியவனுக்கு அவனைப் பார்க்க பரிதாபமாய் இருந்தது. வண்டிக்காரன் தூக்கக் கலக்கத்தில் இருந்தான்.

பெரியவன் மாட்டைக் குனிந்து பார்த்தான். "கறிக்கு ஓட்டவேண்டிய மாட்டை வைத்துக்கொண்டு இவ்வளவு சுமைகளை ஏற்றிக்கொண்டு போனால் எப்படிப் போகும்?" பெரியவன் பக்கத்தில் போகப்போக மாடும் தலையைத் தூக்கியது.

எப்படியாவது மாட்டை எழுப்பிவிடலாமென்று பின்பக்கம் போய் வாலைத் தேடினான். வால் இல்லை. ஒன்றரை அடி நீளத்துக்கு வெட்டப்பட்ட மொட்டை வால் மட்டும் பின்பகுதியோடு ஒட்டிக்கொண்டிருந்தது. அதைப் பிடித்துக் கடிக்கலாமென்றால் அருவருப்பாக இருந்தது. முகத்தைச் சுளித்துக்கொண்டான்.

வண்டிக்காரன் சோர்ந்து போய் வண்டியின் முன்னால் நடுரோட்டில் உட்கார்ந்து கொண்டான். மாட்டுக்கு மயிரெல்லாம் சிலிர்த்துப் போய் உடம்பெல்லாம் நடுங்கியது. பெரியவனுக்குப் பார்க்கப் பாவமாய் இருந்தது. அடிபட்ட இடத்தின் மேலே கை வைத்தான். உடம்பு இன்னும் வேகமாக நடுங்கியது. “பக்கத்துல போகாத... ஒதைச்சாலும் ஒதச்சிடும்” என்று சொக்கலிங்கம் மகனுக்கு எச்சரிக்கை செய்தார். மாட்டின் மூக்கணாங்கயிற்றைப் பிடித்து இழுத்தால் ஒரு வேளை எழுந்திருக்கலாமென்று பெரியவன் பக்கத்தில் போனான். சொக்கலிங்கம் பின் பக்கத்திலிருந்து எழுப்பப் பக்கத்தில் போனார்.

பெரியவன் இரண்டு கைகளாலும் மூக்கணாங்கயிற்றைப் பிடித்துக்கொண்டு முகத்தை மேலே தூக்கினான். கண்களிலிருந்து கண்ணீர் பெருகி ஊற்றிக் கொண்டேயிருந்தது. சொக்கலிங்கம் வாலுக்கிடையில் விரலைக் கொடுத்து முதுகில் தட்டிக் கொடுத்து எழுப்பச் செய்தார். பெரியவன் சத்தம் போட்டு மேலும் முழு சக்தியையும் கொடுத்துத் தூக்கினான். மாடு எழுந்திருக்கவேயில்லை. இன்னும் ஆத்திரம் தீராமலிருந்த வண்டிக்காரன் ‘அடிச்சதுக்கு மட்டும் சப்போட்டா வந்தீங்களே... இப்ப எஞ்ஞா செய்வீங்க?’ என்று கோபமாகக் கேட்டுவிட்டு எழுந்து நின்றான். மாட்டிடம் எந்த அசைவும் இல்லை. வண்டிக்காரனுக்கு எரிச்சலாக வந்தது. “அத இந்த எடத்துலயே ரெண்டுல ஒண்ணு பாத்துட்டுதான் மறுவேல” என்று வண்டிக்காரன் நாக்கைக் கடித்துக் கத்திவிட்டு, ஒண்ணுக்குவிட ரோட்டின் ஓரத்துக்குத் தடுமாறி ஓடினான்.

பெரியவனுக்கு நினைத்ததைச் சாதித்துவிட தைரியம் பிறந்து முழுசக்தியையும் கொடுத்து மூக்கணாங்கயிறைப் பிடித்து இழுத்தான். அதே நேரத்தில் சொக்கலிங்கமும் போட்ட சத்தத்தில் மாடு எழுந்து நின்றுகொண்டு பெரியவனைப் பார்த்து முகத்தை அவனிடம் கொண்டு போனது.

அவனுக்கு இந்தக் கிழமாடு இப்படிச் செய்வது பிடிக்கவில்லை. முகத்தைச் சுளித்துக்கொண்டு பின்னுக்கு நகர்ந்தான். மாடு

மறுபடியும் முகத்தை அவனிடமே கொண்டு வந்தது. கையை நீட்டி முகத்தைப் பிடித்துத் தள்ளப்போனபோது மாடு நாக்கை நீட்டிப் பெரியவனின் உள்ளங்கையைத் தேடிப் பிடித்து நக்கியது. பெரியவனுக்கு உடம்பு தூக்கிவாரிப் போட்டது. கை விரல்களைத் தானாகவே இன்னொருமுறை நீட்டினான். மாடு விரல்களைப் பிரித்து உள்ளங்கையை நக்க முயற்சி செய்ததும் பெரியவன் துடித்துப் போய் அப்படியே கழுத்தில் கைகொடுத்து இறுக அணைத்துப் பிடித்துக் கண்களை மூடிக்கொண்டான்.

வெள்ளை மாடு தன்னோடு ஒன்றாக இணைந்து கிடந்த இளமைப்பருவ நிகழ்ச்சிகளெல்லாம் அடுக்கடுக்காக வந்து மனசை அழுத்தின. வெள்ளை மாட்டுக்கும் அப்படித்தான் இருக்க வேண்டும். பெரியவனுக்கு மூச்சுவிடக் கஷ்டமாக இருந்தது. கைப்பிடியில் சிறு வயதில் அனுபவித்த திரட்சி இப்போது வெள்ளை மாட்டிடம் இல்லை. கண்கள் பஞ்சடைந்து சுருங்கிபோய் உயிர் ஊசலாடிக் கொண்டிருந்தது. சின்னவனுக்கு விஷயம் தெரிந்தால் எவ்வளவு சந்தோஷப்படுவான் என்பதை நினைத்தபோது பெரியவனுக்கு வெள்ளை மாட்டைவிட மனசு வரவில்லை.

சொக்கலிங்கத்திற்கு மகன் இப்படி திடீரென்று நடந்து கொள்வதுபற்றி ஒன்றும் புரியவில்லை. “என்னடா தம்பீ?” என்று கேட்டுக் கொண்டே பக்கத்தில் வந்தார். வண்டிக்காரனுக்குத் தெரியாமல் விஷயத்தை முடித்துவிடலாமென்று பெரியவன் அப்பாவின் வாயை அடைத்துப் ‘பேசாமல் இரு’ என்று சைகை செய்தான். மகனின் செய்கை அவருக்குப் புரிந்ததும் பதற்றமாகிப் போனார்.

ஒண்ணுக்கு விடப்போன வண்டிக்காரன் எழுந்திருக்க மனமில்லாமல் தடுமாறி “எஞ்ஞமோ ஏங்கையால உயிரு போறதக் காப்பத்தி புண்ணியங் கட்டிக்கினீங்க” என்று சொல்லிக்கொண்டே மெதுவாக வண்டியை நோக்கி வந்தான். வெள்ளை மாட்டின் நன்றியுணர்ச்சியைப் பார்த்து ஆச்சரியப்பட்டு முகத்தைத் தடவிக் கொடுத்துக் கொண்டே இருந்தான். தங்களைப் பார்த்துவிட்டுத்தான் இப்படித் திருகல் போட்டு நாடகம் ஆடியிருக்கிறது என்பதை நினைத்துப் பார்த்தபோது உடம்பெல்லாம் சிலிர்த்தது. தங்கள் பழைய எஜமானர்கள் தன்னை அடையாளம் கண்டு கொண்டதை நினைத்து வெள்ளை மாட்டுக்கு அடிபட்ட

வலியெல்லாம் மறைந்துபோய் சொக்கலிங்கப் படையாச்சியையும் பெரியவனையும் பார்த்துக்கொண்டே இருந்தது.

மேற்கொண்டு என்ன செய்வதென்று சொக்கலிங்கத்துக்குப் புரியவில்லை. அதற்குள் வண்டிக்காரன் வந்து மாட்டை ஒருமுறை முறைத்துவிட்டுக் கழிக்குச்சியைத் தேடினான். அது எங்கேயோ விழுந்து விட்டது ஞாபகத்துக்கு வந்ததும் பக்கத்து வேலிக்குக் கழி ஒடித்துக்கொண்டு வரப் போனான். இதுதான் சமயம் என்று அப்பாவும் மகனும் திட்டம் போட்டார்கள்.

வெள்ளை மாட்டிடம் எஜமானர்களைப் பிரியப் போகிறோம் என்கிற பயமும் தவிப்பும் கண்களில் தெரிந்தது.

வண்டிக்காரன் வண்டியில் ஏறிக் கழிக்குச்சியோடு உட்கார்ந்து கொண்டு “பண்ருட்டிக்கா போறீங்க? மேல ஏறிப் படுங்க. கொண்டு போயி உட்டுறேன்” என்று சொல்லிவிட்டுப் பதிலுக்குக் காத்திருந்தான்.

வண்டி மேலே ஏறப்போன சொக்கலிங்கத்தை “வேண்டாம் நடந்தே வருகிறோம்” என பெரியவன் சொன்னான். அதுவும் சரியாகத்தான் சொக்கலிங்கத்திற்குப் பட்டது. மகனின் இளகிய மனசைக் கண்டு நெகிழ்ந்து போனார்.

வண்டியின் பின்னாலேயே இருவரும் நடந்தே பையைத் தூக்கிக்கொண்டு திரும்பவும் பண்ருட்டிக்குப் போனார்கள். எஜமானர்கள் பின்னால் நடந்து வருவதைத் தெரிந்து கொண்டு வெள்ளை மாடு நடையை எட்டிப்போட்டது. வண்டிக்காரனுக்குச் சொக்கலிங்கமும் பெரியவனும் வண்டியைத் தொடர்ந்து கொண்டிருக்கிற காரணம் தெரியவில்லை. மீண்டும் படுத்தபடிக்கே வண்டியில் பாதித் தூக்கத்தில் வண்டியில் சாய்ந்து கிடந்தான். மாடுகள் ஏற்ற இறக்கம் பார்த்தே கொஞ்ச வெளிச்சத்திலும் நிதானமாகக் கிடங்குக்குப் போய்க் கொண்டிருந்தன.

வெள்ளை மாட்டின் கம்பீரமெல்லாம் உருமாறி கருவாடு மாதிரி விலா எலும்புகளெல்லாம் உள்ளே போய்க் கொம்பு ஒடிந்து, வால் ஒடிந்து பார்க்கிறதுக்கே பரிதாபமாகக் காட்சியளித்தது. எப்படியாவது வெள்ளை மாட்டை வீட்டுக்குக் கொண்டு போய்விட வேண்டுமென்று அப்பாவின் காதில் ஓதிக்கொண்டே வந்தான். கருப்பு மாட்டை இந்தச் செட்டி எங்கே ஓட்டித் தொலைத்தானோ என்று சொக்கலிங்கம் கருப்பு மாட்டின்

வரலாறு என்னவாகியிருக்கும் என்பதை யோசித்துக்கொண்டே நடந்தார். வெள்ளை மாடும் கருப்பு மாடும் தன் குடும்பத்துக்குப் பட்ட கஷ்டங்களை ஒவ்வொன்றாக நினைக்கும்போதே மாட்டை ஓட்டிக்கொண்டு ஓடிவிடலாமென்று தோன்றியது.

பஸ் அங்கொன்றும் இங்கொன்றுமாக ஓடத் துவங்கியது. ரோட்டில் ஆள் நடமாட்டம் கம்மியாகவே இருந்தது.

ரயில்வே கேட் மெட்ராஸிலிருந்து வரும் அஞ்சு மணி இரயிலுக்காகப் பூட்டியிருந்தது. ரயில்வே கேட் திறக்கும்வரை ஒரு டீக்குடித்துவிட்டு வரலாமென்று வண்டிக்காரன் வண்டியை நிறுத்திவிட்டுக் கேட்டைத் தாண்டி எதிரிலிருந்த டீக்கடைக்குப் போனான். டீக்கடை இப்போதான் முதல் டீக்குத் தயாராகிக் கொண்டிருந்தது.

இப்போதுதான் நல்ல சமயம், சொக்கலிங்கம் மாட்டின் முன்னால் வந்து பூட்டை அவிழ்த்து விட்டார். யாரும் பார்க்க முடியாதபடி இடம் இருட்டாகவே இருந்தது. தூரத்தில் இரண்டு வண்டிகள் ராந்தல் கட்டிக்கொண்டு வந்தன. பெரியவன் யாராவது பார்க்கிறார்களா என்று சுற்றும் முற்றும் பார்த்துக்கொண்டு இன்னொரு மாட்டை நுகத்தடியில் கட்டிவிட்டு வெள்ளை மாட்டைப் பிடித்து இழுத்தான். எப்போது நம்மைக் கூப்பிடுவார்களென்று தயாராயிருந்த வெள்ளை மாடு தெம்பையெல்லாம் ஒன்று கூட்டி எஜமானர்களுடன் ஓடிப்போய் எங்கேயாவது பிழைத்துக் கொள்ளலாம் என்று ஆவலில் ஓட முடியாமல் ஓடியது. பெரியவன் மாட்டை இழுத்துக்கொண்டு வந்த வழியே ஓட, சொக்கலிங்கம் மாட்டைப் பின்னால் அடித்து ஓட்டிக்கொண்டே ஓட்டமும் நடையுமாக ஓடினார்.

வண்டிக்காரன் தண்டவாளத்தைத் தாண்டிப் போவதற்குள் ரயில் வந்து விட்டது. சொல்லி வைத்த மாதிரி போதை தெளிந்திருந்த அவனது பார்வை வண்டியின் பக்கம் திரும்பியபோது வண்டி பூட்டவிழ்த்து விட்டு இன்னொரு மாடு இல்லாததைக் கவனித்துவிட்டான். 'மாட்டக் காணோம், மாட்டக் காணோம்' என்று அவனால் கத்த முடிந்ததே தவிர, மாட்டைத் தேட முடியவில்லை. இவன் கூச்சல் கேட்டு டீக்கடையில் டீக்குடிக்க நின்றிருந்த இரண்டு போலீஸ்காரர்கள் ஓடி வந்து உதவி செய்ய நினைத்தாலும் உடனே வராதபடி ரயில் குறுக்கே வந்து கொண்டிருந்தது. ரயில் போனபின் போலீஸ்காரர்கள் ஓடி

வந்து விசாரித்தார்கள். வண்டிக்காரனுக்கு மாடு காணாமல் போன விஷயம் ஆச்சரியமாக இருந்தது. ஒரு மாடு மட்டும் காணாமல் போன விஷயம்தான் அவனுக்குப் புரியாமல் இருந்தது. மாடு எப்படியும் கேட்டைத் தாண்ட நியாயமில்லை. இப்படித்தான் போயிருக்கும் என்று வண்டி வந்த திசையை நோக்கிக் காண்பித்தான்.

மாதக் கடைசியில் காய்ந்துவிட்ட போலீஸ்காரர்களுக்கு எப்படியும் துட்டு கறந்து விடுகிற கேஸாக மாற்றிவிடலாமென்று நம்பிக்கை பிறந்தது. சீக்கிரம் போனால்தான் மாட்டைப் பிடிக்க முடியும் என்று வண்டிக்காரன் பதறினான். போலீஸ்காரர்கள் ஓடத் துவங்கினார்கள். கூடவே வண்டிக்காரனும் தொடர்ந்து ஓடிக் கொண்டேயிருந்தான்.

பெரியவன் வெள்ளை மாடு கிடைத்துவிட்ட சந்தோஷத்தில் நடந்து வந்த அலுப்பெல்லாம் தெரியாமல் ஓடிக்கொண்டிருந்தான். ஆனால் வெள்ளை மாட்டால்தான் பெரியவன் ஓட்டத்துக்கு ஈடுகொடுக்க முடியவில்லை. சொக்கலிங்கம் வாழைப்பழப் பையையும் கரும்புப் பையையும் தூக்க முடியாமல் மூச்சிரைக்க ஓடிவந்தார். வெள்ளை மாட்டுக்கு ஒரு வாழைப்பழத்தைக் கொடுக்கலாமென்று ஆசைதான். வண்டிக்காரன் வந்துவிடுவானோ என்று பயம். சொக்கலிங்கத்துக்கு மூச்சிரைத்துக் கொண்டு ஓடுவது கஷ்டமாக இருந்தது. இனி அவன் வந்து நம்மைப் பிடிக்க முடியாது என்று சொன்னவுடனேயே பெரியவன் ஓட்டத்தைக் குறைத்தான். வெள்ளை மாடும் வேகத்தைக் குறைத்துக்கொண்டது. வாயிலிருந்து எச்சில் கலந்த நுரை வடிந்து கொண்டிருந்தது.

இதற்குள் வழியில் போய்க்கொண்டிருந்த ஒருத்தனுடைய சைக்கிளைப் பிடுங்கிக் கொண்டு ஒரு போலீஸ்காரன் மட்டும் வண்டிக்காரனைச் சைக்கிளில் உட்கார வைத்துக் கொண்டு மிதித்துக் கொண்டு வந்து மாட்டை மறித்து விட்டான்.

போலீஸ்காரனை ஏமாற்றிவிட்டு இனி தப்பித்து விடலாமென்கிற தைரியம் இரண்டு பேருக்குமே இல்லை. வெள்ளை மாடும் மிரண்டு, மிரண்டு வண்டிக்காரனையே பார்த்தது. வண்டிக்காரனுக்கு வெள்ளை மாட்டை இவர்கள் திருடி வந்ததற்கான காரணம் விளங்கவில்லை. போயும்போயும் இந்தச் சப்பை மாட்டைத் திருடிக்கொண்டு ஓடுகிறார்களே என்று அவர்கள் மீது பரிதாபப்பட்டான். வெள்ளை மாட்டின் மேல்

ஆத்திரம் வந்து அடிக்கக் கழியைத் தேடினான். கையில் எதுவும் சிக்கவில்லை. கையை ஓங்கிக்கொண்டு பக்கத்தில் ஓடினான். வெள்ளை மாடு நடுங்கிப்போய்க் கண்களை மூடிக்கொண்டது. வண்டிக்காரன் பெரியவனை முறைத்தபடியே அவன் கையிலிருந்த வெள்ளை மாட்டுக் கயிறை வெடுக்கென்று பிடுங்கிக்கொண்டு போலீஸ்காரனைப் பார்த்தான்.

போலீஸ்காரன் போட்ட கணக்குத் தப்பாகிவிட்டது. இந்தப் பரதேசிகளிடம் மிஞ்சிப் போனால் பத்து ரூபாய் தேறாது என்பது தெரிந்துவிட்டது. எதற்கெடுத்தாலும் நீளுகிற அவர்களுடைய கைக்கு சொக்கலிங்கப் படையாச்சியைப் பார்த்தபோது அடிக்கத் தோணவில்லை.

போலீஸ்காரன் கேட்ட கேள்வி எதற்கும் பதில் தெரியவும் இல்லை. சொக்கலிங்கம் எதுவும் சொல்லவும் இல்லை. கடைசியாக ஒன்று மட்டும் சொன்னார், "ஏங்குடும்பத்த நெல நெறுத்தன இந்தச் சாமிய என்னோட கஷ்டத்துக்கு வித்துப்புட்டு தவியா தவிச்சிட்டேன். எங்கண்ணால இதப் பாத்தப்புறம் உட்டுட்டு திரும்ப மனசுவல்ல. எவ்வளவோ பணங்கேட்டாலும் என் ஊட்ட வித்தாவது பணத்தக் கட்டிடறேன். நீங்கதா(ன்) கொஞ்சம் ஒதவி பண்ணி எம்மாட்டை மூட்டுத் தரணும்" என்று போலீஸ்காரன் மூஞ்சியைப் பார்த்தார்.

போலீஸ்காரனுக்குச் சங்கடமாக இருந்தது. எல்லாவற்றையும் கேட்டுக் கொண்டிருந்த வண்டிக்காரன் "இந்தக் கதையெல்லாம் ஏங்கிட்ட வேணாம். ஒனக்கு மாடு வேணுமுன்னா அருங்கோணம் ரைஸ்மில்லுக்கு வந்து எங்க மொதலாளிகிட்டப் பேசிக்க" என்று சொல்லிவிட்டுப் போலீஸ்காரரின் அடுத்த நடவடிக்கைக்காகக் காத்திருந்தான்.

போலீஸ்காரன் ஜெயிலில் அடைத்துவிடுவானோ என்று பெரியவன் பயந்தான். சொக்கலிங்கம் எதுவும் நடந்து விடக் கூடாது என்கிற பயத்தில் போலீஸ்காரனையே பார்த்துக் கொண்டிருந்தார்.

சூரியன் எழுந்து உட்கார்ந்துகொண்டு பூமியை வலம் வருவதற்குத் தயாராகப் போகிற செய்தியை வெளிச்சத்தைப் பரப்பி அறிவித்தது.

"சரி சரி... மேற்கொண்டு ஒண்ணும் நடக்காமப் பாத்துக்கறேன். இருக்கறதைக் குடுத்துட்டு நடையைக் கட்டுங்க" என்று சொல்லிவிட்டுப் போலீஸ்காரன் வண்டிக்காரனையும் சொக்கலிங்கத்தையும் மாறிமாறிப் பார்த்தான். எப்போது இது மாதிரி கேள்வி வரும் என்று எதிர்பார்த்துக் கொண்டிருந்த சொக்கலிங்கத்திற்கு தன்னுடைய மற்ற பிரச்சினைகளெல்லாம் மறந்து போனது. தலைப்பாவை அவிழ்த்து முடிச்சைத் தேடினார். பத்து ரூபாய் கொஞ்சம் சில்லரை இருந்தது. விசாலாட்சி அப்பனுக்கு வழிச் செலவுக்குக் கொடுத்தனுப்பியது. காசைக்கொட்டி அப்படியே போலீஸ்காரன் கையில் வைத்து அழுத்தினார். இந்த கேஸுக்கு இதுவே மேல் என்கிற பாவனையில் போலீஸ்காரனின் முகம் பிரதிபலித்தது. கொஞ்ச நேரத்திற்கு யாரிடமிருந்தும் பேச்சு எழவில்லை. வெள்ளை மாடு மட்டும் சோகத்தில் காதுகளைத் தொங்கப் போட்டுப் பெரியவனையே பார்த்துக்கொண்டிருந்தது.

"வேலத்தா(ன்) முடிஞ்சி போச்சில்ல, அப்புறம் என்னாத்த பாக்குற? போ போ" என்று வண்டிக்காரனைப் போலீஸ்காரன் உசுப்பினான். வண்டிக்காரன் வெள்ளை மாட்டைப் பிடித்து இழுத்தான். அந்த இடத்தைவிட்டு நகர மனசில்லை. கொஞ்சம் தாமதித்தாலும் அடிவிழும் என்று பயந்துகொண்டு கழுத்துக் கயிறு வெட்டுகிறபடி தலையைக் கவிழ்த்துக்கொண்டு வாயில் நுரை தள்ளியபடி தார் ரோட்டை முறைத்துக் கொண்டே வண்டிக்காரன் பின்னால் போனது.

ரோட்டுக்கு முடக்கில் போய் மறையும் வரைக்கும் இந்தக் காட்சியைப் பார்த்திருந்துவிட்டு அப்பனும் மகனும் தூக்குப்பையைத் தூக்கிக்கொண்டு திரும்பவும் வந்த வழியே ஊருக்குப் பயணமானார்கள்.

வெள்ளை மாட்டின் கழுத்தில் அந்தப் பார வண்டியின் நுகத்தடி இந்நேரம் படுத்துக் கொண்டிருக்கும் என்று உருவகம் செய்துகொண்டே பெரியவன் கால்களைத் துவட்டித் துவட்டி அப்பாவின் பின்னாலேயே நடந்தான்.

18

தப்புக் கொட்டை

"பெத்த வவுறு பத்தி எரியுதுடா கொலகாரப் பாவி! நீனும் இப்பிடி பண்ணிட்டியடா. ஓடன ஓங் காலுல கட்ட மொளைக்கோ... ஒனக்கு ஒசன சொல்லிக் குடுத்தவ குடும்பம் அழியோ... அவ மண்ணாப் பூடோ..."

ஊரை இரண்டாய்க் கிழித்த மூக்காயியின் கூப்பாட்டை, ஒப்பாரியை மேற்கிலிருந்து பொட்டமண்ணை அள்ளிக்கொண்டு வந்த காற்று சுதி மாறாமல் வாரிக் கொண்டுபோய், ஊருக்கும் கிழக்குப் புறமாய் இருக்கும் முந்திரிக் காட்டில் தப்புக் கொட்டை பொறுக்கிக்கொண்டிருந்த சனங்களின் காதுகளில் போட்டது. சருவைச் சீய்ச்சிக் கொண்டிருந்த குச்சியைப் போட்டுவிட்டு, கூண்டுக்குள்ளிருந்து வெளியவரும் கோழிகளாய்ச் சனங்கள் முந்திரித் தொங்கலை விட்டு வெளியே வந்து வெட்டவெளியில் நின்று, மேற்குப் பக்கமாய் உற்றுக் கேட்டார்கள்.

"என்னா, எரைச்சக் கேக்குது மேற்க?"

"யாரோ அழுவுற சத்தமாட்ருக்கு."

"எதாவது மண்டயக்கிண்டயப் போட்டுட்டுதா?"

கண்மணி குணசேகரன் (1967) *விருத்தாசலம் அருகிலுள்ள மணக்கொல்லையில் பிறந்தவர். ஐம்பதுக்கும் மேலான சிறுகதைகளையும் நான்கு நாவல்களையும் எழுதியுள்ளார். நடுநாட்டின் மக்கள் மொழியை அச்சு அசலாகப் படைப்பில் கொண்டுவந்தவர். யதார்த்த மொழியை வலிமை மிக்கதாகக் கதைப் பாத்திரங்களின் உணர்வுகளை மக்களின் வழக்காறில் வெளிப்படுத்துவதில் தனித்துவம் மிக்கவராய் உள்ளார். நடுநாட்டுச் சொல்லகராதி இவரது கடின உழைப்பினால் உருவான ஒன்றாகும்.*

"தண்ணி குடிக்க தப்புக் கொட்ட பொறுக்கன காசியில தருலன்னு ஏவனாவுது எவ மண்டையையாவது பொளந்துட்டானா?"

மனங்கேட்காதவர்கள் முந்திரியைவிட்டுக் கொடிப் பாதைக்கு வந்து, ஓட்டமும் பெருநடையுமாய், மடியில் இருந்த முந்திரிக் கொட்டை அங்கும் இங்கும் அலைய வியர்வையில் தொடை எரியஎரிய, ஊரை நோக்கி ஓடினார்கள். வழியில் எதிர்ப்பட்டவர்களை விசாரித்தார்கள். "யாரு அழுவறது?"

"நம்ப மூக்காயிதான்."

"அய்யய்ய, கொஞ்ச நேரத்துக்கு மின்னதான தப்புக்கொட்ட பொறுக்கிக்கிட்டு இருந்தது, நேரா நேரத்துல போயி கஞ்சி காச்சணும்னு போச்சி. போற வழியில சருவுசப்பு அடிக்கறன்னு பூச்சிபொட்டு எதாவது கடிச்சிப் போச்சா?"

"அதையாவது பூச்சி பொட்டு கடிக்கிறதாவுது."

"அப்பறம் என்னா ..."

"எல்லாம் தப்புக்கொட்ட நாளையில நடக்கறதுதான்."

"அட, நீ ஒரு இதா இருப்பிய. நா என்னா சடசடப்புல கேக்கறன். இப்பதான் ரப்பு ராங்குல பதில் சொல்ற..."

"அட, நீ வேற. ஒன்னுமில்ல, நம்ம மூக்காயி மொவன் சின்னவன் இல்ல, அந்தப் பய, மேலத்தெருவு புளிமூட்ட மொவள இழுத்துக்கிட்டு ஓடிட்டானாம். அதுக்குதான் மூக்காயி இப்பிடி ஒப்பாரி வைச்சி ஊரக் கிழிச்சி காட்டுக்கு அனுப்பறா."

"இதானா..." உதட்டைப் பிதுக்கினார்கள்.

"அட, இதுக்கோசரம் பொழைக்கற பொழப்பப் போட்டுட்டு ஓடியாறம்."

உப்புக்குப் பொறாத விஷயத்தைக் கேள்விப்பட்ட மாதிரி சலித்து, கையெழுத்து மறைவதற்குள் இன்னம் ஒரு நூறு நூத்தம்பது சோடி முந்திரிக் கொட்டை பொறுக்கலாம் என்று திரும்பினார்கள்.

என்னமோ ஏதோ என்று வேர்வையும் சடசடப்புமாய் ஓடி வந்தவர்களையும் மடக்கினார்கள்.

"ஒன்னுமில்ல, நம்ப மூக்காயி மொவன் சின்னவன், புளிமூட்ட மொவள இழுத்துக்கிட்டு ஓடிட்டானாம். நா வேற என்னமோ

ஏதோன்னுட்டு பயந்துட்டன். சரி வாங்க இன்னஞ் செத்த நேரம் பொறுக்கிட்டுப் போவலாம்."

"நா அப்பவே நெனைச்சன். அவனும் அந்தப் புள்ளையும் உத்திமாக் கொளத்துல குளிக்கறப்ப என்னா சாட பேசிக்கிட்டு இருந்ததுவோ தெரியுமா..."

"ஆமா, அவம் பெரிய சில்லாக் கலக்டரு, அவ ஒன்னுமில்லாத ஒட்டாங்காய்ச்சி, பழமொறத்துக்கு ஒரு கட்ட வெளக்கமாறு. இது ஒரு பெரிய கதன்னு வடிச்சிக்கிட்டு இருக்கீங்க."

"அப்பிடியே இல்லன்னாலும் சீம தாண்டி சீம போயி பொண்ணுக்கு மாப்ளயும் மாப்ளைக்குப் பொண்ணும் பாக்கப் போறானுவோ. அங்க இங்கன்னு பாத்து கடைசில உள்ளூர்லதான், செம்பைய்யனாரு சைனம் குடுத்தாருன்னு முடிச்சிட்டுப் போகப் போறானுவோ."

"இருந்தாலும் நம்ம ஊரு படுமோசம். முக்காலே மூணு வீசமும் உள்ளூர்லதான் குடுக்கறதும் கட்டிக்கறதும்."

"எல்லாம் இந்த முந்திரிக்காடு பண்ற வேலதான்."

"இருந்தாலும் மூக்காயிக்கு கஷ்டந்தான். மூணு ஆணு. மூணும் இப்பிடின்னா..."

மோகாம்பரிக் குப்பத்திற்குச் சாதகம் பார்க்கிற, இருளக்குறிச்சி ஜோசியக்காரர்கள் ஒரு கேள்விக்கு மட்டும் பயப்படாமல் ஒரே பதிலைச் சொல்லிக் கொண்டிருந்தார்கள். அதுவும் அடித்துச் சொன்னார்கள்.

"பையனுக்கு எத்தினி மைலுல பொண்ண காட்டுது?"

"மூணு தப்பிடியிலேந்து முந்நூறு தப்படிக்குள்ள, மிஞ்சினா மூணு மைலுக்குள்ளதான் காட்டுது."

தெரிந்துகொண்டே கேட்கிற கேள்விகள். ஊகித்துச் சொல்கிற பதில்கள்.

"உள்ளூர்லதான் பொண்ணுன்னு சொல்லிட்டுப் போயண்டா. இப்ப என்னா கழுத்தையா அறுத்துடப் போறாங்க" சிரித்துக்கொண்டே சொல்லும் உள்ளூர் நாட்டாமைக் கொடுக்குகள்.

"நெல்லாப் பாத்து சொல்லுடா. ஆயிரங்காலத்துப் பயிரு" நிண்டும் சிலது.

பிறகுதான் சமாளிக்கிற சாதகம். "முப்பது மைலு வரைக்கும் காட்டறதுக்கு சுக்கிரனுக்கு ரைட்டு இருக்குதுங்க."

நெருப்பை மிதித்த மாதிரி சொல்வார்கள் "நம்ப என்னா, கலக்டரு இன்ஜினிருன்னா இருக்கறம், வுட்டுக் கெடாசிட்டுப் போறதுக்கு... காட்டுப் பொறத்து நாய்க்கி பக்கத்து வூட்ல பொண்ணு பாத்தாதான் நம்ம முந்திரிக் கொல்லையும் பாத்துக்கும் அவங்க முந்திரிக் கொல்லையையும் பாத்துக்கும்."

"எனக்கு பயமாருக்குது தே..." புட்டியில் முந்திரிக் காரக்காய் பழங்களைப் பொறுக்கிப் போட்டுக்கொண்டே சொன்னாள், அஞ்சாலாட்சி.

"எதுக்கு..." கிளைகளின் ஊடாகத் தொரட்டுக் கழியை விட்டபடியே சின்னவன் கேட்டான்.

"ஒங்க வூட்ல சம்மதப்படுவாங்களா...?"

"ஆமா, பெரிய சம்மதம் கெடக்குது..."

"அதுக்கில்ல..."

"அப்பறம்... பேசாமப் பொறுக்கன். ஒனக்கு அப்பிடியே தஞ்சாவூரு சீமையிலயும் எனக்கு துருவம் கள்ளக்குறிச்சியிலயும் சம்மந்தம் பேசி முடிக்கப் போறானுவோ. எங்க முடிச்சிப் போட்டாலும் உள்ளூர்லதான் பாப்பானுவோ. பாத்துக்கலாம் வுடு."

"இல்ல, ஒனக்கு ஒங்க அத்த மொவ கெழக்குத் தெருவு சுலோசனாவ பாக்கறாங்கன்னு சேதி."

"எங்க அம்மா சுலோசனாவக் கட்னுங்குது. எங்க அப்பா பெரிய அத்த மொவ விசாலாட்சியக் கட்னுங்கறாரு. எங்க பாத்தாலும் பாக்குட்டும், நாம் பாத்துக்கறன், நீ கொட்டயப் பொறுக்கு."

தொரட்டுக் கழியை விட்டு உலுக்கினான். சருகில் பொத் பொத்தென்று நிறையப் பழங்கள் விழுந்தன. அஞ்சாலாட்சி எதையும் பொறுக்காமல் கண் கலங்கிப் போய் நின்றாள்.

"என்னா அஞ்சாலாட்சி?" கிட்ட வந்து கேட்டான்.

"என்ன வுட்றமாட்டிங்கள..." குரல் அடைத்துப்போய்க் கேட்டாள்.

"இதுல என்னா பயம் ஒனக்கு" தலையில் கட்டியிருந்த துண்டால் துடைத்துவிடப் போனான்.

"இல்ல..." இழுத்தாள்.

"என்னா நொள்ள..."

"நா அன்னக்கே சொன்னன் வேணாமுன்னு, கேக்குல. அரசிமா கோயிலு திருநா அன்னக்கி முந்திரி இருட்டுல வேணாம் வேணாங்குள்ளவே..." சத்தம் முந்திரித் தொங்கலைத் தாண்டி வெளியே வராதபடிக்கு அழுதாள்.

உச்சியில் பழுத்த பழமொன்று, உலுக்கலுக்கு அஞ்சாமல் நின்றது, பொத்தென்று விழுந்து இருவரையும் திடுக்கிடச் செய்தது.

"அதுக்கு என்னா..." சந்தேகமாய் கேட்டான்.

"நா இந்த மாசம் குளிக்கல..." வெடித்துக் கிளம்பிய அழுகையை முந்தானையால் அழுத்தி நசுக்கினாள்.

செவுளில் அறைந்த மாதிரி விக்கித்துப்போய் நின்றான். கொஞ்ச நேரம் கழித்துச் சொன்னான்" சரி வுடு. பொருத்தப்பட்டாப் பாப்பம், இல்லன்னா வழி இருக்கு. என்னா நாலு நாளைக்கு வூட்டுக்குள்ள நொழையக் கூடாதும்பானுவோ அதான்."

"இல்ல, போன வருஷம் நம்ப செல்வி கத மாதிரி ஆயிடக் கூடாது அதான்." தேம்பினாள்.

செல்விக்குப் பட்டாத்தோப்புக் காவல். பத்து ஏக்கருக்கு மேல் தோப்பு. வடக்கிருப்புக்குப் போகிற வண்டிப்பாதை, அவள் தோப்பு நடுவாகத்தான் போகும். ஆத்தா அப்பன் ரெண்டு பேரும் நாலைந்து சனங்களைக் கூடவைத்துக்கொண்டு உள்ளே பொறுக்குவார்கள். இவளுக்கு வண்டிப்பாதையில் போகிற யாராவது கொட்டையைப் பறித்து விடுவார்களோ என்று காவல். ஊருக்குப் போகிற சனங்கள், காட்டுக்குப் போய்விட்டு வருகிற சனங்கள், உள்ளூரில் வாங்கிய முந்திரிக் கொட்டையைக் கிழக்கத்தி ஏபாரிகளிடம் விற்க மூட்டையோடு போகும் சைக்கிள்காரர்கள் எனப் பாதையில் நடமாட்டம் இருக்கும். செல்வி குடிமுந்திரி நிழலில் குந்தியிருந்தாள். முந்திரி பூக்க ஆரம்பித்த பருவத்தில்தான்

அவளும் பூத்திருந்தாள். உள்ளூர் தாய் மாமன், மயில் போட்ட செட்டுப் பாவாடையும் தாவணியும் எடுத்துவந்து கொடுத்தது. செம்பூவமாய் இருந்தது அவள் கட்டிக்கொண்டு குந்தியிருந்தது.

கோதண்டபாணி ஒரு மூட்டையைச் சைக்கிளில் வைத்து, வண்டிப்பாதையின் நடுவில் ஓடிய கொடிப்பாதையில் மிதிமிதி என்று மிதித்தபடி வந்து கொண்டிருந்தான். நடுத்தோப்பில் ஒரு அணை. கொடிப் பாதை ஒரு முந்திரியைச் சுற்றி வந்து அணையில் ஏறி இறங்கும். வேகமாய் மிதித்து வந்து ஏறினால்தான் உண்டு. முழு மூட்டை. கோதண்டபாணியால் ஏற முடியவில்லை. ஒரு சக்கரம் அணைக்கும் இந்தப் பக்கம், ஒரு சக்கரம் அந்தப் பக்கம். சைக்கிளை மிதித்துக்கொண்டு போகவும் முடியாமல், இறங்கித் தள்ளிக்கொண்டு போகவும் முடியாமல், ஒரு கால் தாவுகால் போட்டபடி, மறுகாலால் ஊனிக் கொண்டு நின்றிருந்தான் தத்தளித்தபடி.

குடிமுந்திரி நிழலில் குந்தியிருந்த செல்விக்கு மனமும் கேட்கவில்லை, கிட்ட போய் உதவவும் முடியவில்லை. உதவ முடியாதபடி நிலைமை.

செல்வி வகையறா ஆட்களுக்குப் போட்டியாய், கோதண்டபாணி வகையறா ஆட்கள் நிறைய ஏலத்தொகை போட்டுக் காடு எடுத்து விட்டார்கள். பயங்கரச் சண்டை. கோயில் முன்னால் கோடு கிழித்துக் கல்லெறி கழியடி சண்டை. நடந்து இரண்டு மாதங்கள்கூட ஆகவில்லை .

தாவுகால் போட்டபடி நின்றவன் பரிதாபமாய் கூப்பிட்டான் "செல்வி..."

வகையறாப் பகை. திரும்பாமல் குந்தியிருந்தாள். 'செல்வீ..." ஒன்றும் சொல்லாமல் திரும்பினாள். "செத்த இந்த சைக்கிளத் தாங்கிப்புடி. எறங்கித் தள்ளிக்கிறன்." அவளுக்கு கோதண்டபாணி மீது வகையறாப் பகையையும் மீறி கொஞ்சம் மரியாதையும் இருந்தது. காரணம் இவ்வளவு சின்ன வயதில் ஒரு நாளைக்கு ஒரு மூட்டைக்கு குறையாமல் அலைந்து வாங்கி, கிழக்கத்தி ஆட்களிடம் போய் விற்றுக் கண்ணும் கருத்துமாய் இருப்பது. இதனால் அவள் சஞ்சலப்பட்ட மாதிரி குந்தியிருந்தாள்.

திரும்பவும் கூப்பிட்டான் "செத்த வா செல்வி. மூட்ட சைக்கிளோட சாய்ஞ்சிடும் போலருக்கு."

தயக்கமாய்த்தான் எழுந்தாள். சுற்றுமுற்றும் பார்த்தாள். கொடிப் பாதையில் நடமாட்டம் இருக்கிறதா என்று மேற்கிலும் கிழக்கிலும் பார்த்தாள். வேர்த்து விறுவிறுத்து தாவுகால் போட்டு நின்றவனிடம் கிட்டப் போனாள். ஒன்றும் பேசாமல் பின் சுமையால் முன்புறம் தூக்காதபடி, முன் சக்கரத்தை அழுத்திப் பிடித்தாள். இவன் பொறுமையாய் தாவுகால் போட்டிருந்த காலை எடுத்தான். எடுத்த வேகத்தில் சீட்டு முனையில் கைலி மாட்டியதும் தடுமாறிச் சைக்கிளோடு பின்னுக்குச் சாய்ந்தான். பட்டென்று செல்வி சக்கரத்தை விட்டுவிட்டு சாய்கிறவனின் பின்பக்கம் தாங்கலாய் கையை நீட்டினாள். நீட்டிய கை அவன் இடுப்பை அவசரத்தில் வளைத்திருந்தது. நிலை தடுமாறிய அவன் ஒரு கை, இவள் தோள்மேல் விழுந்திருந்தது. பட்டென்று கைலியை விடுவித்த அவனுக்கும் தாங்கிப் பிடித்த அவளுக்கும் ஒன்றும் புரியவில்லை. பருவ விரல்கள் பட்டதும் உடல்கள் சிலிர்த்தன. சிரித்துக் கொண்டார்கள். சைக்கிள் அணைமேடு ஏறியது.

திரும்ப, தினம்தினம் அவனுக்காகக் காத்திருந்தாள். அணையில் தேங்கும்போது தள்ளிவிட்டாள், தாங்கிப் பிடித்தாள். வயது, பகையை மீறியது. முந்திரிச் சருகுகள் நொறுங்கின. முந்திரி பூக்கும் காலத்தில் பூத்தவள், காய்க்கும் காலத்தில் காய்த்தாள். எந்த ரகசியத்தையும் இரண்டாம் பேருக்குத் தெரியாமல் காத்து வைத்திருக்கும் முந்திரித் தொங்கல், ஒருநாள் இவள் ரகசியத்தை உடைத்துவிட்டது. உள்ளே கொட்டை பொறுக்கிக் கொண்டிருந்த அம்மாக்காரி எதேச்சையாய் குடிமுந்திரிப் பக்கம் வந்துவிட்டாள். குடிமுந்திரி அடியில் நிழல் மட்டும்தான் கிடந்தது. ரெண்டு மூன்று முந்திரி தாண்டி ஒரு முந்திரித் தொங்கல் அவசியம் இல்லாமல் அசைந்தது. அரக்கப் பறக்க தொங்கலை விட்டு செல்வி வெளியே வந்தாள். சந்தேகத்தோடு பார்த்தவளுக்கு முகம் இறுகியது. அந்த முந்திரிக்கு அப்பால் கோதண்டபாணி சைக்கிளைத் தள்ளிக்கொண்டு போனது தொங்கல் சந்து வழியாகத் தெரிந்தது.

காவல் காத்தவள், காவலில் வைக்கப்பட்டாள். நிலம் தெளிந்த ஒரு விடியக்காலையில் காவலை மீறினாள். பொட்டமண் நொய் மணலில் புழுதிப் பறக்க ஓடியவர்களை வழிமறித்தார்கள். "அம்மாம் துப்பு அத்த நாயாடா நாங்க, இங்க வந்து கைய வைச்ச?" கோதண்டபாணிக்கு நரம்புக்கு நரம்பு அடி. "அடித் தேவுடியா... ஒன்ன வளத்ததுக்கு ஒரு முந்திரிக் கன்ன வளத்திருந்தாலும் புண்ணியமா இருக்குண்டி. நம்ப ஊர்ல எவனுமே பசங்க

தப்புக் கொட்டை ✳ 219

இல்லியா, இவந்தான் ஒன்னப் பண்ணுவான்னு போறியா?" செல்வியைக் காசராக்கு நாரைப்போல் அடித்து உதறிக்கொண்டு போனார்கள். மறுநாள் காலையில் ஊர் ஓர முந்திரிக்கிளையில் தொங்கியிருந்தவளின் உள்ளுக்குள்ளும் ஒரு உயிர் தொங்கிப் போனது.

மூக்காயி ஒப்பாரியை நிறுத்தவேயில்லை. வாசலெல்லாம் முந்திரிக் கொட்டைகளும் காய்களும் இறைந்து கிடந்தன. முந்திரி மிளாரில் சிக்கிக் கிழிந்து போயிருந்த அவளின் சீலையில் விழுந்து புரண்டதில் பொட்டமண் வாசலின் சாணம் அப்பிக்கொண்டிருந்தது. சின்னவனை வாசாங்கு விட்டாள். "நா ஆசப்பட்டு பெத்த சின்னவன் இல்லடா நீ. என்னைச் சின்னப்படுத்தி, சாவ அடிக்கிற நாயிடா நீ. நெல்லா இருப்பியாடா... என்ன இந்தப் பாடு படுத்திறிய, நீ நெல்லா இருப்பியா..."

பெரிய மகன் கத்தியைத் தீட்டி வைத்துக் கொண்டிருந்தான். "அந்த கம்னேட்டிப் பய. வருட்டும். கண்டந்துண்டமா வெட்டுல, ஏம் பேரு சந்திரகாசி இல்ல. வருட்டும் அவங் கால நறுக்காம வுடறது இல்ல."

அவன் பொண்டாட்டி ருக்கு வந்து அவனை இழுத்தாள் "வுடுடி, அவன..." எகிறிக் குதித்தான்.

வாசலில் புலம்பிக் கொண்டிருந்த மூக்காயிக்கு ஆத்திரம் அவன்மேல் திரும்பிவிட்டது. "அட்றா கம்னேட்டி. வூட்டுக்கு மூத்தவன் நீ, ஆத்தா அப்பன் பேச்சக் கேட்டு ஒழுங்கா நடந்திருந்தினா ஒனக்குப் பின்னால இருக்கற அவனுவோ நெல்லா இருப்பானுவோ. நீ இழுத்துக்கிட்டு ஓடி வழி காட்ன, அவனுவுளும் அதே மாதிரி பண்றானுவோ. கத்தியத் தீட்றானாம் கத்திய... எனக்கு வந்து பொறந்திங்களாடா..."

தண்ணீர் ஊற்றிய கொள்ளிக்கட்டையாய் அவன் அமுங்கிப் போனான். ருக்கு மூஞ்சியைத் தூக்கிக்கொண்டு உள்ளே போனாள்.

அந்த வருடம் மூக்காயி காடு ஏலம் எடுத்திருந்தாள். கூலிக்குக் கொட்டை பொறுக்கத்தான் ருக்கு வந்திருந்தாள். மூக்காயி வீட்டுக்குப் பின்புறந்தான் ருக்கு வீடு. முந்திரிக்கொட்டை பொறுக்கும்போது, எல்லோரையும் வளைத்து வல்லாப் போடும் காடு அவர்களையும் வளைத்துவிட்டது. மூத்தவன் சந்திரகாசி

மயங்கிப் போனான். ருக்கு என்னா பொடிமருந்து போட்டாளோ, மூத்தவன் தொம்பையில் இருந்த முந்திரிக் கொட்டையைப் படிபடியாய் அள்ளி, வேலிக்கும் அங்காண்டப் பக்கமாய் கொடுக்கக்கொடுக்க ருக்கு மடியை ரொப்பிக் கொண்டாள். தெருவில் ராத்திரியில் ஏலம் போடுகிற மூட்டைக்காரனிடம் பாவாடையும் தாவணியுமாய் வாங்கி மினுக்கினாள். அரசியம்மன் கோயில் திருவிழாவில் அவள் வாங்காத பண்டம் இல்லை. வளையல் கடையில், அவள் போட்டதிற்கு அவன் பணம் கொடுத்ததை மூக்காயி பார்த்து விட்டாள். அவள் அதை வெளியில் காட்டிக் கொள்ளவில்லை. ருக்கு நல்ல வேலைக்காரி என்பது மூக்காயிக்குத் தெரியும். தலைமருமகளாய் வந்தால் குடும்பத்தை நெற்றிமட்டச் சுவராய்த் தாங்கிக் கொள்வாள் என்று நம்பிக்கையில் இருந்தாள்.

மண் தொம்பையில் போட்டிருந்த முந்திரிக்கொட்டை பூஞ்சாணம் ஏதாவது பிடித்திருக்கிறதா எனத் திறந்து பார்த்தவள் திடுக்கிட்டுப் போனாள். அளவு குறைந்திருந்தது. அடையாளத்திற்குப் போட்டிருந்த வேப்பிலைகள் கலைந்து மேல்கீழாய்ப் போயிருந்தன. அடி நடத்தினாள். முந்திரிக் காட்டில் சுற்றி அலைந்து கைகால் அசந்து கிடக்கிற ராத்திரியில் இவன் அள்ளிக்கொண்டு போனான். வேலியைத் தாண்டி ருக்கு மடியில் விழுகிறபோது மூக்காயி மடியைப் பிடுங்கினாள்.

மூத்தவன் எவ்வளவோ கெஞ்சிப் பார்த்துவிட்டான். மூக்காயி முடிவில் மாறவேயில்லை. “தாலி கட்றதுக்கு மின்னியே ஏந் தொம்பைய தொறக்கறதுக்கு வழி பண்ணனவ, தாலி கட்டிட்டா ஏங் குடும்பத்தையே காலி பண்ணிடுவா. இவளாவுது எந் தலகடையில அடிவைக்கிறதாவது...”

கடந்து போய்த்தான் இழுத்துக்கொண்டு ஓடினான். நாலு மாதம் அங்க கிடந்து இங்க கிடந்து கடைசியில் வந்து ஒட்டிக் கொண்டான்.

“ஏங் குடும்பத்த இப்பிடி ஒன்னுமில்லாத ஆக்கனாளுவுள, அவளுவோ நெல்லா இருப்பாளுவுளா... அவளுவோ நெல்ல கதி சேருவாளுவுளா... அவளுவோ மண்ணாப் பூடோ... மாக்குன்னு பூடோ... திடுக்குன்னு பூடோ... திண்ணகரயாப் பூடோ...” மூக்காயி தெருவுப் பக்கம் வந்து வாசாங்கு விட்டாள். குறிப்பாய் முக்கூட்டு வீட்டுப் பூப்பொட்டலத்தைப் பார்த்துதான் பேசினாள்.

பூப்பொட்டலம் வீட்டில் ஏலம் எடுத்த காட்டில்தான் சின்னவன் முந்திரிக்கொட்டை பொறுக்கப் போய் இழுத்துக்கொண்டு ஓடியது.

"அவஅவ வேல ஆவணுங்கறதுக்காக கூட்டிவைச்சிக் கொடும பண்ணிட்டாளுவோ, அவ நெல்லா இருப்பாளா... ஏங் குண்டி கொல நடுங்கற மாதிரி அவ குண்டி கொல நடுங்கோ..."

"வைச்சி வேல வாங்கனாளே அவளுக்குத் தெரியாமலா இருந்துருக்கும். இதுக்குனாச்சும் ஒரு நெல்ல எடமாப் பாக்கலாம்னு இருந்தன். இந்த மாதிரி கமுக்கமா இருந்து கழுத்தறுட்டாளுவுள. அவ எண்ணத்துல இடி வுழோ..."

தன்னைக் கடந்து போய்த்தான் முழுங்கிப் படலைத் திறந்து பூப்பொட்டலம் தெருவில் வந்தாள். பிடித்துக்கொண்டாள். "யாரடி தேவுடியா, கூட்டி வைச்சங்கற?"

"ஒன்னதான்டி தேவுடியா கூட்டி வைச்சங்கறன், ஓங் காட்ல கொட்ட பொறுக்கனது. ஒனக்குத் தெரியாமலா நடந்துருக்கும்."

"ஆமண்டி, யாரு எங்க போறாங்கறத பாத்துக்கிட்டு இருக்கறதுதான் எனக்கு வேல. ஓம் மொவனுக்கு ஒன்னுந் தெரியாது பாரு. இப்பதான் ஊர்ல இல்லாத அதிசயமா, இவ மொவன் இழுத்துக்கிட்டுப் பூட்டானாம். இதுக்கு அடிச்சி மாய்ஞ்சிக்கிட்டு ஒப்பாரி வைக்கறா." அதற்குமேல் நிற்காமல் வீட்டுக்குள் போய்விட்டாள் பூப்பொட்டலம்.

மூக்காயி விடாமல் ஊரைப் பார்த்துப் பொத்தாம் பொதுவாய் கேள்வி கேட்டுக்கொண்டு நின்றாள்.

நடுமகன் வந்து கூப்பிட்டான். "இப்ப என்னா, ஊரெல்லாம் பேசிக்கிட்டு நிக்கிற. நம்ப வூட்ல இருக்கறது ஒழுங்கா இருந்திருந்துதுனா, ஊர்ல இருக்கறவங்க யாரு என்னா பண்ணிடுவாங்க."

பூப்பொட்டலம் மேல் இருந்த காந்தாலத்தை நடுமகன் மேல் திருப்பினாள். "நீ என்ன யோக்யதயா இருந்த, அவன் சரியில்லங்கற. நீ பண்ணுல, நெல் நடவுக்கு ஆளு இட்டுக்கிட்டு போடான்னா, ஓடையில இட்டுக்கிட்டுப்போயி நட்டி... அறுப்பு அறுத்து முடிஞ்சதும் அஞ்சாம் மாசம் சீர் முன்னாடி எடுத்துக்கிட்டுப் போறதா... தாலி மின்ன கட்றதான்னு வந்து சேருல, கோயில்

தாலி கட்டிக்கிட்டு. அவனுக்கு முந்திரின்னா, ஒனக்கு நெல்லு. ஒங்களல்லாம் பெத்தம் பாரு, என்னைச் சொல்லனுண்டா!" கையை நீட்டி முகத்தில் ஏற்றாத குறையாய் பச்சையாய் சொன்னாள்.

"நாங்கதாம் புத்திக் கெட்டுப் பூட்டம். இவனுக்கு என்னா? வருட்டும் அவன..." ஏதோ சொல்ல வேண்டும் என்கிற மாதிரி சொன்னவனை, அவன் பொண்டாட்டி. வெள்ளச்சி கைக்குழந்தையோடு வந்து கையைப் பிடித்து இழுத்துக்கொண்டு போனாள்.

மூத்த ரெண்டு பேரும் பண்ணிய கொடுமையைப் பார்த்து சின்னவனிடம் சொல்லித்தான் வைத்திருந்தாள். "வாணாம்பா. பொம்மனாட்டிவோ கத கட்டி வுட்ருவாளுவோ. நீனாச்சும் புத்தியா இரு. நெல்ல எடுத்துல பாத்து நாலு பேருக்கு மதிப்பா நடத்தலாம். நம்ப சொந்தத்துல பொண்ணு மேல பொண்ணாக் கெடக்குது. போற எடத்துல முந்திரிக்காட்ல பாத்து பதனமா இருந்துட்டு வா."

எல்லாவற்றையும் சின்னவன் தூக்கியெறிந்துவிட்டுப் போய்விட்டான். மூக்காயி ஆற்றமாட்டாமல் புலம்பிக்கொண்டு கிடந்தாள்.

"மோகாம்பரி குப்பத்த போய்ப் பாரு. பாதி முந்திரி. மீதி பூரா நஞ்ச. சனங்களுக்கு ஒரு நிமிஷம் ஓய்வு ஒழிச்ச கெடயாது. ஒரு ஊரு சேதிக்கு போவுணும்னாக்கூட பொழுது போயி போவுதுவோ, விடியதா வந்துடுவோ. எப்பப் பாரு கொல்லியிலியும் காட்லியுந்தான். சுத்துப்பட்டுல இன்னக்கி மோகாம்பரி குப்பம் மாதிரி முன்னேத்தம் அடைஞ்ச எந்த ஊரையும் பாக்க முடியாது."

"ஆமம்பா, வருஷம் பூரா வேல ஒழைப்புதான். முப்போகம் மாசூலு. கொல்ல வேல முடிஞ்சிதுனா முந்திரிக் காடு. காட்டு வேல முடிஞ்சிதுனா கொல்ல வேல. போய்ப் பாரன். படுகல்லாம் பறிச்சி கரம்புல எனுமா போர் போட்டு நீர்மோட்ரு, தலய நீட்னா, தண்ணி ஆள நெட்டுது. கரும்பும் நெல்லும் முந்திரியும்..."

"ஆனா, சொல்லி வைச்ச மாதிரி ஒரு பொண்ணக் கூட வெளியில குடுக்க மாட்டங்கறானுவோ, கட்ட மாட்டங்கறானுவோ. எனுமோ சாமாஞ்செட்ட மாத்திக்கிற மாதிரி கொள்வன குடுப்பன எல்லாம் உள்ளூர்லயேதான்."

"ஆமா, எல்லா நேரமும் ஒருத்தர் மூஞ்ச ஒருத்தரு பாத்துகிடலாம்."

"காட்லியும் மோட்லியும் கெடந்தா என்னா ஆவும். ஒன்னுக்குள்ள ஒன்னுன்னு போவ வேண்டிதுதான்."

"எப்பிடிப் போவுதோ. இன்னய தினத்துல மோகாம்பரி குப்பத்த தட்டிக்கிற ஊர் எதுவும் இல்ல."

மூக்காயி ஓயவே இல்லை. ஊரைப் பேசினாள். மகன்களைப் பேசினாள். குத்துக்கல்லாய் எறவாணத்து ஓரம் குந்தியிருந்த ஆம்படையானைப் பேசினாள். குமுறிக்குமுறி நினைத்து நினைத்து வயிற்றிலடித்து அழுதாள். ஊரைக் கிழித்துக் கொண்டிருந்தாள்.

அடுத்த தெருவிலிருந்து, இருட்டில் குச்சியை ஊனிக்கொண்டு காத்தவராயக் கிழவர் வந்தார்.

"இந்தா புள்ள மூக்காயி, ஆனது ஆயிப்போச்சி. கறந்த பாலு இனி காம்புக்கு ஏறப் போறது இல்ல. வுட்டுட்டுப் போயி வேலயப் பாரு. எதுக்கு கத்திக் கெடந்து சாவற!"

"இல்ல பெரிப்பா, ஒனக்குத் தெரியாததா, தே நாளைக்கி ஒரு கல்யாணம். ஒரு பவுனுல மோதரம் எடுத்தாந்து வைச்சிருக்கறன். இதுவரைக்கும் எம்மாங் காரியத்துக்கு மோதரம், காசி, பணம்னு வரிச வம்பு செய்ஞ்சி வைச்சிருக்கறன். எனக்குப் பொறந்த இந்த மூனு கம்னேட்டி பயலுவுளும் இந்த மாதிரி இழுத்துகிட்டு ஓடிட்டுதுவளே. இந்த வரிச வம்பலாம் எப்பிடி பெரிப்பா நா வாங்குவன். இம்மாம் நகநட்டு, பணங்காசி செய்ஞ்சும் ஒன்னுமில்லாமப் போச்ச. இப்பிடி ஒடம்ப ஒழைச்சு, ஊருக்குச் செய்ஞ்சி ஒன்னுமில்லாமப் போவுணும்னு ஏந் தலையில் எழுதியிருக்கா பெரிப்பா, சொல்லு பெரிப்பா... சொல்லு பெரிப்பா..." மூக்காயி புலம்பிக் கொண்டிருந்தாள்.

19

பள்ளத் தெரு

சக்கிலித் தெரு தனித் தீவாகக் காட்சி அளித்தது. மென்று துப்பின சக்கையாய் மனித வாழ்க்கை கேட்க நாதியற்றுப் போய் ஒவ்வொருவரும் வயிற்றுப் பிழைப்பு நடத்த வேண்டியிருக்கிறது.

ஊருக்கு வடக்கே எல்லை முடியுமிடத்தில் சக்கிலித் தெரு ஒரு பள்ளத்தாக்கில் வீழ்ந்திருந்தது. அதுதான் பின்னால் பள்ளத் தெருவானது. ஊருக்கு உள்ளேயும் சேரி. அதை இப்போது பெரிய காலனி என்று கூப்பிடுவார்கள். அங்கும் பறையர்கள், சக்கிலியர்கள் என இருந்தாலும் அங்குள்ள பறையர்களும் இங்குள்ள சக்கிலியர்களும் ஒன்றாக முடியாது. அங்குள்ள சக்கிலியர்களும் இங்குள்ள சக்கிலியர்களும்கூட அத்துணை எளிதில் நேசம் கொள்ள முடியாது.

சாதி உரிமை பாராட்டி உதவிகள் ஏதும் கேட்க முடியாது. நகர்ப்புற பற சாதிக்காரர்களுக்கு நகர்ப்புற சக்கிலியர்கள் அடிமை மாதிரியும் நகர்ப்புற சக்கிலியர்களுக்கு இங்குள்ள சக்கிலியர்கள் அடிமை மாதிரியும். மூன்று வெவ்வேறுபட்ட தளங்கள் இருந்தன. வட்டாட்சியர் அலுவலகத்தில் எல்லோரும் தாழ்த்தப்பட்டவர்கள் என்றாலும் தத்தம் கிளைச் சாதியால் ஒன்றுக்கு ஒன்று ஒடுக்கப்பட்டுதான் கிடந்தது.

விழி.பா. இதயவேந்தன் (1962 - 2022) என்னும் அண்ணாதுரை விழுப்புரம் சாலமேட்டில் பிறந்தவர். அமுங்கிக் கிடந்த தலித் மக்களின் பிரச்சனைகளை வர்க்க ரீதியாக அணுகியவர். தலித் மண்ணோடும் மக்களோடும் உறவாடக் கூடிய நூற்று இருபதுக்கும் மேலான கதைகளை எழுதியவர். தலித் நம்பிக்கை, சடங்குகள், பழக்கவழக்கம் சார்ந்து உருவாக்கிய தலித் அழகியல் நூலும் தலித் நாட்டுப்புறப்பாடல் தொகுப்பும் குறிப்பிடத்தக்கன.

பள்ளத் தெரு சக்கிலியர்கள் அப்படி ஒன்றும் வித்தியாசமான மனிதர்களில்லை. செய்யும் தொழில்களால்தான் எல்லோரும் விரலுக்கு விரல் வித்தியாசம் பார்க்க ஆரம்பித்து விட்டார்கள். அங்குள்ளவர்களுக்கு மூட்டை சுமப்பதும் ரிக்ஷா வண்டி இழுப்பதும் பழ வியாபாரம், சிறு சிறு கடைகள் நடத்துவதும் சாவுக்கு, சுபகாரியங்களுக்கு மேளம் அடிப்பது இப்படித்தான் தொழில். ஒருசிலர் அரசு அலுவலகங்களிலும் பணி செய்தார்கள்.

நந்தனார் தெருவில்தான் சக்கிலியர்களின் குடிசை இருந்தது. கிட்டத்தட்ட இதே போன்ற தொழில்தான் செய்தார்கள். கூடவே செருப்பு தைப்பது இவர்களுக்குரிய பிரத்யேகமான தொழில்.

ஆட்களும் பார்ப்பதற்குப் பளபளப்பாய்தான் இருப்பார்கள். உள்ளுக்குள் வறுமையிருந்தாலும் பிள்ளைகள் படிக்கவே நாதியற்றுப் போயிருந்தாலும் வீட்டில் உலை வைக்கக்கூட கதியில்லாமல் போனாலும் வெள்ளையும் சொள்ளையுமாய் சட்டைத் துணி போட ஆசைப்படுவார்கள். நகர்ப்புற நாகரீகம் சில செளகரியங்களை உள்ளடக்கியிருந்தாலும் அதற்கேற்றபடி வாழ வேண்டும் என்ற அல்ப ஆசைகள் இருந்தன. சமூக அங்கீகாரம் என்பது சகட்டுமேனிக்குத் தேவையென்பதால் இப்படிப்பட்ட பிழைப்பும் ஒருவித மனக் கிலேசத்தை அவர்களுக்கு உண்டு பண்ணும்.

நந்தனார் தெருவிற்கும் பள்ளத் தெருவிற்கும் சாதாரணமாய் ஒட்டி உறவாட எந்தவித லயமான சூழ்நிலையுமில்லை. நேருக்கு நேர் பார்த்தால் ஏதோ எண்ணெய்க்குள் கடுகைக் கொட்டிய மாதிரிதான் முகங்கள் பொரியும். கோபம் உண்டாகும். பேச்சிலே ஏளனம் தெரியும். நகர்ப்புற பண்பாடு அப்படித்தான் வளர்ந்துள்ளது. பொண்ணு கொடுத்து பொண்ணு வாங்க முடியாது. அப்படியே முயற்சி செய்தாலும் ஊரை விட்டு ஓடிப் போய்விடவேண்டும்; இல்லாவிட்டால் அது கொலையில்தான் வந்து முடியும்.

இப்படித் தீவாய் போனதால்தான் பள்ளத் தெருக்காரர்களுக்கென்று எந்த முகாந்திரமுமில்லாமல் முகவரிகளைத் தொலைத்துவிட்ட மாதிரி அநாதையாய் நகர்ப்புறத்தை ஒட்டித் தொங்கிக் கொண்டிருந்தார்கள். ‘அப்படி என்ன பாவப்பட்ட ஜென்மம் எடுத்தோமோ’ என்று அடிக்கடி தெரு நாட்டாமை ரங்கசாமி புலம்புவார்.

அவர் புலம்பல் அர்த்தமற்றதுதான். பள்ளத் தெருவில் பெரும்பாலும் நகராட்சியில் துப்புரவு வேலைதான் செய்வார்கள். மலமெடுத்தல், சாக்கடை அள்ளுதல், பீ வண்டி அடித்தல், கழிவுநீர் அடித்தல், செப்டிக் டேங்க் சுத்தம் செய்தல், அனாதைப் பிணங்கள் தூக்குதல்.....படித்து வேலைக்குப் போனதாய் யாருமில்லை. ஆனாலும் ஒரு சிலர் படித்துக் கொண்டிருந்தார்கள்.

தொழில்தான் சாதிக்குள்ளேயே பிரிவினையை உண்டு பண்ணியது. நானும் மனுசன், நீயும் மனுசன்தான் என்று ஒன்றிணைந்து கைகோர்த்துப் போக முடியாததால்தான் சகட்டுமேனிக்கு ஊர்க்காரர்களின் அடக்குமுறைக்கு ஆளாக வேண்டியிருந்தது.

பள்ளத் தெருவிற்கு மேலே தேசிய நெடுஞ்சாலை அதை இடைமறித்தாற்போல் ரயில்வே கேட்டு. அங்கிருந்து ஆரம்பித்து ரெண்டு கிலோ மீட்டருக்குள் ஊரின் எல்லா அலுவல்களும் முடிந்துவிடும். அதற்கப்புறம் அடித்துப் போட்டால்கூட, ஏன் என்று கேட்க முடியாத பொட்டல் வெளிகள், வழவழப்பான தார்ச் சாலையை ஒட்டிச் சிறுசிறு பெட்டிக் கடைகள், ஓட்டல்கள்.

அப்படியே மாரியம்மன் கோயில், பெருமாள் கோயில், ஈசுவரன் கோயில், வீடுகள், பள்ளிகள், நகைக்கடை, காய்கறிக்கடை, ஜவுளிக்கடை... என்று பரந்து வியாபித்திருந்தது. பள்ளத் தெருவிற்கு எதிர்த்திசையில் மேற்காக அந்த விராட்டிக்குப்பம் பாட்டையில் சிறுசிறு பசங்கள் சாராயக் கடை வைத்திருந்தார்கள். அவர்களுக்குப் பின்னால் ஒரு அரசியல் கட்சி அல்லது ஒரு ரசிகர் மன்றம் பின்னணியில் இருப்பதைக்கூடச் சொன்னார்கள்.

நெடுஞ்சாலையை ஒட்டிய தெருக்களில் மேல்சாதிக்காரர்களின் ஆதிக்கம் அதிகம் இருந்தது. உடையார்களும் முதலியார்களும் ரயில்வே கேட்டைத் தாண்டினாற்போல் நிறைய இடங்களைத் தக்க வைத்திருந்தார்கள். முத்தாம்பாளையம், அகரத்தை ஒட்டிய ஏரிக்கரையோரம் கரும்பும் நெல்லும் பளபளவென செழித்து, அவர்களின் செல்வாக்கை மேலும்மேலும் கூட்டிக் கொடுத்தது.

அனுபவிக்கவே பிறந்த அவர்களின் பிள்ளைகளில் சிலர் படிக்கிறார்களோ இல்லையோ, சதா அந்தப் பகுதியில் குடித்துவிட்டுப் பேசுவது, தகராறு செய்வது இப்படித்தான் பொழுது போகும். இதற்கென்றே சின்னப் பையன், மோகன்,

தாஸ், இப்ராஹிம், செல்வராஜ், குமார்..... என்று சில உதிரிப் பட்டாளங்கள் உடம்பை வளர்த்துக்கொண்டு திரிந்தார்கள்.

பள்ளத் தெருவிலிருந்து யாரும் ரோட்டோரமுள்ள உயர் சாதிக்காரர்களிடம் எதுவும் வைத்துக் கொள்ள மாட்டார்கள். வம்பு தும்புக்குப் போக மாட்டார்கள். வேலைக்குப் போய்த் திரும்புவதற்குள் ஒவ்வொருவரின் நாடியும் அடங்கிவிடும் அளவிற்கு நைந்து தொய்ந்துபோய் வருவார்கள். சீசாவில் எண்ணையோ, பையில் அரிசியோ வாங்கப் போவார்கள். செம்பில் டீ வாங்கி வந்து குடிப்பார்கள். இப்ராஹிம் சாராயக் கடையில் சரக்கு குடித்துவிட்டுச் சத்தமில்லாமல் திரும்புவார்கள்.

ஒரு முறை அப்படித்தான் கதிர்வேலு சாராயம் குடிக்கப் போனான். முள்ளூ சந்தினுள் விற்றுக் கொண்டிருந்த இப்ராஹிம் கதிர்வேலுவைப் பார்த்தான்.

“டேய் சரக்கு எவ்ளோ வேணும்.”

“எனக்கு ஒரு சொம்பு வேணும். குடுப்பியா?” அவன் சொல்லிவிட்டுச் சிரித்தான்.

“கையில எவ்ளோ வச்சிருக்க?”

“அஞ்சு ரூபா.”

இப்ராஹிம் எழுந்து முகத்தில் நச்சென்று அப்பினான்.

“இறுமாப்ப பாத்தியா, அஞ்சு ரூபாய்க்கு ஒரு சொம்பா வேணும்?”

“ஐயையோ, சும்மா தமாஷுக்குண்ணே; கோச்சுக்காத.”

மீண்டும் எகிறி உதைத்தான்.

“சென்மத்தச் செருப்பா உழைச்சு போட்டுட்டு வர்றேன். அப்பிடி வொதைக்காதண்ணே, உடம்பு புண்ணாயிடுச்சி.”

அவன் மேலும் மேலும் உதைக்க, சாராயம் குடித்துவிட்டுக் கறியும் போட்டியும் தின்று கொண்டிருந்தவர்கள் சிரித்துக் கொண்டிருந்தார்கள். கதிர்வேலுவை மண்ணில் போட்டுப் புரட்டினான். மேலெல்லாம் குப்பை வாறின தூசியும் சாக்கடை சேறும் இருந்தது போக, வியர்வையில் மண்ணும் சேர்ந்து

உடும்புப் பிடியாய் அப்பிக் கொண்டது. அவன் எழுந்து உதறிக் கொண்டிருந்தான்.

"காட்றா காச இப்ப"

அவன் பேச முடியாமல் முறைத்தான்.

"என்னடா அப்பிடி பாக்குற?"

"எனக்கு சரக்கு வேணாம்."

"ஏன் வாணாம்?"

"வொதயும் வாங்கிக்கிட்டு நான் சரக்கும் உன்கிட்ட குடிக்கணுமா. உன் வயசு என்னா, என் வயசு என்னா, என்ன கைநீட்டி அடிக்கற. நான் கொஞ்ச தூரம் போய் எங்க பெரிய சேரீல குடிசிக்கறேன்."

இப்ராஹிமுக்கு கோபம் அதிகமானது. காக்கிச் சட்டையைப் பிடித்து இழுத்து உலுக்கினான். இருந்த ஒன்றிரண்டு பொத்தான்களும் பொல பொலவெனக் கொட்டியது. பற்களை நெறித்தான்.

"அண்ணே உட்டுடு; என்னால வொத தாங்க முடியல; இந்தா அஞ்சு ரூபா, குடுக்கறத குடு."

அவனுக்குப் போதை ஏறவில்லை. வாங்கிய உதையோடு தள்ளாடி வந்து சேர்ந்தான்.

பள்ளத் தெருக்காரர்கள் எப்பவும் இளிச்சவாய்க்காரர்கள் என்று மேலே உள்ளவர்களின் கணிப்பு. அதனாலதான் மீசை முளைக்காத விடலைப் பசங்கள்கூட பெரியவர், சின்னவர் என்று பார்ப்பதில்லை. வாடா போடா என்பதும் வாடி போடி என்பதும் சகஜமாய் இருக்கும். கெட்ட வார்த்தைகளை நா கூசாமல் பேசுவார்கள். தேவையில்லாமல் பஞ்சாயத்துச் செய்வதுபோல் உதைக்க வருவது, பணம் பறிப்பது என்று சகல வித்தைகளையும் கற்று வைத்திருந்தார்கள்.

அன்று தெருவில் நடராசனுக்கும் அவன் மனைவி கமலாவுக்குமிடையே சண்டை மும்முரமானது. ராத்திரி ஆகியும் வந்து சோறு இன்னமும் ஆக்கவில்லை என்பதுதான் பிரச்சனை. அவள் ஏழு மணி வரையில் கடன்காரனிடம் காத்துக்

கொண்டிருந்துவிட்டுத் திரும்பினாள். பணம் வந்து தருவதாய்ச் சொன்னவன் வரவேயில்லை.

"இன்னேரம் வரையிலும் எவன் கிட்டடீ போயிருந்த?"

"கடன்காரன் கிட்டதான் போய் நின்னன். அவரு வர்ல."

"நின்னுக்கிட்டிருந்தியா?"

"பின்ன, மல்லாந்துக்கின்னாங்களா! போடா குடிகாரா."

அவள் பேச, அவன் பேச ஒரே களேபரமாகி., "என் கூட வாழாதடி போடீ" என்று அடித்து ரோட்டுப் பக்கம் இழுத்து வந்தான்.

சும்மாயிருந்த வாய்க்கு அவல் கிடைத்த மாதிரி ரோட்டோரமுள்ள சாலையோர ஓட்டல் அருகே நின்றிருந்த சின்னப்பையனுக்கு கமலாவின் அலறல் சத்தம் ஓங்கி ஒலித்தது. அவன் சிட்டாய்ப் பறந்து வந்தான். இரண்டு பேரையும் தலா ரெண்டுரெண்டு அறை விட்டான்.

"சாமி நீயே சொல்லு; புள்ள குட்டி பட்டினியா கெடக்குது. இன்னேரம் வரையில் ஊர் மேயப் போயிட்டு இப்பதான் வர்றா."

"போடா சங்க மாங்கி. உன்ன மாதிரி நெனச்சியா?"

அவனது பஞ்சாயத்து முடிந்து நெடுநேரமாகிவிட்டது. வலி பொறுக்க முடியாமல் நடராசன் முனகிக் கொண்டிருந்தான். பிள்ளைகள் காலைப் பிடித்தபடி உறங்கி விட்டன. விஷயத்தைக் கேள்விப்பட்ட இளவட்டங்களுக்குப் பொறுக்க முடியவில்லை. மணி, சந்திரன், பெருமாள் எல்லோரும் சேர்ந்துபோய் பள்ளத் தெரு நாட்டாமையிடம் சொன்னார்கள். அவருக்குத் துக்கம் தொண்டைக் குழிக்குள் அடைத்தது.

"என்னை என்ன செய்யச் சொல்றீங்க?"

"பின்ன இப்படியே நடந்தா எப்டீ?"

"இவனுங்கள பகைச்சுக்கிட்டு நம்மால வாழ முடியுமா?"

"அதுக்காக, அவனுங்க தயவுல ஒண்ணும் நாம வாழல; நாம ஒழைச்சுதான் சாப்பிடறோம்."

"சொல்றதுக்கு நல்லாதான் இருக்கு."

"பின்ன தொடர்ந்து குடிச்சிட்டு வருவானுங்க. வேணும்னு வொதைப்பாங்க. எவ்ளோ நாள் பாத்துக்கிட்டு இருக்கிறது."

"அதான் வாடிக்கையாப் போச்சே."

"அதெல்லாம் முடியாது; நம்ம தெரு விவகாரத்துல இவனுங்க ஏன் தலையிடறானுங்க, வாங்க, போலீசுக்குப் போவம்."

நாட்டாமை ரங்கசாமிக்குச் சிரிப்பு, துக்கத்தையும் மீறிக் குபீரென எழுந்தது. தெருவில் எந்தப் பிரச்சனை வந்தாலும் அது ரவுடிப் பையன்களுக்குக் கிடைத்த அல்வாத் துண்டு மாதிரி. ஊருக்குள் இருக்கும் மற்ற சக்கிலிக் குடும்பங்களுக்குத் தெரிந்தாலும் கேட்க வர மாட்டார்கள். கண்டு கொள்ளவே மாட்டார்கள். நாட்டாமை சிரித்து முடித்து மணியின் பக்கம் திரும்பினார்.

"வம்ப வெல குடுத்து வாங்கக் கூடாதுப்பா."

"அதுக்காக சும்மா இவனுங்ககிட்ட ஒதபடச் சொல்றீங்களா?"

"நாம அம்பது தலகட்டு இப்பிடி அநாதையா கெடக்கறமே."

"அநாத ஒண்ணுமில்ல, நாமெல்லாம் அரசாங்க வேல பாக்குல?"

"ஆமாம். நாம ஒதபட்டு புகார்னு போனப்பல்லாம் இதே அரசாங்க போலீசுதான் கைகொட்டி சிரிச்சுச்சு."

"இப்படியே உட்டா நம்ம மானம் மரியாதையெல்லாம் காத்துல போயிடும்."

"தெருவுல எவனுக்கு தான் மானம் மரியாத இருக்குது?"

"நாட்டாமக்காரர, அதுக்குன்னு நம்மளையே கொறச்சு மட்டமா பேசாதீங்க; மத்தவனுக்கு உள்ளதுதான் நமக்கும் இருக்கு. நம்ம வாழ்க்க இப்படி மட்டமா இருக்கணுறதினால உங்கள இப்படி பேசச் சொல்லுது. அதுக்குக் காரணம் நாம இல்ல. நம்ம ஆளுறவன், நம்மள ஏய்ச்சுப் பொழைக்கிறவன்தான். தெரிஞ்சுக்குங்க. இன்னும் அந்தக் காலத்திலேயே கெடக்காதீங்க."

"டேய் என்னமா பேசுறீங்க. இன்னும் நாலு எழுத்துப் படிச்சிட்டா அவ்ளோ தாண்டா நீங்க."

"சரி, நீங்க வரப்போறீங்களா இல்லியா?"

“வேகத்திலும் ஒரு நிதானம் இருக்கணும்டா.”

“என்னாண்ணே சும்மா வளவளன்னு பேசிக்கிட்டு.”

பெருமாள் வார்த்தையால் கடிந்தான். எல்லோரும் பெருமாள் பக்கம் திரும்பினார்கள். மணி, பெருமாள் சத்தம் நாட்டாமை வீட்டுப் பக்கம் கேட்கக்கேட்க என்ன என்பதுபோல் கூட்டம் சேர்ந்துவிட்டது.

“அன்னிக்கு அதுமாதிரிதான்; நம்ம காஞ்சனாவ சாவுக்கு ஆட வரலேன்னு போட்டு உதைச்சு ஊட்டுல இருக்கிற பாத்திரத்தையெல்லாம் உடைச்சுப் போட்டான் அந்த தாஸ் பையன். யாரும் கேக்கல. நம்ம தெருவுல காஞ்சனா தமாசா ஆடுவா. அதுக்காக இவனுங்க ஊட்டுச் சாவுக்கெல்லாம் ஆடணும்னு இன்னா தலையெழுத்து. அப்டீதான் ருக்மணிய கையப் புடிச்சி இழுத்து ஒருநாள் கட்டிப் புடிக்கறான். இன்னிக்குப் போதையில கட்டிப் புடிப்பான். நாளைக்கு படுக்கக் கூப்டுவான். அனுப்பி வைப்பாங்களா. இவென் இப்டி பண்றான்னா அந்த மோகன் அப்டிதான்; நேர்மயா சீட்டாட்டத்தில வெளையாடிச் செயிக்க முடியாம போயும்போயும் எட்டிக் கொட்டைகிட்ட தோத்துப்புட்டு அப்புறம் காச அடிச்சு புடுங்கறான். சம்பளத்தன்னிக்குத் திருட்டுச் சாராயக் கணக்கு எழுதி வந்து அடிச்சுப் புடுங்கறான் அந்த இப்ராஹிம். செத்தவன் பணத்த அரசாங்கத்துல வாங்கறதுக்கு பொன்னுசாமிக்கு இவென் என்னமோ மாமன் மச்சான் மாதிரி வந்து தலையிட்டு, கடசியில காசப் புடுங்கறான் அந்த செல்வராஜ். ஒவ்வொருத்தனும் இப்படியே பண்ணா இன்னா அர்த்தம். நாம இன்னா அடிமைச் சாசனமா எழுதிக் குடுத்திருக்கோம்?”

பட்டம்மாள் பாட்டி, கேட்கறது எல்லாம் நியாயம்தான் என்பது போல தலையாட்டினாள். இரவு கருத்து கனத்தது.

“நாட்டாம என்ன சொல்றீங்க, வர்றீங்களா?”

அவர் கவிழ்ந்திருந்த தலையை நிமிர்த்தினார். “போலீசுக்குன்னா நான் வர்ல.”

“அப்ப சரி, சுந்தரம் உடையார் வூட்டுக்கு வாங்க.”

“என்ன நம்ம கவுன்சிலர் வூட்டுக்கா?”

“ம்.”

“ஏன்?”

“வெத்திலப் பாக்கு மாத்திக்க; சரியான ஆளுய்யா நீ. நம்ம நடராசன் பத்துப் பாஞ்சு நாளு எந்திரிக்க முடியாம இப்படி அடிச்சுப் போட்டவன், அவரு மவன் சின்னப்பையன் தான். தெரிமா?”

“அவரப் பத்தி தெரியாதா உங்களுக்கு?”

“ஓட்டு வாங்கி ஜெயிக்கிறாரே அப்ப?”

“ஓட்டுப் போடலேன்னா ஒதைப்பேன்றான். மேல பேசுனா ஊட்டக் கொளுத்திடுவேன்றான்.”

“சரி, டேய் வாங்கடா. இந்தாளு தேற மாட்டாரு.”

நின்றிருந்தவர்கள் சிறு கூட்டமாகச் சுந்தரம் உடையார் வீட்டுக்குப் போனார்கள். அவரைச் சுற்றிக் கட்சிக்காரர்கள் கூட்டம்.

“அண்ணே, சக்கிலிப் பசங்க வந்திருக்காங்க” குரல் கேட்டது.

அவர் வெளியே வந்ததும் அவரது பையன் செய்ததைச் சொன்னதும் பிடிகொடுக்காமல் பேசினார்.

“குடிச்சிட்டு கலாட்டா பண்ணா யார்தான் பாத்துக்கிட்டு இருப்பாங்க?”

“அதுக்காக இப்டீ செய்யலாமா?”

“டேய் உங்களால இன்னா செய்ய முடியும்?”

“அப்டீயெல்லாம் பேசாதீங்க.”

“போலீசு, கோர்ட்டுன்னு எல்லாத்தையும் பாப்பன் தெரியும்ல.”

“அப்டீன்னா எங்களுக்குன்னு சில நியாயம் தெரியும். இனிமே எவனாவது தெருவுல எறங்கட்டும் நாங்க பேசிக்கறம்.”

“சவாலாடா உடுறீங்க. போங்கடா நாயே.”

எல்லாரும் தெருவிற்கு முணுமுணுத்தபடியே வந்து சேர்ந்தார்கள். போயும்போயும் இவன் கிட்ட நியாயம் கேட்டோமே என்று புலம்பினார்கள். நாளைக்கு ‘என்கிட்ட யாராவது வந்து சொன்னீங்களா’ என்றால், அது கூட சரிதான் என்றார்கள் சிலர்.

அன்று ஞாயிற்றுக்கிழமை. பொன்னுசாமி வீட்டுப் பக்கம் சிலர் பல்லாங்குழி விளையாடிக் கொண்டிருந்தார்கள். மணி வீட்டு வாசலில் நாலைந்து பேர் சீட்டுக்கட்டு விளையாடிக் கொண்டிருந்தார்கள். விடுமுறை ஆதலால் சிலர் குடிசையின் உள்ளும் திண்ணையிலும் உறங்கியும் உறங்காமலும் சாய்ந்து கிடந்தார்கள். நாய்கள் குரைக்க ஆரம்பித்தன. சத்தம் வந்த திசையில் கண்கள் போய் விழுந்தது.

தாஸ் நிரம்பக் குடித்துவிட்டு பள்ளத் தெருவிற்குள் இறங்கிக் கொண்டிருந்தான். கையில் முழங்கை அளவிற்குக் கத்தி. பெண்கள் வெடவெடத்து விழித்தார்கள். அவிழ்ந்த கைலியை இன்னொரு கையில் பிடித்திருந்தான்.

“இவன கேக்கவே ஆளில்ல.”

“காறி மூஞ்ச நாயி, தறுதலயப் பெத்துப் போட்டிருக்கான் பாரு.”

“எங்கனா காரு, லாரில மாட்டி சாவுறானாப் பாரு.”

சனங்களின் வசை தொடர்ந்தது. அவன் கைலியை இழுத்துப் பிடித்து தள்ளாடியபடி வந்தான். சீட்டாட்டம் விளையாடியவர்கள் அவனை வெறித்துப் பார்த்தார்கள். மணிக்குப் பீடிப்புகை சுருள் சுருளாய் எழுந்தது. தாஸ் ருக்குமணி வீட்டுத் திண்ணையில் விழுந்தான். “ஏய் ருக்குமணி, எங்கடீ இருக்க?” என்றபடி சத்தம் போட்டான்.

சீட்டாட்டத்தில் இருந்தவர்கள் எழுந்து வந்தனர். அவன் போதை கிறக்கத்தில் நிமிர்ந்து பார்த்தான்.

“இன்னாடா இங்க உனுக்கு வேல?”

“இன்னாடாவா.”

தாஸ் அலறியடித்துக்கொண்டு எழுந்தான்.

“மரியாதயாப் போயிடு.”

“இன்னாடா பண்ணுவீங்க, கிட்ட வந்தா கூறு போட்டிருவன், ஜாக்கிரத.”

எல்லோரும், “வேணாம்பா வம்பு, எட்ட வந்துரு” என்று மணியை இழுத்தார்கள்.

"இன்னாடா மொறைக்கிற. ருக்குமணி என்கிட்ட படுக்கிறதுக்கு அம்பது ரூபா வாங்கனா தெரீமா?"

"டேய், மரியாதயாப் போறியா, இல்லியா?....."

மணி நெட்டித் தள்ளினான். அவன் கத்தியை ஓங்க இரண்டு பேரும் கட்டிப் புரண்டார்கள். மணி கத்தியைப் புடுங்கிக்கொண்டு முகத்தில் எட்டி உதைத்தான். அவனுக்கு ரத்தம் தொரதொரவெனச் சொட்டியது. பெருமாள் கக்கூஸ் கழுவ வைத்திருந்த 'ஆசிட்' பாட்டிலை உடைத்து இன்னொரு கையில் ஏந்தினான். அவனுக்கு நிலமை விபரீதமாகப் போகிறது என்று புரிந்தது. மேலத்தெருப் பக்கம் ஓட்டம் பிடித்தான்.

"ஓடுறா நாயே, உசிருக்கு பயந்தவங்க நாங்கல்லடா."

அவனது குரல் உச்சஸ்தாயியில் எழுந்தது. பாட்டில் உடைத்தபோது தெறித்த 'ஆசிட்' கைகளில் பட்டுக் கொப்பளித்தது. பெண்கள் நெருங்கி வந்தார்கள். சேலைத் தலைப்பால் அவன் கையை அழுத்திப் பிடித்தார்கள். அவனுக்கு எரிச்சல் அதிகரித்துத் தலையில் 'நங்'கென்று உறைத்தது.

20

ஆகாசத்தின் உத்தரவு

சிமெண்ட் மேடையில் ஒரு குதிரையின் மீது கிழக்குப் பார்த்த நிலையில் முனியசாமி மாதிரி கர்ணகொடூரத் தோற்றத்தில் ஒரு சாமி உட்கார்ந்திருந்தது. சாமி சிலைக்குமுன் எந்த அவசரமுமில்லாமல் கருத்த நிறமுடைய ஒரு ஆள் கும்பிட்டுக் கொண்டிருந்தான். நடந்து வந்த களைப்பால் வழிந்த வியர்வையைக்கூட அவன் துடைக்கவில்லை. கீழே வைத்திருந்த பையிலிருந்து செய்தித்தாள் ஒன்றை எடுத்துத் தரையில் விரித்துப் போட்டான். பையிலிருந்த பொரிகடலைப் பொட்டலத்தை எடுத்துப் பிரித்து வைத்தான். ஒரு சீப்பு வாழைப் பழத்தை எடுத்து வைத்து அதில் ஊதுவத்தியைச் செருகி வைத்தான். இரண்டு குவாட்டர் பிராந்தி பாட்டில், ஒரு சிகரட் டப்பி என்று எடுத்து வைத்தான். எலுமிச்சம்பழம், கற்பூரம், தேங்காய், பூ, வெற்றிலைப்பாக்கு என்று படையலுக்குரிய பொருட்களை எடுத்து வைத்தான். கற்பூரத்தை எடுத்துச் சாமி குதிரையின் காலடியில் வைத்து ஏற்றினான். மூன்றுமுறை கற்பூர தீபம் காட்டிவிட்டுத் தேங்காயை உடைத்தான். ஊதுவத்தியைக் கொளுத்தினான். எலுமிச்சம் பழத்தை எடுத்துப் பக்கத்திலிருந்த சூலத்தில் செருகி இரண்டு இரண்டாக நான்கு பழங்களைப் பிளந்தான். அதில் திருநீறு, குங்குமத்தைத் தடவி வைத்துவிட்டு

__இமையம் (1964)__ என்னும் வெ. அண்ணாமலை திட்டக்குடி அருகிலுள்ள கழுதூரில் பிறந்தவர். ஐந்து நாவல்கள், ஏழு சிறுகதைத் தொகுப்புகள் இதுவரை வெளிவந்துள்ளன. ஒடுக்கப்பட்ட மக்களே கதைகளின் பாத்திரம், அவர்களின் வாழ்க்கை, சாதிப்பகுப்பு, அவலம் போன்றவற்றை அவர்களின் மொழியின் மூலமாகவே கதைகளாக எழுதியுள்ளார். சமூக இழிவுகளைக் கவனப்படுத்துவதன் வழியாகச் சமூகத்தின் முரண்பாடு, குரூரங்களை முன்வைக்கிறார். சாகித்ய அகாதமி விருது(2020) பெற்றவர்.

நெடுஞ்சாண்கிடையாக விழுந்து கும்பிட்டான். எழுந்து எலுமிச்சம் பழத் துண்டுகளை எடுத்துக் கும்பிட்டு, கண்களில் ஒற்றிக்கொண்டு நான்கு திசையிலும் விட்டெறிந்தான். பொரிகடலையை ஒரு பிடி அள்ளிக் குதிரை மீதிருந்த சாமியின் பக்கம் விசிறினான். எஞ்சியதை நான்கு திசைகளிலும் தூவிவிட்டான். பிராந்தி பாட்டிலில் ஒன்றைத் திறந்து தண்ணீர் தெளிப்பது மாதிரி சாமி மேடையைச் சுற்றிவந்து தெளித்தான். குதிரையின் மீதும் கொஞ்சம் தெளித்துவிட்டான். நான்கு வாழைப் பழங்களை எடுத்துத் தோலை உரித்துவிட்டு மாவு பிசைவது மாதிரி பிசைந்தான். அதை நான்கு உருண்டைகளாக்கி நான்கு திசைகளிலும் விட்டெறிந்தான். குதிரையின் காலடியில் கொட்டிக்கிடந்த திருநீறு, குங்குமத்தை அள்ளி நெற்றி நிறையப் பூசிக்கொண்டு விழுந்து கும்பிட்டுவிட்டு எழுந்தான். நான்கு திசைகளிலும் பார்த்தான். ஏழு எட்டு வன்னி மரங்கள் அங்கொன்றும் இங்கொன்றுமாக நின்றுகொண்டிருந்தன. ஒரு வேப்பமரம். கால் மைல், அரை மைல் தூரம் தள்ளி சவுக்குத் தோப்புகள், மக்காச்சோளக் காடுகள் இருந்தன. கோவிலைச் சுற்றி எதுவுமில்லை. வெறும் கட்டாந்தரை. களர் நிலமாக இருந்தது. ஆடுமாடுகள் கூடக் கண்ணில் படவில்லை. சாமியின் பக்கம் திரும்பிக் கும்பிட்டான். ரகசியம் மாதிரி முணுமுணுத்தான்.

“இன்னிக்கி மாசி மகம். தெப்பத் திருநா நடக்கிற எடத்துக்குத் தொழிலுக்குப் போவப் போறன். அதான் ஒங்கிட்ட உத்தரவு கேக்க வந்தன். நீ உத்தரவு கொடுத்தா போறன். இல்லன்னா திரும்பி ஊட்டுக்குப் போறன்.”

அந்த ஆள் கோவிலைச் சுற்றிலும் பார்த்தான். ஆட்கள் நடமாட்டம் இல்லை. காக்காய் குருவிகள்கூட இல்லை. காற்றின் அசைவு மட்டும்தான் இருந்தது என்பதைக் கவனித்தவன், சாமியிடம் ரகசியம் மாதிரி சொன்னான். “இன்னிக்கு தொழிலுக்குப் போவவா வாணாமா? உத்தரவு கொடு. பல்லி வந்து எனக்குச் சயனம் சொன்னாத்தான் போவன். அதுவும் பீச்ச கைப்பக்கம் தாங்கல்ல சொல்லக் கூடாது. போறக் காரியம் விடியாது. சோத்துக் கைப்பக்கம் ஏவல்ல சொல்லணும். அப்பத்தான் போற காரியம் ஜெயிக்கும். புரியுதா, இன்னம் செத்தயில இருட்டிப்புடும். சட்டுன்னு உத்தரவக் கொடு” என்று சொல்லிவிட்டு அந்த ஆள் தரையில் உட்கார்ந்தான். அவனுடைய பார்வை சிமெண்ட் மேடை, குதிரை, சாமி சிலை என்று அங்குலம் அங்குலமாக ஆராய்ந்தது, அதோடு தன்னைச் சுற்றிலும் பார்த்தான். பல்லியின் சத்தம் கேட்கிறதா என்று

காதுகளைக் கூர்மையாகத் தீட்டி வைத்துக்கொண்டிருந்தான். ஐந்து பத்து நிமிசம்வரை உட்கார்ந்திருந்தான். தட்டான் பறக்கிற சத்தம்கூடக் கேட்கவில்லை. மேற்கில் பார்த்தான். சூரியன் சீக்கிரத்தில் மறைந்துவிடும் போலிருந்தது. அவனுடைய முகம் கடுகடுவென்று மாறியது. சாமியிடம் கோபித்துக் கொண்டவன் மாதிரி சொன்னான், “இங்கிருந்து நடந்து ரெண்டு மையிலு தாண்டி போயித்தான் காரப்புடிக்கணும். அப்பறம் அங்கயிருந்து அர மணிநேரம். காரவுட்டு எறங்குனா தெப்பத் திருநா நடக்கிற எடத்துக்கும் நடந்து போவணும். இங்கியே லேட்டாப் போனா காரியம் ஆவுமா? கூட்டம் கலஞ்சிப்புடாதா? கூட்டம் கலஞ்சிப்புட்டா நான் போயி அலஞ்சி, திரிஞ்சி வெறும் ஆளா திரும்பணுமா? ஏன் எதுக்கும் பதிலு சொல்லாம குந்தியிருக்க? காயா பழமான்னு சொல்லிடு. முடியாதின்னா அப்பறம் எதுக்கு நான் ஒம் மூஞ்சியில முழிக்கப் போறன்?”

தரையிலிருந்து அந்த ஆள் எழுந்தான். சாமி மேடையைச் சுற்றி வந்தான். சுற்றுமுற்றும் பார்த்தான். தரை, சிமெண்ட் மேடை, குதிரை சாமி என்று எல்லா இடங்களிலும் பார்த்தான். பல்லி இருக்கிற மாதிரியே தெரியவில்லை. சத்தம் வருகிறதா என்று கவனித்தான். சாமி கோவிலுக்கு வரும்வழியைப் பார்த்தான். ஆட்கள் யாரும் வரவில்லை. மேற்கில் பார்த்தான். இன்னும் சற்றைக்கெல்லாம் சூரியன் மறைந்துவிடும்போல் இருந்தது. நேராகச் சாமியின் முன்வந்து கோபமாகக் கேட்டான்,

“குவாட்டரு பாட்டுலு, சிகரட்டு, எலுமிச்சங்கா, பூ, பழமின்னு ஒனக்கு வேண்டிய எல்லாத்தயும் கொண்டாந்து படயல் போட்டுட்டன். எல்லாக் கருமாதியும் செஞ்சப் பின்னாலயும் எனக்கு ஏன் உத்தரவு கொடுக்க மாட்டங்குற? கைநெறயா பொருளு கெடைக்கணும். கெடைக்கறதிலதான் பாதிய கொண்டாந்து ஒனக்கு சூலம், மணி, அங்கவஸ்திரம், கோழி காவு, குவாட்டரு பாட்டுலுன்னு கல்லு கருமாந்தரம் எடுக்குறனே அப்பறம் என்ன? எனக்கு ஏன் உத்தரவு கொடுக்காம லேட்டாக்குற? போன வெள்ளிக்கிழம வேப்பூர் சந்தக்கிப் போனன். பாவப்பட்ட சனியந்தான் மாட்டுச்சி. பாவப்பட்டதின்னு நெனச்சா நான் எப்பிடி சோறு திங்குறது? என் வவுறு மண்ணயா திங்கும்? ஒரு பவுனுன்னு நெனச்சிக் கொண்டுபோயி கொடுத்தன். தேஞ்சிப் போச்சி. மக்கிப் போச்சி. முக்கா பவுனுதான் தேறும்ன்னு சொன்னான். கையில காச வாங்குனன். மறுநாளு ஒனக்கு படயல்

போட்டனா இல்லியா? நேரமாவறது ஒனக்குத் தெரியலியா?" என்று கேட்ட அந்த ஆள் பல்லியின் சத்தம் கேட்கிறதா என்று கவனமாகக் கேட்டான். சலிப்பு மேலிட "சயனத் தடங்கலோட போவக் கூடாதின்னு ஒனக்குத் தெரியாதா?" என்று கேட்டான்.

வேப்பமரத்திற்குப் போனான். சிறிதுநேரம் நின்றுகொண்டிருந்தான். சகுனம் கிடைக்கவில்லை. வேப்பமரத்திற்கு வடக்கிலிருந்த வன்னி மரத்தின் கீழே வந்து நின்றுகொண்டிருந்தான். நேரம் போனது. ஆனால் அவன் நினைத்த காரியம் நடக்கவில்லை. வெறுப்போடு திரும்பி வந்து சாமிக்கு நேரெதிராக நின்றுகொண்டு கோபத்தோடு கேட்டான்.

"உத்தரவு கொடுக்காட்டி போ. போன வாட்டிக்கும் மொத வாட்டி என்னா செஞ்ச? ஒரே ஒரு செயினுதான் ஆம்புட்டுச்சி. வெரலு மொத்தத்தில இருக்கேன்னு பாத்தா கடசியில அது கவரிங். அதுக்குத்தான் அம்மாம் அடி, ஒத, மயிரான் நீயா அம்மாம் அடியும் ஒதயும் வாங்குன? கவரிங் நகக்கித்தான் பெரிய கூட்டமாக்கூடி அடிச்சாணுவ. நகக்காரி வந்து 'கவரிங்'ன்னு சொன்னதாலதான் உசுரோட வுட்டானுவ. இல்லன்னா போலீஸ், கோர்ட்டுன்னு ஒரு மாசம் ஜெயிலுக்குப் போயிருக்கணும். பெரியக் கோவுலுக்கு உள்ளார போவயிலதான் குண்டா இருக்கா, கிழவியா இருக்கான்னுதான் செயின அறுத்தன். அரியாப்புள்ளவுளவிட அந்தக் கிழட்டு முண்டதான் அதிகமா சத்தம் போட்டா. 'செயின அறுத்திட்டான். புடி. புடி'ன்னு அவ போட்ட சத்தத்திலதான் வழியில இருந்த தேங்காக் கடக்காரன் ஓடியாந்து வளச்சிப் புடிச்சிட்டான். 'ஓடியாங்க. ஓடியாங்க'ன்னு கிழவி போட்ட சத்தத்தில கூட்டம் கூடிப் போச்சி. கதறக்கதற அடிச்சாணுவ. பாவ புண்ணியம் பாக்கல. சாமி கும்புட வந்த மொத்தக் கூட்டமும் கூடிப் போச்சி. ஆம்பள, பொம்பள எல்லாருந்தான் அடிச்சாங்க. காறி எம் மூஞ்சியிலியே துப்புனாங்க. தரும ஞாயம் பாக்கல." அந்த ஆளுடைய கண்களிலிருந்து கண்ணீர் வழிந்தது. கண்ணீரைப் புறங்கையால் துடைத்துவிட்டு உள்ளடங்கின குரலில் சொன்னான்:

"அன்னிக்கி வாங்குன அடிய நெனச்சா இப்பியும் வலிக்குது. கூட்டத்திலிருந்து என்னெ காப்பாத்திவுட ஒன்னால முடியல. எங் காலுக்கு ஓடுறதுக்கு தெம்பக் கொடுக்க ஒன்னால முடியல. ஒண்ணும் செய்யாததுக்கு நீ எதுக்குக் குலசாமின்னு இருக்க?

'ஆகாச வீரன்'ன்னு ஒனக்கு எந்த மயிராண்டி பேரு வச்சான்? என்னெவிட ஒக்கியன் ஒலகத்தில யாருங்கிற மாரிதான் எல்லாரும் அடிச்சாங்க. ஒலகத்தில எவன் ஒக்கியம்? பொய்ச் சொன்னதில்ல. பித்தலாட்டம் செஞ்சதில்ல. அடுத்தவன் பொருளுக்கு ஆசப்பட்டதில்ல, தொட்டதில்லன்னு சொல்ற ஒக்கியன் எவனும் இன்னம் பூமியில பொறக்கல. நேரம் சரியில்ல. ஒன்னோட தொண எனக்கு இல்லெ. ஒன்னோட அருளு இல்லெ. அதான் அன்னிக்கி மாட்டிக்கிட்டன். இருவது வயசில காத்து மாரி ஓடுனன். அப்ப முயலுகூட எங்கூட போட்டிப் போட முடியாது. இப்ப ஓட முடியல. வயசாயிடிச்சி. எங் காலுக்கு மின்னலா ஓடி மறயுற தெம்ப நீ கொடுத்திருந்தா நான் எதுக்கு மாட்டிக்கப்போறன்? அம்மாம் அடியயும் ஒதயயும் வாங்கிக்கிட்டு ஒங்கிட்டத்தான் வந்து நிக்குறன். நீ உத்தரவு கொடுக்க மாட்டங்குற. எத்தன முற படயல வாங்கித் தின்னுப்புட்டு என்னெ அலயவச்சி வெறுங்கையோட அனுப்பி இருக்க? அப்பல்லாம் ஒன்னெ வந்து திட்டுனனா? அன்னிக்கிப் பெரிய கோவுல்ல நீதான் என்னெ மாட்டிவுட்டுட்ட, மின்ன மாரி ஊராங்க அடிய என்னால தாங்க முடியுதா? நீ என்ன எனக்குப் பிறத்தியாளா? அந்நியமா? நீ எனக்கு குடிசாமி. என்னெ ஒனக்கே நல்லாத் தெரியும். திருநாவுக்கு திருநா வந்து படயல் போடுற ஆளில்ல நானுன்னு. என்னோட மூணு புள்ளைக்கும் ஒன்னோட சன்னதியிலதான் மொட்ட போட்டன். காது குத்துனன். பேரும் வச்சன். எல்லாத்துக்கும் மேல எங்கம்மா ஒன்னோட பேரத்தான எனக்கு 'ஆகாசம்'ன்னு வச்சா. பேரச் சொன்னா ஊருல மட்டுமில்ல, போலீஸ் ஸ்டேசனில, கோர்ட்டுல எல்லாம் சிரிக்கிறாங்க. ஆனா ஒன்னெப்பத்தி நான் எல்லார்க்கிட்டயும் பெருமயாத்தான் சொல்றன். குத்தம் சொன்னனா? அதுக்கும் மேல எம் பெரிய மவனுக்கு ஒம் பேரத்தான் 'ஆகாஷ்'ன்னு வச்சிருக்கன். பிரமாதமான பேருன்னு சொல்றாங்க. அதுக்காச்சும் உத்தரவு கொடுடா. திருட்டுப் பயலே" என்று சொன்ன அந்த ஆள் மடியிலிருந்து ஒரு பீடியைப் பற்றவைத்துக் குடித்துக்கொண்டே சுற்றுமுற்றும் பார்த்தான். சகுனம் கிடைக்கிறதா என்று கூர்மையாகக் கவனித்தான். அவன் கேட்டது கிடைக்காததால் வெறுப்படைந்து எஞ்சியிருந்த ஒரு பாட்டில் பிராந்தியைத் திறந்து கையில் ஊற்றிக் குதிரையின் மீதும், சாமியின் மீதும் தெளித்தான்.

கோபம் மேலிட "இப்பியாச்சும் ஒன் ஆக்ரோசம் அடங்கி உத்தரவக் கொடுடா" என்று கேட்டான். சுற்றும் முற்றும் பார்த்தான். பல்லி கண்ணில் படவில்லை. வெறுப்படைந்து போய்ச் சொன்னான் "இப்பத்தான் எல்லாப் பயலுவளும் ஒரம், பூச்சிமருந்துன்னு தெளிச்சி காட்டுல இருக்கிற பூச்சி பொடுவ எல்லாத்தயும் கொன்னுப்புடுறானுவ. அப்பறம் எங்க இருந்து வரும் பல்லி?"

மேற்கில் பார்த்தான். சூரியன் மறைந்துவிட்டிருந்தது. லேசாக இருள் படர ஆரம்பித்திருந்தது தெரிந்தது. எப்போதையும்விட இப்போது அவனுக்குக் கோபம் கூடுதலாக வந்தது. வேகமாகக் கேட்டான். "நேரமாவறது ஒனக்குத் தெரியலியாடா?" கோபத்தில் மேடையைச் சுற்றிச்சுற்றி வந்தான். வெறுத்துப்போய் தரையில உட்கார்ந்தான். சிறிது நேரம் தலையைக் கவிழ்த்துக்கொண்டு உட்கார்ந்திருந்தவனுக்கு என்ன தோன்றியதோ வெடுக்கென்று தலையைத் தூக்கி நீயெல்லாம் சாமியா என்பது மாதிரி பார்த்தான். பிறகு சண்டைக்காரனிடம் கேட்பது மாதிரி சாமியிடம் கேட்டான்.

"எனக்கு சோதன வைக்கிறியா? இத்தினி வருசமா இல்லாம இன்னிக்கி ஏன் எனக்கு உத்தரவு கொடுக்க மாட்டங்குற? ஒன்னோட உத்தரவு இல்லாம என்னிக்காச்சும் திருடப் போயி இருக்கனா? நீ திருட்டுக்குப் பேர் போன சாமிதான? திருடனுவுளுக்குத்தான நீ குலசாமியா இருக்க? திடுதிப்புன்னு நீ திருந்திப்புட்டா நான் என்னா செய்யுறது? கருமாதி எனக்கு வேற தொழிலும் தெரியாது. ஒங்கிட்ட நான் என்னா கேக்குறன்? என்னெ எம்.எல்.ஏ. ஆக்கு, எம்.பி. ஆக்கு, மந்திரியாக்கு, குபேரனாக்கு பணக்காரனாக்குன்னா கேக்குறன்? திருடப் போற எடத்தில மாட்டக் கூடாதின்னுதான கேக்குறன். அது ஒரு பெரிய குத்தமா? நான் திருடப் போறது மாடி வூடு கட்டவா? காரு பங்களா வாங்கவா? நெலம் நீச்சு வாங்கவா? எம் பொண்டாட்டிக்கி வைரத்திலெ ஒட்டியாணம் செஞ்சிப் போடவா திருடப் போறன்? கருமாதி, சோத்துக்குத்தான செயின அறுக்கப் போறன். ஒரு நாளுபோனா, ஒரு மாசம், ரெண்டு மாசம் பொழப்பு ஓடிப்புடும். கையில காசு இருக்கிறப்ப நான் திருடப் போறனா? எங்கப்பா, எங்கம்மா சம்பாரிச்சி வச்சிருந்தா நான் எதுக்கு சாமி சாட்சியா கட்டுன தாலிய அறுக்கப் போறன்? பாலு குடிக்கிற புள்ள இடுப்புல கெடக்குற கொடிய அறுக்கப் போறன்?"

பல்லி கத்தியது மாதிரி அவனுக்குத் தோன்றியது. பேச்சை நிறுத்திவிட்டு சுற்றும் முற்றும் பார்த்தான். ஒரே நேரத்தில் பல்லி சகுனம் சொன்ன மாதிரியும் இருந்தது. சொல்லாத மாதிரியும் இருந்தது. சந்தேகத்தில் அசைவின்றி உட்கார்ந்திருந்து சத்தம் கேட்கிறதா என்று பார்த்தான். காற்றின் அசைவுகூட இல்லை. அவன் கடுப்பாகிவிட்டான். சாமியிடம் முறைப்பது மாதிரி சொன்னான்.

“உத்தரவ கொடு. முடியாதின்னா வுடு. இங்க நிக்குற சூலத்தயெல்லாம் புடுங்கிக்கிட்டுப் போயி பழய இரும்புக் கடயில போட்டுட்டு அரிசி பருப்பு வாங்கிப்புடுவன். குல சாமியுமாச்சி. மசுருமாச்சின்னு போற ஆளு நானு. தெரியுமில்ல. போதய போட்டுட்டன்னு வையி அப்பறம் குலசாமின்னு பாக்குற ஆளில்ல நானு தெரியுமா?” என்று சொன்னவனின் குரலின் வேகம் குறைந்தது. தனக்குத் தானே சொல்லிக் கொள்வது மாதிரி சொன்னான்:

“இதென்ன பழய காலமா? சோளக் கதிர அறுக்கிறது, நெல்லு கதிர அறுக்கிறது, பூசிணிக்காய, பரங்கிக்காய அறுக்கிறதின்னு அறுத்தாந்து சோறு திங்கிறதுக்கு. இப்பத்தான் எல்லாப் பயளுவுலும் பருத்திய ஊனுறான். சவுக்க நட்டுப்புடுறான். மிஞ்சினா கருப்பங்கயி. அதுவும் இல்லன்னா பிளாட்டா போட்டுடுறான். அப்பறம் எங்கயிருந்து கதிர அறுத்தாந்து சோறு திங்குறது? கோழி திருடுறது, ஆடுமாடு திருடுறது, மோட்டார் கொட்டாயில கரண்டு கம்பிய திருடுறதுன்னு எல்லாம் செஞ்சிப் பாத்தாச்சி. எல்லாம் ஒரு வார சோத்துக்குக்கூட தேர மாட்டங்குது. அதோடவும் உள்ளூர் பயளுவோ அடயாளம் கண்டுபுடிச்சி வந்துடுறானுவ. திருடன்ங்கிற பேரோட உள்ளூர்ல குடும்பம் நடத்த முடியுமா? இப்பல்லாம் எவன் ஆடுமாடு வளக்குறான்? திருடுறதுக்கு? இப்ப ஊர் நாட்டுல கோழிகூட இல்லெ. ஊருக்கு ஊரு பிராய்லர் கோழி கடய போட்டுட்டானுவோ. காலம் மாறி, ஊரு நாடெல்லாம் மாறிப் போச்சின்னு ஒனக்குத் தெரிய மாட்டங்குது. அதனாலதான் ஒண்ணுத்துக்கும் ஒதவாத களர் நெலத்தில ஒன்னெ கொண்டாந்து குடி வச்சியிருக்கானுவ. ஒனக்கு ஒரு கூரகூட போடல தெரியுமில்ல? புத்தியுள்ள சாமியா இருந்தா இதெல்லாம் தெரியும். நீதான் குடிகாரப் பய. அதனாலதான் சாராயத்தப் படைக்கிறவனுக்கு அருளு கொடுக்கிற.”

“இப்பல்லாம் மோட்டார் வண்டி, காரு எடுத்துக்கிட்டுப் போயி திருடுறாங்க. ஊர்ஊராப் போயி ரூம் போட்டுத் தங்கி திருடுறாங்க. சொல்லப் போனா கோயில்லியே திருடுறாங்க. உண்டியல ஒடக்கிறாங்க. கொஞ்சம் துணிஞ்சவங்க சாமி சிலயவே திருடி விக்குறாங்க. நான் அந்த மாரியா செய்யுறன்? விருத்தாசலம், நெய்வேலி, திட்டக்குடி, பெண்ணாடம், உளுந்தூர்பேட்டன்னு சுத்திச்சுத்தி வர்றன். அதுவும் கையி வறண்டு போனா. என்னா ஒண்ணு பட்டபாட்டுல பாதிக்குப் பாதி வீணாப் போவுது. பாதிக்கிப் பாதி கவரிங்கா இருக்கு. ஒனக்குப் படயல் போடுற செலவு தண்டக் கருமாதியா போவுது. தங்கம், வைரமின்னு போட்டுக்கிட்டு இருக்கிற நாயிவோ எல்லாம் எந்த எடத்துக்கு வந்தாலும் காருலியே வருதுவோ, எந்த எடத்துக்குப் போனாலும் காருலியே போவுதுவோ. கவரிங் மாட்டியிருக்கிற நாயிவோதான் சந்தக்கி வருது, தெருவுல நடக்குதுவோ. சந்தக்கி சந்த மஞ்சப் பையத் தூக்கிக்கிட்டு காயி வாங்க வர்ர கிராக்கிவோ கவரிங்கத்தான் மாட்டியிருக்கும்? பகலா இருந்தா பாத்து அறுக்கலாம். இருட்டுல எப்புடிப் பாத்து அறுக்கிறது? முட்டுச் சந்துல, இருட்டுல வரும் போதுதான செயினப் புடிச்சி இழுக்க முடியும்? கவரிங் ஆம்புட்டுதின்னு ஒனக்குப் படயல் போடாம இருந்திருக்கிறனா? எப்ப கொற வச்சன்?”

சத்தம் கேட்டது மாதிரி இருக்கவே திரும்பிப் பார்த்தான் அந்த ஆள். ஆட்கள் யாரும் கோவிலுக்கு வரவில்லை என்பது தெரிந்தது. ஆடுமாடு எதுவுமில்லை. காக்கை, குருவி, பருந்து எதுவும் பறக்கவில்லை. மரங்கள்கூட அசையவில்லை. பிறகு எப்படி ஆள் வருவது மாதிரி சத்தம் கேட்டது? மீண்டும் சுற்றும்முற்றும் பார்த்தான். ஆள் யாருமில்லை என்று உறுதிப்படுத்திக் கொண்டதும் மீண்டும் சாமியிடம் சொன்னான்.

“நெய்வேலியில கைநெறயா பொருளு ஆம்புட்டப்ப ஒனக்கு ஒரு சூலம் வாங்கியாந்து நட்டுவச்சன். ஒரு கல்யாண ஊட்டுல செயின அடிச்சப்ப அதே விருத்தாசலம் ரெட்டத் தெருவுல இருக்கிற கொசவங்கிட்ட சொல்லி ஒனக்கு வேட்டக்கிப் போறதுக்கு ஒரு மங்குதிர வாங்கியாந்து வச்சன். ரெண்டு மூணு முற அங்கவஸ்திரம் வாங்கியாந்து போட்டன். ஒரு முற வெங்கல மணி வாங்கியாந்து கட்டுனன். வருசா வருசம் கோழி காவு கொடுத்து முப்பூசப் போட்டிருக்கன். எல்லாத்தயும் வாங்கித் தின்னுப்புட்டு இப்ப

உத்தரவு கொடுக்க மாட்டங்குற. கொடுக்காட்டிப் போ. எம் மசுருக்கென்ன, நீதான பட்டினிக் கெடப்ப."

அந்த ஆள் பீடி ஒன்றைப் பற்ற வைத்தான். புகையை ஊதிக்கொண்டே பல்லியைத் தேடினான். அது கண்ணில் படும் என்பதற்கு எந்த அறிகுறியும் தென்படவில்லை. வாயிலிருந்து பீடியை எடுத்துத் தரையில் தேய்த்து அணைத்துவிட்டுச் சலிப்புடன் சொன்னான். "என்னிக்கும் இல்லாம இன்னிக்கென்ன எங்கிட்ட ஒனக்கு வெளயாட்டு? எதுக்காக சயனத்தக் கொடுக்காம சோதன வைக்கிற? இப்பலாம் நான் செல்போனு எடுக்கறதயும் வுட்டுட்டன். இப்ப அதுக்குக் கிராக்கி இல்லெ. ஆயிரத்துக்கே போனு வந்துடுச்சி. கஷ்டப்பட்டு அடி, மிதிபட்டுத் திருடிக்கிட்டு போயி குடுத்தா நூறு அம்பதுதான் தரன்ங்குறானுவோ". லேசாகச் சிரித்தான். பிறகு "திருட்டுப் பொருளுக்கு அதுக்குமேல எவன் தருவான்? திருட்டுப் பொருளுனாலே அடிமாட்டு வெலதான? அதனால இப்ப நான் செல்போனத் தொடுறதில்லன்னு ஒனக்குத்தான் தெரியுமே." சட்டென்று வேகம் வந்துவிட்ட மாதிரி அடுத்து ஒரு பீடியைப் பற்றவைத்தான். மேற்கில் பார்த்தான். மறுநொடியே அவனுடைய முகம் கறுத்து விட்டது. வார்த்தைகளும் தடித்துவிட்டன.

"ஒன்னெ சொல்லிக் குத்தமில்லடா. என்னெப் பெத்தவளச் சொல்லணும். எல்லாக் கருமாதியும் அவதான் கத்துகொடுத்தா. பக்கத்து ஊட்டுல நின்ன முருங்க மரத்தில இருட்டுனதும் யாருக்கும் தெரியாம முருங்கக் கீரய அவதான் ஒடிச்சியாரச் சொன்னா. நடபாதயில நின்னுக்கிட்டு வயக்காட்டுல போயி புளிச்சக் கீரய புடுங்கியாரச் சொன்னா. கம்பு கதிர ஒடிச்சியாரச் சொன்னா. பரங்கிக்காய, பூசிணிக்காய அறுத்துத் தூக்கியாரச் சொன்னா. எவன் ஊட்டு காட்டுலியோ கல்லச்செடியப் புடுங்கியா, கத்திரிக்காய, வெண்டக்காயப் பறிச்சிக்கிட்டு வா, ஊரான் ஊட்டுப் புளியாமரத்தில புளியாம்பழம் பறிச்சியான்னு அவதான் சொன்னா. பஸ்ஸில போவயில வயசக் கொறச்சி சொல்லுன்னு சொல்லி டிக்கட் வாங்காம சண்ட போட்டா. கூலி வேலக்கிப்போனா வயச கூட்டிச்சொல்லி சம்பளம் கேட்டு சண்ட போட்டா. தட்டுமாத்திப் பேச அவதான் கத்துக் கொடுத்தா. எல்லாக் கருமாதியும் அந்தச் சண்டாளிதான் கத்துக் கொடுத்தா. காலுல போட்டுக்கிட்டுப் போனா செருப்போட வாரு அறுந்து போவுமின்னு நாளெல்லாம் கையிலியே செருப்பத் தூக்கிக்கிட்டு அலஞ்ச உண்ணாமல பெத்த புள்ளதான நானு? எல்லாத்துக்கும்

அவ ஒங்கிட்டதான் வந்தா. நானும் ஒன்னத்தான் சுத்திச்சுத்தி வர்றன். மத்தவங்கள மாரி மாசத்துக்கு ஒரு சாமிக்கிட்டியா போறன்? மாசத்துக்கு ஒரு கோவுலுன்னா போறன்? ஒரே சாமி நீதான்னு ஒங்கிட்டியே வர்றன். நீ என்னடான்னா சயனம் சொல்ல மாட்டங்குற. உத்தரவு கொடுக்க மாட்டங்குற. முதன்முதலா பக்கத்து ஊட்டுல கோழிமுட்ட திருடுனப்ப ஒரு முட்டயக் கொண்டாந்து ஒனக்குத்தான் கொடுத்தன். அண்டா குண்டான் திருடுனப்ப, கற்பூரம் ஏத்தி, சூடம் கொளுத்தி தேங்கா ஒடச்சியிருக்கன். ஆடுமாடு திருடுனப்ப ஒனக்கு ஒரு பங்கு கறியக் கொண்டாந்து படச்சன். இப்ப நகநட்டத் திருடுறப்பயும் ஒனக்கு நான் கொற வச்சதில்ல. இந்தக் காலத்திலதான இம்மாம் நகநட்டுன்னு வந்திருக்கு? எதா இருந்தாலும் நேரத்தப் போக்காம உத்தரவ கொடுடா சண்டாளப் பயலே" என்று சொல்லிவிட்டு வேகம் வந்தவன் மாதிரி தரையில் விழுந்து கும்பிட்டபடியே கிடந்தான். முனகுவது மாதிரி சொன்னான்.

"என்னமோ ஒலக அதிசயமா நான் மட்டுந்தான் அடுத்தவன கெடுக்குறதுக்கு வேண்டுறன்னு நெனக்காத. எவன் வந்து எனக்கு அடுத்தவன கெடுக்காத மனசக் கொடு, அடுத்தவன் பொருளுமேல ஆசப்படாத மனசக் கொடு, அடுத்தவனப் பாத்து பொறாமப்படாத, அடுத்தவன் பொண்டாட்டியப் பாத்து ஆசப்படாத மனசக் கொடு. என்னிக்கும் என்னெ ஏழயாவே, பிச்சக்காரனாவே வச்சியிருன்னு வேண்டுனவன் யாரு? கூர வூட்டுலியே என்னெ வச்சியிருன்னு சொன்னவன் யாரு? புள்ளைங்களும் நண்டும்சிண்டுமா இருக்குதுவா. இப்பதான் எட்டாவது, ஒம்பதாவதின்னு படிக்குதுவோ. அதது சோத்துக்கு அதது சம்பாரிக்க ஆரம்பிச்சிட்டா நான் எதுக்குத் திருடப் போறன்? இதென்ன கலெக்ட்டரு வேலயா, இல்லெ வாத்தியாரு வேலயா? சாவுற முட்டும் இதெயேதான் செய்வன்னு சொல்றதுக்கு? ஊராங்க மாரி எம் புள்ளைங்கள டாக்ட்ராக்கு, கலெக்ட்டராக்குன்னா கேக்குறன்? ஏதோ வவுத்துச் சோத்துக்கு திருடுறது ஒரு குத்தமா? ஒலகத்திலெ நான் ஒருத்தன்தான் திருடன் மாரி நீ உத்திரவு கொடுக்காம குந்தியிருக்கிற?" என்று கேட்டபோது பல்லி கத்தியது மாதிரியும் அதுவும் வலது கைப்பக்கம் கத்துவது மாதிரியும் தோன்றியது. வெடுக்கென்று தலையைத் தூக்கி வலது கைப்பக்கம் பார்த்தான். பல்லி சகுனம் சொல்லி விட்டதாகவே

நம்பி உற்சாகத்தோடு எழுந்தான். சாமிக்குக் கும்பிட்டான். சிரித்துக்கொண்டே “போதும்ண்டா” என்று சொன்னான்.

“இரு பூவா, தலையான்னு ஒரு தடவ பாக்குறன். காயா பழமான்னு தெரிஞ்சிட்டா துணிஞ்சி போயிடுவன்” என்று சொல்லிக் கொண்டே பாக்குத் தடிமனில் சிறுசிறு கற்களாக ஒரு பிடி பொறுக்கி எடுத்தான். இரண்டு கைகளுக்குள்ளும் கற்களை வைத்துக்கொண்டே சாமி கும்பிட்டான். மூன்று நான்குமுறை குலுக்கிவிட்டுத் தரையில் போட்டான். உட்கார்ந்துகொண்டு பதட்டம் கூடக்கூட இரண்டுஇரண்டு கற்களாக ஜோடி சேர்த்துப் பக்கத்தில் வைத்தான். கற்கள் குறையக்குறைய அவனுடைய பதட்டம் கூடிக்கொண்டேயிருந்தது. விரல்கள் நடுங்கின. லேசாக வியர்த்தது. கடைசி ஜோடி கற்களை எடுத்த பிறகு ஒரே ஒரு கல் மட்டும் எஞ்சிக் கிடப்பதை கண்டதும் அவனுடைய முகம் மலர்ந்தது. சிரித்தான். தங்கம் மாதிரி அந்தச் சிறுகல்லை எடுத்து மடியில் பத்திரப்படுத்தினான். “ஒனக்கு அப்பப்ப கிறுக்குப் புடிச்சிப்போவும். என்னெ வீணா அலயவுடுவ. காத்திருக்க வைப்ப. சிலநேரம் புடிச்சிக் கொடுத்திடுவ. ஆனா இந்த முற சயனம் சொல்லிடிச்சி. இப்ப கல்லுலயும் பூ கொடுத்திட்ட. ஒன்னோட தொண இல்லாம, ஓம் பேச்ச கேக்காம ஒரு எடத்துக்கும் அடி எடுத்து வைக்க மாட்டன் தெரியுமில்ல” என்று சொல்லிக்கொண்டே எழுந்தான்.

வேப்ப மரத்திலிருந்து ஒரு கைப்பிடி அளவுக்கு வேப்பிலைகளை உருவிக்கொண்டு வந்து முன்பு போலவே உட்கார்ந்து கற்களை ஜோடி சேர்த்துப் பக்கத்தில் வைத்த மாதிரி வேப்பிலைகளை ஜோடி சேர்த்து வைக்க ஆரம்பித்தான். என்ன தோன்றியதோ இரண்டு கைகளையும் குவித்துக் கும்பிட்டு “பூ கொடுக்காத வுட்டுடாதடா, தொழிலுக்குப் போவ முடியாது”ன்னு சொல்லி வேண்டினான். பிறகு மீண்டும் இலைகளை ஜோடி ஜோடியாக எடுத்து வைக்க ஆரம்பித்தான். கடைசி ஜோடி இலையை எடுத்தபோது தரையில் ஒற்றை இலை மட்டும் கிடந்ததைப் பார்த்ததும். அவனுக்குக் கண்களில் தண்ணீர் வந்துவிட்டது. பயபக்தியோடு அந்த ஒற்றை வேப்பிலையை எடுத்து மடியில் பத்திரப்படுத்தினான். எழுந்து நின்றுகொண்டு இரண்டு கைகளையும் குவித்துக் கும்பிட்டான்.

“நீ சக்தியுள்ள தெய்வம்ண்டா. காரணம் இல்லாமியா ஒன்ன நான் கும்புடுவன்?“ என்று கேட்டான். கும்பிட்டுக்கொண்டே சிமெண்ட்

மேடையை மூன்று சுற்று சுற்றி வந்தான். குதிரையின் காலடியில் கிடந்த திருநீற்றை அள்ளி நெற்றி நிறையப் பூசிகொண்டு, "போற காரியம் நல்ல படியா முடிஞ்சதும் நாள காலயில வர்றன்" என்று சொல்லிவிட்டு நடைப்பாதையை நோக்கி நடக்க ஆரம்பித்தான். இருட்டாக இருந்தாலும் அவனுடைய கால்களுக்குப் பாதை தெளிவாகத் தெரிந்தது. அதனால் அவனுடைய கால்கள் வேட்டை மிருகத்தின் கால்கள் மாதிரி உற்சாகத்தோடு நடந்தன.

21

வேட்டை

தெருவில் மூட்டப்பட்ட கல் அடுப்புகளில் எரிந்த சைக்கிள் டயர்களில் சோறு வெந்து கொண்டிருந்தது. சில சட்டிகளில் புனுகு பூனைக் கறி வத்தல். சாராய நெடி தெருவெங்கும் பனிமூட்டமாய் இறங்கி, உற்சாகமூட்டிக் கொண்டிருந்த சாயங்காலத்தில் ஜப்பான் கிழவன் கிழக்குப் பார்த்துக் கும்பிட்டு தெருவிறங்கினான்.

'நானும் வரேன் தாத்தா.'

என்ற குரலை அலட்சியப்படுத்தினான். 'வேட்டைன்றது எனக்கும் காட்டுக்குமான சண்டை' என்ற குரல் அலட்சியத்திற்குள் புதைந்திருந்தது. இனி அவன் மட்டும்தான். எல்லாமும் அவனுக்கு அலட்சியம்தான். வெகுநாட்களாகவே துயருற்றிருந்தான். துயரம் அவன் பேச்சை உறிஞ்சி விட்டிருந்தது. ஆலமர மைதானத்திலிருந்து மறுக்க மறுக்க கூட்டிவந்து இந்த ஓட்டு வீட்டில் உட்கார்த்தி வைத்தபோது, அவன் நினைவில் மைதானம் காணாமல் எகிறிப் போயிருந்தது. தூங்கி எழுந்தவுடன் சுவர்களின் முகத்தில் முழிச்சது தாங்க முடியாமல் இருந்தது. எந்நேரமும் அவன் முன்னால் விரிந்திருந்த மைதான பலியில் அவன் பேச்சை இழந்திருந்தான்.

எதுவுமே பிடிக்கவில்லைதான். அப்புறம் எதுக்கு வாழ?

பவா செல்லதுரை (1965) தமிழகத்தின் மிகச் சிறந்த கதை சொல்லி. தனது கதை சொல்லலின் வழியாக இளைஞர்கள் பலரை நவீன இலக்கியத்தின் பக்கம் திசை திருப்பியவர். திருவண்ணாமலையைச் சார்ந்தவர். அவர் வாழும் பகுதியில் எவரும் எழுதாத மக்களின் வாழ்வை இருபதிற்கும் மேலான கதைகளாகவும் இலக்கியம் சார்ந்த அபுனைவு எழுத்துகளாகவும் ஏழு நூல்கள் எழுதியுள்ளார்.

காட்டுக்கு... இவனோடு சதா மல்லுக்கட்டிக் கொண்டிருப்பது அதுதான். இவன்தான் எப்போதும் ஜெயித்துக் கொண்டிருந்தான். கொஞ்சம் கொஞ்சமாகக் காடு இவனிடம் இழந்து கொண்டிருந்தது தன்னை.

தெருவில் கால் வைத்த நிமிஷம் எதிரில் பெரிய பெரிய வாத்யக் கருவிகளோடு வேதக்காரர்கள் கரேலென்ற அட்டை போட்ட தடிதடியான புத்தகங்களோடு எதிர்ப்பட்டார்கள்.

'இவனுங்க வேற...' முணுமுணுத்தான். 'சூர்யகாரனுங்க கிட்ட என்னத்த கண்டுட்டானுங்க... ராத்திரில, காட்ட சுத்தற பையனுங்களைக் கூட்டி வச்சிக்கினு பாட்டுப் பாடி... கத்தி, கூப்பாடு போட்டு... ச்சேய்...'

ரோட்டுக்கு வந்து விட்டிருந்தான். பஸ், லாரி சப்தங்களால் அதிர்வுற்றான். சத்தம் எப்போதுமே பொறுக்க முடியாததுதான். ஆலமர மைதானம்தான் ஒட்டிக் கிடந்தது மனசோடு.

மரத்தை விட்டுவிட்டு, இவனை வேரோடு பிடுங்கி வந்து தெருவில் நட்டார்கள். துளுக்காமல், கொள்ளாமல் மரக்கட்டையாய் கணக்குக்கு நின்றுகொண்டிருந்தான் ஜப்பான் கிழவன்.

தோளில் தொங்கிய திட்டுத்திட்டாய் தீட்டுக்கரை போலப் படிந்திருந்த தோல்பையில் புதைந்திருந்த கண்ணிகளின் கனம் கனத்தது.

கொஞ்ச நேரம்... கொஞ்சமே கொஞ்ச நேரம் கண்ணிகளை அவிழ்த்து, சிக்கெடுத்து காட்டில் பரத்தி... இந்த நினைவுகள் மட்டுமே அவனை ஈரப்படுத்திக் கொண்டிருந்தன. சுத்திச்சுத்தி முகத்தில் நெருப்பள்ளிக் கொட்டின வாழ்வில் முகம் கருகி, நாக்கு வெளித்தள்ளி செத்துப் போயிருப்பான். இந்தக் காடுதான் காப்பாற்றியது.

ரோட்டிலிருந்து ஒத்தையடிப் பாதையில் இறங்கின கால்கள். தார் ரோட்டை மறுத்து மண் ரோட்டில் இறங்குகின்றபோதே ஜப்பான் கிழவன் காட்டோடு மல்லுக்குத் தயாராகின்றான். வெறி ஏறுகிறது ரத்தத்திற்கு... 'மாட்டேன்... மாட்டேன்...' என்று கதறக்கதற... இவன் வெளியேறும்போது அதன் குழந்தை குட்டிகளைக் குத்துயிரும் குலையுயிருமாக இழுத்துக்கொண்டுதான் போகிறான்.

நரைத்துத் துடிக்கும் காவியேறிய மீசையின் பக்கத்தில் வெற்றியின் சிரிப்பு வந்து மறைவதும் அந்த நேரத்தில் மட்டும்தான்.

மண் தரையில் பட்டவுடன் சனிமூலையில் கும்பிட்டான்.

வேலிக்காத்தான் முள் இடதுகால் பெருவிரல்பட்டுத் தைத்தது.

அனாவசியமாகக் காலை மேல் தூக்கிப் பிடுங்கி எடுத்தான். ரத்தம் கசிந்தது. எச்சிலை மண்ணில் தொட்டு ரத்த வாயில் பூசினான்.

நடந்தான்... எப்போதும் செருப்பு போடறவங்களைப் பாத்தா எகத்தாளம்தான் கெழவனுக்கு. செருப்பு சத்தத்துல ஒரு மொசக்குட்டிகூட ஓடிடும்.

ஆலமர மைதானத்தில் மல்லாந்து கிடந்தபோது எதுவுமற்று இருந்த மனசிருந்தது. ஒத்தையடிப் பாதையின் கடேசியாய் இவன்முன் சண்டையிட்டு நிற்கப் போகும் காடு பெரும் ஆரவாரமான காற்றோடு பயமுறுத்திக் கொண்டிருந்தது.

இருட்டிக் கொண்டிருந்தது. இவனுள் இவன் மட்டுமே இருந்த நாழிகை அது. எதுவுமற்று அம்மணமாய் இருந்தது மனசு. பார்த்தான். எதிரில் தன் ராட்சதச் சிறகை விரித்து இவனை அப்படியே அலகில் குத்திக் குதறித் தூக்கிப் போக நின்று கொண்டிருக்கும் அந்தக் காட்டை.

இந்தக் கணங்களில்தான் இவன் பயமற்றுப் போகிறான். அச்சங்கள் உதிர்த்து லேசாகிறான். காற்று மாதிரி உரிமையோடும் அந்நியமற்றும் காட்டுக்குள் நுழைகிறான்.

இருட்டிவிட்டிருந்தது.

குளிர்ந்த காற்று முகத்திலடித்தது. நிதானமாக மடியைப் பிரித்து புகையிலையை எடுத்து வாய்க்குள் அதக்கினான். இது அவன் உலகம்.

அவசரமற்ற உலகம். அவசரம் சீவனை உசுப்பி விடும். ஒரு நீண்ட இரவு அவனுக்கு மட்டுமே இந்தக் கானகத்தில் காத்திருக்கிறது. எதற்கு அவசரம்?

தாலியறுத்தான் பாறையில் ஏறினான். ஏறும் வழி பழகிவிட்டிருந்தது. அம்மாவாசைக்கு முந்தின ஐந்து நாட்களும் பிந்தின ஐந்து நாட்களும் வேட்டைக்கு உகந்தவை. வெளிச்சமற்ற இரவுகள்

ஆள் வருவதைச் சீவன்களுக்கு உணர்த்தாது. வெளிச்சத்துக்கு எப்போதுமே டார்ச் லைட் கிடையாது. கண்கள்தான் சுற்றிலும் சாம்பல் பூத்து நடுவில் மணி மணியாய் ப்ரவுன் கலரில் மின்னுதே அதைவிடவா செல் அடைத்த டார்ச் லைட்?

போன வாரம் பெய்திருந்த மழைக்கு ஆப்பு சுலபமாகத் தரையிறங்கியது. மெல்ல கண்ணிகளை விடுவித்தான். நிதானம்.. நிதானம்...

ஒவ்வொன்றாய் தரையில் நிற்கின்றன. இழுத்துக்கொண்டே நகர்கின்றான். இரும்புச் சங்கிலிகளின் அசைவுகள்கூட அவன் கட்டுப்பாட்டிலிருந்தது. செவடன்குளக் கிழக்குப்படி வரைக்கும் வந்தது கண்ணி.

ஏறி நிதானித்தான். கண்ணுக்கெட்டிய தூரம்வரை பச்சை அடர்ந்த இருட்டு. அண்ணாந்தான். தூரத்தில் வெளிச்சமற்ற ஒன்றிரண்டு நட்சத்திரங்கள். மழை வரும்போலிருந்தது. வரட்டுமே. அதனாலென்ன?

என்ன வேணுமானாலும் வரட்டும். கானகத்தின் தலை உச்சியில் நின்று அதையே வம்புக்கிழுப்பது போல ஒரு பார்வை பார்த்துத் தீர்மானித்தான்.

'சனி மூலைக்கும் செவடன் குளத்துக்கும் நடுவுல...'

என்னைக்கு தப்பியது அவன் கணக்கு? ஞாபகமாய் மடியில் வைத்திருந்த கற்பூரம் பற்ற வைத்து, சனிமூலையைப் பார்த்து மீண்டும் ஒரு கும்பிடு. கண்ணிக்கும் அவனுக்குமான உறவு சட்டென அறுந்து போனது மாதிரி ஒரு உணர்வு அவனுக்குள் ஏற்பட்டது. தற்காலிகம்தான். மண் முழுவதும் வெற்றுடம்பில் ஒட்ட குளக்கரையின் மேல் படுத்து கண்ணிமேல் கண்வைத்து நேர் பார்த்தான். எதுவும் தவறவில்லை.

நடந்தான்.

இனி நடைதான். நடை மட்டும்தான். கிழக்கிலிருந்து தெற்காகக் கால்களைத் தள்ளிப் போட்டான். கால் எலும்புகளுக்கு உடும்பு வத்தல் வலுவேற்றியிருந்தது. தேய்ந்த பாதை வழிகாட்ட இரட்டைச் சலங்கை கட்டிய கம்பை ஊனியும் விசிறியும் நடந்தான். இரண்டு பக்கத்துப் புதர்களும் மரங்களும் அவனுக்கு அத்துப்படி.

காட்டில் சமீபமாக, குழிவெட்டிப் புளியங்கன்றுகள் நட்டிருந்தது கோபமூட்டியது அவனுக்கு. ‘வேலையத்த… வேலை…’ என்று காவியேறிய மீசை துடித்தது. ‘ஆண்டவனுக்குத் தெரியாதா… இந்தக் காட்டுச் சீவன்களுக்கு என்ன என்ன மரம்?… என்ன என்ன தழைன்னு?… புளியங்கண்ணு வைக்கறானுங்க… புளியங்கண்ணு… மசுருல…’ கோபத்தில் ஒரு மரக்கன்றைக் குழியிலிருந்து பிடுங்கினான். வரவில்லை.

வலுவாய் பூமியில் ஊனிவிட்டிருந்தன வேர்கள். ஆத்திரத்தோடு கைகளை விடுவித்து, கையிலிருந்த கம்பால் மேல் நுனியில் அறுத்தான். நுனிக்கிளை துளிரோடு வீழ்ந்தது. பாதி வெற்றியும் மீதித் தோல்வியுமாய் நடந்தான்.

நுணாத் தழையைக் கொத்தாய்ப் பறித்து முகர்ந்தான். காட்டுவாசம் மூளைக்கேறியது. சின்ன சின்ன டூம் லைட்டுகளாய் பழுத்திருந்த நுணாப் பழத்தைக் கொத்தாய்ப் பறித்து வாயில் போட்ட மறுநிமிஷமே துப்பினான். கொட்டைகளாய் வந்து விழுந்தன.

இன்று, நேற்றல்ல அம்பது அறுபது வருசமா நடக்கின்றான் இந்த திப்பக் காட்டுல. தெக்கால போயி மேக்கால திரும்பி மீண்டும் அவன் கண்ணிக்கு சமீபிக்கும்போது விடிந்துவிட வேண்டும். இது கணக்கு? இது தப்பக்கூடாது. கடவுளே இதில் தப்பு பண்ண முடியாது. சுத்திசுத்தி சேத்து வைக்கும் காசில் எருமைக்கடா வெட்டுவதெல்லாம் இந்தக் கணக்கு தப்பாமலிருக்கத்தான். அதைப் போய் வேண்டான்றானுங்க… புடிக்கலை… காட்டை வுட்ருன்றானுங்க முடியுமா? கடை வச்சி தராங்களாம் கடை…

தனித்த நடையில் பழைய நினைவுகள் வரிசையிட்டன.

இப்படித்தான் சித்திரை மாத இருட்டு. எதிர்பார்க்காத மழை. திமிற முடியலை. திரும்பி ஓடி தாலியறுத்தான் பாறைக்குக் கீழேயே குத்துக்காலிட்டு உட்கார்ந்தான். வெள்ளம் புரள மழை நின்றதும் பாறை மீதேறி நின்று பார்த்தான். எங்கும் இருள் அப்பிக் கிடந்தது. இவன் டார்ச் லைட் கண்கள் அடைந்து போயிருந்தன. எதன் மீதும் ஊடுருவ முடியாமல், தூறலினூடே நடந்தான். சில்லிப்பான விடியல், அவன் கண்ணிகளில் நாலைஞ்சு காட்டுப்பன்னி. நம்ப முடியாமல் கண்களை அழுத்தித் துடைத்துப் பார்த்தான். அந்த இடமே துவம்சமாகி இருந்தது. அரையடி, ஒரு அடிக்குக் குழி விழுந்து கிடந்தது. பன்றிகளின் மூர்க்கத்தனம் குழிகளின் ஆழத்தில்

தெரிந்தது. மர திம்மைக்குப் பின்புறம் மறைந்து நிதானித்தான். ஒண்ணும் வழியில்லை. திரும்பி ஊர்ந்தான். புதருக்குப் புதர் நிமிர்ந்து பார்த்தான். பன்னிகளின் உறுமல் கானகத்தை நடுங்கச் செய்து கொண்டிருந்தது.

துணையின் அவசியம் ஒரு நிமிடம் புரிந்தது. மறுநிமிடம் மனதால் நிராகரித்தான். ஒத்தையடிப் பாதை பிடித்து ஓடிக்கொண்டிருந்தான், மூச்சிரைத்தது.

அப்போதெல்லாம் நாலு சுவரற்ற ஆலமர மைதானம்தான். சத்தம் போட்டு பேரம் பேசி மதுரையோடு துப்பாக்கி சகிதம் ஓடலான நேரம், சூரியன் சுர்ரீரென உறைக்க ஆரம்பித்து விட்டிருந்தான்.

தூரத்திலிருந்தே அடையாளம் காட்டினபோது இரண்டு தப்பித்திருந்தது. அறுந்த கண்ணிகள் இவனைக் கலவரமூட்டியது. வெடிச்சத்தத்திற்கு மீதி இரண்டும் சாய்ந்தது.

கூட்டமே கறி தின்று குடித்தது. வந்த விலைக்குக் கவுண்டர்களுக்கு வாரிக் கொடுத்தான். மல்லாட்டைக் கூடைக்கு ஒரு கூறு வாரி வைத்தான்.

அந்த மாதிரி நாட்களின் தெம்புதான் இந்த நடை.

மேற்கால திரும்பிவிட்டிருந்தான். கம்பின்மேல் எகிறி கொத்துகிறது. நல்லது இல்லை. விரியன்... நிதானித்தான். உடம்பெல்லாம் கண்ணாடி கண்ணாடியாய்... கண்ணாடி விரியன். நாலடி பின் நகர்ந்து ஓடிப்போய் நடுமுதுகில் எட்டி உதைத்தான். பொத்தென்ற சத்தத்தோடு புதரில் விழுந்தது கேட்டது. திரும்பிப் பார்த்து நடந்தான்.

சத்தம் போட்டு ஜீவன்களைத் துரத்தினான். எந்த அரவமும் இல்லை. சலங்கைக் கோல், காற்றில் விளையாடிக்கொண்டு வந்தது. புதரின் அசைவுக்கு நின்றான். மரம் மாதிரி நின்று, புதருக்குள் கண்களால் நுழைந்தான்.

அஞ்சாறு காட்டுப் பன்னிக்குட்டிகள். நேத்து ராத்திரி அல்லது இன்னிக்கு முன்னேரம். ரத்தப் பிசுபிசுப்புக் கையிலெடுத்த குட்டியில் தெரிந்தது. சகிக்க முடியாத சத்தம் போட்டுக்கொண்டேயிருந்தது. இவைகளைக்கூட வாரிக்கொண்டு போன நாட்கள் உண்டு. அது காசிம்மாவுக்குமுன்.

தாய்ப் பன்னியின் மூர்க்கத்திற்குப் பயந்து சட்டென சகல ஜாக்கிரதையோடும் நடந்தான்.

ரத்தப் போக்கை நிறுத்தமாட்டாமல், கவர்மெண்ட் ஆஸ்பத்திரிக்கு தூக்கினுபோய், அந்த டாக்டர் முண்டைங்க அவளைத் தொட அருவறுப்படைந்து... ஜன்னி வந்து செத்துப் போனதுக்கு அப்புறம்... எதன் குட்டிகளையும் குஞ்சுகளையும் தொடறதில்லை காசிம்மாள் நினைவாக.

கண்ணியைச் சமீபித்தபோது விடிந்து கொண்டிருந்தது. பரபரப்பு அடைந்து சுற்றிய கண்களுக்கு, வெறுமைதான் மிஞ்சியது. ஒண்ணுமேயில்லை. ஒரு புனுகுப்பூனைகூட இல்லை. நாலஞ்சு தடவை கண்ணியின் தூரத்திற்கு நடந்து பார்த்தான். எந்த ஜீவனின் காலடியும்கூடத் தெரியலை.

வாழ்வின் முதல் தோல்வி. ஆடிப்போனான்.

கால் நீட்டித் தரையில் உட்கார்ந்தான். பிருஷ்டத்தில் சுரீரென முள்குத்தியது. துடித்துப் பிடுங்கினான். காரமுள். மலைக்க மலைக்கப் பார்த்தான். காடு வெற்றிக் களிப்பில் காற்றில் கூத்தாடிக் கொண்டிருந்தது.

ஆப்பு பிடுங்கிக் கண்ணிகளை அவிழ்த்தான். அதன் மீதான தொடலே அருவறுப்பாய் இருந்தது. இதுவரை ஏமாற்றினதில்லை. ஒரு மொசக்குட்டியாவது மாட்டியிருக்கும். என்ன ஆச்சினே யோசிக்க முடியல.

எப்படி வெறுங்கையோட போவ? ‘இன்னா தாத்தா கொண்ணாந்தே...’ன்ற கேள்விக்கு என்ன பதில் சொல்வேன்?

ரத்தக்கறை படிந்த பையிலிருந்து சிறுங்கண்ணி வலையெடுத்தான். எப்போதும் பையில்தான் கிடக்கும். ராத்திரி முடிஞ்சு அப்படியே பகலுக்கும். இதை இதுவரை எடுத்ததில்லை. எப்பனா... பகல்ல... மைனா, காடை, கௌதாரி குஞ்சு புடிக்கத்தான். இந்த வெறுமை, இதை எடுக்க வெச்சிருச்சி...

சிறுங்கண்ணிக்குப் பறவைகளை அழைத்து, அழைத்துச் சோர்ந்தான். முடிச்சிலிருந்த கேவுரும் கம்பும் கண்ணிக்கருகில் கேட்பாரற்றுக் கிடந்தன. காடை கத்தல், கௌதாரிக் கத்தல் எல்லாமும் அன்று எதன் காதுக்கும் கேட்காமல் போனது.

காடு, காற்றின் சத்தத்துக்கு வெறியாட்டம் போட்டு இவனை வெறிகொள்ள வைத்துக் கொண்டிருந்தது.

கண் இருட்டிக்கொண்டு வந்தது. செவடன் குளத்துத் தண்ணி எத்தனை வேளை பசியாற்றும். உடும்பு வத்தல் குழம்பும் சுடுகளியும் நேத்து சாயங்காலம் சாப்பிட்டது. வெய்யில் வேறு. சகல வித்தைகளும் பிரயோகிக்கப்பட்டு தோற்றுக் கொண்டிருந்தன. கண்ணியைச் சுருட்டக்கூட மனமின்றி நடந்தான்.

காட்டோடு அவனுக்கிருந்த பந்தம், பாசம், உரிமை எல்லாம் விடப்பட்ட மாதிரி இருந்தது. காவி மீசைக்கருகில் இருந்த புன்னகை செத்துத் தொங்கிக்கொண்டிருக்க, மண்ணுக் கோனார் பம்புசெட் வழியே ரோடேறினான்.

எட்டிப் போட்ட நடை தளர்ந்திருந்தது. யாராவது ஒரு டீத்தண்ணி வாங்கித்தர மாட்டார்களா... என்றிருந்தது.

வெற்றுப் பை தோளில் தொங்க, எதிர்ப்பட்ட பழக்கதாரர்களின் 'இன்னாடா இருக்கு...' என்ற கேள்விகளை முற்றாக நிராகரித்து கைவிரித்துக் காட்டிப் பேச மனமின்றி நடந்தான்.

அவன் தெரு அவனைப் பழித்துக் காட்டுவது மாதிரி நின்று கொண்டிருந்தது. விளக்குகள் ஏற்றிவைத்துக் கொண்டிருந்தார்கள். வேதக்காரர்களின் மேடையில், ஒரே பாட்டும் சத்தமுமாய் இருந்தது. இவன் வீட்டைச் சமீபித்திருந்தான்.

மருமகக்காரியும் பேரனும் சாப்பாட்டைப் போட்டுக்கொண்டு தெருவுக்கு வந்து விட்டிருந்தார்கள். தளர்ந்து போயிருந்தான். தூரத்திலிருந்த பாட்டுத் தெருவெங்கும் நிரம்பியிருந்தது. மெர்க்குரி வெளிச்சத்தில் ஆறேழு பெண்கள் பாடிக் கொண்டிருப்பது தெளிவாய்த் தெரிந்தது.

ஆத்துமமே என் முழு உள்ளமே – உன்
ஆண்டவரைத் தொழுதேத்து – இந்நாள்வரை
அன்புவைத்தா தரித்த உன் ஆண்டவரைத் தொழுதேத்து.

எப்போதும் இல்லாமல், இப்போது அவன் மனதில் கசிந்திறங்குகிறது பாட்டு.

அடிபட்ட காயங்களுக்குத் தவிட்டு ஒத்தடம் தருகிற மாதிரி, வலியெல்லாம் கரைந்து போகிறது, சீவனைப் பற்றியிழுத்துக் கொண்டிருந்தது பாட்டு.

இவன் வீட்டின்முன் நிற்காமல் தாண்டி, மேடையை நோக்கிப் போய்க் கொண்டேயிருந்தான்.

கண்ணிகள் இவன் பையில் பத்திரமாக இருந்தன.

22

மூன்று பெர்னார்கள்

1998ஆம் ஆண்டு டிசம்பர் 6ஆம் நாள் பிற்பகல் இரண்டு மணி பதினைந்து நிமிடங்கள் கடந்த நிலையில், புதுச்சேரி கடற்கரையோர மதுபான விடுதியான கடற்காகத்தின் மேல்மாடியில் பருகி முடிக்கப்படாத இறுதி மிடறு மேசை மீதிருக்க, கூடை வடிவ பிரம்பு நாற்காலியில் அமர்ந்த நிலையில் ழான் பெர்னாரின் உயிர் பிரிந்திருந்தது.

குழியில் பலகைமீது விழுந்த ஈர மண்ணின் முதல் பிடி ஒலியைத் தொடர்ந்து வெவ்வேறு கைப்பிடி அளவுகளில் ஓசைகள் எழுந்தன. இடையே மண் குவியலில் மண்வெட்டி உரசும் சப்தம். இடம் மாறும் காலடிகளின் ஓசை. கல்லறைத் தோட்டத்திற்கு வெளியே வாகனங்கள் எழுப்பும் இரைச்சல்களும் அடங்கிவிட, சற்றுமுன் மணியோசையில் அதிர்ந்து கோபுரத்தை விட்டுப் பறந்த புறாக்கள் மீண்டும் வந்தடையும் சிறகோசை. எல்லாம் முடிந்துவிட்டது. ஆம் அவரைப் பொறுத்தவரை எல்லாம் முடிந்துவிட்டது. அறுபது ஆண்டுகள் ஆறு மாதங்கள் பதினேழு நாட்கள் வாழ்ந்து முடிந்தாகிவிட்டது. நீர் கலக்காத இறுதி மிடறு மது மெல்ல மெல்ல ஆவியாகிக்கொண்டிருந்தபோது ழான் பெர்னாரும் உடன் ஆவியாகி அற்றுப் போயிருந்தார்.

ரமேஷ் (1964) - பிரேம் (1965) புதுச்சேரியைச் சார்ந்தவர்கள். படைப்புலகில் இருவரும் இணைந்து கவிதை, நாவல், நாடகம் எனப் பங்களிப்பு செய்துள்ளனர். இலக்கியம் சார்ந்த உலகக் கருத்துகளை, நவீன தத்துவங்களைத் தமிழுக்கு அளித்தவர்கள். பின்நவீனத்துவ முயற்சியில் கணிசமான பங்கையும் பின்காலனியத்தின் விளைவுகளையும் புராதன வரலாற்றையும் தமது படைப்புகளில் வெளிப்படுத்தியவர்கள்.

கொட்டும் மழையில் ஆளரவமற்ற புதுச்சேரி கடற்கரைச் சாலையில் நனைந்தபடி மெல்ல நடந்து செல்வது போன்ற சுகம் போகத்தில்கூட இல்லை எனச் சொல்லும் பெர்னாரை, எட்டு ஆண்டுகளுக்கு முன்பு நான் நினைத்தபடி நடந்துகொண்டிருக்கும்போது முதன்முதலாக எதிர்கொண்டு ஒருவருக்கொருவர் அறிமுகமானோம்.

நெடிய உருவம். தமிழனா ஐரோப்பியனா என அறுதியிட இயலாதத் தோற்றம். கட்டுத் தளராத குரல். பிரெஞ்சு மொழி பேசிப் பழகிய வாய்க்கே உரித்தான கரகரப்போடு வெளிப்படும் தமிழ். எந்தவொரு அசைவிலும் அவசரங்காட்டாத ஒரே சீரான தாள கதி. பெர்னாரை இத்தனை சீக்கிரத்தில் இழந்துவிடுவேன் என நான் நினைத்ததில்லை.

கப்பித்தேன் மரியூஸ் ஸவியே தெருவில் வெளித்தோற்றத்தில் காரை பெயர்ந்து இடிந்து கிடக்கும் சுவர்களைக் கொண்ட அவருடைய வீட்டின் உள்தோற்றம் அத்தனை மோசமில்லை. வரவேற்பறைச் சுவரில் வெள்ளைக்காரத் தந்தையுடன் கம்மல் மூக்குத்தி அணிந்து குங்குமமிட்ட நெற்றியுடன் தமிழ்க் கிறித்துவ அன்னை. கருப்பு வெள்ளைப் புகைப்படம் தேக்குச் சட்டமிடப்பட்டு பெரிய அளவில் தொங்கிக் கொண்டிருக்க, எதிர் மூலையின் வலப்பக்கத்தில் இலைகளைக் கழித்துவிட்டு நட்ட சிறு மரம்போல தொப்பிகளை மாட்டிவைக்கப் பயன்படும் மரத்தாலான ஒரு பொருள். பெர்னார் குடும்பத்தினரின் பல்வேறு வடிவங்கள் கொண்ட தொப்பிகள். பல தொப்பிகள் தங்களுக்கான தலைகளை என்றோ இழந்துவிட்டதன் சோகத்தை என்னைக் கண்டதும் மீண்டும் பொருத்திக்கொண்டு அசைந்தன. உள்கட்டுக்குள் நுழைந்ததும் வடலூர் ராமலிங்க சுவாமிகளின் மிகப் பெரிய வண்ண ஓவியம். தரையிலிருந்து சுவரில் சாய்ந்த நிலையில் நின்ற வெள்ளாடையுருவத்தின் காலடியில் பணிப்பெண் வைத்துவிட்டுச் செல்லும் நான்கைந்து செம்பருத்திகள். அதற்கடுத்து சிறு நடையைத் தாண்டி வலப்பக்கமும் இடப்பக்கமும் இரண்டு அறைகள். இடப்பக்கம் படுக்கையறை, வலப்பக்கம் அவருடைய பூசையறை எனச் சொன்னார். கதவிற்கும் நிலைச் சட்டத்திற்குமாக ஒட்டடைகள் அடர்ந்திருந்த நிலையில், புழக்கமற்ற அந்த அறையை பூசையறை என்கிறாரே என அப்பொழுது நினைத்துக்கொண்டேன். ஒருமுறை பகலில் நான் அங்கிருந்தபோது பணிப்பெண்ணை அழைத்து வலப்பக்க அறைக் கதவைச் சுத்தம் செய்யச் சொன்னேன். அதற்கு

அவள், 'மெர்ஸ்யே திட்டுவாரு' எனச் சொல்லிவிட்டுச் சென்றது எனக்கு விநோதமாக இருந்தது.

பெர்னாரின் வினோதமான பழக்கவழக்கங்களையும் அவருடைய வாழ்க்கையில் நடந்த சில சம்பவங்களையும் கேட்டு ரசிப்பதில் என் மனைவிக்கு அலாதியான விருப்பம் இருந்தது.

ஒருமுறை என் வீட்டுக்கு விருந்துக்கு வந்திருந்த பெர்னார் ஒயினில் தனது சுருட்டுச் சாம்பலையிட்டுக் கலக்கி அருந்தியதைக் கண்ட நாங்கள் எல்லோருமே திடுக்கிட்டோம். மேலும் அவர் புகையிலை ஊறிய ஒயினை அருந்துவதற்கு ஈடான ருசியும் போதையும் வேறெவற்றிலும் இல்லை எனவும் சொல்வார்.

பெர்னாரை நான் அடிக்கடி சந்திப்பது போய் தினமும் ஒவ்வொரு மாலையும் அவருடன் கழிவதையும் அளவுக்கு அதிகமாகக் குடிப்பதையும் அடிக்கடி சுட்டிக்காட்டி வந்த என் மனைவிக்கு அவரின் மேல் சிறு கோபமும் வெறுப்பும் மெல்ல வளரத் தொடங்கியது.

பிரான்சிலிருக்கும் தன் வெள்ளைக்கார மனைவி குறித்தும் தன்னுடைய மகனைக் குறித்தும் பெர்னார் அடிக்கடி குறிப்பிடுவார். விவாகரத்து செய்து கொள்ளாமலேயே மிக இளம் வயதிலிருந்தே தாங்கள் பிரிந்து வாழ்வதாகவும் சொன்னார். மகன் ஆண்டுக்கு ஒருமுறை வந்து தன்னைப் பார்த்துவிட்டுச் செல்லும் பழக்கமும் நாளடைவில் குறைந்து விட்டதாகவும் சொல்லியிருக்கிறார்.

எனக்கு எப்பொழுதுமே பிறருடைய வாழ்க்கை பற்றிய செய்திகளில் ஈடுபாடு இருந்ததில்லை. பெர்னாருடைய வாழ்க்கைக் கதையில் எனக்குத் தேவைப்படுவது எதுவுமே இல்லை என்றபோதும் என் மனைவிக்கு உதவுமே என அவர் சொல்வதைக் கேட்டுக் கொள்வேன்.

அப்படித்தான் ஒருமுறை அவர் சொன்னார்: தனது வெள்ளைக்காரத் தகப்பனான ஃப்ரான்சுவா பெர்னாருக்கும் வடலூர் வள்ளலாருக்கும் இடையே ஆழமான பக்திப் பிணைப்பு இருந்தது என்று. வள்ளலார் என்னுடைய சாதியைச் சார்ந்த மாபெரும் யோகி என்பதில் எனக்கு எப்போதும் பெருமை உண்டு. பெர்னாரின் அன்னையும் என் சாதியைச் சார்ந்த கிறித்துவர் என அறிய வந்தபோது, எங்களுக்குள் சாதிய நெருக்கமும் வளர்ந்துவிட்டதைத் தவிர்க்க முடியவில்லை.

வள்ளலாரைப் பற்றிய ஒரு பேச்சின்போது பெர்னார் சொன்ன தகவல் என்னை அதிர்ச்சியடைய வைத்தது. வள்ளலார் தான் நூற்று இருபத்தைந்து ஆண்டுகள் உயிர் வாழப் போவதாகச் சொன்னபடி அந்த நீண்ட ஆயுளை வாழ்ந்து முடித்தவர் எனச் சொன்னார். கிழம் போதையேறி உளறுகிறது என அசிரத்தையோடு கேட்டுக் கொண்டிருந்தேன். தனக்குப் பத்து வயது ஆகும்போதுதான் அதாவது ஆயிரத்துத் தொள்ளாயிரத்து நாற்பத்தியெட்டாம் ஆண்டில்தான் அந்தச் சுடர் அணைந்தது என அவர் சொன்னதை என் மனைவியிடம் நான் சொல்ல தயவுசெய்து இனி குடித்துவிட்டு மகான்களைப் பற்றி பேச வேண்டாம் என கடுமையோடு முகத்தை வைத்துக்கொண்டு சொன்னாள்.

ஒருமுறை பெர்னாரிடம் நான் கேட்டேன், "உங்களுடைய வீட்டின் எல்லா இடத்திலும் நான் புழங்கி வருகிறேன். உங்களுடைய பூசையறையை மட்டும் இதுவரை எனக்குத் திறந்து காட்டவில்லையே" என்று. அதற்கு அவர் நெடுநேரம் மௌனமாக இருந்தார். பிறகு நிதானமாக, "வாழ்க்கையில் வினோதமும் யதார்த்தமற்ற போக்கும் மிக அவசியம். ஒவ்வொரு மனிதனுக்கும் நிச்சயமான நினைவு எப்படி அவசியமோ அதுபோலவே நிச்சயமற்ற புனைவும் அவசியம்" என்று பிரெஞ்சு மொழியில் சொன்னார். பிறகு அதையே தமிழிலும் சொல்ல எத்தனித்துச் சரியான சொற்கள் வந்து சேராமல் குழறினார்.

அவர் வீட்டில் குழல் விளக்குகளைப் பயன்படுத்துபவர் அல்லர். எல்லாயிடங்களிலும் குண்டு விளக்குகளையே பொருத்தியிருந்தார். வீட்டின் பழமையும் குண்டு விளக்கின் ஒளியும் நல்ல போதையில் ஒருவித மாயப் புதிரென மனசெல்லாம் படியும் அப்படித்தான் அன்றும் இருந்தது. மஞ்சள் மின்னொளியில் வள்ளலாரின் ஓவியம் உயிரும் சதையுமாக நிற்பதைப் போலவே இருந்தது. நான் பெர்னாரிடம் சொன்னேன், "வள்ளலார் இறக்கவில்லை, அவர் மறைந்து விட்டார். சித்தர்கள் என்றைக்குமே அழிவற்றவர்கள், நம்மோடு என்றைக்கும் அலைந்து கொண்டிருப்பவர்கள்."

பெர்னார் கடகடவென சிரித்து "போதையில் உனது பிரெஞ்சு மொழி அப்படியொன்றும் மோசமில்லை" என பகடி செய்தபடி என் பேச்சை மாற்ற அவர் எத்தனிப்பதாகத் தெரிந்தது.

நான் கடுப்பாகிப் போனேன். "வள்ளலாரை உமது குடும்பச் சொத்து போல பேசுகிறீரே உமது பொய்யுக்கும் ஒரு அளவு வேண்டாமோ" எனக் கத்திவிட்டேன்.

கிழவர் ஆடிப் போய்விட்டார். தன்னிலை குலைந்த அவர் விருட்டென எழுந்து சென்று ஒரு பெரிய சாவியை எடுத்துவந்து பூசையறையைத் திறந்து விளக்கைப் போட்டுவிட்டு வந்து என் கையைப் பிடித்து இழுத்துக்கொண்டு பூசையறைக்குள் சென்றார். பிறகு நடந்தவைகளெல்லாம் எனக்கு நிச்சயமற்றுத் தெரிகின்றன. என் மனைவியிடம் நான் அதைச் சொல்ல அவள் கலவரத்தோடு என் மனோநிலையைச் சோதித்தாள். அந்தக் கிழவரோடு சேர்ந்து நீங்களும் பயித்தியமாகிவிட்டீர்கள் எனக் கத்தினாள். இனி நான் அவரைச் சந்திக்கக் கூடாது என என் சட்டையைப் பிடித்து உலுக்கினாள். அதற்குப் பிறகு இரண்டு மாதம் கழித்து கிழவர் இறந்த செய்தியைக் கேட்டுத்தான் நான் அவர் வீட்டுக்குப் போனேன். ஒரு வாரம் அவருடைய உடல் ஜிப்மர் சவக் கிடங்கில் பதப்படுத்தி வைக்கப்பட்டிருந்தது. மகன் பிரான்சிலிருந்து வந்த பிறகு ஈமக் கிரியையை முடித்தனர். பெர்னாரின் மனைவி வரவில்லை.

மூக் பெர்னார் இளவயதுக் கிழவரைப் போலவே இருந்தான். என்னை விட இரண்டு வயது இளையவன். என்னைத் தொட்டுத் தொட்டுப் பேசினான். தான் இந்த வீட்டை இடித்துவிட்டு பெரிய அடுக்குமாடி கட்ட இருப்பதாகவும் நான்தான் அவனுக்கு உதவ வேண்டும் எனவும் கேட்டான். நான் கலவரப்படலானேன்.

"கடைசிக் காலத்தில் அப்பாவுக்கு நெருங்கிய நண்பராக இருந்திருக்கிறீர்கள். அவருடைய பூசையறையின் மர்மம் பற்றியும் அறிந்திருப்பீர்கள்தானே" என ஒருவிதக் கிண்டல் தொனிக்கும்படிக் கேட்டான்.

நான் மௌனமாக இருந்தேன்.

"சுமார் ஐம்பது ஆண்டுகளாக ஒரு சாமியாரின் பிணத்தை வைத்துக் கொண்டு மாரடிக்கிறார். இதனால்தான் என் அம்மா இவரைப் பிரிந்து என்னை அழைத்துக் கொண்டு பிரான்சுக்கே போய்விட்டார். என் தாத்தா காலத்துப் பிணம். இன்னும் சவப் பெட்டிக்குள் கிடக்கிறது. இதை அரசிடம் ஒப்படைக்க வேண்டும். அதற்கு நீங்கள்தான் உதவ வேண்டும்."

நான் கண்களை மூடிக்கொண்டு மௌனமாக இருந்தேன். பதப்படுத்தப்பட்ட அந்த உடலை பெட்டியோடு எடுத்துவந்து நாம் வைத்துக் கொள்ளலாமா என என் மனைவியிடம் கண்கள் கலங்கக் கேட்டேன்.

அவள் என்னைப் பச்சாதாபத்தோடுதான் பார்த்தாள் என்றாலும் அந்தப் பார்வையை என்னால் தாங்க முடியாமல் தவித்தேன்.

"நான் உங்களுடன் வாழ்வதா வேண்டாமா?" என அமைதியாகக் கேட்டுவிட்டு விருட்டென எழுந்து சென்று படுக்கையறைக் கதவை அடைத்துக் கொண்டாள்.

மறுநாள் ழூாக் பெர்னாரைச் சந்தித்தேன். என்னைப் பார்த்ததும் "என்ன முடிவு செய்தீர்கள்" எனப் பதறினான்.

"அரசிடம் ஒப்படைப்பது சாத்தியமில்லை. அரசாங்கமும் பத்திரிகை மீடியாவும் நம்மைக் கேள்வி கேட்டுத் தொலைத்துவிடும். அந்த உடம்பின் ரகசியத்தை வெளிப்படுத்தினால் அது சமயப் பிரச்சினையாகி அது என் உயிருக்கே ஆபத்தாகிவிடும். இந்தப் பிணம் ஒரு சாமியார் மட்டுமல்ல, இந்திய ஆன்மீகத்தின் ஒரு சிகரம். பிரெஞ்சுக்காரனான உனக்கு இதன் வெகுமானமோ, அற்புதமோ இதன் மூலம் உருவாகப்போகும் ஆபத்துக்களோ என்னவென்று தெரியாது" என நிதானமாகச் சொன்னேன். எனது நிதானம் அவனைக் கலவரப்படுத்தியது.

நீண்ட நேரம் அமைதியாக ஒயினைப் பருகியபடி இருந்தோம். பிறகு எனது திட்டத்தை அவனிடம் சொன்னேன். மகிழ்ச்சியில் என்னைக் கட்டித் தழுவிக்கொண்டான்.

விடிந்தால் போகி. விடிய விடிய குடித்தபடி இருந்தோம். என் மனைவியோ தொலைபேசியில் பதறியபடியே இருந்தாள். அதிகாலை மூன்று மணிக்கு பூசையறைக்குள் சென்றோம். சவப்பெட்டி ஒரு காவித் துணியால் போர்த்தப்பட்டிருந்தது. துணியை விலக்கிவிட்டு ஆணியறையப்படாத பெட்டியைத் திறக்க முற்பட்டேன். ழூாக் தடுத்தான். நான் அவனை ஏறிட்டுப் பார்த்தேன். பிறகு மூடியைத் திறந்து பார்த்தேன். காவித் துணியால் சுற்றப்பட்ட ஒரு பொட்டலம். பெட்டியோடு தூக்கி வந்து வாசலில் வைத்துப் பெட்ரோல் ஊற்றிக் கொளுத்தினோம். சடசடவென தீ எழுந்தது.

ஆங்காங்கே வீட்டு வாசல்களில் எதையெதையோ போட்டுக் கொளுத்தத் தொடங்கிவிட்டனர். அரைமணி நேரத்தில் வாசலில் சாம்பல் புகைந்தது. சாம்பலில் ஒரு கை அள்ளி எனது கைக்குட்டையில் கட்டிக்கொண்டேன். வீட்டுக்குள் சென்று வள்ளலாரின் படத்தை எடுத்துவந்து எனது காரின் பின் இருக்கையில் வைத்துவிட்டு மூாக்கிடம் கைகுலுக்கி விடைபெற்றேன். வழி நெடுகிலும் வாசல்கள்தோறும் பெருந்தீ வளர்ந்துகொண்டிருந்தது.

23

சாயுங்காலம்

கொஞ்ச நாட்களாகவே அய்யாவுக்கு உடம்புக்கு முடியவில்லை. ரொம்பவும் பலவீனமடைந்து கொண்டு வந்தார். எந்த நேரத்திலும் அவர் எங்களை விட்டுப் பிரிந்து விடலாம் என்பதை நாங்கள் புரிந்து கொண்டோம். ஒவ்வொரு நாளும் காலையில் கண் விழிக்கும் போதே இந்தப் பாரம் கவிந்து விடும்.

நெற்கதிர்களுக்கிடையே பின்னப்பட்ட சிலந்தி வலைகளிலும் வரப்புகளில் அடர்ந்து வளர்ந்திருந்த புற்களிலும் உமிழ்நீர்க் குமிழ் போலத் திரட்சி கொண்டு படிந்திருந்தது பனி. இந்த வருஷம் பனி கடுமைதான். அய்யாவுடைய மரணத்தை இந்தக் குளிர் இன்னும் துரிதப்படுத்திக் கொண்டிருந்தது போல எனக்குப் பட்டது.

விடியற்காலையிலேயே விழிப்பு வந்துவிட்டாலும் அன்று போர்த்தியபடி படுத்துக் கிடந்தேன். களத்தில் சாணி தெளிக்கும் சத்தம் கேட்டது. அதன் பிறகு தண்ணீர்த் தொட்டிக்கருகே பாத்திரங்கள் உராயும் சத்தம். எனக்கு முன்னமே அவள் எழுந்து வேலைகளைத் தொடங்கி விட்டிருந்தாள். பனியில் நனைவது ஆகாது என்றாலும் அவளுக்கான வேலைகளைப் பகிர்ந்து கொள்ள யார் இருக்கிறார்கள்? அம்மா உயிருடன் இருந்திருந்தால் இவள் இவ்வளவு சிரமப்படத் தேவை இருக்காது.

ஜீ. முருகன் (1967) செங்கம் அருகிலுள்ள கொட்டாவூரைச் சார்ந்தவர். மனித உறவுகளுக்குள் நிகழும் பாலியல் போராட்டம், மனப்பிறழ்வு, மனதின் இருள்வெளிகளைக் கதைகளாக்கியவர். இதுவரை ஐந்து சிறுகதைத் தொகுப்புகளும் இரு நாவல்களும் வெளிவந்துள்ளன. வனம் இதழின் ஆசிரியர். தன் சிறுகதைகளில் புது வடிவமும் புதிய பரிசோதனை முயற்சியையும் செய்து பார்த்தவர்.

அம்மா ரொம்பவும் அவசரமாகவே போய்ச் சேர்ந்து விட்டாள். வயோதிகம் வருவதற்கு முன்னமே புற்றுநோய் அவளைக் கொண்டுபோய் விட்டது. அவளுடைய சத்தத்தால் நிறைந்திருந்த இந்த வீடும் தோட்டமும் சட்டென்று நிசப்தமுற்று வெறுமை குடிகொண்டு விட்டது.

எவ்வளவு நேரம் இப்படி யோசனையுடன் படுத்துக் கொண்டிருப்பது என்ற சொரணை இருந்தாலும் எழவில்லை. தாழ்வாரத்தில் படுத்திருக்கும் அய்யாவைப் போய்ப் பார்த்தாக வேண்டும். மரணம் நெருங்க நெருங்க அவரைப் பார்க்க அச்சமாக இருந்தது. ஒரு மனிதனுடைய மரணத்தை அவ்வளவு சுலபமாக எதிர்கொண்டுவிட முடியுமாயென்ன?

அவருடைய நண்பர்கள், உறவினர்களென்று சிலர் வந்து போய்க் கொண்டிருக்கிறார்கள். இறுதி நாட்களில் அவரைப் பார்த்துவிட வேண்டுமென்பது அவர்களுடைய அவா. அய்யாவைப் போல நீண்ட வாழ்க்கை வாழ்ந்தவர்களுக்கு எவ்வளவோ உறவுகள், நண்பர்கள். அலைகள் ஒரு புள்ளியில் தொடங்கி விரிந்துவிரிந்து பெரிதாகி அடங்கிவிடுவது போல அய்யாவும் மௌனத்தில் அமிழ்ந்து போகப் போகிறார்.

ஒரு வழியாகப் படுக்கையிலிருந்து எழுந்துகொண்டேன். தாழ்வாரத்தைக் கடக்காமல் வெளியே போய்விட முடிந்தால் எவ்வளவோ ஆறுதலாக இருக்கும்.

மரக்கட்டிலில் போர்வைக்குள் அவர் தன்னைச் சுருட்டிக் கொண்டிருந்தார். இடது காலானது போர்வையை விட்டு விலகி வெளியே வந்துவிட்டிருந்தது. போர்வையை மெலிந்திருந்த அந்தக் காலின் மேல் இழுத்துவிட்டு அவரையே உற்றுக் கவனித்துப் பார்த்தேன். பற்களற்ற வாயில் உள்ளிழுத்துக் கொண்டிருந்த உதட்டுத் தசைகள் லேசாக அசைகின்றன. மனம் அமைதியடைந்தது. வாசல் கதவைத் திறந்துகொண்டு வெளியே வந்து பனிச் சீந்தல் உள்ளே போகாதவாறு கதவைச் சாத்தினேன்.

பளிச்சிட்ட காலை வெளிச்சம் தங்க நிறத்தில் தென்னை மரங்களின் மேலும் வயல்வெளிகளிலும் படர்ந்திருந்தது. தோட்டத்துக்காரர்கள் எல்லாம் அவர்களுடைய வேலைகளைத் தொடங்கி விட்டிருந்தனர். இந்தக் கிராமத்தின் நடைமுறைகளோடு ஒன்றிப் போவதற்கு இன்னும் எவ்வளவு காலமாகும்? தினமும்

என்னுடைய விழிப்புக்கு முன்னமே எல்லா வேலைகளும் தொடங்கி விடுகின்றன. செய்ய வேண்டுமென்றால் எவ்வளவோ வேலைகள் எனக்காக இங்கே காத்திருக்கின்றன. ஆனால் சிலவற்றை மட்டும்தான் செய்ய முடிகிறது. வேலை செய்வதைவிட உத்தரவுகள் பிறப்பிப்பது சுலபமாக இருப்பதால் மனம் சோம்பேறித்தனத்துக்குத் துணை போகச் சொல்கிறது. அதே நேரத்தில் குற்ற உணர்விலிருந்தும் விடுபட முடியவில்லை. திடீரென்று ஒரே நாளில் முழு விவசாயக்காரனாக மாறிவிட முடியுமா என்ன?

சுப்பராயன் வந்திருப்பதாக மனைவி சொன்னாள். எவ்வளவு நாட்களாகிறது இவனைப் பார்த்து! ஆறு மாசமிருக்குமா? அதிகமாகக்கூட இருக்கும். கட்டுத்தறியின் அருகில் அவனைப் பார்த்தேன். இன்னும் மிச்சமிருந்த இருளாலும் பனியாலும் மறைக்கப்பட்டவனாக அவன் சாணம் அள்ளிக்கொண்டிருந்தான்.

பருவங்களின் வருகையைப் போலவே அவனுடைய வருகையும் நிகழ்ந்துவிடுகிறது. திடீரென்று ஒரு இரவிலேயே ஒரு பனிக்காலமோ மழைக்காலமோ தொடங்கிவிடுவது போலவே அவனும் இங்கே வந்து எங்களை ஆச்சரியத்தில் ஆழ்த்தி விடுகிறான்.

அவனிடம் முன்பிருந்த உற்சாகம் இல்லை. மந்தகதியில் இயங்கிக் கொண்டிருந்தான். வயோதிகம் அவனையும் தின்று கொண்டிருந்தது. அவள் சாப்பிடக் கூப்பிட்டும் பிறகு சாப்பிடுவதாகச் சொல்லி விட்டான். சாப்பிட்டாலும் முன்பு போல அவனால் முடியுமா? வாழை இலை முழுவதும் சாப்பாட்டை நிறைத்தாலும் வேண்டாமென்று சொல்லாத பசி அவனிடம் அப்போது இருக்குமா?

என்னிடம் அவன் அதிகம் பேசவில்லை. 'எப்ப வந்தண்ணா' என்று விசாரித்ததற்கு இதோ இப்பத்தான் என்றானே அதுதான். ஏன்? அவனுக்கு என்ன ஆனது?

சாணி வாரிக் கொட்டிவிட்டு தென்னை மரநிழலில் போய் உட்கார்ந்து கொண்டான். உரப்பை ஒன்றை எடுத்து நார் பிரிக்கத் தொடங்கினான். பிரித்த நார்களை ஒரு பக்கமாகக் குவித்து வைத்தான். மாடுகளுக்கு இன்று புதுக்கயிறுகள் தயாராகிவிடுமென்று நான் முடிவு செய்து கொண்டேன்.

அவன் இங்கே வரும்போதெல்லாம் இப்படி ஏதாவது வேலைகள் அவனுக்கென்று காத்திருந்தன. போன முறை வந்தபோது கிணற்றுக்குள் இறங்கி சுவர்களில் வேர்விட்டு அடர்ந்திருந்த செடிகளையும் புற்களையும் பிடுங்கிச் சுத்தம் செய்துவிட்டுப் போனான். இடுப்பில் கயிற்றைக் கட்டிக் கொண்டு கிணற்றின் சுவர்களில் குரங்கு போலத் தாவித்தாவி செடிகளைப் பிடுங்கி எடுத்து மேலே கொண்டு வந்தான்.

அவன் எங்கே இருந்தாலும் அவனுடைய உயிர் மூலம் இங்கேயே நிலை கொண்டிருந்ததாகவே தோன்றும். அவன் இங்கிருந்து போகும்போது எதையோ ஒன்றை மறந்து வைத்துவிட்டுப் போய்விட்டவனைப் போலவும் திரும்பவும் அதை எடுத்துப் போகத்தான் வந்தவன் போலவும் வருவான். ஐந்தாறு வருஷமிருக்கும் அவன் இங்கிருந்து போய். வேறொரு தோட்டத்தில் வேலைசெய்து கொண்டிருந்த அவனுடைய மகன் ஒப்பந்த காலத்துக்கு முன்னமே எங்கோ ஓடிப் போய்விட்டதால் அதற்குப் பதிலாக இவன் போக வேண்டிய நிர்ப்பந்தம். பணம் கொடுத்து பைசல் செய்து விடுவதாக அய்யா சொல்லியும்கூட அவன் கேட்கவில்லை. இங்கிருந்து போய் விடுவது என்ற தீர்மானத்தில் உறுதியாக இருந்தான். இது எங்களுக்கு வியப்பாக இருந்தது. அம்மா ரொம்பவும் வருத்தப்பட்டாள். நாங்கள் யாரும் அவனை ஒன்றும் சொல்லி விடவில்லை என்பது தெளிவு. பிறகு ஏன் அவன் இங்கிருந்து போக வேண்டும்? ஒன்றும் புரியவில்லை.

அம்மாவுக்கு அவனிடம் தனி வாஞ்சை உண்டு. எல்லா வீட்டுச் சமாச்சாரங்களையும் அவனிடம் பகிர்ந்து கொள்வாள். வீட்டுக்குள் வர முடியாவிட்டாலும் அவனும் எங்கள் குடும்பத்தில் ஒருவனைப் போலவே இருந்தான். அவனுக்குத் தெரியக் கூடாத ரகசியம் எதுவும் உண்டா என்று எங்களுக்குத் தெரியவில்லை.

அய்யாவை அவருடைய படுக்கையிலிருந்து கைத்தாங்கலாகப் பிடித்துக்கொண்டு போய்த் தோட்டத்தில் உட்கார வைக்கப் போனபோது எழுந்து நின்று அவரையே உற்றுப் பார்த்துக் கொண்டிருந்தான். அய்யா அவன் வந்திருப்பதைக் கவனித்தாரா என்று தெரியவில்லை. மிக ஆழத்தில் கலைந்து கொண்டிருந்த நினைவுகளில் இவன் முகமும் கலைந்து விட்டிருக்கலாம். இவனைக் கவனிக்க வேண்டும் என்ற பிரயாசையும் அவரிடம் தென்படவில்லை. அவருடைய கண்கள் ஒளி மங்கியிருந்தன.

பொழுது உச்சிக்கு வந்துவிட்டிருந்தது. அதே இடத்தில் உட்கார்ந்து பிரித்துப் போட்டிருந்த நார்களைக் கயிறாகத் திரித்துக் கொண்டிருந்தான் அவன். எதற்காக இன்னும் சாப்பிடாமல் உட்கார்ந்திருக்க வேண்டுமென்று வருத்தமாக இருந்தது. அவள் எவ்வளவோ கெஞ்சிப் பார்த்துவிட்டாள். 'எனக்குப் பசியில்லம்மா அப்புறம் சாப்பிடறேன்' என்று திரும்பத் திரும்ப சொல்லிக் கொண்டிருந்தான்.

மதிய உணவுக்குப் பிறகு சிறிது நேரம் உறங்கி எழுவது எனக்குப் பழக்கமாகி விட்டது. கட்டிலில் கிடந்தபடி ஜன்னலின் வழியாக வெளியே பார்த்துக்கொண்டிருந்தேன். கிணற்று மேட்டின் மேல் வளர்ந்திருந்த வேப்பமரத்தில் மரங்கொத்தி தென்பட்டது. தினமும் இதே நேரத்தில் அதைப் பார்க்க முடிகிறது. வேறு போக்கிடம் எதுவும் அதற்கு இல்லை போலும். மதிய நேரத்தைக் கழிக்க அது ஏன் வேறொரு மரத்தைத் தேர்ந்தெடுக்கக் கூடாது? உயிர்களின் நடவடிக்கைகள் விநோதமாகத்தான் இருக்கின்றன.

மாடுகளெல்லாம் அறுவடையான வாழைத் தோட்டத்தில் மேய்ந்து கொண்டிருந்தன. சாய்ந்திரத்துக்குள் இரண்டு ஜோடி மாடுகளுக்கான கயிறுகளை அவன் திரித்து விட்டிருந்தான். நான்கும் திடமான கயிறுகள். இன்னும் ஆறேழு மாசத்துக்குக் குறையாமல் தாங்கும். முண்டு முடிச்சுகள் இல்லாமல் அவ்வளவு நேர்த்தியாக இருந்தன கயிறுகள்.

பொழுது சாய்ந்ததும் அவனும் நானும் மாடுகளையெல்லாம் ஓட்டிக்கொண்டு வந்து தீனித் தொட்டியில் தண்ணீர் காட்டி கட்டுத்தறியில் கட்டினோம். அவன் அந்தக் கயிறுகளைக் கொண்டு வந்தான். இருவரும் ஒவ்வொரு மாடாகப் பிடித்து பழைய கயிறுகளை அவிழ்த்துவிட்டு புதுக்கயிறுகளை மாற்றினோம். போரிலிருந்து வைக்கோல் பிடுங்கி வந்து எல்லா மாடுகளுக்கும் அவன் போட்டான். பரபரப்புடன் வைக்கோலைத் தின்னத் தொடங்கின மாடுகள்.

மலைக்கப்பால் விழுந்த சூரியனின் கிரணங்கள் வானத்தில் அடர்ந்து கிடந்த மேகங்களின்மேல் வண்ணங்களைப் பூசிவிட்டு மெல்ல மங்கத் தொடங்கின. இருள் கிழக்கிலிருந்து படர ஆரம்பித்தது.

நான் தொட்டிக்குச் சென்று கைகால்கள் அலம்பிக்கொண்டு திரும்பினேன். அவனோ பழைய கயிறுகளைக் கொண்டுபோய்க் கொட்டகையில் இருந்த பரணில் எறிந்து விட்டு வெளித்திண்ணைக்கு அருகில் வந்து நின்றுகொண்டிருந்தான். வீட்டிற்குள் என் மனைவியின் அழுகுரல் கேட்டது.

24

கறுகுதல்

'வாழாவெட்டியா' என்பது பெயர் இல்லைதான் இப்பொழுதெல்லாம் இவளுக்கு அதுவே மறைமுகமான பெயராகிவிட்டிருந்தது. அவளைக் கூப்பிட்டு அழைக்கும் பெயரும் வித்தியாசமானதுதான். பிறந்தபொழுது என்ன பெயர் வைத்தார்கள் என்றும் தெரியாது. வைத்த பெயர் தெரிந்து கொள்வதற்குப் பெயர் வைத்தவர்கள் யாரும் இப்பொழுது உயிருடன் இல்லை. இவளைப் பெற்ற கம்பக்காரனும் இல்லை, தாய்க்காரியான கம்பத்தியும் இல்லை. நாவில் செவ்வெண்ணை வைத்தவர்களும் இல்லை. வீட்டிற்குள் இடிந்து போய்க்கிடக்கும் தொம்பைக்கருகில்தான் பிறந்தாள். சாக்குப் படுதாவின் மறுபக்கத்தில் இருந்து வந்த குரலே பெயர் வைத்தது என்று கொள்ள வேண்டும். "பொட்ட புள்ளதான்," என்கின்ற குரலுக்கு அடுத்து "மாஞ்செவலையா இருக்கு" என்றும் கேட்டது. நிறமே அவளுக்குப் பெயராகிவிட்டிருந்தது. இத்தனை வருடமாக இந்தப் பெயரே நிலைத்தும் விட்டிருக்கிறது. கல்யாணப் பத்திரிக்கையில்கூட இதே பெயர்தான். இதுவும் ஒரு பெயரா? என்று யாருக்கும் கேட்கத் தோன்றவில்லை. வேறு பெயர் வைத்துப் பத்திரிக்கையில் அடிக்கலாம் என்றாலும் கம்பக்காரனுக்கு என்னவோ போல் இருந்தது. "இம்மா நாளா கூப்ட்டுட்டு வேற

சுதாகர் கத்தக் (1967) நெய்வேலியில் பிறந்தவர். பெரிதும் அறியப்படாத மனிதரையும் எழுதப்படாத இடங்களையும் கைவைத்து எழுதியவர். ஒவ்வொரு கதையும் நீண்ட இடைவெளிக்குப் பிறகே எழுதியுள்ளார். இவர் எழுதிய பனிரெண்டு கதைகள் கைம்மண் என்ற தொகுப்பாக வந்துள்ளது. இழப்பின் சுமை தாங்கி அலையும் மனிதர்களை, எழுத்து மொழி, வட்டார மொழி கலந்த நிலையில் படைப்பாக்கியவர்.

பெயர போடுறது எப்படி?" என்றும் நினைத்தான். வேறு பெயர் தேவையில்லை என்றுதான் அவனுக்குத் தோன்றியது. "கம்பு, கம்புன்னுட்டு ஒரு பயிர போய் திடுச்சாப்பல தட்ட சோளம்னா எப்படி இருக்கும்? அது மாதிரிதான் வேற பெயர வைக்கிறதும்" என்று பொத்தாம் பொதுவாகச் சொல்லிக்கொண்டான். அந்தப் பெயரே எல்லோர் வாயிலிருந்தும் வந்தது.

"எட்டியா மாஞ்செவல, அந்தப் பாவாட நாடாசா ஒளுங்காக் கெட்டு, கொரங்கு வாலாட்டம் பின்னாடி தொங்குது பாரு."

"அந்தப் பெரிய படிய எடுடி மாஞ்செவலை."

"யேள்ள மாஞ்செவல, ரவ எண்ணயக் காட்டுனா என்னா தலையில, முடியல்லாம் இப்படி ஆலா பறக்குது, தாயில்லாப் புள்ளயாட்டம்" இப்படி எது சொன்னாலும் அம்மாவிடமிருந்து மாஞ்செவலை என்று முன்னால் பெயர் வரும். இவளைப் போலவே இன்னொருத்தனுக்கும் இந்த ஊரில் பெயர் இல்லை. அவனுக்கும் சொந்தப் பெயர் இல்லை. ஊரில், காதுகளில் இருக்கும் அழுக்குக் குரும்பி எடுப்பவனின் மகனுக்கும் பெயர் வெறும் பொட்டணம்தான். இவளுக்கு நிறமே பெயர் என்றால் அவனுக்கு எப்பொழுதும் வாயில் வரும் சொல்லே பெயராகிவிட்டிருந்தது. வேறு பெயரும் இருந்திருக்கலாம். பலசரக்குக் கடையில் சின்ன வயசிலிருந்து பொட்டணம் கட்டுகிறான். கடைக்கு வந்தவர் "ரவ சுக்குதான, கையில குடு," என்று கேட்டாலும் "இரு பொட்டணம் கட்டித் தர்றேன்" என்பான். சிறு பிள்ளைகள் அவசரத்தில் வந்து கேட்கும் தின்பண்டங்களுக்கும்கூட அது விரல் அளவில் அடங்கி விடுவதாய் இருந்தாலும் பொட்டணமாய் கட்டித்தான் குடுப்பான். எழவு விழுந்த வீட்டிற்குப் போகும் அவசரத்தில் இருந்தவர் ஒருத்தர், கடைக்கு வந்து ஏதோ கேட்க, "இருக்கட்டும் பொட்டணமா கட்டித்தறேன்" என்று அவன் சொல்ல, அவசரத்தில் இருந்தவர், "ஒம்மா, ஒப்பன் ரெண்டு பேரையும் பொட்டணமாக் கட்டிப்போடு, இப்ப நிக்க அவசரம் இல்ல" என்று கிண்டலாகச் சொன்னதும் உண்டு. இப்பொழுது அவன் கடையில் பொட்டணம் கட்டுவதில்லை என்றாலும் அவனுக்கு அதுதான் பெயர். பெரிய வியாபாரிகளுக்கு நெல் பிடிக்கிறான் உள்ளூரில். மூன்று போகமும் நெல்பிடிப்பு இவளின் அப்பாவாகிய கம்பக்காரன் காலத்தில் இருந்தது. இன்று ஒரு போகம்கூட கிடையாது. எங்கும் கரம்பாத்தான் கிடக்கிறது.

மாஞ்செவலை இங்கு வந்து நாளாகியும் இன்னுமும்கூட அவன் பொண்டாட்டியைத் தவிர்த்து, அவனைப் பொட்டணம் என்றே கூப்பிடுகிறார்கள்.

இவளின் அப்பனுக்கு முன்னால் இருந்த கம்பக்காரனின் பிள்ளைகள் யாரும் ஊர் விட்டுப்போய் வேலை செய்ததில்ல. கம்பக்காரன் சம்பாத்தியமே போதுமானதாக இருந்தது. அது தண்ணீர் நிறைந்திருந்த காலம். இப்பொழுது தண்ணீரும் இல்லை, கம்பக்காரனும் இல்லை. முதன்முதலாக இவள்தான் செல்ல இருக்கிறாள் கல் அறுக்கப் போவதற்கு. "கல் அறுப்பு வேலை தெரியாத வேலதான். போய்ச் செய்தால் கற்றுக் கொள்ளலாம். கூட வர்ற சனம் செய்யுறத பார்த்துக் கத்துக்கிட வேண்டிதான். கண்ணு பாக்குறத கையி செய்யணும், அவ்வளவுதான" என்று சமாதானம் சொல்லிக் கொண்டாள். சுளுவான வேலை தருகிறோம் என்று சொன்னார்கள். "நீ மண்ண மட்டும் கொளச்சிக் குடு மொதல்ல, மத்தது அடுத்தாப்ல, பொறகு எல்லாம் சல்லீசுதான்" என்று கூட வரப்போகும் கறுத்தா சொன்னாள்.

"கல்ல ஆம்பிளையவ அறுப்பாங்க, நாம அடுக்கறது, சுள்ளி சுருட்டிச் சூளை வைக்கிறது, இப்படித்தான் வேல இருக்கும்," என்று மேலும் விவரித்துச் சொன்னாள். "அகரத்தாருதான் இட்டுகிட்டுப் போறாரு. மதியம், ராவுக்குக் கொளம்புக்கு மொளவு செலவுக்குக்கூட ரூவா வாங்கிக் கொடுப்பாராம், வேற எங்கியும் சுத்துப்பட்டுல அப்பிடிக் கெடையாதாம்." கறுத்தா சொன்னது நினைவுக்கு வர இடிந்துபோய் இருந்த வீட்டை ஒரு தரம் அண்ணாந்து பார்த்தாள். குறுக்குப் பனைவாரெல்லாம் உளுத்துப்போய் மஞ்சளாய் சாம்பலை உதிர்த்திருந்தது.

கம்பக்காரனின் வீட்டிற்கு ஒரு கெவுரவம் இருந்தது உண்மைதான். மூன்று தலைமுறையாகக் கம்பக்காரனாக இருந்தவர்கள்தான். எட்டுக் கொத்து ஊரில் உண்டு. எட்டுக் கொத்து ஆட்களிலும் மாஞ்செவலை அப்பன்தான் எடுப்பான ஆள். சரியான துடுக்குக்காரன். கொத்துக்களில் போட்டியிருந்தாலும் ஆட்களைச் சரிக்கட்டி அவனே கம்பக்காரனாக இருந்து வந்தான். நெளுவும் சுளுவும் அவன் பழக்கத்திலும் பேச்சிலும் கலந்திருந்தது. கம்பக்காரன் மூன்று போகமும் விளையும் காலங்களில் வீடு தங்குவதில்லை. வீடு என்பது ரெண்டாம் பட்சம்தான். ஏரியின் ஒவ்வொரு மதகும் அவனுக்கு வீடு. இரண்டுக்கு மூன்று

அடி உள்ள மதகு மேல் தட்டை, அவனுக்குப் படுக்க, நிற்க, பேச, என்று வசதியாய் இருந்தது. ஏரிக்கரையின் மேலேயே இப்படித்தான் நாளைக் கழிப்பான். இத்தனைக்கும் பாயி, படுதா எதுவும் கெடையாது. கையாலேயே மதகு மேல் கிடக்கும் செத்தை, செதுப்புகளை ஒதுக்கி அப்படியே படுப்பான். அப்படி இருந்ததாலேயே மற்றவர்களின் கிண்டலான பேச்சை எதிர்கொள்ள வேண்டி இருந்தது.

"கம்பக்காரருது மதகு மேலேயே கெடக்குது, கம்பத்தி எப்பிடி புள்ள பெத்தா" என்பவர்களிடம் "வெளக்கு புடிச்ச பய மக்களுக்கே தெரியலையா? அட வீரனாரே" என்று பதில் சொல்வான். மாஞ்செவலை, எந்த மதகில் இருந்து கம்பத்தியுடன் சல்லாபித்துப் பிறந்தாள் என்று கம்பக்காரனுக்குத் தெரியும். ஒரு வாய் அரக்கப்பரக்க சோத்த அள்ளித் தின்னுட்டுத் திரும்பி வர்ற நேரம் போதுமானது, அவனுக்குக் கம்பத்தியுடன் சல்லாபிக்க. "ஒப்பாரு, நடு மதவுல இருப்பாரு போய் இட்டா, கஞ்சி குடிக்க" என்று கம்பத்தி சொல்லும் பொழுது மாஞ்செவலை ஓடி இருக்கிறாள். ஒழுங்கைத் தாண்டித் தண்ணீர் உள்ளே வரும் கணுவாய் வாய்க்கால் ஓரம் நடந்து, கலுங்குமேல் ஏறி, கரையில் நடந்து நடு மதகில் போய்ப் பார்த்தால் இருக்க மாட்டான். பக்கத்தில் இருக்கும் பள்ள மதகில் படுத்திருப்பான். மூன்று மதகுகளிலும் படுத்திருந்தே வயதைத் தேய்த்தான். செவிட்டு மதகு அவனுக்கு விருந்தாளி வீடு மாதிரி எப்பொழுதாவது தான் அங்கு இருப்பான். பள்ள மதகுதான் அவனுக்குப் பிடித்தமானது. அங்குதான் தண்ணீர் அதிகமாகத் தேங்கும். படுத்திருப்பவன் அளவுக் கல்லைப் பார்ப்பான். "ங்கொய்யா வர்ற தண்ணீ மூணு போகத்துக்கு காணும் போல" என்று சொல்லிச் சிரிப்பான். தண்ணீர் நிரம்பிக் கலுங்கு வழியாகத் தெறித்து ஓடும். ஒவ்வொரு மதகாகப் பார்த்துவிட்டு வருகிறவன் கலுங்கில் வழிந்தோடும் தண்ணீரை எடுத்து மூஞ்சியிலும் கையிலும் சந்தோஷத்துடன் அடித்துக் கொள்வான். பெண்கள் மார்வரை சேலையை மூடு கட்டுகட்டி அதுஅது வசதிக்குத் தக்க சவுக்காரம், அரப்பு, மஞ்சள், தலைக்கு ஆவாரந் தழை என்று தேய்த்துக் குளித்துக் கொண்டிருப்பார்கள். மொறைக்குத் தகுந்த பெண்கள் இருந்தால், "கம்பக்காரரே, ஒரு மஞ்ச, கிஞ்ச வாங்கியாந்தான்ன, மொறைங்க நாங்க குளிக்க வரோம்னுட்டு தெரியுமில்ல?" என்று வாயடிப்பார்கள்.

“ஆமாஆமா, நல்லாத்தான் தெரியுது. ஒங்க பொத்த பாவாடையில்ல, மஞ்ச வேணுமாக்கும்? அளகாட்டிங்களா” என்று சொல்லிக்கொண்டே கலுங்கின் முதல் படி ஏறி கரையில் நடப்பான். கம்பக்காரன் ஆணாக இருந்தாலும் பெண்கள் குளிக்கும் இடத்திற்கு அருகே அவன் வந்தால் முகம் சுளிக்காமல் இருந்தார்கள்.

தண்ணீர் இருந்த காலங்களில் கம்பக்காரன் வீட்டில் தானியங்களுக்குக் குறைவில்லை. இரண்டு தொம்பைகளும் நிறைந்து நிற்கும். ஒன்று சோற்றுக்கு, இன்னொன்று நெல்லைப் போட்டுத் தீனி வாங்கித் தின்பதற்கு. அந்தந்தப் பருவத்தில் விற்கும் தீனிகளை நெல்லைப் போட்டு வாங்குவாள் கம்பத்தி. வீட்டில் இருக்கிறவர்களிலே அதிகம் தீனி தின்பவள் மாஞ்செவலைதான். பொரி உருண்டையைக்கூட நெல்லைப் போட்டு வாங்கி இருக்கிறாள். பொரி உருண்டை மீது அவளுக்கு ஒரு மயக்கம் இருந்தது. “தீனிய ரொம்பத் துன்னாத, வெரசா வயிசுக்கு வந்துடுவ, அப்புறம் மடியிலே நெருப்பக் கட்டிக்கிட்டு லாந்தனும்” கம்பக்காரத்தியின் சொல் மாஞ்செவலைக்கு ஏறினதே இல்லை.

கம்பக்காரன் தண்ணீர் கணுவாயில் நுழைந்து வரும்பொழுது மொத சூடம் கொளுத்தி, தேங்காய் உடைத்துக் கிழக்குத் திசை பார்த்து கும்பிடுவான். அதில் ஒரு சிரத்தை தெரியும். அதற்கு முன்பே எல்லா மதகுகளும் மூடி இருக்கிறதா என்று வெகு ஜாக்கிரதையாகப் பார்ப்பான். முறை வைத்துதான் மதகுகளில் தண்ணீர் விடுவான். எந்த மதகு வழியாகத் தண்ணீர் விட்டால் யார் நெல்லுக்குப் போகும் என்று அவனுக்கு அத்துப்படி. யார் வயலுக்குச் சேடைவிட வேண்டும், நெல்லுக்கு எந்த வயல், கரும்புக்கு எந்த வயல், என்று திசைகளை வைத்தே சொல்லி விடுவான். தக்க பூண்டு போட்ட வயல் எது என்பதை ஒரு மைல் தொலைவில் நின்றே அது நெல்லா, இல்ல தழ உரம் போட்டு வளர்த்திருக்கும் தக்க பூண்டா என்று சொல்லி விடுவான். வரத்து வாய்க்காலில் சளசளவென்று ஓடி வரும் தண்ணீரைப் பார்த்து “பாருள்ள, முண்டக்கட்டயா இருக்கும் அழவான வெடய, ஆம்புள வேகமாகத் தொரத்திக்கிட்டு வர்ராப்ல வருது” என்று சொல்லுவான். தண்ணீர் திறந்துவிடும் கம்பக்காரனுக்குக் காணிக்கு ஆறுகட்டு என்று நெல் கொடுப்பார்கள், வயலுக்குச் சொந்தக்காரர்கள். அறுவடையின் கடைசி நாளில் கொடுக்கும்

அந்தக் கட்டுகளை ஒரு ஆள் தூக்க முடியாது. இரவும் பகலும் விழித்திருந்து தண்ணீர் முறைவிட்டு விழித்திருந்த விழிப்பு, தானியக் கட்டுகளில் அடங்கிக் கிடக்கும். ஏரியில் படுத்துக் கிடக்கும் நேரத்தில், மாஞ்செவலைக்கு என்றே சிலவற்றைக் கொண்டுவருவான். சித்திரை, வைகாசியில் நொங்கு, கார்த்திகை மாதமானால், பனைமரங்களில் இருக்கும் பனம்பூவாகவும் இருக்கும். மாஞ்செவலை பனம்பூவை எரித்துப் பொடியாக்கி அடுப்புக் கரியில் கலந்து அதில் உப்பும் போட்டு, கம்பக்காரன் வெட்டிக் கொடுக்கும் கவைக் கழியில் துணியால் சுருட்டி நெருப்பு வைத்து பொறி சிதற சுற்றுவாள். கம்பக்காரத்திக்கு இத்தகைய செய்கை எல்லாம் பிடிக்காது. “பொட்டப்புள்ள காத்திய சுத்துது, ஏ ஊர மேஞ்ச மாடு, உள்ளார வாடி” என்று தொண்டை கிழிய ஏச்சம் சொல்வாள்.

ஊரில் தண்ணீர் வள்ளிசாக இருந்தபொழுது வீட்டில் தினமும் அடுப்பெரிந்தது. கவிச்சிக்குக் குறைவு இல்லை. வளை நண்டும் வயல் எலியும் பிரதானமாக இருந்தன. கம்பக்காரனின் குடும்பத்திற்கு வெளியில் இருக்கும் கடைகளில் கொடுக்கல் வாங்கல் குறைவுதான். திறந்துவிட்ட மதகிலிருந்து துள்ளும் ஏரி மீன்களை வாட்டமாகக் கையாலேயே அள்ளிவிடுவான். தண்ணீர் காட்டிவிட்டு வரும்பொழுதெல்லாம் கடை மடைவரை தண்ணீர் பாய்ந்திருக்கிறதா என்று பார்த்துவிட்டு திரும்பும் பொழுது வயல்களில் இருக்கும் எலிகளைப் பிடித்துக்கொண்டு வருவான். இதற்காகக் கம்பக்காரத்தி சில நேரங்களில் அலுத்துக்கொள்வதும் உண்டு. கறி செய்தது மிச்சம் இருந்தால் மாஞ்செவலையைவிட்டு உள்ளூரில் வாழ்க்கைப் பட்டிருக்கும், அவனின் தங்கச்சிக்குக் கொடுக்கச் சொல்வான். ஆனால் கம்பக்காரத்தி கட்டுச் செட்டான குடுத்தனக்காரி.

தங்கச்சிக்குக் கொஞ்சம் கொடுத்துவுடு, ஏமாந்துடும்,” என்று சொல்லும் பொழுதெல்லாம், “ஆமா, இதத் தின்னுபுட்டு, மதம் ஏறிப்போய் ஒன் தங்கச்சி இன்னும் ரெண்டு புள்ள பெப்பா, நீ பொறந்த குடியாச்சேன்னு மாமன் சீரு, மயிருல மோருன்னுட்டு ஓடுவே கெடக்குபுடி” என்று கத்தரித்து விடுவாள். அவனின் உறவு முறைக்கு என்றில்லை, ஊருக்கே இப்படித்தான். தெருவில் உள்ளவர்களில் யாராவது “அரைக்காப் படி அரிசி நெல் குடேன், பொரி அரிசி வறுக்கறதுக்கு” என்றால் தர மாட்டாள். கேட்பதைப் பதவிசான மரியாதையுடன் கேட்க வேண்டும். “கம்பத்தியா” என்று

குரலில் அழைக்கும் பொழுது இழைவான தன்மை முன்னால் வர வேண்டும். இல்லையென்றால், "ஆமா, நொள்ளையா, நொள்ளையா ஒரு கறுது குடுடான்னானாம். நீ கேக்குற லெச்சனத்துல ஒனக்குக் கத்தை கத்தையாய் புடுங்கி ஓயாளூதுல அளூத்த வேண்டிதான்" என்றெல்லாம் வசவு உடனே தெறிக்கும். எப்பொழுதும் தானியம் வீட்டில் இருந்ததால், கம்பக்காரத்திக்கும் கெவுரவம் இருந்தது. இத்தனைக்கும் கம்பக்காரன் குடும்பத்திற்குக் கால்பதியும் அளவுக்குக்கூட சொந்தமான நிலம் இல்லை.

தோட்டத்தில் எஞ்சி இருக்கும் அடிபெருத்து, வைரம் பாய்ந்த கருவேல மரங்களின் வயதும் மாஞ்செவலையின் வயதும் ஒன்றுதான். மாஞ்செவலையைக் கேட்டால் கருவேல மரங்களை ஊன்றி வைத்த வருடத்தை நினைத்துதான் சொல்லுவாள். கம்பக்காரன் வீட்டில் பெண் எடுத்தால் ஆறுகட்டு கிடைக்கும் தானியத்தில், வருடத்திற்கோ, போகத்திற்கோ ஒரு கட்டாவது கிடைக்கும் என்றுதான் ஊரில் இருக்கும் மாப்பிள்ளைகள் நினைத்தார்கள். மாஞ்செவலையை முதலில் பெண் கேட்டது இவளைப் போலவே பெயர் இல்லாமல் இருக்கும் பொட்டணம்தான். பொட்டணத்தின் அப்பா, சின்னச் சின்ன சீசாக்களில் மருந்து வைத்துக் காதில் இருக்கும் குரும்பி அழுக்கு எடுப்பான். விளக்குமார் குச்சிகளில் பஞ்சைச் சுருட்டி எப்பொழுதும் வைத்திருப்பான். ஊரில் எல்லோர் காதுகளிலும் அழுக்கு இருந்தது. எத்தனையோ முறை ஏரியின் மதகில் வைத்து கம்பக்காரனின் காதுகளில் இருக்கும் அழுக்கை எடுத்திருக்கிறான். சிறு பிள்ளைகளின் காதில் இருக்கும் அழுக்கை எடுக்கும்பொழுது, பெண்கள் "நோவாம, நொறுங்காம எடு" என்பார்கள். சொல்வதைக் கேட்டுக்கொண்டே அழுக்கை எடுக்கும் பொழுது, "ஸ்ஸ், யம்மா," என்பவர்களிடம், "அட, புள்ளையா பெக்குற" என்று அதட்டல் போடுவான் பொட்டணத்தின் அப்பா.

பொட்டணத்திற்காக, குரும்பி எடுப்பவன் கம்பக்காரனிடம் பெண் கேட்டும் திகையவில்லை. கம்பக்காரனின் எண்ணமோ, தன்னைப் போலவே தண்ணீருடன் தொடர்புடையவனுக்குத்தான் பரிசம் கொடுக்க வேண்டும் மாஞ்செவலையை என்றிருந்தது. பெண் கேட்டதற்குக் "கேப்ப கேப்ப, கேப்பக்களியத் தின்னுட்டு" என்று சொல்லி ஒரே வார்த்தையில் துடைத்தெறிந்தான் கம்பக்காரன். அவனின் பதஷ்டமான பதில் கேட்டுக் காதில் ஈர்க் குச்சியை நடுங்காமல் நுழைத்து அழுக்கு எடுப்பவனுக்குக்

கையெல்லாம் நடுங்கியது. ஒரு வெற்றிலையும் இரண்டு களிப்பாக்குகளையும் ஒரு சீப்பு பூவன் பழமும் நிரம்பிய பெண் கேட்புத் தாம்பாளத்தை அப்படியே திருப்பி எடுத்து வந்தவன்தான். மாஞ்செவலைக்குப் பொட்டணத்தைக் கட்டிக்கொண்டு, உள்ளூரிலே வாழ்க்கைப்படலாம் என்றுதான் ஆசை. பொட்டணத்தை நினைத்துக் கொண்டாள். அவன் ஒருவன்தான் மேல் சட்டையின் கழுத்துப்பட்டையில் இருக்கும் அடுக்கில் கைகுட்டையை அழகாக மறைத்து வைத்துக்கொண்டு திருவிழாக் காலங்களில் அலைவான். அதனாலேயே அவனைக் கட்டிக்கொள்ள வேண்டும் என்று நினைத்தாள். ஒரே முறைதான், பெண்கேட்டு இல்லையென்று ஆன போதிலும் அவனிடம் பேசி இருக்கிறாள். ஊர் திருவிழா நடக்கும் பொழுது, கடைசி நாளில் ரிக்கார்டு டான்ஸ் நடக்கும். மாஞ்செவலை ரிக்கார்டு டான்ஸ் பார்க்கும்பொழுது பொட்டணமும் வந்திருந்தான். வெங்கடாம்பேட்டை செட்டில் பூம்பூம் மாட்டுக்காரக் குடும்பத்திலிருந்து வந்த பெண் ஒருத்தி ஆடினாள், பாவாடை பறக்க. கூட்டத்தில் இருந்த பயலுகள் எல்லாம் "ஹோ" என சத்தம் காட்ட, ஆடுகிறவளின் உடல் எம்பி, ஆடை சிதற ஆடும் பொழுதெல்லாம், ஆண்கள் இருக்கும் பகுதியிலிருந்து, "காத்தடிக்குது, கலகலங்குது, கப்பிரோடு மினுமினுங்குது" என்று ஒரு சேரக் கத்துவார்கள். அன்று பொட்டணமும் கத்தினான். கூட்டத்தில் இருந்த பெண்களில் சிலர், "இவுனுவோ ஆட்டத்த பாக்குறானுவளா, இல்ல கத்துறானுவளா, இவுனுவோ கறியில என்னதான் ஓடுதோ" என்று சலித்துக்கொண்டதும் அது பொட்டணத்தையும் சேர்த்துதான் என்று நினைத்தபொழுது மாஞ்செவலைக்கு ஏனோ வருத்தம் துளிர்த்தது. தாளிப்புப் பொருட்களான கடுகோ, வெந்தயமோ வாங்கும்பொழுது வேகமாகக் கட்டி அவளின் கையில் குடுக்கும் பொழுது அவன் வெளிப்படுத்தும் சிரிப்பை மறக்காமல் இருந்தாள் மாஞ்செவலை.

உள்ளூரே உதவாது என்றிருந்த கம்பக்காரன் நான்கு ஊர் தள்ளி இருக்கும் இடத்தில் கிணறு வெட்டும் ஒருவனுக்கு வாழ்க்கைப்பட வைத்தான். கல்யாணத்திற்கு வந்தவர்களுக்கு விசேஷமாய் குடிக்க கலரு கொடுக்கப்பட்டது. கலரு வாங்கிக் கொடுத்துத் தெருவில் யாரும் இதற்கு முன்பு கல்யாணம் செய்ததில்லை. தாம்பூல வெற்றிலையும் சிறப்பானதுதான். நல்ல அகலமாய் வெளிர் பச்சையாய், சீவல் வேறு. அந்தக் கல்யாணக் கூட்டத்திலும்

கம்பக்காரத்திக்கு மொறையாகப்பட்ட வயசாளி ஒருவன், வெற்றிலையைக் கையில் வாங்கிக்கொண்டு பார்த்து, "ஏ, அப்பா, கம்பத்தியா ஒன் வெத்திலையை அறுத்துக் குடுத்திட்டியா கையில இம்மாம் அகலமா இருக்கு" என்று பயித்தாரம் செய்யவும் அதற்குக் கம்பத்தியா, "ஓதம் அடிச்சி தொங்குற ஒனக்குத் தொங்கல் பேச்சு வேறயா?" என்று பதிலடிக்கவும் கெக்கே பொக்கே என்று எழுந்த சிரிப்பொலியில், ரிக்கார்டு போட்டுக் கொண்டிருந்தவன் அடுத்த பாட்டைப் போடுவதற்கும் மறந்து விட்டிருந்தான்.

பூவரசம் பூவின் அடியில் தித்திப்பாக ஒரு சொட்டு நீர் மறைந்து இருக்குமே, அது போல மாஞ்செவலையின் உடம்புக்குள் ஒன்று மறைந்து இருந்தது. கிணறு வெட்டும் மாஞ்செவலையின் கணவனுக்கே இது தெரியாமல் இருந்தது. கம்பக்காரன் பொய் சொல்பவன் இல்லை. எப்பொழுதோ அது வந்தது. மங்கலாகத்தான் நினைவில் இருந்தது. மதகில் இருந்த கம்பக்காரனுக்கு மாஞ்செவலை ஒரு நாள் கஞ்சி எடுத்துக்கொண்டு குடுத்தபொழுது, ஒரு சின்ன பித்தளைச் சொப்புக் குடத்தை மேலாக்க, வெளக்கி எடுப்பதற்கான நேரத்தில் அது வந்து போனது. உட்கார்ந்த நிலையிலேயே கை இழுத்து, வாய்க் கோணி, எச்சில் நுரை தள்ள இழுப்புக் கண்டது. என்னவென்று புரியாத கம்பக்காரன், மாஞ்செவலையின் இழுப்பைப் பார்த்து, பக்கத்தில் போட்டு வைத்திருந்த இரும்புக் கத்தியை அவளின் மூடி இறுகியிருந்த விரல்களைப் பிரித்து வைத்து அழுத்தினான். பிறகு மாஞ்செவலை அயர்ச்சியாய், யப்பா என்று முனகிக்கொண்டே படுத்திருந்தாள். இரண்டு கை தண்ணீரை அள்ளி முகத்தில் அடிக்கவும் தெளிச்சியானாள். கம்பக்காரன் இதைக் கம்பக்காரத்தியிடமும் சொல்லவில்லை. சொல்லியிருந்தாலும், "பகலில் கூடவா பொட்டபுள்ள மேல பேய் அண்டும்?" என்று கேள்வி கேட்டிருப்பாள்.. ஆனால் பிறகு அம்மாவாசை இருட்டில் உருவம் மறைந்து விடுவதுபோல், இருவரின் நினைவிலும் மறைந்தே விட்டிருந்தது. வெகுநாள்வரை வராமல் இருந்து கிணறு வெட்டுபவனுக்கு வாழ்க்கைப்பட்டவுடன் திடுசாப்ல அது வந்தது. கல்யாணம் ஆன புதிதில் ரெட்டாள் ஈச்சம் பாயில் இருவரும் படுத்திருந்து கூடும்பொழுது ஒரு தடவை வந்தது. அவன் "அய்யே" என்று முகம் சுளித்து ஒதுங்கி அதிர்ந்தான். இழுப்புக் கண்டவளுக்கு யார் இரும்புக் கம்பியைக் கையில் திணித்தார்கள் என்றும் தெரியவில்லை. அவ்வளவு கரிசனம் கிணறு வெட்டுபவனிடம் இல்லைதான். மாஞ்செவலையைப்

பார்த்து "ஒக்கா, ஓயாளுவுள ஊருல இருக்குற கண்டபய போவ," என்று வைதான்.

பத்துக் கெசம் மேல் கூடும் எட்டுக் கெசம் உள் கூடும் உள்ள கிணற்றையும் கல்லாங்குத்துப் பாறையாய் இருந்தாலும் வேட்டு வைத்துத் தகர்த்து விட்டால் கிணற்றிற்கு வாய் கட்டி எழுப்பிவிடும் சாமர்த்தியம் உள்ளவன்தான் அப்படி வைதான். மாஞ்செவலைக்கு அவனின் பேச்சு, பிடிக்காமல் போனது. அதிகம் மேல் சட்டை போடாதவனும் கழுத்துப் பட்டையில் கைக்குட்டை வைக்கும் பழக்கம் இல்லாதவனாக இருந்ததும், பிடிக்காமல் போனதில்கூட சேர்ந்து கொண்டன. அன்று விரைந்து வேலைக்குப் போனவன், பக்கப்பாறை, ரெட்டப்பாறை போட்டு ஆழத்துக்கு வெட்டினாலும் வேலை செய்த கெணத்தில் தண்ணீர் வரவில்லை என்று சொல்லிக் கொண்டிருந்தான். அன்று முதல் மாஞ்செவலையைவிட்டு விலகியே படுத்தான். ஒவ்வொரு நாளும் இதையே சொல்லிக்கொண்டு வந்தான். ஒரு தையில் அவன் சொன்னது, அடுத்த தைவரை நீண்டது. தண்ணீர் கிடைக்காததால் கிணறு வெட்டுபவர்களும் குறைந்தார்கள். குத்துப்பாறை, வெட்டுப்பாறைகளில் துரு ஏறிக் கிடந்தது. கிணறு வெட்டுபவன் வெறுமனே இருந்தான்.

வெறுமனே இருந்தவன், "ஒரு செட்டு ஆளுவ வடக்க போவுது" என்று, மாஞ்செவலை கும்பாவில் சோறு வைத்து முகம் பார்த்துக் கொண்டிருந்தாலும் எரிந்து கொண்டிருந்த சிம்னி விளக்கின் வெளிச்சத்தைப் பார்த்தே சொன்னான். இரவு விடியல் கோழி படபடப்பு சத்தம் கேட்டவுடனேயே கிளம்பி விட்டான். இருட்டில் கூடவே நடந்தவளை "ஒனக்கு தோதுபடாது, லோலு படணும்" என்றான். அவன் சொன்னது யாருக்கோ அவசரமான பேச்சுக்குச் சொல்வது போல் இருந்தது. எப்படியும் திருவிழாக்கு வந்து விடுவான் போல என்று நினைத்தாள். உதிரியாய் அவன்கூட சென்றவர்கள் திரும்பி வந்தபொழுது, அவனைப் பற்றி கேட்கலாம் என்றிருந்தவளின் முகபாவத்தைத் தெரிந்து கொண்டவர்கள் போல.

"தோது படாதுன்ட்டான்" என்று ஒரு வரியில் சொன்னவர்கள், பின்பு தயங்கி, "வடக்கத்தியா ஒருத்தி, கல்லு மண்ணு தூக்கும் தோரணையே வேற, காதுல மூக்குல வளையம் போட்டிருக்கும் சுக்காரொட்டி சுட்டுக்குடுக்கும் அதுங்கூடத்தான் சிநேகம்,

ஆன வரைக்கும் கூப்ட்டம்” என்றார்கள். கடைசியாக “இளுப்புக்காரிக்கெல்லாம் சோறுபோட முடியுமா?” என்று அவன் சொன்னதாகக் கேட்ட மாஞ்செவலை ஊருக்கே திரும்பி வந்துவிட்டாள், அங்கு யாரும் இல்லையென்றாலும்.

தண்ணீர் இல்லாதது பற்றி அவன் சொன்னது உண்மைதான். தண்ணீர் சார்ந்து யாரும் பொய் சொல்வதில்லை என்று நினைத்தாள். ஏரியில் தண்ணீர் இல்லாததால் குறுக்கும் நெடுக்கும் ஏரியின்மேல் அலையும் நீர்ப் பறவைகள் ஒன்றுகூட இல்லை. கரையில் இருந்த வேலிக்காத்தான் முட்கள்கூட பட்டுப் போகும் நிலைக்கு வந்திருந்தன. வெறுமனே மதகில் உட்கார்ந்து செல்வது புதுவிதமான வழக்கமாய் இருந்தது கம்பக்காரனுக்கு. தண்ணீர் திறந்துவிட்டு நிலத்துக்காரர்களிடம் வாங்கிய தானியக் கட்டுகளைச் சுமந்த தோள்களில் நைந்த துண்டு கிடந்தது. தினமும் ஏரியின் உள் நுழைந்து பார்க்கப் பழக்கப்பட்டவன், ஒரு நாள் ஏரியின் வழியை மறந்தவனைப் போல சுடுகாடு சென்றான். கூடவே கம்பக்காரத்தியையும் துணைக்கு அழைத்துக்கொண்டான்.

நெல்லைப் போட்டுத் தீனி வாங்கித் தின்ற குடித்தனத்தில், மேல் சீமைக்காரன் கொண்டுவந்து விற்கும் சவாரிக்கட்டை வாங்கிச் சாப்பிடும் காலம் வந்தது. “பொறைக்கி தர்றேன் காசிய” என்று கம்பத்தி ஒவ்வொரு தடவையும் சொல்ல, காசிலே குறியாய் இருந்த வியாபாரி, “தடவ தடவையா, பொறைக்கி தர்றேன்னு சொன்னா என்ன அருத்தம்? அப்படி என்னா சொரண கெட்ட நாக்கு வாங்கித் திங்கறதுக்கு? காசில்லன்னா எங்கியாவது காலத் தூக்கிக் காட்டிக் கொணார்றது” என்று அலட்சியப்படுத்திச் சொல்லி விட்டான். கம்பக்காரனும் கம்பக்காரத்தியும் பேசிக்கொள்ளாத இரவாக அன்று இருந்தது. நேத்து பொறந்ததுவகூட வியாபாரி சொன்னதைக் கேட்டிருக்கும். வெகு நேரமாய் இருட்டின் ஊடாகப் பொறுத்திருந்து, சடைசடையான கிளைகள் இருந்த மரத்தையே இரண்டு பேரும் உற்றுப் பார்த்துக்கொண்டிருந்தார்கள். இருவரின் வாழ்க்கையையும் தாங்கிக்கொண்டு எத்தனையோ காலமாய் வாழ்ந்த அந்தக் கருவமரம் நின்றுகொண்டிருந்தது. கருவமரமும் கம்பக்காரனுக்குப் பிடித்தமான பள்ள மதகின் அருகில்தான் இருந்தது.

“எங்க அடுக்கும் இது? எட்டியா, இதுக்குப் போயா? ஒரு குடுத்தனக்காரனும் குடித்தனக்காரியும் நாண்டுக்கிடுவாங்க?” என்ற

ஆற்றாமையுடனேயே இருவரையும் பற்றிப் பேசுவதை ஊரில் நிறுத்திக் கொண்டார்கள்.

பொட்டணத்திற்குக் கல்யாணம் ஆகி இருந்தது. மாஞ்செவலை இங்கு வந்ததிலிருந்து தினமும் கண்களில் தட்டுப்பட்டுக் கொண்டிருந்தான். நெல் பிடிப்பது இல்லை, தண்ணீ இல்லாம நெல்லு ஏது? என்று தானாகவே கேட்டுக் கொண்டாள். மாட்டிற்கு லாடம்கூட அடிக்கக் கற்றுக் கொண்டான் என்று கேள்விப்பட்டிருந்தாள். சாக்குப் பையும் கோணி ஊசி கையுமாக இருந்தவன் இப்பொழுது இடுப்பில் சுத்தியல் வைத்திருந்தான். தினமும் அவளைப் பார்ப்பவனாக இருந்தாலும் பேசுவது கிடையாது. அவனைப் பார்க்கின்ற பொழுதெல்லாம் இவளைப் பார்த்து அவன் சிரிப்பது போலவே இருந்தது. குட்டையான மரக்கள்ளிச் செடியில் படர்ந்திருந்த கோவைக் கொடியிலிருந்து பழங்களைப் பறித்துக் கொண்டிருந்தான். அவனைக் கடக்கையில் லேசான குரலில் “ஊட்டுக்காரிக்கா தே” என்று கேட்டாள். பழங்களைப் பறித்துக் கொண்டிருந்தவன் நிமிர்ந்து தலையாட்டினான். அவனின் தலையாட்டல் இல்லை என்பது போலவும் ஆமாம் என்பது போலவும் இருந்தது. முந்திரிப் பழங்கள் விளையும் ஊரிலிருந்து இங்கு வாழ்க்கைப்பட்டிருக்கும் பொட்டணத்தின் பொண்டாட்டிக்குக் கோவைப்பழங்கள் எதற்கு என்றும் நினைத்தாள். அவளுக்காகத்தான் பறிக்கிறான் என்பதும் என்ன நிச்சயம் என்றும் நினைக்கத் தோன்றியது.

பழுத்தும் பழுக்காத முந்திரிப் பழத்தில் இருக்கும் காரத்தைப் போலத்தான் பொட்டணத்தின் பொண்டாட்டியின் பேச்சும் இருந்தது. எங்கப் போனாலும் சோடி போட்டுக்கொண்டுதான் போவாள் அவனுடன். “என்னாது இவ கட்னவன நகக் கண்ணுல அளுத்தி வச்சிருக்கா” என்றுகூடச் சொன்னார்கள். பொட்டணமும் அதற்கு மசிவதுபோல் இருந்தது. மாட்டிற்கு லாடம் அடிக்க அவன் போனால், “கூட ஆணி கீணி எடுத்துத் தர்றேன் தே” என்று சொல்லி அவனுடன் போகக் கூடியவள்தான் போல என்று நினைத்தாள். பொண்டாட்டியின் கூட போகும் பொழுதும்கூட இவளுக்குப் பிடித்தமான அவனின் செய்கையான கழுத்துப்பட்டையில் கைக்குட்டையை வைத்திருப்பதை மாஞ்செவலை பார்த்திருக்கிறாள். எந்தவொரு வம்படியாக இருந்தாலும் கடைசியில் “என் ஆம்படையான போனவளூவளா” என்றுதான் முடிப்பாள். வெகுநாள் கழித்து அப்பிடி அவள்

சொல்லி யாரையோ திட்டும் குரல் கேட்ட மாஞ்செவலை, "அப்பிடியேத்தான் ஒன் ஆம்படையான போனாத்தான் என்னாடி?" என்று மனதுக்குள்ளாகக் கேட்டுக் கொண்டாள். ஏன் அப்பிடி மனதுக்குள் சொல்லத் தோன்றியது? என்று நினைக்கையிலேயே ஒரு விதமான சந்தோஷம் அவசரத்துடன் மனதில் நிறைந்து மறைந்ததாக இருந்தது. மாஞ்செவலையை வாழாவெட்டியா என்று சொன்னதுகூட பொட்டணத்தின் மனைவியாகத்தான் இருக்கும் என்று நினைத்தாள். ஒரு முறை சாணி அள்ளிக்கொண்டு அவளின் நேர் எதிராக வந்தவளைப் பார்த்து, பொட்டணத்தின் மனைவி "ஆமா, கொறவன் சாடை கொறத்திக்குத் தெரியாது?" என்று சொல்லிவிட்டுச் சென்று கொண்டிருந்தாள். வெகுநாள்வரை அந்த வெட ஏன் அப்பிடிச் சொல்லிட்டுப் போனது என்று தடுமாறிக் கொண்டிருந்தாள். ஊரில் யாராவது பொட்டணத்திற்குத் தன்னைப் பெண் கேட்டதைச் சொல்லியிருப்பார்கள், அதை நினைத்துப் பேசியிருக்கலாம் என்றுகூட நினைத்தாள். பொட்டணத்தின் மனைவி இன்னமும் இவளையும் அவனையும் இணைத்துப் பேசினால்கூட நன்றாகத்தான் இருக்கும் என்று நினைத்தாள். இங்கிருந்து போய்விட்டால்கூட அவள் தொடர்ந்து இப்படித்தான் பேசுவாள் போல் இருக்கிறது என்று தோன்றியது.

தெருவில் காலைச் சரசரவென்று தீற்றிக்கொண்டு நடந்து வந்தாலே அது கறுத்தாதான். கறுத்தா வரும் சத்தம் கேட்டு இடிந்துபோய் இருந்த வீட்டின் சுவற்றைப் பார்த்துக்கொண்டே மாஞ்செவலை எழுந்தாள்.

"அகரத்தாரு வந்துட்டாரு தே."

அகரத்தார்தான் கல் அறுக்க ஆள் சேர்த்துக்கொண்டு போகிறார். வெளியில் நின்றிருந்த கறுத்தா உள்ளே நுழையும் முன்பே, மாஞ்செவலை "வழி வாய்க்கா தெரியாத ஊருக்குப் போய் என்னா பண்றது?" என்று சொல்ல, எல்லாருக்குமா வழி வாய்க்கா தெரியுது, வயிறு தானா தள்ளும் வழியப் பாத்து" என்கின்ற கறுத்தாவின் பதில் அவளை மேலும் பேசவிடாமல் அடித்தது. ஏனம் எதையாவது எடுக்கலாம் என்றிருந்தவள், என்னத்துக்கு என்று நினைத்து வெளியில் வந்து கிளம்பத் தயாராக இருந்த கூட்டத்தில் கலந்தாள். வறண்டு கிடந்த ஏரியின் ஓரமாகவே நடந்தார்கள்.

நடை வேகமானதாகவே இருந்தது. “அவர்களுடன் வேகமாகத் தன்னால் நடக்க முடியுமா?” என்ற சந்தேகம் இவளுக்கு வந்தது. “போகுமிடமும் வறட்சியாகத்தான் இருக்கும்” என்று நினைத்தாள்.

“ஒரு காரு வண்டி புடிச்சிப் போகலாம் இந்த அகரத்தாரப் பாரு, இதாண்டி அதுங்கிட்ட, சரியான ஓழன்டி, நடத்தியே இட்டுக்கிட்டுப் போறதப் பாரு” என்ற பேச்சை, முன்னால் சென்றுகொண்டிருந்த அகரத்தார் லட்சியமே செய்யவில்லை. “எனக்கென்னா” என்பதுபோல் இருந்தார் அகரத்தார். தலைக்கு இவ்வளவு காசி என்று, வாட்டமான கை இலையில் கொஞ்சம் சோறு கிடைக்க அவருக்கு இது ஒரு வழி.

ஒவ்வொரு மதகாகக் கடந்து இறக்கத்திற்கு வந்து விட்டிருந்தார்கள். பொட்டலான வெளியில் கால் வைத்ததும் சூடு பாதத்தின் சதையைக் குழைத்தது. மாஞ்செவலைக்குக் கம்பக்காரன்கூட நடந்தது ஞாபகத்திற்கு வந்தது. சர்க்கரை போல மணல் இருந்த இடத்தில் கத்தாழைச் செடிக் குத்துக்கள் நிறைய இருந்தன. ஒரு கொத்துக் கத்தாழைச் செடிக்கருகில் நிலத்திலிருந்து தண்ணீர் தானாக ஊற்றெடுத்துப் பீச்சி அடித்ததைப் பார்த்த நினைவைக் கண்கள் கொண்டுவந்து நிறுத்தின. தண்ணீர் தானாகப் பீச்சி அடிப்பதைப் பார்த்த கம்பக்காரன் சொன்னான். “இந்திரன் மூத்திரம் வுடுறார், கேட்டு கேழ்வி இல்லாம” என்றான். பிறகு மாஞ்செவலை, நிறைய சிறுமிகளுக்கு அந்த இடத்தைக் காட்டியிருக்கிறாள். அந்த இடத்தையும் தாண்டித்தான் சென்றார்கள். வெக்கையிலே வளரும் கத்தாழைப் புதர்களும் இல்லை. நடந்து கொண்டிருந்த கூட்டத்தில் இருந்த சிறுமிகள் ஒருவருக்கொருவர் வெடி போட்டுக்கொண்டே சென்றார்கள்.

தக்ளி பயலுக்குத் துக்ளி நாமம் அது என்னா?

ஒங்க வூட்டுக்கும் எங்க வூட்டுக்கும் சில்லான், சில்லாண்டி?

சின்ன வூடு நெறையா செறா?

ஓ செட்டியாரே! ஒசந்த செட்டியாரே! ஒன் தோளுல தொண்ணூரு முடிச்சு?

அந்த வெடிகளுக்கான பதில் மாஞ்செவலைக்குத் தெரிந்துதான் இருந்தது. கூட்டத்தில் யாருமே பதில் சொல்லவில்லை. வயதான கிழவி ஒருத்தி மட்டும் “ஒண்ணு வெடிக்கணும், இல்ல பதிலு

வெடி போடணும்" என்று சொல்லிக்கொண்டு நடந்தாள். நடையின் இறைப்புக்குத் தண்ணீர் தாகமெடுத்தது இவளுக்கு. அப்பொழுதுதான் ஏனம் ஏதாவது கொண்டுவந்திருக்கலாம், தண்ணீர் வாங்கிக் குடிக்க, என்று நினைத்தாள். வெடி போட்டுக்கொண்டு நடந்த சிறுமிகளில் ஒருத்தி கையில் தூக்குப் போணி இருப்பதைக் கண்களை இடுக்கிக்கொண்டு பார்த்தாள். முன்னும் பின்னும் நடந்து கொண்டிருந்தவர்களுடைய கால்களின் அசைவால் தூக்குப் போணி கண்ணில் பட்டும் படாமலும் தெரிந்தது. அதற்குள் தண்ணீர் இருக்குமா என்றும் தெரியவில்லை. கல் அறுக்கப்போகும் இடத்திற்கு யாரோ காலில் கயிறு கட்டி இழுப்பது போல வேகமாக நடந்தார்கள். தூக்குப் போணியைக் கையில் வைத்திருக்கும் சிறுமியைப் பார்த்துக்கொண்டே நிதானமாக நடந்தவளுக்கு கீழே ஒரு இடத்தில் வண்டி சோடை விழுந்து, மண் அமிழ்ந்து, பள்ளமாகி, சொதசொதவென்று ஈரம் ஊறிப்போய் இருந்த மாதிரி தெரிந்தது. வண்டி மாடுகளின் கோமியமோ என்னவோ, லேசான தண்ணீர் மேலலம்பிக் கிடந்தது. கூட்டத்தை முன்னே விட்டு, ஈரமாகிக் கிடந்த இடத்தைக் குனிந்து பார்த்தாள். கொசகொசவென்று சிறு தலைப்பிரட்டைகளும் கொசுக்களும் அண்டி இருந்தன. வெயிலால் தாகத்துடன் கண்கள் இருளடைந்து, உற்றுப் பார்த்தவளுக்குத் தலைப்பிரட்டைகளின் சூடு தாங்காத துடிப்புத் தெரிந்தது.

ஏனோ அதில் ஒன்று கம்பக்காரனாகவும் பொட்டணமாகவும் மங்கலாக அவளின் கண்களுக்குத் தெரிந்தது.

25

செத்துப் போன பூமி

கழனி காலியா இருந்தா, அடுத்த போகத்துக்குக் கால் வெளச்சல் கூடும்னு சொல்லுவாங்க. ஆனா இன்னிக்கி கழனி எல்லாம் காலியாத்தான் இருக்குது. வெவசாயம் தலகீழா மாறி, எல்லாமே அழிஞ்சிகிட்டு வருது.

வெத இல்லா பருத்தி, வெத இல்லா கத்தரி, வெத இல்லா தக்காளி, வெத இல்லா திராட்சைனு, நம்ம கண்ண மூடறதுக்கு முன்னாடியே, எப்படி எல்லாம் மாறிப் போச்சு. இன்னும் எப்படியெல்லாம் மாறுமோ என்று மல்லாட்டை விதைக்கும் இயந்திரத்தைப் பார்த்துக் கொண்டே நின்றார் பழமல தாத்தா.

பழைய குளத்தில் பச்சையாய் பாசி படிந்திருந்த தண்ணீரை விலக்கிக் குளித்துவிட்டு, ஈர வேட்டியை மேலே போட்டுக்கொண்டு வீடு நோக்கிவர, காலி பீர்பாட்டில்களை பொறுக்கிக்கொண்டு ஐஸ் வாங்கச் சிறுவர்கள் ஓடினர். அதைப் பார்த்ததும் அவர் மனம் பதற ஆரம்பித்தது.

சூரியனைப் பார்த்து ஏதோ முணுமுணுத்தார்.

"முன்பெல்லாம் ஏரிக்கரை முள் காட்டில், மந்தவெளியில், மலையடியில்தான் தெரியாம குடிப்பாங்க. ஆனா இன்னிக்கி

செஞ்சி தமிழினியன் (1969) என்கின்ற விவேகானந்தன் செஞ்சி அருகிலுள்ள பென்னகர் கிராமத்தைச் சார்ந்தவர். ஊராகாலி, மொடக்குடியன் என்கின்ற தொகுப்பின் வழியாகப் பரவலாக அறியப்படுபவர். தான் வாழும் நிலத்தைப் பற்றியும் புழுதி புழங்கும் சொற்களாய் அம்மனிதர்களின் வாழ்வியல் அனுபவமாய் அமைந்தது இவரது கதைகள்.

ஊருக்கு நடுவிலே குடிச்சிட்டு விழுந்து கெடக்குற கூட்டமா மாறிப் போச்சி.

யாருக்கும் வெட்கம், சூடுசொரணையும் இல்லை. போதும்டா சாமி, இதையெல்லாம் பார்த்து மனம் நொந்து போறதவிட சீக்கிரமா என்னை மேலே கூப்புட்டுக்கோ. 'பழந்தான் பழுத்திடுச்சி இல்ல' என்று நடக்க, கைத்தடி 'டக் டக்' என்று சத்தத்தைப் பொழிந்துகொண்டே இருந்தது.

பெரிய வீடு வெளியே இரண்டு பக்கமும் திண்ணை, உள்ளே கூடம், அறையினு வசதியாய் இருந்தும் அதில் தாத்தாவைத் தவிர யாரும் இல்லை. சாத்திய கதவில் பூட்டோடு சாவி தொங்கிக் கொண்டிருந்தது.

தட்டில் நாலு இட்டிலி சட்டினியும் ஒன்னரை லிட்டர் பாட்டிலில் தண்ணீர் எடுத்து வந்து திண்ணையில் அம்மு வைத்தாள்.

"ஏண்டி பள்ளிக்கொடம் போகலியா?" என்று கேட்டதற்கு, "இல்ல தாத்தா, இன்னிக்கி லீவு" என்று பதில் சொல்லிவிட்டு ஓடினாள்.

மலரு, தாத்தாவோட தம்பிப் பொண்ணு. அவளுக்கு ஒரே பொண்ணு. இப்ப வந்து போனாளே அம்மு அவதான் அவருக்கு மூணு வேளை சாப்பாடு போடறது. இல்லைஇல்லை ரெண்டு வேளை சாப்பாடு போடறது. பல நாள் மதியம் தாத்தா சாப்பிட மாட்டார். காலையில குளிச்சிட்டு சாப்பிடவே பதினொரு மணி ஆகும். அத்தோட ராத்திரி ஏழர மணிக்குத்தான் சாப்பாடு.

ரெண்டு ரேஷன் அட்டைக்கும் பொருள் வாங்கிக்கிறது எல்லாம் மலருதான். இது இல்லாம மாசம்மாசம் தனியா காசு தருவார். வேணான்னு மறுத்தாலும் விட மாட்டார். "வாங்கிக்க கழுத" என்று தாத்தா திட்ட மலரு நெகிழ்ச்சியோடு, கண் கலங்கிட்டு வாங்கிக்கும்.

தாத்தாவோட பேரு பழமலை என்பது அவரு ஒத்த கிழவங்க சிலபேருக்குத் தெரியும். மத்தபடி சொந்தக்காரங்க கல்யாணப் பத்திரிகையில் பார்த்தா உண்டு. சுத்து பக்கத்து ஊருல எல்லாம் தெரிஞ்ச இன்னொரு பேரு இருந்தது.

வெத நெல்லுக்காரர். அது இன்னிக்கி வெத நெல்லு தாத்தாவா மாறிப்போச்சு. அது எப்படினா...

1965ஆம் வருஷம் வாக்குல தொடர்ந்து நாலு வருஷம் வறட்சியா இருந்துதாம். பட்டினியில ஆடு, மாடு மனுஷங்ககூட செத்தாங்கன்னு சொல்லுவாங்க. மாட்டக் காப்பாத்த காவாடும் பன ஓலையும் போட்டாங்களாம். சோளக் கூழும் கம்பங் கூழும் குடிச்சி உசுர வச்சிருந்ததாவும் சொல்லுவாங்க.

குடிக்கிற தண்ணிக்கே எட்டு மைல் போவணுமாம். மத்ததெல்லாம் சொல்லவா வேணும்.

அந்தக் கருப்புலேயும் அவருகிட்ட எட்டு மூட்ட கிச்சிலி சம்பா நெல்லு இருந்ததாம். யார்யாரோ வந்து கேட்டும் கொடுக்க மறுத்திட்டாரு. பொண்டாட்டியும் புள்ளைங்களும் கூழும் வரகரிசியும்தான் சாப்பிட்டாங்க. பல பேரு திட்டி சாபம் விட்டாங்களாம். அதுக்கெல்லாம் தாத்தா சிரிச்சிக்கிட்டே நிப்பாராம்.

நாலு மாசம் கழிஞ்சி நல மழ பெய்ஞ்சி, ஏரி கோடி போச்சாம். எல்லாம் நம்பிக்கையா ஏரு ஓட்ட ஆரம்பிச்சாங்க. ஆனா பல பேருக்கிட்ட நாத்துவிட நெல்லு இல்லை. அப்போ தாத்தா, இல்லாதவங்களுக்கு ரெண்டு மரக்கா நெல்லு கொடுத்தாராம். வெளஞ்ச பெறகு நாலு மரக்காலா கொடுக்கிறோம்னு சொல்லி வாங்கிட்டுப் போனாங்களாம். அந்த ஊரே அவர வாழ்த்திப் பேசுனாங்களாம். அது முதல் வெத நெல்லுக்காரருன்னு பெயரு வந்துச்சாம்.

களத்துல நெல்லு அடிக்கும் போதே, தனியா எடுத்துக் காய வெச்சிடுவாரு. அதே மாதிரி நல்லா காய்ஞ்ச பிறகு பானையில கொட்டி மேலே சாம்பல் போட்டு, வைக்க வச்சு, செம்மண் பூசி மெழுகிடுவாரு.

எதை வேண்டுமானாலும் பொறுத்துக்குவாரு. ஆனா நெல்லுல கலப்படம் இருந்ததுன்னா அவ்வளவுதான். சாமி வந்துடும் அவர் மேலே. அதனால வெதைய வாங்கிட்டுப் போறவங்க சாமிக்குப் படைக்கப் பயந்து எடுத்து வைக்கிற மாதிரி, நெல்ல சுத்தம் பண்ணி திரும்பத் தருவாங்க. அதோட மல்லாட்ட, கெவுரு, உளுந்து, வரகு, தென, சாம, காராமணி என எல்லா வெதயும் கொடுத்து, ஒரு பங்கு வெதைக்கு ரெண்டு பங்கு மேலே போட்டு வாங்கிக்குவாரு.

தாத்தாவுக்கு ரெண்டு பசங்க. பம்பாயில ஒருத்தரும் சென்னையில ஒருத்தரும் வசதியோட இருக்காங்க. இவரு எங்கேயும் போவ

மாட்டாரு. அப்படி எங்காவது போனாலும் ராத்திரியே ஊருக்கு வந்திடணும். அவருக்கு அப்படி ஒரு பிரச்சனை. அதைக் கேட்டா உங்களுக்கெல்லாம் சிரிப்பு வந்துடும்.

ஒருமுறை சென்னையில பெரிய பையன் வீடு வாங்கி, பால் காய்ச்ச தாத்தாவ காருல கூட்டிட்டுப் போனாரு. விடியற்காலை புறப்பட்டு மூணு மணிநேர பயணக் களைப்போட, தாத்தா கீழே எறங்க.

ஒன்னு, ரெண்டு, மூனு எண்றதுக்குள்ள கழுத்து வலிக்கும் போல இருக்குதே, இவ்ளோ ஒயரத்துல எப்படிடா என்று கட்டிடத்தைப் பார்த்து மலைத்தார்.

தனி ஊடா கட்டடலையா? இத்தினி மாடி ஏறிப் போனோம்னா எப்படி என்றதும் சிரித்துக்கொண்டே சின்ன மகன் அதுக்கு லிப்ட் இருக்குப்பா. அதுல போயிக்கலாம் என்று உள்ளே கூட்டிக்கொண்டு போக, நுழைந்ததும் வீடு பிரம்மிப்பாய் இருக்கு. தரையில் கால் வைக்கக் கூசுது. இவ்ளோ வழவழப்பா இருந்தா எப்டிதான் நடக்குறது.

பெரிய மகனும் மருமகள்களும் பேரன் பேத்திகளும் தாத்தாவை வரவேற்றார்கள்.

நாற்காலியில் உட்கார்ந்திருந்த அவரின் வயது ஒத்த சம்மந்தியிடம் நலம் விசாரித்துப் பேசிக்கொண்டு இருக்க, புதுப் பட்டு வேட்டியும் சட்டையும் போடச் சொல்லி பேரன் மனேஸ் பழமலை கட்டாயப்படுத்த, மாற்றிக்கொண்டு ஏற்கெனவே போட்டிருந்த பழைய வேட்டி சட்டையை பிளாஸ்டிக் கவரில் சுருட்டி வைத்துக் கொண்டார்.

தாத்தா, பெரிய பையன், சின்னப் பையன், மருமகள், பேரன், பேத்தி என எல்லோரும் போட்டோ எடுத்துக் கொண்டார்கள்.

எல்லோரும் தாத்தா காலில் விழ, பிளாஸ்டிக் கவரில் இருந்த பழைய சட்டையில் இருந்து நூறு ரூபாயை எடுத்து மருமக கையில் கொடுத்தார். பிறகு எல்லோரும் அவரைச் சுற்றி இருக்க, தன் மகனின் சொந்த வீட்டை எண்ணிப் பெருமிதத்தோடு நெகிழ்ந்தார்.

உட்கார்ந்த இடத்திலேயே தாத்தாவுக்கு வாழை இலை போட, “இல்லஇல்ல, எப்பவும் எலையோட கொழுந்து இடது பக்கம் வரனும்” என்று திருப்பிப் போட்டார். பேரன் பேத்திகள் சுற்றி

நிற்க பரிமாறப்பட்டது. பலது என்னவென்று தெரியவில்லை. புட்டுப் புட்டு சாப்பிட ஆரம்பித்தார். ஆனாலும் இலையில் இருந்த பாதிக்கு மேல் சாப்பிட முடியவில்லை. இது எல்லாம் வீணாப் போகிறதே என்ற கவலை தாத்தாவிடம் தொற்றிக் கொண்டது.

இரண்டு மணி நேரம் கழிய சின்ன மகனைத் தாத்தா கூப்பிட்டார். நான் ஊருக்குக் கெளம்பரண்டா. கூட்டிக்கிட்டு வந்த மாதிரி ஊர்ல விட்டிடுங்கடா என்றார்.

சின்னமகன் சிரித்துக் கொண்டே, "என்னப்பா அவசரம், அண்ணங்கிட்ட சொன்னா திட்டுவாரு. வாங்க அந்த ரூமல படுத்துத் தூங்குங்க. நாளைக்குப் போய்க்கலாம்" என்றதும்

"நாளைக்கா" என்று முகம் மாறியது.

விபரம் அறிந்து எல்லோரும் சமாதானப்படுத்தினர். "பெரிய பேத்தி மதுமிதா தாத்தாவின் கையைப் பிடிச்சிக்கிட்டு, நீங்க இங்கதான் இருக்கணும். உங்களை ஊருக்கு அனுப்ப முடியாது. நீங்க அங்கே தனியா கஷ்டப்பட்றதுக்கா நாங்க எல்லாம் இருக்கிறோம்" என்றதும்

"இல்ல தாயீ. நான் அங்க கஷ்டம் எதுவும் படல. நிம்மதியாத்தான் இருக்கிறேன்" என்று சின்ன மகனை நிமிர்ந்து பார்த்தார். "மாமி இருந்தவரையும் பரவாயில்லை. அவங்க போயி நாலு வருஷமாச்சி. இருக்குற நீங்க ஒருத்தரு. உங்களுக்கு இங்க இருக்க என்ன கஷ்டம். நாங்க பாத்துக்க மாட்டோமா?" என்று மருமகள் சத்தமாகப் பேசி கண்களைத் துடைத்தாள். தாத்தாவுக்கு என்னவோ போல இருந்தது. வேற எடமா இருந்திருந்தா, சொல்லாமலேயே கிளம்பிட்டு இருப்பாரு. இது பட்டணமாச்சே. அதுதான் பயம்.

தாத்தா மெல்ல எழுந்து வீடு முழுக்க நடந்து பார்த்துவிட்டுச் சின்ன மகனைக் கூப்பிட்டார்.

"எனக்கு ஊர்ல, வேற வேலை இருக்குதுடா" என்று சொல்லி முடிப்பதற்குள், "ஒன்னும் தலை முழுகிப் போயிடாது. நாளைக்கு போய்க்கலாம். எனக்குத் தெரியாதா என்ன வேலைன்னு. யாராவது நெல்லுக்குடு, கேவுரு குடுன்னு நிப்பாங்க. நீங்க மரக்கா, படி எடுத்துக்கிட்டு அளக்க ஆரம்பிச்சிடுவிங்க. இதானே, விடுங்கப்பா விடுங்கப்பான்னு சொன்னாலும் விட மாட்டிங்க" என்றதற்கு

மௌனமாக நின்றார். "அதெல்லாம் உனக்குப் புரியாதுப்பா. எனக்குப் பழகிப் போச்சு" என்று குரலை உயர்த்த,

"சரிப்பா... சரிப்பா, அண்ணனே முடியாதுன்னு சொன்னாலும் நானே காலையில் உன்னைக் கூட்டிக்கிட்டு போயி, ஊர்ல விட்டுட்றம்பா."

"இல்லடா... அதுக்கில்ல..." என்று இழுக்க,

"வேற என்னப்பா? மீண்டும்"

"இல்லடா, ஒன்னுக்கு ரெண்டுக்கு எங்க போறது?" என்றார்.

"அய்யோ அய்யோ அதான் பாத்ரூம் இருக்குதேப்பா..."

"புது வீட்டுலயா?" என்றதும்

சின்ன மகன் விழுந்து விழுந்து சிரித்தபடி "அதெல்லாம் ஒன்னுமில்லப்பா. இங்கே எங்க ஏரிக்கரைக்கா போவாங்க" என்று கையைப் பிடித்து பாத்ரூமுக்குக் கூட்டிக்கொண்டு போக, ஒக்காந்து போற பேஷனைக் காட்டியவுடன் தாத்தா சிரிக்க ஆரம்பிச்சிட்டார்.

"இதலையாடா...? என்னால முடியாது"ன்னு வெளியே வந்துட்டார்.

சரி இருங்க. வெளியில கூட்டிக்கிட்டு போறேன் என்று அறைக்குள் போக, பெரிய பையன் கூட வேலை செய்றவங்க உள்ளே நுழைஞ்சாங்க. எல்லோரும் தாத்தாவுக்கு வணக்கம் சொல்ல, தாத்தா எழுந்து கையெடுத்துக் கும்பிட்டார்.

நீங்க உக்காருங்கய்யா... என்று சொல்லிவிட்டு எழுந்து உள்ளே சுற்றிப் பார்த்தார்கள்.

பேத்தி மதுமிதா ஒரு தட்டில் காப்பியை நீட்ட, ஏற்கனவே வயிறு கடுப்புல இருக்குது என்றாலும் எடுத்துக் குடிக்க ஆரம்பித்தார். அவருக்கும்தான் தோன்றியது "ஏன் நாம் இங்கே இருக்கக் கூடாது. பையனும் மருமகளும் பாத்துக்க மாட்டாங்களா என்ன? அவங்க வேலைக்கு போயிட்டா, ஊர்ல இருந்த மாதிரி தனியா இருந்தாப் போச்சு. பேரப் பசங்களும் சந்தோசப்படுவாங்க" என்று ஒரு நிமிஷம் யோசிச்சார்.

"ஆனாலும், ஊர்ல என்ன நம்பி யாராவது வருவாங்க. ஏதாவது தருவாங்க, மீண்டும் வாங்கிட்டு போவாங்க. அவுங்கள எப்படி ஏமாத்தறது."

அதுதான் கவலையே. இன்னும் ஒன்னு இந்த வெளிய போற சமாச்சாரம்.

மாலை ஆறு மணி இருக்கும். சின்ன மகனும் தாத்தாவும் வெளியே கார்ல கௌம்பிட்டாங்க. எங்க போறதுன்னு முடிவாகவில்லை. ஆனாலும் போயாகணும். பத்து நிமிடம் வண்டி நகர, பிரதான சாலை கீழ்ப்புறமாய் ஒரு சாலை பிரிந்தது. வெளிச்சம் அதிகமும் இல்லை. பக்கத்திலும் வீடுகள் இல்லை. காரை ஓரமாய் நிறுத்திவிட்டு, "சரி எறங்குங்கப்பா" என்று கைப்பிடித்துக் கூட்டிக்கொண்டு போய் "இங்க போலாம்பா" என்றதும் தாத்தா சிரித்துக் கொண்டு "தண்ணிடா" என்றார்.

"அது எல்லாம் வண்டியில இருக்குது, நீங்க போய் உக்காருங்க". கொஞ்சம் தள்ளி உள்ளே போக "போதும்பா அங்கே உக்காருங்க" என்று கார் கதவைத் திறந்து பாட்டில்களை எடுத்தார்.

சின்ன வயசுல எத்தன முறை அப்பா இதை எனக்கு செஞ்சி இருப்பாரு. கால் கழுவி விட்டிருப்பாரு என்ற எண்ணம் மேலோங்கி பழைய நினைவுகளை ஒரு மின்னலைப் போல பாய்ச்சி விட்டுப் போனது.

தாத்தா எழுந்து வர பாட்டிலைப் பார்த்ததும் சிரிக்க ஆரம்பித்தார்.

டேய்! கணேசா. இதுல எப்படிடா என்றதும் நீங்க உட்காருங்கப்பா நான் ஊத்துறேன் என்று பின்னால் ஊற்ற "டேய் கணேசா, கை மேல ஊத்து, பின்னால நனையில, சரி சரி பாட்டில எங்கிட்ட கொடு, கை வாட்டம் வரல, நானே ஊத்திக்கிறேன்" என்று இரண்டு பாட்டிலில் இருந்த நாலு லிட்டர் தண்ணீரையும் ஊற்ற, காலுக்குத் தண்ணீர் இல்லை. எப்படிடா என்றதும் "வாப்பா வழியில பாத்துக்கலாம்" என்று ஒரு வழியா முடிந்து கார் நகர ஆரம்பித்தது.

"உனக்குத்தான்டா சிரமத்த கொடுத்துட்டேன்".

"இல்லப்பா. அதெல்லாம் ஒன்னும் இல்ல. உனக்கு சென்னையில ஏதாவது வேணுமாப்பா?" என்றதும்

"ஒன்னும் வேணாம்பா. ஊருல கொண்டு போயி விட்டா போதும்."

“அண்ணன், அண்ணி மாதிரி நான் உங்களை பம்பாயிக்கு கூப்பிடலன்னு நீங்க நெனச்சி இருக்கிறிங்களாப்பா” என்றதும் கண் கலங்க ஆரம்பித்தார்.

உங்க அம்மா போனதுமே எல்லாமே போச்சி. இன்ன பேரப் பசங்க முகம்தான் தெரியல. அது ஒரு குறைதான். இருப்பா போன் போட்டுத் தரேன் என்று பேசிவிட்டு செல்லைக் கொடுக்க, எதிர் முனையில் இருந்து தாத்தா... தாத்தா... எப்படி இருக்கிறீங்க? ஊருக்கு அப்பாகூட கண்டிப்பா வாங்க... அம்மா பேசுறாங்க என்று, மருமகள் பேச மீண்டும் கண் கலங்க ஆரம்பித்தார்.

எனக்கு எந்தக் கொறையும் இல்ல. நம்ம ஜனங்க இருக்குறாங்க. மலரு பொண்ணு அம்மு பாத்துக்குறா. அத்தோட நீயும் அண்ணனும் மாசா மாசம் பணம் அனுப்புறீங்க. வேறு என்ன வேணும். நான் செத்ததுக்கு அப்புறம் எல்லாத்தையும் வித்துக்குங்க. ஆனா, ஏரிக்குக் கீழ இருக்கிற அஞ்சி ஏக்கர் நாப்பது செண்டு நெலத்துல, கெணத்தோட சேந்த மாதிரி இருக்கற ஒரு ஏக்கர் பதினஞ்சி செண்டு நெலத்த மட்டும் பெரியக்கா மலரு பொண்ணு அம்மு பேர்ல எழுதி வெச்சிடுங்கப்பா. அது போதும் எனக்கு.

“அவ அப்பா இல்லாத பொண்ணு. அதுதான் எனக்கு கவலையா இருக்குது. இன்னிக்கி வரைக்கும் எனக்கு சோறு போட்ற ஆத்தா அவ.”

வழியில் எரிந்து கொண்டிருந்த விளக்குகளின் வெளிச்சமும் எதிரே வேகமாய் ஓடிக்கொண்டிருக்கும் வாகனங்களின் எண்ணிக்கையும் பிரமிப்பாய் இருக்க,

“இங்கெல்லாம் கரண்டே நிக்காதாப்பா? ஊர்ல, இப்ப எல்லாம் எப்பவாவதுதான் கரண்டே வருது. ராத்திரியில நெலா வெளிச்சம்தான் மாசத்துல பாதி நாளைக்கு தொண.”

அதுக்குல்லயா வந்திடுச்சி? லிப்டில் மேலே போக, டிபன் சாப்பிட்டுட்டு பழைய வேட்டியைக் கட்டிக்கொண்டு தூங்க ஆரம்பித்தார். இரவு சட்டென்று விடிந்து விட்டது. எல்லோரிடமும் சொல்லிவிட்டு, பேரப் பிள்ளைகளை அழைத்து மடித்துச் சுருட்டி இருந்த நூறு ரூபாய் நோட்டுகளைக் கொடுத்துவிட்டுப் புறப்பட, கார் நகர்ந்தது.

ஒரு வருடம் முடிந்திருக்கும்.

அமெரிக்காவில் ஆட்டம் கண்ட ஷேர் மார்க்கெட்டால், இங்கேயும் பெரிய மகனுக்கு திடீரென சரிவு ஏற்பட, பலத்த அடியைச் சந்திக்க நேர்ந்தது.

பம்பாயிலிருக்கும் சின்ன மகனுக்கும் பிஸ்னஸ் சரியாகப் போகவில்லை. அத்தோடு பேத்திக்குக் கல்யாணம் முடிவாகி விட, ஊர்ல இருக்குற வீட்டையும் நெலத்தையும் விக்க பிள்ளைங்க முடிவு பண்ணிட்டாங்க.

தாத்தா எதுவுமே மறுப்பு சொல்லல. ஆனா இதையெல்லாம் பார்க்கறதுக்கு முன்னாடியே நான் போயிடக் கூடாதான்னு கஷ்டப்பட்டார். மலரு மட்டும் அப்பா உயிரோட இருக்குற வரைக்கும் வீட்டை மட்டுமாவது விக்க வேணான்னு வாதாடிப் பார்த்துச்சு.

ஒரு ஏக்கர் பதினஞ்சி செண்டு கெணத்தோட சேத்து அம்மு பேருக்கு தானமாக எழுதியாகி விட்டது. மீதி நெலத்துக்கு காச வாங்கி ரெண்டு புள்ளைங்களும் பிரிச்சிக்கிட்டாங்க.

செஞ்சி ரிஜிஸ்டர் ஆபிசுல கையெழுத்துப் போட்டுட்டு வந்து படுத்தவருதான். அதோடு எழுந்திரிக்கல.

ஒரு வாரம் கழிந்தது.

டாக்டர் வீட்டுலேயே வந்து ஊசி போட்டுவிட்டுப் போனாரு. தாத்தா யார்கிட்டேயும் பேசறது இல்லை.

மலரு பொண்ணு அம்முவக் கூட்டிக்கிட்டு காலையில கழனிக்குப் போய்ப் பார்க்க கலர் கலரா கொடிய கட்டி வெச்சிருந்தது. கிட்ட போயி பார்க்கையில மயக்கம் வர மாதிரி இருந்தது. வீட்டு மன போட்டு கல் நட்டிருந்தாங்க.

"அதோ அந்த பெரிய தள பொன்னி நட்டா இருபத்திநாலு மூட்டை வெளையும்னு சொல்லி, வரப்பு மேல ஒக்காந்து 'ஓ...'ன்னு அழுதுட்டாரு. அம்முவும் கூடயே அழுதுச்சு. என் கண்ணு முன்னாலேயே இந்த பூமி செத்துப் போச்சேன்னு தலையில அடிச்சிக்கிட்டாரு. அதற்கு மேல் அங்கே நிற்க முடியவில்லை".

அம்முவின் கைப்பிடித்துக் கொண்டு மெல்ல வீட்டுக்கு வந்தார்.

பொழுது விடிந்து திண்ணையில பார்த்தா, தாத்தாவைக் காணோம். வெளியே போயிருப்பாங்கன்னு விட்டுட்டாங்க.

ஒம்போது மணியாகியும் ஒண்ணும் தெரியல. எதுக்கும் உள்ள போயி பாப்போம்னு மலரு உள்ளே நுழைய, ரூமுல தாத்தா செத்துக் கெடந்தாரு.

செவத்தோரம் அடுக்கியிருந்த பானை வரிசைக்கு கீழே அவரைச் சுத்தி மூட்டை முடிச்சுகளாய் நிறைய இருந்தது. எல்லாம் நெல்லு, கெவுரு, வரகு, தெனன்னு வெதைங்க...

ஊரே அழுதுச்சி. பிள்ளைங்க தாத்தாவைப் பாடையில தூக்கிப் போக, மலரு அந்த முடிச்சில் இருந்த விதைகளை நடை பாவாடை மேல கொட்டினாங்க. வெத நெல்லு மேல தாத்தா நடந்து போனாரு.

அந்த வெதைங்கள அள்ளி வந்து நடு வூட்ல வச்சிட்டு, "தாத்தா மூச்சி இந்த வெதைங்களுக்கு உள்ளதான் இருக்குது. அத வெதச்சி மீண்டும் வெதைங்களா மாத்தறதுதான் என்னோட வேல..." என்று அம்மு விழுந்து கும்பிட்டாள்.

26

வீதி சமைப்போர்

ஓட்டிலிருந்து பலபலவென்ற சத்தம் கேட்டது. பரிபூர்ணத்திற்கு லேசாக விழிப்புத் தட்டியது. தூக்கம் தெளியவில்லை. மழைத் தூறல் வலுத்தவுடன் ஓட்டுச் சத்தம் அதிகமானது. டொம்டொம்மென்று ஓடுகள் நொறுங்குவதுபோல் இருந்தது. பரிபூர்ணத்திற்கு மொத்தமாகத் தூக்கம் கலைந்தது. நினைவுகள் தெளிவானவுடன்தான் மழை பெய்வதை உணர்ந்தாள். உணர்ந்த கணத்தில் திகில் பரவியது அவளுக்குள்.

"ஐயோ... இன்னிக்கு பாவாச்சே! ஏற்கனவே பாவு விரிக்கக் கடப்பாறை அடிக்கக்கூட ஆளில்லன்னு வயித்துல புளியைக் கரைச்சிட்டுருக்கிற இந்நேரத்தில இந்தப் படுபாவி மழ வேற வருதே! முத்தாளம்மா, நீ இருக்கியா, இல்லையான்னே தெரியலையே!"

கண்ணைத் திறந்தாள். மணி என்ன? யோசித்தபடியே எதிர் சுவரைப் பார்த்தாள். அங்கேயும் இருட்டு. கண்ணைக் கசக்கிட்டு, 'இந்த கரன்ட்காரனுங்களுக்கு ஒரு சொட்டு தூற போடக்கூடாது. பொசுக்குனு கரன்ட நிறுத்திருவானுங்க.' புலம்பியபடியே தலையணைப் பக்கத்தில் கையை விட்டுத் துழாவினாள். தலையணை கல்லு மாதிரிக் கையை இடித்தது. தார் திரிக்கும்போதும் நூல்

அ. வெண்ணிலா (1971) வந்தவாசி அருகிலுள்ள அம்மையப்பட்டைச் சார்ந்தவர். வாழ்வின் ஓட்டத்தில் அனுபவங்களின் மீளலில் எழுத்தும் நானும் ஒருவரை ஒருவர் கண்டடைந்தோம். புதியன பேசுதல், புதிய முறையில் எழுதுதல் என்பதே என் தீரா விருப்பம் என்கிறார் அ.வெண்ணிலா. பெண்ணியம் சார்ந்த கருத்து நிலையிலும் வரலாற்றுப் புனைவிலும் இயங்கும் இவர் மூன்று சிறுகதைத் தொகுப்புகளும் இரண்டு நாவல்களும் எழுதி உள்ளார்.

இழைக்கும்போதும் அறுந்து போகிற நூலையெல்லாம் கிழிந்த புடவை, லுங்கியில் கட்டி அதைத் தலையணை என்று தலைக்கு வைத்திருப்பாள் பரிபூர்ணம். அவள் தலைக்கு வைக்கும் நல்லெண்ணெய் இறங்கி, இரண்டு பக்கமும் சிகிடு கட்டி பூரணம்போல் வெள்ளையாய் இருக்கும். எப்படித் தூங்கினாலும் தலையணை தலையை விட்டு நகராது.

துழாவிய பரிபூர்ணத்தின் கைகளுக்கு வத்திப் பெட்டி கிடைத்தது. 'ஒண்ணு ரெண்டு குச்சிதானே இருந்திச்சி, பொழுதுக்க வாங்கியார நெனச்சது மறந்து போச்சு. நமுத்துப் போய்க்கீதோ என்னமோ?' விரலை விட்டுத் துழாவி ஒரு குச்சியை வெளியில் எடுத்தாள். குச்சியை வத்திப் பெட்டியின் பக்கவாட்டில் உரசி உரசிப் பார்த்தாள். நமுத்துப் போய் இருந்தது. மூன்று குச்சிகள் இருந்தன. இரண்டு குச்சியும் சிறிது வெளிச்சத்தையும் தராமல் வீணாய்ப் போயின. மூன்றாவது குச்சியை எடுத்தவள், 'முத்தாளம்மா, சோதிக்காதேடி தாயே..' என்று மேலே பார்த்துக் கும்பிட்டுவிட்டு குச்சியை வத்திப் பெட்டியில் உரசினாள். குச்சி எரிந்தது. எரியும் குச்சியை மேலே காட்டியபடி மணி என்ன என்று பார்த்தாள். மூன்று மணிக்கு அருகில் சின்ன முள் இருந்தது. 'மணி மூணுதான் ஆவப்போது, பரவாயில்லை. மழை பேய்ஞ்சாலும் ரெண்டு மணி நேரமா பேயும், அஞ்சு மணிக்கு விட்டாக்கூட போதும். டாண்ணு பாவப் போட்றலாம்.' கொஞ்சம் நிம்மதியுடன் சிம்னியைத் தேடினாள். குச்சி எரிந்து கையைச் சுட்டது. 'ச்சு... இதுவும் போச்சா...' எரிந்து முடிந்த குச்சியைக் கீழே போட்டாள்.

சிம்னியை நகர்த்தி வைத்துவிட்டு, கையால் தடவித் தலையணை இருக்கும் இடத்தைத் தொட்டுப் பார்த்து, மீண்டும் படுத்தாள். பாயைத் தடவினாள். 'இங்குதான் காலைப் பரக்க விரிச்சுப் போட்டு ரெண்டு கையையும் வயித்துமேல் வைச்சுக்கிட்டு பெருங்குறட்டையுடன் தூங்கும். தூக்கம் கொள்ள இல்லாம அலுக்காம போய்ச் சேர்ந்திடிச்சி மகராசன்'. பரிபூர்ணத்திற்கு மூன்று மாதம் முன்னால் இறந்துபோன தன் கணவனுடைய ஞாபகம் வந்தவுடன் தொண்டையடைத்தது.

'போனதுதான் போன, என்னையும் கூடவே கூட்டிக்கினு போவக் கூடாதா? நீ என்ன சம்பாரிச்சா வெச்சிருக்க? காலாட்டிக்கினு சாப்பிட்றதுக்கு? கெக்கலன் பொழப்புல தெருவே ஒண்ணுக்குள்ள ஒண்ணா இருந்தாக்கூட ஆளு பத்தாது. நான் ஒத்த கம்னாட்டியாய்

இருந்து என்ன பண்றது. கால் குழியில் கால வைக்கலன்னா ஒரு வேளை சோத்துக்கு யார் கையைப் பார்த்துக்கிட்டு கிடக்கிறது?' கணவன் இறந்த இந்த மூன்று மாசத்தில் பரிபூர்ணம் ஒரு பாவு நெய்திருந்தாள். 20 சேலை. துக்கம் விசாரிக்க வருகிறவர்கள், போகிறவர்கள், சும்மா பொழுது போகாமல் தறி மேத்தாரையில் வந்து பேசிக்கொண்டிருப்பவர்கள், இவளுக்காக மனசு கலங்கிப் போகும் நேரம் போக, ஒரு நாளைக்கு ஒரு எழட்டு மட்டுமே நெய்ய முடிந்தது.

தறியில் இருக்கும் நேரம் முழுவதும் ரேடியோ பாடிக்கொண்டிருக்கும். 'அதுக்கு எம்.ஜி.ஆர். பாட்டுன்னாதான் உயிர்.' தனிக்கட்சி பிரிந்து போவதற்கு முன் டென்ட் கொட்டாயில் வரும் எம்.ஜி.ஆர். படங்களை நாலைந்து முறை பார்த்துவிடுவார். எம்.ஜி.ஆர். கட்சி ஆரம்பித்த பிறகு அவர் படத்திற்குப் போனதேயில்லை. பாட்டு போட்டால்கூட, 'அந்தக் கூத்தாடிப் பையன் பாட்ட மாத்து'ன்னு சத்தம் போடுவார். கொஞ்ச காலம் கழித்து எம்.ஜி.ஆர். நல்லவர்னு தெரிஞ்சுக்கிட்டாரோ என்னவோ, பாட்டு மட்டும் கேட்பார். கடைசிவரை படத்திற்குப் போனது கிடையாது. ரேடியோவில் ஞாயிற்றுக் கிழமையானால் மூன்று மணிக்கு ஒலிச்சித்திரம், வானொலி அண்ணா நிகழ்சிகள் ஒன்று விடமாட்டார். தறி சத்தத்தில் பாதி வார்த்தைகள் புரியாது. ஒலிச்சித்திரத்தில் முக்கியமான கட்டம் வரும்போது நாடாச் சத்தம் கேட்காமல் பொறுமையாக சுங்குக் கயிறை இழுப்பார். ரொம்ப சுவாரசியம் கூடினால் பண்ணைமேல் சாய்ந்து கதையை உன்னிப்பாகக் கேட்பார். பரிபூர்ணம் சத்தம் போடும். "கதையைக் கேட்டுக்கிட்டிருந்தா கஞ்சிக்கு இன்னா பண்றது... அவஅவ மாசத்துக்கு ரெண்டு பாவு நெய்றான்... இங்க ஒரு பாவுக்கு வழியில்ல. இதுல ரேடியோ வேற... ஒடச்சிப் போடப்போறேன் பாரு அந்தச் சனியன..."

"ஏன் உங்காத்தா வீட்ல இருந்து எடுத்தாந்ததா ரேடியோ... போடி... மூடிக்கிட்டு." கதை கடந்து போயிருக்கும். நாடா சத்தம் வேகமாகும்.

பரிபூர்ணத்தின் மேத்தாரையில் எந்நேரமும் யாராவது ஒரு ஆள் இருப்பார்கள். அவர் இருக்கும்போது அவருடைய கூட்டாளிகள். பரிபூர்ணம் இருக்கும்போது அக்கம் பக்கத்து வீட்டுப் பெண்கள். மேத்தாரை முழுவதும் ஊர்ப் பஞ்சாயத்தும் அக்கம் பக்கத்து

வீட்டுக் கதைகளும் சூடாய்க் கிடக்கும். பேச்சு சுவாரசியத்தில் தறி வேலை கொஞ்சம் சுணங்கினாலும் வேலை செய்த அலுப்பு இருக்காது. வேலை செய்த மாதிரியே இருக்காது. 'கூட்ட கலைச்ச மாதிரி ஆயிப்போச்சு.' பரிபூர்ணத்திற்கு அழுகை வந்தது.

அவர் இருந்தா பாவு தோயுறது ஒரு திருவிழா மாதிரி தெருவே கலகலன்னு இருக்கும். அவங்க கூட்டாளிங்கக்கிட்ட கேட்டுக்கிட்டுத்தான் தெரு பாவு நோட்டில் நாளையே குறிக்கும். விசாயக் கிழமை மட்டும் எழுதாது. வீட்டு ராசி. விசாயக் கிழமையில் ஒண்ணும் நல்ல காரியம் பண்ண மாட்டாங்க. பாவு தோய்ஞ்சா ஒரு பாவு ரெண்டு மாசமாகுமுன்னு சொல்வாங்க. மார்கழியில நெறைய கண்ணு முழிச்சு தறி நெய்வாங்க எல்லாம். அப்ப பாவு தோய நாள் கெடக்கலைன்னு ஏதாவது விசாயக் கிழமையில பாவு தோய்ஞ்சா... அந்தப் பாவு பெரிய அல்சாட்டம் பண்ணும். மழை வந்து பாவு எழயா விழும். கஞ்சி சரியில்லாம நெறய நூல் அறுந்துபோகும். பாவு ஒழுங்கா தோய்ச்சிட்டம்னா, ஆளுங்களுக்கு முடியாம போய்... யாராவது ஒருத்தர் மாத்தி ஒருத்தர் படுத்துக் கிடப்போம்... அதனால விசாயக் கிழமை பாவு தோயறதே கெடையாது. பாவு போட்ற அன்னிக்கி நாலு மணிக்கே முழிச்சிரும். வெறுங்கையால வாயத் தேய்ச்சிக் கொப்பளிச்சுட்டு, கூட்டாளிங்க வீட்டு முன்னால போய் நின்னு, 'ஓய் டீக்கடைக்கு போலாமா'ன்னு குரல் கொடுக்கும். குரல் ஆரம்பிக்கும்போதே 'வந்துட்டன் ஓய்'ன்னு கூட சேர்ந்துப்பாங்க. பல்லு விலக்கன அடுத்த நிமிடம் சாப்பிட்டு விடணும். அதனால் பல்லு தேய்ப்பதே தினம் பத்து மணிக்குத்தான். பாவு தோயுறச்ச இன்னும் லேட்டாகும்.

மசமசன்னு இருள் பிரிகிற மாதிரி, பேச்சு சத்தம் அதிகமாகிக் கொண்டே இருக்கும். கடப்பாறை அடித்து பாவு விரித்து அலுவு போடும்போது நாலைந்து பேர்தான் இருப்பார்கள். தெருவின் ஒரு முனையில் இருந்து இன்னொரு கோடிவரை பாவை விரித்து விட்டுக்கொண்டு போவதற்குள் ஒவ்வொரு வீட்டிலிருந்தும் ஒருத்தரோ, இரண்டு பேரோ வெளியே வருவார்கள். அலுவு பாவிலிருந்து கீழே கொட்டாமல் பார்த்து, அகலமாக விரித்துக்கொண்டு தெருக் கோடியிலிருந்து, 'பாவ தூக்கலாமா?' என்று உரத்த குரல் கேட்பதற்குள் எல்லாம் ஆளுக்கு ஒரு குதிரையோடு தயாராய் நிற்பார்கள். பாவை நன்றாக இழுத்துப் பிடித்து கடப்பாறை அடிப்பதற்குள் இருபது முப்பது

பேர் சாமியை ஊர்வலத்திற்குக் கிளப்புவதுபோல் கிளப்பிவிட்டு, பாவு குதிரைமேல் உட்கார்ந்து இருக்கும். பிறகு ஒரே ஓட்டம்தான். கஞ்சியைப் போட்டு, கஞ்சி பாவில் அதிகமாகப் பிடித்துக் கொள்ளாமலும் கஞ்சி இல்லாமல் போகாமலும் நூல் அறுந்து விடாமலும் பக்குவமாகப் பார்த்துப் பிரிப்பதற்குள் தெருவைப் பத்துச் சுத்து சுத்தியிருக்க வேண்டும். கால் மடிஞ்சு போகும்.

கஞ்சிப் பையைப் பிடிப்பதில் நந்தகோபால்தான் கெட்டிக்காரர். கஞ்சிப்பையின் வாயைத் திறந்து, முதலில் கூழை வாங்கிக்கொண்டு, கூழைப் பையின் மையப் பகுதிக்கே தள்ளிவிட்டு, பிறகு கூழ் வெளிவராமல் லாவகமாக வெறுந்தண்ணியை வாங்கிக் கொள்வார். பையைப் பாவுமேல் இப்படியும் அப்படியும் புரட்டியே கஞ்சியைக் கடைசிவரை தள்ளி விடுவார். எதிர் ஆள் இறுக்கிப் பிடிக்க வேண்டும். கொஞ்சம் லூசா விட்டாலும் நந்தகோபாலுக்குக் கெட்ட வார்த்தைதான் வரும். 'ஒங் கக்காள...' என அம்மா, அக்கா யாரையும் விடமாட்டார். கஞ்சிப் பையைப் பாவின் மேல் பிரட்டப் பிரட்ட, கஞ்சி வெளியே வந்துவிடும். பையைப் பிடிக்க முடியாமல் கை முழுக்க கஞ்சி அப்பும். கையை வழித்துக் கீழே போடப்போகும் கஞ்சிக்காக நாய்கள் காலுக்கருகிலேயே சுத்தும். ஓட்டமும் நடையுமாக எடுத்து வைக்கும் வேக நடையில் கால் சந்திலேயே நாய்கள் மாட்டும். நந்தகோபால் ஓங்கிக் காலால் மிதிப்பார். நாய் 'லொள்' என குரைத்துவிட்டுப் பல்லை இளித்து நந்தகோபாலை எட்டி நின்று முறைக்கும். சில வினாடிகள் பொறுத்துவிட்டு மீண்டும் காலடியை நக்கும். நந்தகோபால் உடனே தன் வழக்கமான பேச்சை ஆரம்பிப்பார். "டேய் கந்தா நாய் தூர போ... டேய் பரிபூர்ணம் நாய் தூர போ..." என சத்தமாக விரட்டுவார். யார் பாவு தோயுராங்களோ அவர்கள் அன்று நந்தகோபாலிடம் நாயாகிப் பாவு கஞ்சி குடித்தாக வேண்டும்.

தெருவில் எல்லாருக்கும் வயிற்றெரிச்சலாக இருக்கும். எல்லாரையும் நாயாக்கிவிடும் நந்தகோபாலிடம் தினம் இரண்டு பேராவது சண்டை இழுப்பார்கள். "ஒன்னக் கஞ்சிபோட அமர்த்தினால் வம்புதான்... தெரு நாய்க்கெல்லாம் எங்க பேர வச்சிக்கிட்டு... இன்னா ஜென்மம்ய்யா நீ... வச்சாலும் ரோதனை... வக்கலன்னாலும் ரோதனை. வந்தமா வேலய பார்த்தமான்னு போமாட்ட... நாய் மாதிரி வம்பு இழுத்துக்கிட்டு." பாவடியில் தினம் சண்டை நடக்கும். இந்தச் சண்டை ரூபத்தில்தான் பரிபூர்ணத்தின் வீட்டிற்கு எமன் வந்தது.

இப்ப நெய்யுற பாவு அவர் தோய்ஞ்சு வச்சது. வழக்கம்போல் அன்னைக்கும் எல்லாரும் டீக்கடைக்குப் போய் வந்து பாவு போட்டாங்க. பாவுல நூல் அறுந்து விழாம நகநகன்னு இருந்தது. வெயில் வருவதற்குள் கஞ்சி போடணும் என எல்லாரும் பறந்து பறந்து வேலை செய்தார்கள். அந்நேரத்துக்குத்தான் எமன் தெருக்கோடியில் நின்னான் போல இருக்கு. கழுத்துல கெடந்த எண்ணெய் பிசுக்கேறின மஞ்சக் கயித்துக்குப் பாசவலை விரிச்சு நின்னுட்டான் அந்தப் படுபாவி.

கஞ்சிப் பையின் வேகத்திற்குக் கையும் காலும் ஈடு கொடுக்கணும். நந்தகோபாலுக்குக் கை முழங்காலைத் தொடும். கை கஞ்சிப் பையைப் பாவின் மேல் இரண்டு பக்கமும் புரட்டினால் ஆள் நீளத்திற்குப் போகும். கால் அவ்வளவு வேகம் போக முடியாமல் தடுமாறும். நந்தகோபாலுக்கு இரண்டு முறை கால் சிக்கியது. மடித்துக் கட்டியிருந்த வேட்டியும் மடிப்பு அவிழ்ந்து புரண்டது. கை கூழாயிருந்ததால் வேட்டியை மடித்துக் கட்ட இயலாமல் அவிழ்ந்து புரண்ட வேட்டியுடன் கால் தடுக்கித் தடுக்கிக் கஞ்சிப் பையை இழுத்தார். நேரம் புரியாத நாய் இரண்டு அவர் வேட்டி சந்துக்குள் நுழைந்து கால் இடுக்கிலேயே தட்டுப்பட்டு நின்றது. சட்டென்று கோபம் எகிறியது நந்தகோபாலுக்கு. காலை உயர்த்தி நாயின் ஒரு முதுகைப் பார்த்து, “இந்தக் கந்தன் நாய்க்கு அறிவிருக்கா பாரு... கால் சந்துல நொழஞ்சிக்கிட்டு, தொலைடா கந்தா” என ஓங்கி ஒரு எத்து விட்டார். நாய் சுள்ளென்று உதை வாங்கியவுடன் வாலைப் புட்டத்திற்குள் அடக்கிக் கொண்டு ஓடியது.

எதிரில் கஞ்சிப் பையைப் பிடித்திருந்த கந்தனுக்கு முகம் சிவந்தது. “நந்தகோபாலு... நானும் பார்த்துட்டன். போற வர்ற நாய்க்கெல்லாம் எம் பேர வச்சிருக்க... எதுக்கு ஓய் நாயை ஒதைக்கிறதுக்கு எம் பேரச் சொல்ற... ஓ... மரியாதை கெட்டுரும்.” கஞ்சிப் பையிலிருந்து கஞ்சி மொத்தமாய்க் கீழே வழிந்தது. பிடியை நழுவ விட்டிருந்தார் நந்தகோபால். “ஒன் பாவுக்கு எடுப்பெடுக்க வந்தா எனக்குப் பாட்டு ஓதறயா? ஒரு அப்பனுக்குப் பொறந்திருந்தா இனிமே உன் பாவு தோய வரமாட்டன்டா...”

கந்தனுக்கருகில் மிதி வாங்கிய நாய் கேவியபடி வந்து நின்றது. நாயைப் பார்த்தவுடன் கந்தனுக்குக் கோபம் தலைக்கேறியது. பாவிலிருந்து அலுவை உருவினார். நந்தகோபாலை நோக்கி அடிக்க

ஓடினார். இவர் அலுவு உருவும் நேரத்திற்குள் இரண்டு அலுவை உருவியிருந்த நந்தகோபால் கந்தனின் முதுகுமேல் பட்பட்டென்று அடிக்கத் துவங்கினார். அடிவாங்கியபடியே கந்தன் எட்டி நந்தகோபாலின் சட்டை இல்லாத தோள்பட்டையில் கிடந்த துண்டுடன் அவர் கழுத்தையும் சேர்த்து இழுத்தார். பரிபூர்ணம் கஞ்சி குண்டானைக் கீழே போட்டுவிட்டு இருவரையும் விலக்கினாள். பாவடியில் இருந்த அத்தனை பேரும் சேர்ந்து விட்டார்கள். ஆளாளுக்கு நந்தகோபால் மேல் பாய்ந்தார்கள். “நீ பாவு போட வந்தா அதச் செய்யமாட்டியே... போற வர்ற தெரு நாய்க்கெல்லாம் ஆளுங்க பேர வச்சிக்கிட்டு கத்தறது. நந்தகோபால் நாய்னா நீ சும்மா இருப்பியா” என ஆளாளுக்கு பிடித்துக் கொண்டார்கள்.

கொழுக்கட்டை மாதிரி கந்தனுக்குத் தோள்பட்டை, முதுகு வீங்கிப்போனது. “பரிபூர்ணம், பாவ பாத்துக்கடி, ஓய் செல்வராஜ், ராஜாமணி கூடமாட பாவ சுருட்டுங்கடா” என்று சொல்லிக்கொண்டே சைக்கிளை பெடல் போட்டு ஏறினார். துருப்பிடித்திருந்த செயின் நாராசமாக ஒலி எழுப்பி சைக்கிள் மறைந்தது.

“இந்நேரத்துக்குப் பாவ நடுத்தெருவுல வுட்டு எங்கப் போவதுன்னு தெரியலயே...?” பயத்துடனே கஞ்சியை வழித்தெடுத்தாள். ராஜாம்பாளிடம் கழுநீர் தண்ணீர் வாங்கி கஞ்சியுடன் கலந்து கஞ்சிப் பையில் ஊற்றினாள். செல்வராஜும் ராஜாமணியும் கஞ்சிப் பையை இழுத்தார்கள். நந்தகோபால் காறித்துப்பிக்கொண்டு தண்ணீர் வராமல் காய்ந்து போயிருந்த குழாயடித் திண்ணையில் உட்கார்ந்திருந்தார்.

வெயில் ஏறுவதற்குள் பாவு வேலை முடிந்திருந்தது. அலுவு உருவி, கயிறு கட்டி, பாவு சுருட்டும் நேரம். வெயில் சுள்ளென விழுந்து அவர்களை வேகமாக வேலை வாங்கிக் கொண்டிருந்தது. அந்நேரத்தில் கேரியர் இல்லாத சைக்கிளில் முன்னால் ஒருவரும் சீட்டில் ஒருவரும் உட்கார்ந்தபடி இரண்டு போலீஸ்காரர்கள் பாவடிக்கு வந்தனர். “யாருய்யா இங்க நந்தகோபாலு...” அதட்டலாக ஒலித்தது குரல். நந்தகோபால் விருட்டென எழுந்தார். பதில் சொல்லவில்லை. கந்தன் வேர்க்க விறுவிறுக்க பாவடிக்கு வந்தார். “அதோ அவந்தான் சார்...” நந்தகோபாலைக் காட்டினார்.

"நீதான் மனுசாளுக்கு நாய்ங்க பேரு வைக்கிறதா? கேட்டாக்க இவ்வளவு அடி அடிச்சி வெச்சிருக்க இந்தாள? தெனாவட்டு ஒனக்கு... வாய்யா ஸ்டேசனுக்கு..."

"நீங்க போங்க சார்... நான் பின்னாடி வர்றேன்..."

"பின்னாடி வர்றயா? கிளம்புய்யா..."

"சட்டப் போட்டுக்கிட்டு வர்றேன் சார்..."

"சரி சரி நாங்க போறதுக்குள்ள ஸ்டேசனுக்கு வரணும். யோவ் கம்ப்ளையின்ட் குடுத்த நீயும் வாய்யா!"

"பாவு சுருட்டி வச்சிட்டு வர்றேன் சார்... நீங்க போயிட்டே இருங்க."

மத்தியானம் ஸ்டேசனுக்குப் போயிட்டு வந்த பிறகு கந்தனுக்குக் கொஞ்சம் கோபம் குறைந்திருந்தது. பாவு போட்ற அன்னிக்கு எப்படினாலும் சாப்பாட்டுக்குப் பிறகு ஒரு தூக்கம் போடுவார். அன்றைக்குத் தூங்கவில்லை. தெருத் திண்ணையில் உட்கார்ந்திருந்தார். எல்லாரும் ஜமா சேர்ந்தார்கள். 'நாய் நாய்னு எத்தன வருசமா விளையாட்டு பண்ணான் இந்த நந்தகோபாலு. இன்னிக்கி செமத்தியா மாட்டினான்... முன்கோபம் மூக்குக்கு மேல...'

நந்தகோபால் ஸ்டேசனில் இருப்பது நியாயம் என்றும் என்னதான் இருந்தாலும் பாவம் தானே என்றும் சில பேருக்குச் சில சுபாவம் என்றும் தெரு முழுக்கக் கலவையான உணர்வு இருந்தது. தோப்புத் தெருவில் லேசான பதட்டம். வடிவேலு டீக்கடையில் தினத்தந்தி பேப்பர் சீந்துவாரின்றிக் கிடந்தது.

கந்தன் வீக்கம் குறையாமல் இருந்த தோள்பட்டையைத் தடவிப் பார்த்தார். இப்போது வலி தெரியவில்லை. எல்லாரும் பேசிக்கொண்டிருந்தபோது நந்தகோபாலின் பெரிய மகன் முருகன் அவன் அம்மாவை சைக்கிளில் உட்கார வைத்துக்கொண்டு வேகமாக மிதித்துக் கொண்டிருந்தான். போலீஸ் ஸ்டேசன் போய் வருகிறார்கள் என்று புரிந்தது. திண்ணையில் திடீரென்று ஒரு அமைதி. 'இன்னும் அவன அனுப்பல போலயிருக்கு... உள்ள வச்சு முட்டிக்கு முட்டி தட்டினாதான் வழிக்கு வருவான்...'

பள்ளிக்கூடம் படிக்கிற பையன் அந்த வெயிலில் அவன் அம்மாவை ஏற்றிக்கொண்டு சைக்கிளில் வியர்த்து விறுவிறுத்துச் செல்வதைப் பார்த்தவுடன் கந்தனுக்கு வயிறு பிசைந்தது. இரவு பசிக்கவில்லை. அசதியாக இருக்கு என சாப்பாட்டை மறுத்துவிட்டார்.

பரிபூர்ணம் சாடை பேசினாள். "கெக்கலன் பொழப்புக்குப் போலீஸ் ஸ்டேசன் போய் நின்னா நல்லாவா இருக்கும். எண்ணிப் பார்த்தா எட்டு எழ கொறையும் எறங்கிப்போய் ஒண்ணுக்கிருந்தா ஒன்பது எழ கொறையும்னு சும்மாவா சொன்னாங்க... ரெண்டு சண்டக்காரங்களுக்குள்ள மூணாவதா ஒரு கொலைகாரன் பொழப்பு ஓகோன்னு வெளங்கும்."

விடிந்ததும் விடியாததுமாக ஆளைக் காணோம். கூட்டாளிகளுடன் டீக்கடைக்குப் போயிருப்பார் என பரிபூர்ணம் சிடுசிடுத்துக் கொண்டிருந்தாள். 'காலயிலயே ஊர் பஞ்சாயத்திற்குக் கிளம்பிட வேண்டியது. ஒரு எழுட்டு நெய்யறதுக்குள்ள நூறு பஞ்சாயத்து. கொழந்த குட்டிங்க இருந்திருந்தா காத்துல பறந்திருக்கும் பொழப்பு.' நேரம் ஆனதால் பரிபூர்ணமே டீக்கடைக்குப் போனாள். "காலையிலர்ந்தே மாமா வர்ல மாமி." போகும்போதோ டீக்கடை வடிவேலு சொல்லிவிட்டார். 'சரி, யார் வூட்டுப் பஞ்சாயத்தோ... அவ்வளவுதான். நாமாவது ஒரு எழட்டுப் போடலாம்' விறுவிறுவென வந்தவள் நீசத்தண்ணியைக் குடிச்சிட்டு தறிக்குப் போனாள். ரேடியோவைப் போட்டவுடன் எம்.ஜி.ஆர். பாட்டு வந்தது.

பத்துப் பத்தரை இருக்கும் கந்தன் வீட்டுக்கு வரும்போது. வெளியில் போய்ட்டு வந்தால் சிவந்த முகம் கன்றிப் போனதுபோல் இருக்கும். கோபமாக இருக்கும் என்று உடனே தறியிலிருந்து இறங்கி, இரண்டு சுண்ட வத்தலை எடுத்துக்கொண்டு சாப்பாட்டுத் தட்டைக் கந்தன் முன் வைத்தாள்.

"சோறு வாணாம்மே... என்னவோ பசிக்கலை." எங்கப் போயிட்டு வர்றீங்கன்னு கேட்டா, ஊர் சுத்திட்டு வர்ற தப்பை மறைக்கக் கூச்சல் போடும். சில நேரம் சோத்துத் தட்டு பறக்கும். 'பெரிய மவராணி, கேள்வி கேட்காம சோறு போட மாட்டா பண்ணாட...' கெட்ட வார்த்தையோ அடியோ விழும். பேசாமல் பரிபூர்ணம் தட்டைத் தன் பக்கம் நகர்த்தி, பழைய சோற்றைப் பிழிந்து போட ஆரம்பித்தாள். உப்புக்கல்லு எடுத்துப் போடப் போகும்போது, "நந்தகோபால பார்த்துட்டு வர்றேன்" என்றார் கந்தன்.

"நீ ஏம்மே அங்க போன... அந்த பாடாளப்பனைத்தான் உள்ள உட்கார வச்சுட்டமில்ல... பத்தை பத்தையா வீங்கிப் போய் ஒன் ஒடம்பப் பார்த்தாலே வயிறெரியுது."

"போலீஸ்காரங்க நல்லா அடிச்சிட்டாங்க போலருக்கு. நான் போன உடனே, 'டேய் கந்தா... என்ன வீட்டுக்குக் கூட்டிட்டுப் போயிர்றா... இந்தப் போலீஸ்கார நாய்ங்க அடிச்சே கொல்றாங்கடா'ன்னு கேவி அழுதுட்டான்."

சொல்லும்போதே கந்தனுக்குத் தொண்டை அடைத்தது. "கேஸ் வாபஸ் வாங்கிட்டு கூடவே கூப்பிட்டு வந்துட்டேன். சரியான அடி."

தோளில் கிடந்த துண்டை எடுத்துத் தலைக்கு வைத்து அப்படியே படுத்தார். பரிபூர்ணம் தறிக்குப் போனாள். பாட்டுச் சத்தமும் தறிச்சத்தமுமாக இடைவிடாமல் ஒலித்தது. 'ரேடியோவில் இன்னும் மணி சொல்லலையே...' யோசித்தபடியே தறியை நிறுத்திவிட்டு, ஜன்னல் வழியாக வாசலை எட்டிப் பார்த்தாள். குறட்டுக் கல்லைத் தாண்டி நிழல் கீழிறங்கத் தொடங்கியிருந்தது. 'மணி 12 ஆயிருச்சு... அடுப்பு பத்த வைக்க வேண்டியதுதான்... காலையில இருந்து சாப்டாம இருக்கு' என அவசரமாகத் தறியிலிருந்து இறங்கினாள். அவள் இறங்கும்போது ரேடியோ மணி பன்னிரண்டு சொன்னது.

"டீ வக்கட்டுமாமே..." அடுப்பைப் பற்ற வைத்தாள்.

கந்தனிடமிருந்து பதில் வரவில்லை. டீயை ஆற்றியபடியே வந்து பக்கத்தில் வைத்துவிட்டுக் குரல் கொடுத்தாள். கொஞ்ச நேரம் வரை டீ வைத்தபடியே இருந்தது. அருகில் வந்து "டீயை எடும்மே" என்றாள். கந்தன் எழுந்திருக்கவில்லை. குனிந்து நெற்றியைத் தொட்டாள். உடம்பு குளிர்ந்திருந்தது. பரிபூர்ணத்திற்கு உடல் வேர்த்தது. ஒருக்களித்துப் படுத்திருந்த கந்தனைத் தொட்டு எழுப்பினாள். உடம்பு கனத்துப் போயிருந்தது. 'சாவு முந்தியா, சண்டை முந்தியான்னு தெரியலையே முத்தாளம்மா...' பரிபூர்ணம் பெருங்குரலெடுத்து அழுதாள்.

மணி பார்த்தாள். ஐந்தாகியிருந்தது. தூறல் சத்தம் இல்லை. பாவு போட கடப்பாறை அடிக்க செல்வராஜ் கிட்ட சொல்லியிருந்தாள். இன்னொரு பக்கம் இழுத்துப் பிடித்து அடிக்க அலுவு போட ஆட்கள் வேண்டும். வெள்ளிக்கிழமை பாவுன்னு எழுதி வைக்கப்

போகும்போது... சனிக்கிழமைக்குப் பாவுன்னு எழுதி வைக்க நந்தகோபால் அங்கிருந்தார்.

கதவைத் திறந்து தெரு வாசலில் கோலம் போட்டாள். நீசுத்தண்ணியைக் கரைத்துக் குடித்தாள். 'இத்தோட பத்து மணிக்கு சாப்பிட முடியுமோ என்னவோ! அலுவு செமய தூக்கி வெளியில போட யாரக் கூப்பிட்றது... ஆம்பளன்னா ஒத்த ஆள் போதும்... தூக்கிடலாம், இல்ல என்கூட ஒரு ஆள் இருந்தாலும் பரவாயில்ல... ரெண்டாளா தூக்கிடலாம்...' யோசனையோடு வெளியில் வந்தாள்.

வானம் மப்பும் மந்தாரமுமாய் இருந்தது. எப்படியும் மழை வருவது மாதிரி இருந்தது. 'பாவு கொற இல்லாம நல்லபடியா தோய்ஞ்சிடனும்டி முத்தாளம்மா...' தெரு மாடக்குழியில் இருந்த திருநீற்றை எடுத்து நெற்றி முழுக்கப் பூசிக் கொண்டாள். செல்வராஜும் ராஜாமணியும் எழுந்ததாகத் தெரியவில்லை. எழுந்து விடுவார்கள். 'கஞ்சிப் பை இழுக்க ஆள் வேணும்...' எதிர் வீட்டை நோக்கிப் பரிபூர்ணத்தின் கால்கள் நடந்தன.

"க்கா... மாமா எழுந்திருச்சா... பாவு இன்னிக்கி" குரல் கொடுத்தாள் பரிபூர்ணம். "மாமா அஞ்சி மணிக்கே எழுந்து டீக்கடைக்குப் போயிருக்கு. நீ போய் அலுவு செமய புரட்டிப் போடு. நானும் வர்றேன்." அவிழ்ந்த கொண்டையை முடிந்தபடி புடவையை ஏற்றிச் செருகிக்கொண்டு வெளியில் வந்தாள் நந்தகோபாலின் மனைவி வள்ளியம்மாள்.

27

ஆண்களின் படித்துறை

அன்னம்மாள் ஆண்களின் படித்துறையில் அமர்ந்து நீராடிக் கொண்டிருக்கிறாள். படித்துறைக்குக் குளிக்க வரும் ஆண்களின் எண்ணிக்கை அந்நேரங்களில் அதிகரித்துக் கொண்டிருக்கிறது. மத்திய வயது முழுவதையும் அவள் தாண்டிவிட்ட பின்னரும் அவளுடல் இன்னும் வரிசை குலையாமல் இருக்கிறது. தொய்வடையாத முலைகளும் மடிப்பு விழாத இடுப்பும் கொழுத்த குதிரைபோல் பின்பக்கமும் வாலிபர்கள் முதல் வயசாளிகள்வரை சுண்டிப் பார்த்துக் கொண்டிருக்கின்றன. அது அவளுக்கு மிக நன்றாகத் தெரியும். ஊருக்குப் புதிதாய் வரும் ஆண்களிலிருந்து பாராமுகமாய்ச் செல்லும் கிறுக்குப் பிடித்த ஆண்கள்வரை அவள் படித்துதான் வைத்திருக்கிறாள். ஆண்கள் பற்றி அவள் வைத்திருக்கும் கணிதம் எதுவும் இன்றுவரை தோற்றுப் போனதில்லை.

பல் துலக்கியபடியும் துணி துவைத்தபடியும் வெறுமனே உடலைத் தேய்த்துத் தேய்த்து முங்கிக் குளித்தபடியும் பிரயோசனமற்ற கதையளந்தபடியும் ஆண்களின் படித்துறை அவளை வெறுத்துக் கொண்டிருக்கிறது. அவள் தன் நீராடலைக்

ஜே.பி. சாணக்யா (1973) காட்டுமன்னார்கோவில் அருகிலுள்ள முடிகண்ட நல்லூரைச் சார்ந்தவர். காமத்தைப் பற்றி எழுதுவது வாசகனின் காமத்தைத் தூண்ட அல்ல, வாழ்க்கையின் முதன்மையான வெளிப்பாடுகளில் ஒன்று என்று கண்டவனாக, இவர் எழுதிய கதைகள் மூன்று தொகுப்புகளாக வந்துள்ளன. வாழ்க்கையின் மேல் படிந்திருக்கும் என் ஆசைகள் கனவுகள் அதை உருவாக்கும் சூத்திரங்கள் அன்பு இச்சை வன்மம் இவையே என் வாசிப்பும் எழுத்தும் என்கிறார் சாணக்யா.

காட்சிப்படுத்துவதனூடாகவே அதைத் தட்டி வீழ்த்துவதான தொனியில் நீராடிக் கொண்டிருக்கிறாள்.

படித்துறை அவள் வீட்டுக்குமுன் வந்தபோது அவள் கணவன் சர்ப்பம் தீண்டி இறந்து போனான். அவள் வீட்டை ஒட்டி ஓடும் வாய்க்காலை முன்னிட்டுப் பஞ்சாயத்து அப் படித்துறையை அவள் வீட்டு வாசலுக்குக் கொண்டுவந்தபோது அனைவரும் அவள் நீராடுவதைப் பார்ப்பார்கள் என்றோ அனைவரும் அவள் வீட்டின் முகப்பில் நீராடுவார்கள் என்றோ யாரும் எதிர்பார்த்திருக்கவில்லை. அகன்ற வாய்க்கால் பஞ்சகாலத்தில் தூர் வாரப்பட்டது. ஊர் மக்கள் அனைவரும் மூன்று வேளை சோற்றுக்கும் படிப்பணத்திற்குமாக வாய்க்காலை மேலும் ஆழப்படுத்தி, சீர்படுத்திவிட்டுப் போனார்கள். அன்னத்தின் வீட்டின்முன், நீளமும் அகலமுமான சிமிண்டு படிக்கட்டுகளுடன் படித்துறை வந்து விழுந்தது. முதலில் அவர்கள் நீராடுவதை வீட்டிலிருந்தபடி பார்த்துக் கொண்டிருந்தாள். பிறகு அவளும் அந்த படித்துறையை விரும்பினாள். துணி துவைப்பதிலிருந்து குளிப்பதிலிருந்து பாத்திரம் அலம்புவதுவரை எல்லாமும் அவளுக்கு மிகவும் எளிமையாகி விட்டது. லலிதாவுக்கு அப் படித்துறை தன் வீட்டைச் சுற்றி இருப்பது பிடிக்காமல் போய்விட்டது. அவள் அம்மா அங்கு அனைவருக்காகவும் நீராடுவதுபோல் சென்று குளிப்பது சற்றும் பிடிக்கவில்லை. திருமண வயதில் தன்னை வைத்துக்கொண்டு படித்துறையில் பல்லிளித்துக்கொண்டிருப்பதாக அவளைக் குற்றம் சாட்டிக் கொண்டிருந்தாள்.

மெயின் ரஸ்தாவை ஒட்டி இறங்கும் மரப்பாலம்தான் கிழக்கே ஒதுங்கிக் கிடக்கும் வீடுகளைப் பிணைத்துக் கொண்டிருக்கிறது. அன்னம் படித்துறையில் நீராடும் நேரம் அதிகபட்ச ஆண்களுக்கு அத்துப்படியாகியிருக்கிறது. அவர்கள் அவளுக்காகவே காத்திருக்கிறார்கள். வெவ்வேறு நேரங்களில், வெவ்வேறு முகங்களில். பாத்திரம் அலம்பவோ துணி துவைக்கவோ அவள் புடவையை மழித்து அமர்ந்து கொள்ளும்போது வழுவழுப்பான தொடைகள் பிதுக்கத்துடன் மினுக்க, ஆண்கள் பல் துலக்குகிறார்கள். பெருமூச்சு விடுகிறார்கள். அதன்பின் அவள் சிறிது நேரம் கழித்து நீராட வருகிறாள். லலிதா அரைப்புடவை கட்டிக்கொண்டு தையல் பள்ளிக்குப் புறப்பட்டுப் போகிறாள். ஆண்களின் சைக்கிளில் அவள் உந்தி ஏறும்போது

எதிர் வீட்டுக் கிழவன் தினமும் பார்த்துக் கொண்டிருக்கிறான். அவளது முன்தொடை அந்நேரத்தில் பளிச்சிடுவதை அவன் அதீத விருப்பத்துடன் பார்த்துக் கொண்டிருக்கிறான். லலிதா பெண்கள் ஓட்டும் சைக்கிள் வாங்கிவிட வேண்டுமென்றுதான் ஆசைப்பட்டாள். அது முடியாமல் குறைந்த விலைக்குக் கிடைக்கிறதென்று அன்னம்தான் இந்த சைக்கிளை வாங்கிப் போட்டாள். அது தன் அம்மாவுக்காகத்தான் அவ்விலைக்குக் கிடைத்திருக்கிறதென்று அவளுக்குத் தெரியும்.

அவள் கிளம்பிச் செல்லும்போது அப் படித்துறையை வெறுப்புடன்தான் பார்த்தபடி போகிறாள். அவர்களைச் சொல்லி என்ன இருக்கிறது, அம்மா சரியில்லை என்று நினைத்துக்கொண்டாள். இன்னும் சிறிது காலத்தில் சாகக் கிடக்கும் அக்கிழவனின் நடத்தை அவளுக்கு ஆச்சர்யமாகத்தான் இருக்கிறது. பல சமயங்களில் அவள் சைக்கிளில் ஏறுமுன் அவன் இருக்கும் பக்கம் பார்த்துக் காறித் துப்பியிருக்கிறாள். அவன் சில நாட்கள் கம்மென்றிருந்துவிட்டு மீண்டும் பார்க்கத் தொடங்கிவிடுவான். அவனுக்காகவே அவள் அவன் பார்வை படாத மற்றும் எதிரில் ஆண்கள் வராத நேரமாய் சைக்கிளில் ஏற, ஏதோ சைக்கிளைத் துடைத்துச் சரிசெய்வது போலச் சாலையில் நின்றுகொண்டிருப்பாள். கிழவன் ஒரு நாள் வீட்டின் பின்புறம் வந்து நின்றுகொண்டு அவளைப் பார்த்தான். அவளுக்கு எரிச்சலாக இருந்தது. பல சமயம் அவனைச் சாடைமாடையாகத் திட்டவும் செய்திருக்கிறாள். அவள் அம்மாவிடம் கூறியபோது அவளும் கிழவனைத் திட்டிவிட்டு மேற்கொண்டு காரியம் பார்க்கத் தொடங்கிவிட்டாள். இத்தனை இளக்காரத்திற்கும் தன் அம்மாவையே லலிதா மீண்டும் மீண்டும் சாடிக்கொண்டிருந்தாள். அவளும் லலிதாவின் மனம் கோணாதபடி நடப்பதற்கு முயற்சி செய்துகொண்டுதான் இருக்கிறாள். ஆண்கள் வராத நேரத்தில் நீராடச் சொன்னாள். அவளும் செய்தாள். ஆனாலும் அவள் நீராடும் செய்தி எப்படியோ காற்றின் வழி பரவிவிடுகிறது. சர்க்கஸ் வினோதத்தைப் பார்க்கும் கூட்டம்போல் சிறிது நேரத்தில் வேளை கெட்ட வேளையில் கூட்டம் கூடிவிடுகிறது.

அன்னத்திற்கு எல்லோரையும் தெரியும். படித்துறையில் பல ஆண்களுடன் அவள் நீராடியிருக்கிறாள். அவர்கள் அனைவரும் தன்னை ஒரே மாதிரிதான் பார்க்கிறார்கள், ஒரே புள்ளியில்தான் நடத்துகிறார்கள் என்பதை அவள் அறிவாள். ஆனால் ஆண்களின் பார்வை தன் மகளையும் அப்படியே பாவிக்கும் என்பதைத்தான்

ஏற்றுக்கொள்ள முடியாமலிருக்கிறது. முடிந்தவரை தனது நீராடலைப் பிள்ளைக்குத் தெரியாமல்தான் பார்த்துக்கொண்டாள். அவளுக்கான பருவங்கள் விளையத் தொடங்கியதுமே கண்ணாடித் திரைபோல் காட்டிக் கொடுத்துவிட்டது. சில மாதங்களில் தன் மகளுக்கு மாதவிடாய் தள்ளிப்போகும் நாள்களில்கூடப் பதற்றத்துடன் எள்ளும் எள் பண்டங்களும் சூட்டுப் பழங்களும் தின்னத் தருவதை லலிதாவால் பொறுத்துக் கொள்ள முடியவில்லை. அது மறைமுகமாகத் தன் அம்மாவைப் போலவே தன்னையும் ஆக்கிவிடுவதற்கான வற்புறுத்தலோ என்று குழம்புகிறாள். சில சமயம் அத்தருணங்களில் அன்னத்தை அதற்காகத் திட்டவும் முறைத்துவிடவும் செய்திருக்கிறாள். மறுநாளும் மறுநாளுமான அதிகாலைக் குளியலின் மூலமாய்த் தன் புத்துயிர்ப்பையும் சேதாரமின்மையையும் அதிகாரத்துடன் உணர்த்துவாள். அப்போது லலிதாவின் கோபத்தை அன்னம் பொருட்படுத்துவதில்லை. மாறாக மிகவும் சந்தோஷப்படுவாள். அவளுக்கு அவளே வேலி என மனதில் முணுமுணுத்துக் கொள்வாள்.

***

அன்னம் வடக்கு வெளிக்குச் சாக்கு மடித்து எடுத்துக்கொண்டு கூலி வாங்கப் போகிறாள். அவள் செல்லும் திசையில் தட்டுப்படும் அனைத்து ஆண்களும் அவளுடன் இருந்தவர்கள்கூட, விழிகளால் புணர்ந்து தீர்த்துக் கொள்கிறார்கள். அவள் குனிந்தபடியும் எங்கோ பார்த்தபடியும் இருபுறமும் கரும்பு வயல்களும் கருவேல மரங்களும் கிளைத்த வண்டிப்பாதையில் இயல்பாக நடந்து போகிறாள். யாருமற்ற அவ்வேளைகளில்தான் அவளுக்கு இயல்பு நடை கூடிவருகிறது. வானச் சரிவு தூரத்தில் பாதையின் முகத் திருப்பல்கள் மறைந்த நீட்சியைக் கற்பனைக்குள் கொண்டு வருகின்றன. சில வயல்களும் அதன் மறைவிடங்களும் சில புணர்ச்சிச் சம்பவங்களை நினைவில் தட்டிவிட்டு மறைகின்றன. வெவ்வேறு விதமான பகல் பொழுதுகள், வேளைகள், புணர்ச்சி முகங்கள். அவை வெவ்வேறு முகங்களே ஒழிய அதன் தவிப்பிலும் வெளிப்பாட்டிலும் பெரிதான மாற்றங்கள் எதுவும் இல்லை. எதனாலும் எதுவும் மிஞ்சிவிடவில்லை என்று அவள் அனுபவம் சொல்லிச் செல்கிறது.

அவள் செடிகளுக்கும் கரும்பு வயல்களுக்கும் நடுவில் தனித்துப் போவதை எரிமேட்டின் தொலைவிலிருந்து டிங்கு பார்த்தான். மனம் பரபரக்க ஓரமாக சைக்கிளை நிறுத்திப் பூட்டிவிட்டுக் குறுக்கே ஓடி வரத் தொடங்கினான். டிங்கை எல்லோரும் 'லூஸு' என்றார்கள். இளம் வாலிப மீசையும் மெல்லிய குறுந்தாடிப் படர்வும் நீளவாகு முகமுமாகச் சிவப்பாக இருந்தான். கழுத்தோரத்தில் பச்சை நரம்புகள் இலை நரம்புகள்போல் படர்ந்து இறங்கியிருக்கும். வாயைத் திறந்தால்தான் அவன் திக்குவாயால் குளறுவது தெரியும்.

புழுதி வயல்களில் அவன் கால்கள் தறிகெட்டு ஓடி வந்தன. அவன் நினைப்பில் அன்னத்தின் கட்டியணைப்புகள் தெரிந்தன. மூச்சும் வியர்வையும் பெருகின. குறி குறுகுறுப்புடன் மிதக்கத் தொடங்கிவிட்டது. அவள் கூலி வாங்கத்தான் அங்கு போகிறாள் என்று யூகித்துக்கொண்டான். ஆட்கள் எதுவும் தட்டுப்படாத பட்சத்தில் அவளைக் கட்டிப் பிடித்து முத்தமிட வேண்டும் என்று நினைத்தான். இத்தனை நாளும் அவன் அப்படி நடந்துகொண்டதில்லை. ஆனால் அவனால் இனிமேலும் அதை மறைக்க முடியாது என்று எண்ணியிருந்தான். அவள் வீட்டுப் பக்கம் செல்ல மிகுந்த கூச்சமாக இருந்தது. அதோடு ஊரில் அவனைக் கிண்டலடித்தே சாகடித்து விடுவார்கள் என்று காரணம் வைத்திருந்தான்.

அன்னத்திற்கு அசைபோட நினைவுகள் நிறைய இருக்கின்றன. எதையோ தனக்குள் முணுமுணுத்தபடி நடந்தாள். அவன் மறுதெம்பு வயல்களில் புகுந்து மேடேறி அவளைப் பார்த்தான். நா வறட்சியும் பயமும் கூடிக்கொண்டன. அவளும் அவனைப் பார்த்தாள். கட்டுப்படுத்தப்படும் மூச்சிரைப்பும் வெளியேறும் வியர்வையும் அவன் ஓடி வந்திருக்கிறான் என்பதை எளிதாக உணர்த்தின. "என்ன இந்தப் பக்கம்" என்று விசாரித்தபடி கடக்க முனைந்தாள். அவன் பல்லிளித்துக் கொண்டு நின்றான். ஒல்லிக் குச்சான கால்கள்தான் அவள் கண்களில் பட்டன.

"வறியா?" என்றான்.

சட்டென அவளுக்குத் தன் இளக்காரம் தெரிந்து கோபம்தான் வந்தது. அவனை அளந்தபடியும் முறைத்தபடியும் நடக்கத் தொடங்கினாள்.

"ஒரே ஒரு வாட்டிதான்" என்றான்.

அவள் ஒட்டுமொத்தமாக அவ்வூர் ஆண்களை நினைத்துக் கொண்டாள். அதில் இவனும் சேர்க்கப்பட்டு விட்டான். அவள் திரும்பிப் பார்த்து, தான் கூலி வாங்கப் போவதாகவும் நாளைக்கு வீட்டுக்கு வரும்படியும் கூறினாள். அது ஒன்றும் பிரச்சினை இருக்காது என்று நினைத்தாள். அவன் மனத்தை முறிக்க இடமில்லாதவள் போலப் பேசினாள். அவன் வயதும் ஓடி வந்திருக்கும் தவிப்பும் அவளுக்கு இசைவாகவும் இருந்தன. அவன் பரிதாபமாக நின்றுகொண்டிருந்தான். அவளும் அவனைப் பார்த்துக்கொண்டிருந்தாள். அவள் கடைத்தெருவில் கூட்டுறவு அங்காடியில் பொருள் வாங்கச் சென்ற போதெல்லாம் அவன் சமீபமாக நடந்துகொண்டிருந்த முறையில் அத்தனையிலும் காமம் ஒளிந்திருந்ததைச் சட்டெனத் தற்போது யூகிக்க முடிந்தது. அவள் பாதையின் இரு பக்கங்களிலும் அரவம் பார்த்தாள். வெயிலில் வயல்வெளி தனிமையின் ஆங்காரத்தோடு பூத்துக் கிடந்தது. அவன் யாருக்கும் முகம் தெரியாதபடி கரும்பு வயலின் நுனியில் நின்றுகொண்டிருந்தான். அவள் சட்டென முடிவெடுத்தவளாய் அவன் நிற்கும் பக்கம் பார்த்தபடி நடந்தாள். அவன் உடலும் மனமும் சந்தோஷத்தில் பதைக்கத் தொடங்கின.

அவ்விஷயத்தில் அவளுக்குப் படிந்து போயிருந்த அனுபவம் அவனைப் பார்த்து எடை போட்டுக்கொண்டிருந்தது. வெப்பமுற்ற வயலில் அவளால் அதிக நேரம் இருக்க முடியாது என்பதை உணர்த்துபவளாய்ப் பேசி உடனே அவன் உடலுறவு முடிய வழி கொடுக்கத் தொடங்கினாள். அவன் அதைத் தாண்டி அவளது உடலைப் பார்க்கும் ஆவல் பெருகியவனாய்த் தீவிரம் தெறிக்கும் முகத்துடன் வியர்வை சொட்டப் பொத்தான்களை விடுவித்து அவள் மார்புகளைப் பார்த்தான். அவள் அவன் குறியைப் பிடித்துத் தனக்குள் சேர்த்தபோது பொருட்படுத்தாதவனாய் அவள் மார்புகளைத் தடவிப் பார்த்தான். நினைவில் பதியவைத்துக் கொள்வதுபோல் உற்றுப்பார்த்துக் கொண்டிருந்தான். ஏற்றம் குறையாத மார்புகளின் ஒரு கரத்தில் அடங்காத வளமை அவன் காமத்தைப் பெருக்கியது. மாமிசம் கவ்வும் விலங்கைப் போலச் சட்டெனக் குனிந்து சுவைத்தான்.

அவன் கட்டுப்படுத்த முடியாதவனாய் இயங்க ஆரம்பித்தான். எல்லாமும் அவன் பெண்ணுடலை அறிந்துகொள்ளும் மனப்பதிவின் தோரணையிலேயே இருப்பதை உணர்ந்தாள். அவன் அப்படி உற்றுப் பார்ப்பது அறிதலுக்காகத்தான்

எனும்போது அவன்மேல் சில எண்ணங்கள் ஓடின. அதைக் கேட்க வேண்டாம். ஆண்களுக்குப் புதிதா என்ன என்று கம்மென்றிருந்துவிட்டாள். அவனே பொருத்திக் கொண்டு இயங்கத் தொடங்கினான். நான்கைந்து உந்தல்களிலேயே உச்சம் வந்தவனாய்த் தடுமாறி அவள் மேல் கவிழ்ந்தான். அவள் யூகித்தது சரிதான் என்றாலும், "இதுதான் முதல் தடவையா?" என்றாள். அவன் சிரித்துக் கொண்டே இசைவாய்த் தலையாட்டினான். "பொய் சொல்லாதே" என்றாள். அவள் தலையில் அடித்துச் சத்தியம் செய்தான். "இன்னொரு முறை வேண்டுமானால் செய்துகொள். இனிமேல் வரக் கூடாது" என்றாள். அவன் போதும் என்று கூறி கூச்சத்துடன் நெளிந்தான். சில வினாடிகளில் அவனைச் சட்டென மேலேற்றி இயங்கக் கூட்டினாள். ஆவேசப்பட்ட இயக்கத்தில் உற்சாகமாய் இயங்கினான். அவள் அவன் உடலைப் பிடித்து நிதானமாக இயக்கத்தைச் சீராக்கினாள். அவனும் அவ்வாறே இயங்கினான். இருவருக்குமான திருப்தியில் இருவரும் கட்டிப் பிடித்துக்கொண்டார்கள். டிங்கு பாவம். அவனுக்குத் திருமணம் ஆகும்வரை வேறு எந்தப் பெண்தான் அவனை விரும்பிப் புணர்ச்சியில் சேர்த்துக் கொள்வாள் என்று நினைத்தாள். இதை அவனும் இரண்டாம் உடலுறவின் போது உணர்ந்திருந்தான்.

அவனும் அவளுடன் கூலி வாங்க வருவதாகக் கெஞ்சினான். அவன் வரும்போது யாரும் பெரிதாக எடுத்துக்கொள்ளப் போவதில்லை என்று நினைத்தாள். அம்மா இல்லாத பிள்ளை என்று வேறு பரிதாபம் பார்த்தாள்.

அவள் கூலிக்காக அவனுடன் சென்று களத்தில் காத்திருந்தபோது ஆண்கள் அவளிடம் மாறிமாறிப் பேச்சுக் கொடுத்தார்கள். எல்லோருமே அவளைப் புணர்வது பற்றியோ அல்லது மற்றவர்களைப் புணர்ச்சிக்கு ஏற்றுக்கொள்வது பற்றியோ அல்லது பொதுவான புணர்ச்சி பற்றியோதான் மறைமுகமாகப் பேசி முடித்தார்கள். அன்னத்திற்கு அவர்களது பேச்சின் சாரம் தெரியும். அவள் நேர்க்கோட்டில் நின்றுதான் பார்த்தாள்; பேசினாள். அவர்களுடன் இங்கேயே படுத்துக்கொண்டால் அவர்களுக்குப் பரம சந்தோஷம். மேலும் இந்த வெட்டி நியாயம் எதுவும் பிறகு பேசப்படப் போவதில்லை என்று நினைத்தவுடனேயே அவளுக்குத் தன் நடத்தை மீதான ஆசுவாசமும் விடுதலையுணர்வும் ஏற்பட்டன.

***

லலிதா மரப்பாலத்தின் வழி சைக்கிளை விட்டு இறங்கி நெட்டிக்கொண்டு வருகிறாள். மரப்பாலம் சைக்கிளையும் அவளையும் தாங்கித் திமிர் முறித்துக் கொள்கிறது முனகியபடி. படித்துறைப் படிக்கட்டுகள் யாருமற்று அவளைப் பார்த்துக் கொண்டிருக்கின்றன. அப் படிக்கட்டு நீர்நிலையிலிருந்து அவள் வீட்டுக்கு ஏறிவரும் வழி போலவே இருக்கிறது. பல்வேறு முகச் சாயலும் அசட்டுச் சிரிப்புமாய் அவளைப் பற்றி இழுத்துத்தான் பார்க்கிறது.

சைக்கிளை நிறுத்திவிட்டுப் பூட்டிக் கிடக்கும் வீட்டைத் திறக்கின்றாள். கிழவனின் ஞாபகம் வந்து திரும்பிப் பார்க்கிறாள். அவன் எழுந்து உட்கார்ந்து பார்த்துக் கொண்டிருக்கிறான்.

அவளை அறியாமலேயே அவன் இருப்பு அவளைப் பரிசோதிப்பது போலவே அவன் நினைவு அவ்விடத்தை நிரப்பிக்கொண்டு நிற்கிறது. அவனால்தான் அவள் சைக்கிளில் வீடுவந்து இறங்காமல் பாலத்தின் அம்முனையிலேயே இறங்கிக் கொள்கிறாள். திறந்த வீட்டின் வெறுமை அம்மாவை நினைவுக்குக் கொண்டுவந்து அலுப்பேற்றுகிறது. கதவைத் திறந்து போட்டுச் சிறிது நேரம் படிக்கட்டிலேயே உட்கார்ந்திருக்கிறாள். ரோட்டில் ஒரு புல்லட்டில் நான்கு பேர் நெருக்கியடித்துச் செல்கிறார்கள் படபடக்கும் சப்தத்துடன். அவளுக்குச் செல்வத்தின் ஞாபகம் வருகிறது. செல்வத்தின் புல்லட் நிறம் கறுப்பு. அருகிலுள்ள டவுனில் எலக்ட்ரிக்கல் கடை வைத்திருக்கிறான். அவளைப் பார்க்க அடிக்கடிப் பகிரங்கமாக வீட்டுக்கு வந்துபோய்க் கொண்டிருக்கிறான். அவன் தன்னைத் திருமணம் செய்துகொள்ளும் கற்பனைக்குள் அவளை வளர்த்துவிட்டிருக்கிறான். பூசிய முகமும் வடிவமான உடலும் ஆண் துணையற்ற வீடும் அவனது 'காதலை'ப் பெருக்கிக் கொண்டிருக்கின்றன. அன்னம் எச்சரிக்கவும் இல்லை. ஊக்கப்படுத்தவுமில்லை. அவ்விஷயம் அதன் போக்கில் போய்ச் சேரட்டுமென விட்டுவிட்டாள். இவ்விஷயத்தில் முடிவுகள் விருப்பமான கற்பனைகளில் மோதிச் சுழலும்போதெல்லாம் கடைசியாக அவளது சாமர்த்தியம் என்று விட்டுவிடுகிறாள்.

லலிதா தையல் பள்ளிக்குப் போகும் வழியில் அவனது கடை இருக்கிறது. கடைத்தெருவை அலற வைத்தபடி சினிமாப் பாட்டு ஒலித்துக்கொண்டிருப்பது அவன் இருப்பு. புகை பிடித்தபடி அவள் வரும் நேரத்தில் ஒருக்களித்து நிற்கும் புல்லட்டில் சாய்ந்துகொண்டு

பார்த்துச் சிரிப்பான். அவளுக்கு அவனைப் பிடித்திருக்கிறது. ஆனால் தன் அம்மாவின் நடத்தைகளாலேயே தன்னை அவனிடம் ஒப்புவிக்கத் தயங்கிக் கொண்டிருக்கிறாள். ஆண்கள், அந்த விஷயம் மட்டும் நடந்துவிட்டால் இடத்தைக் காலி செய்துவிடுவார்கள் என்று முழுமையாக நம்பிக்கொண்டிருக்கிறாள். அதுவும் தனது குடும்பப் பிராது இவ்வூரில் அம்பலம் ஏறாது எனவும் தெரிந்து வைத்திருக்கிறாள். அவன் பேச்சையும் போக்கையும் அவளால் முழுதாகப் புரிந்துகொள்ள முடியவில்லை என நெருக்கமான தோழிகளிடம் கூறி வருகிறாள். ஒரு நேரம் அவளுக்காகவே காத்திருப்பது போலவும் சில சமயம் வேற்றாள்போல் பேசிவிடுவதாகவும் கூறுகிறாள். அக்குழப்பங்களைப் பற்றி அவனிடம் பேசிவிடத் தைரியம் எதுவும் வரவில்லை. அவன் தன்னைப் பார்க்க வருவதே பெருமையாகவும் சந்தோஷமாகவும் இருக்கிறது அவளுக்கு. புல்லட் வரும் சப்தம் தெருவுக்கு லலிதாவின் ஞாபகத்தைத்தான் எழுப்பிவிடுகிறது. செல்வம் சாலாக்குக்காரன் என்றார்கள் சில பொம்பிளைகள். கல்யாணத்திற்கு முன்பு எங்கு சுற்றி வந்தால் என்ன, குடும்பம் என்று ஆன பின்பு ஊர் மேயாமல் இருந்தால் சரிதான் என்கிறாள் லலிதா. அவளுக்கும் ஆணுலகம் பற்றி அவள் அம்மாவைப் போலச் சில கணக்குகள் இருக்கின்றன. அக்கணக்குகளின்படி அவள் இயற்றிக் கொண்ட சட்டங்கள் தாம் தையலை ஒழுங்காகவும் தீவிரமாகவும் கற்றுக்கொள்வதற்கும் ஆண்களிடம் எல்லையோடு தன் பேச்சை வகுத்துக் கொள்வதற்கும் துணை புரிகின்றன. ஒருமுறைகூட அவனுடன் அவள் வருந்தி அழைத்த பிறகும்கூடத் தனியாக சினிமாவுக்குச் சென்றதில்லை. பெண்கள் கூட்டம் கிளம்பும் பேச்சுத் தட்டுப்படும் நாளிலிருந்து தேதி அறிவித்து அவனை அங்கு வரவழைப்பாள். அவனும் வேறு வழியின்றித் தன் நண்பர்களுடனோ தனியாகவோ வருவான். டிக்கெட் எடுத்துத் தரும் வேலைகள் முடிந்து உள்ளே சென்றதும் அவள் பெண்களுடனும் அவன் ஆண்களுடனும்தான் அமர முடியும். இப்படி அவன் வருகையையும் தன் நடத்தையையும் பகிரங்கப்படுத்துவதன் மூலமாகவே அனைவருக்கும் அவள் தெரிவிப்பது அவள் அம்மாவின் நடத்தைகளைத் தன்னோடு ஒப்பிட்டுப் பார்க்க வைப்பதும் அனைவரையும் தங்கள் காதலின் சாட்சியங்களாக ஆக்கிக் கொண்டிருப்பதும்தான்.

வயல் வேலைகளுக்குச் சென்றிருக்கும் அன்னத்திற்குச் சோறு எடுத்துக் கொண்டு செல்லும் வடக்குவெளிக் காட்டுப் பாதையில்

செல்வம் எத்தனையோ முறை மறித்தும் சிரித்தும் பேசியிருக்கிறான். அவள் அந்நேரத்தில் இப்படி நடந்து கொள்வதற்காக அவனை வெறுத்துவிடவில்லை. மிகவும் விரும்புகிறாள். தன் உடல் பற்றியும் அழகு பற்றியும் அப்போதைய பிரக்ஞை அவளுக்குத் திமிறிய சந்தோஷத்தைத் தருகிறது. ஆனாலும் சிரித்தபடியே மறுத்துக் கடக்கிறாள். பலமுறை திரும்பிப் பார்த்துச் செல்கிறாள். அப்போது அவள் விழிகளில் மின்னும் காமம் சொல்லிச் செல்வதெல்லாம் அவள் அவளையே பொக்கிஷமாக வைத்திருப்பது போலவும் அது அவனுக்காக மட்டுமே என்பது போலவும்தான் இருக்கிறது.

லலிதாவை அன்னத்தோடு ஒப்பிட்டுப் பார்த்துப் புகழ்ந்து கொண்டுதானிருக்கிறார்கள். அதே சமயம் அன்னத்தை யாரும் கீழ்த்தரமாக நடத்திவிடவில்லை. 'ரெண்டாளம் கெட்டவள்' என்றுதான் வகைப்படுத்தி வைத்திருக்கிறார்கள். "அடிச்சிட்டு அள்ளிக் குடுத்தா வாங்கித் திம்பா" என்கிறாள் பிச்சையம்மாள். அவள் எந்தப் புருஷன்மாரைப் பற்றியும் எந்தப் பெண்களிடமும் துப்புக் கொடுத்தது கிடையாது என்கிறார்கள் விவரம் தெரிந்த பெண்கள். அவள் நடத்தைகளை விவரிக்கும் போதே பெண்ணுலகத்தின் சிரிப்புக் கதைகளின் வகைகளில்தான் அவை வெளிவருகின்றன. ஆனால் அவள் ஆண்களிடம் பலரது கதைகளைப் புட்டுப்புட்டு வைக்கிறாள். ஆண்கள் சிரித்துக் கொள்கிறார்கள். விருதாங்கநல்லூரிலிருந்து செட்டியாரின் வேலைக்காரன் ஒருவன் அவரது நிலத்தைப் பார்த்துக்கொள்ள வந்துபோய்க் கொண்டிருந்தான். அவன் கொஞ்ச நஞ்சமல்ல நிறையவே கூச்ச சுபாவியாக இருந்தான். அவளே அவனிடம் சாடைமாடையாகவும் பிறகு நேரிடையாகவும் பேசியும் அவன் வராது சலித்துத்தான் போனாள். இதோடு தொலையட்டும் என்று அவளும் அப்படிப் பேசுவதை ஓர் எல்லையோடு நிறுத்திக்கொண்டு பொது உரையாடல்களைத் தொடங்குவாள். அவன் விடாமல் காமம் சொட்டப் பார்க்கத் தொடங்குவான். அது அவளுக்கு ஆரம்பத்தில் எரிச்சலாக இருந்தது. 'இந்த கேஸ் இப்படித்தான்' என்று 'சொல்' கொடுத்துவிட்டுச் சிரிக்கத் தொடங்கிவிட்டாள். காமம் சொட்ட நான்கு பார்வைகள்; காதலிப்பதுபோல் சில பேச்சும் பார்வைகளும் சில அசட்டுச் சிரிப்புகளும்; தூரத்தில் மறையும்போது ஒரு சில திரும்பிப் பார்த்தல்கள்; அவ்வளவுதான் அவனது தொடர் நடவடிக்கைகள். இது ஒருவகை என்று அவளும் அவனுக்குத் தோதாகத் திரும்பச் செய்துகொண்டிருந்தாள்.

ஒருநாள் வயலில் அவள் செட்டியாருக்காகக் காத்துக் கொண்டிருந்தபோது திடுமென அவள்முன் வந்து நின்றான். அவனைப் பிறகு வரும்படி கூறினாள். அதோடு முடிந்தது கதை. செட்டியார் வருவதற்குள் அவனை அனுப்பிவிட முடியுமென்று அவனுடன் இருக்கத் தொடங்கினாள். அவன் செய்கைகள் அனைத்தும் குழந்தையின் சேட்டைகள் போலவே இருந்தன. செட்டியார் குறிப்பிட்ட நேரத்திற்கு முந்தியே வருவார் என்று அவள் எதிர்பார்த்திருக்கவில்லை. அக்கோலத்தில் அவனைப் பார்த்ததும் அவர் திரும்பி நடக்க ஆரம்பித்து விட்டார். அவளுக்குச் சிரிப்புதான் வந்தது. அவன் உடைகளைச் சரிசெய்துகொண்டு பள்ளிக்கூடப் பிள்ளை பிராது கூறி அழுவதுபோல், "இதுக்குதான் நான் வர்லேன்னது" என்று அழுதான். அவள் வாய்விட்டுச் சிரித்துக்கொண்டிருந்தாள்.

***

அன்னம் தன் மகள் உறங்குவதற்காகக் காத்துக்கொண்டிருக்கிறாள். லலிதா புரண்டு படுப்பதும் உறங்காதிருக்கும் அம்மாவைப் புரிந்துகொண்டு உறங்காமலிருக்க முயற்சிப்பதுமாய் இருக்கிறாள். விளக்குகள் அணைந்து தெருவே தூக்கத்தில் மிதக்கத் தொடங்கிவிட்டதை அறிந்து அன்னத்தின் மனம் லேசாகப் பதைத்துக்கொண்டிருந்தது. லலிதாவின் உறக்கம் அல்லது உறங்குவது போன்ற ஒரு நடிப்பையாவது எதிர்பார்த்துக்கொண்டிருந்தாள். லலிதா தனது தூக்கமின்மையால் மட்டுமே அம்மாவைப் பிடித்து நிறுத்த முடியுமென்று நினைத்துப் பிடிவாதமாகத் தூக்கமின்மையை நாசூக்காகத் தெரிவித்துக் கொண்டிருக்கிறாள். 'அவர்' அவளைக் கூப்பிடுவார் என்று அவள் எதிர்பார்த்திருக்கவில்லை. ஊரில் வசதியான குடும்பங்களின் வரிசையில் முக்கியமான மற்றும் மிக கௌரவமான நடத்தையுள்ள மனிதராக மதிக்கப்படுகிறவர்களில் அவரும் ஒருவர். மதிய வெயிலில் அன்னம் கடைத்தெருப் பக்கம் போனபோது அவர் கறிக்கடையில் உட்கார்ந்து பேப்பர் படித்துக் கொண்டிருந்தார். "ஒரு விஷயம் கேட்டுப் போ" என்றுதான் கூப்பிட்டார். சிறிய கடைத்தெரு மதிய வெயில் மயக்கத்தில் குட்டை நிழல்களுடன் காற்றோடிக் கிடந்தது. வாசல் பக்கம் சென்று பவ்யமாய் ஒதுங்கி நின்றாள். அவர் உள்ளே கூப்பிட்டார். எதுவோ தன்மீது பஞ்சாயத்து என்றுதான் உடனே அவள் மனம் கற்பனை செய்தது. எதுவாயிருந்தாலும் அவரிடமே சரி செய்யச் சொல்லிக் காலில் விழுந்துவிடவும் தயாராக இருந்தது மனம்.

அவர், கடையில் சரக்கு வாங்கும் தோரணையில், "விசாலம் ஊருக்குப் போயி ரெண்டு வாரமாவுது. ராத்திரி வூட்டுக்கு வந்துட்டுப் போ" என்றார். அவளுக்கு வந்த சிரிப்பை அடக்கிக் கொண்டாள். அச்சிரிப்புக்கூட உடன் எழுந்த சந்தோஷத்தினால் உண்டானதுதான். இவள் சம்மதமாய்த் தலையாட்டினாள். கடை உள்ளே சுற்றும் முற்றும் பார்த்தாள். "யாருமில்லை" என்றார் அவர். சிரித்தபடி திரும்பினாள். "தலை குளிச்சிட்டு வா" என்றார். அவள் திரும்பிப் பார்த்துச் சிரித்தாள். செட்டியார் கடையில் வேண்டுமட்டும் மளிகைச் சாமான்கள் வாங்கிக்கொள்ளச் சொன்னார். அவளுக்கு ஒரு பழக்கம் இருந்தது. அவளுடன் இருப்பதற்கான கூலியாய் எதையும் பெறாமல் நிராகரித்து விடுவது அவர்களின் பகல் நேரப் பார்வைகளின் முன் தன் நடையைக் கம்பீரமாக வைத்துக்கொள்ள உதவுகிறது. இதே உதவியை அவள் கேட்டிருந்தாலோ அவர் வேறு நேரத்தில் கூறியிருந்தாலோ கும்பிடு போட்டு வாங்கியிருப்பாள். அவள் சிரித்தபடியே சென்றுவிட்டாள்.

நடுநிசிக்குமேல் நாய் குரைப்புச் சப்தத்துடனும் முக்காட்டுடனும் அவர் வீட்டுக்குச் சென்றாள். அவர் ஏதோ முதலிரவைக் கொண்டாடுவதுபோல் பழங்களும் மலர்களும் சூழ ஊதுவத்திப் புகையுடனும் கைப்பனியனுடனும் உட்கார்ந்திருந்தார். அந்தத் தோரணை அவளுக்கு மிகவும் பிடித்திருந்தது. கதவடைக்கப்பட்டவுடன் அவர் கட்டியணைத்தபடி பேசிய வார்த்தைகள் அவள் வாழ்வில் மறக்க முடியாதவை. ஆசை நாயகிபோல் அவள் அவரிடம் நடந்து கொண்டாள். அது அவள் பருவத்தையும் பழசையும் மறக்கடித்துக் கொண்டிருந்தது. அவருக்கு அவள் மீதிருந்த ஏக்கங்களையெல்லாம் கடந்த காலத்திலிருந்து எடுத்துப் பேசிக் கொண்டிருந்தார். அவளது மார்புகளைக் காண்பிக்கச் சொன்னார். அவள் மனம் திறந்த புன்னகையுடன் காண்பித்து அவர் ரசிப்பதை ரசித்தாள். ஆசையுடன் தடவிப் பிடித்தார். அவர் கடக்கும்போதெல்லாம் அவள் அண்ணாந்து தலை சிலுப்பிக் கேசத்தைக் கோதிக்கொள்வது போலவோ எதன் பொருட்டோ கைகளை எப்படியாவது தலைப்பக்கம் செலுத்தியோ தனது முலைகளின் நிலைத்தன்மையைக் காட்டிக் கொண்டிருப்பதாக அவர் கூறினார். அவள் சிரித்தபடி ஆமாம் என்றாள். "எல்லோரும் பார்க்கிறார்கள். நீங்கள் மட்டுமென்ன?" என்றாள். அவர் வெகு நேரம் சிரித்துக் கொண்டிருந்தார். குறும்பு செய்த பெண்ணைப்போல் உட்கார்ந்திருந்தாள். அவள் மளிகைச்

சாமான்கள் எதையும் வாங்கிக்கொள்ளவில்லை என்பதை இரண்டு நாள் கழித்துத்தான் தெரிந்துகொண்டார். அவளைக் கூப்பிட்டுப் பணம் கொடுத்தார். கைப்பிடியில் நூறு ரூபாய்த் தாள்கள் சுருட்டிக்கொண்டு நின்றன. அவள் நெல் அரைப்பதற்கு ஐந்து ரூபாய் சில்லறை கேட்டாள். அவர் வேறு சில்லறை இல்லையென்று நூறு ரூபாயாவது எடுத்துக்கொள் என்றார். அவள் பிடிவாதமாக நின்று ஐந்து ரூபாய்ச் சில்லறை வாங்கிக்கொண்டு காதல் பார்வை பார்த்துக்கொண்டு சென்றாள்.

லலிதா அன்னத்திற்குச் சோறு கொடுத்துவிட்டு கனமற்ற வாளியோடு வீடு திரும்பிக் கொண்டிருக்கும் ஒற்றை நடையைப் பார்த்துக் கொண்டிருக்கிறது காடு. எப்படியும் தனது பிழைப்பிற்குள் குடும்பத்தைக் கொண்டுவந்துவிட வேண்டுமென்று துடியாய் நினைத்துக்கொண்டு நடக்கிறாள் லலிதா. காட்டுப் பாதையின் தனிமையும் அவன் நினைப்பும் அவ்வழிதோறும் ஒன்றுசேர்ந்து கொள்கின்றன. அவள் அப்படியான தனிமையில் இக்காட்டுப் பாதையில் நடந்து வரும்போதெல்லாம் சட்டென இந்நினைவு ஆக்ரமித்துக் கொள்வதை இன்று நினைத்துக் கொள்கிறாள். அவள் ஆடைகள் நடை சரசரப்பில் பேசிக்கொள்வதையும் கொலுசொலி 'உச்சு'க் கொட்டுவதையும் கேட்டு வருகிறாள். அந்தச் சூழல் அவளுக்குப் பிடித்திருக்கிறது. பயமும் குறுகுறுப்புமாய். இப்படி இந்தக் காட்டில் ஒரு குச்சுவீடு கட்டிக்கொண்டால் என்ன என்று நினைக்கிறாள். ஒவ்வொரு முறையும் அது சந்தோஷத்தைத் தருகிறது. அக்கற்பனையில் அவளுக்குச் சினேகமான தோழிகளும் திருமணமாகி அக்கம் பக்கத்து வீடுகளில் வசித்தார்கள். முக்கியமாக, வெள்ளை நிற நாய்க்குட்டி ஒன்று அவளுடன் ஓடிவருகிறது. அதன் உடல் தன்மையும் மெல்லிய குரைப்பும் இன்பம் தருவதாக இருக்கின்றன. அது அவளிடம் மட்டும் அன்பாக இருக்கிறது. அதைப் பொருட்படுத்தாது விலகி வீட்டினுள் செல்கிறாள். அது அவளை முகர்ந்துகொண்டு அவள் செல்லுமிடமெல்லாம் விளையாடிக் கொஞ்சியபடி அவளுடனே வருகிறது. அந்நாய்க்குட்டி தொடர்ந்து வருவதிலும் தான் அதன் அன்பை பெயருக்குப் புறக்கணித்தபடியே விரும்பி வருவதிலும்தான் அவளது ஆனந்தம் ஒளிந்து கிடக்கிறது. பல சமயங்களில் அதைத் தன்னுடனேயே கட்டிக்கொண்டு உறங்கியும் போய்விடுகிறாள். அப்போது அந்நாய்க்குட்டியும் அவளுக்கு இணையான உறக்கத்தைக் கொண்டிருக்கிறது.

ஒற்றைப் பனைமர வளைவிலிருந்து தூரத்தில் தெரியும் வீடுகளின் கூட்டம் அவளது வீட்டை அவளுக்கு ஞாபகப்படுத்துகிறது. வீட்டை மெழுக வேண்டும். அழுக்குத் துணிகள் சேர்ந்துவிட்டன. இன்று எல்லாவற்றையும் துவைத்துப் போட்டுவிட வேண்டும். வெண்ணிறத்தில் சாம்பல் புள்ளிகளும் கறுப்பு பார்டருமான சேலையை மட்டும் இஸ்திரி செய்து வைத்துக்கொள்ள வேண்டும். விசேஷ ஆடை அது மட்டும்தான். செல்வம் வாங்கிக் கொடுத்தது. அவ்வாடை வாங்கியளித்த தினமும் செல்வத்தின் சிரிப்பும் அவளுக்குச் சந்தோஷத்தைத் தருகின்றன. எப்போதும் அந்நினைவு அவளது திருமணத்தில் சென்று மோதி நிற்கிறது. அவன் அந்த வெண்ணிற நாய்க்குட்டி போலவே அவளைப் பின்பற்றிக் கொஞ்சி விளையாடியபடி வந்துகொண்டிருக்கிறான். பழைய தையல் மிஷின் ஒன்று விலைக்கு வருவதை இன்றாவது செல்வத்திடம் சொல்லிவிட வேண்டும். அது மட்டும் அவன் வாங்கிக் கொடுத்தால் போதும். 'ஓவர்லாக்' மிஷினைத் தானே சம்பாதித்து வாங்கிக் கொள்ள முடியுமென்று நினைக்கிறாள். அம்மா எதுவும் பேசாது வீட்டு வேலை பார்த்துக்கொண்டு தனக்கு உதவியாய் இருந்தால் போதும்.

அவள் நினைத்தது போலும் எதிர்பார்க்காதது போலும் செல்வம் எதிரில் வந்துகொண்டிருக்கிறான். அவள் நின்றுவிட்டாள். அவன் சிரித்தபடி வந்துகொண்டிருக்கிறான். அவள் முன்னும் பின்னுமாய் மனித அரவம் தென்படுகிறதாவெனக் கவனித்துக்கொண்டு சிரிக்கிறாள். அவன் அருகிலுள்ள சிறு பாதையில் உள்ளே நுழைந்தபடி உன்னிடம் ஒரு முக்கியமான விஷயம் பேச வேண்டுமென்று கூறுகிறான். அவளும் என்றும் போலில்லாது எதுவும் பேசாது உள்ளே நுழைகிறாள். அவன் அவள் அண்மையை ரசித்துச் சிரிக்கிறான். அவள் காரணம் கேட்டாள். அவன் அவளது வனப்பில் திணறும் சுவாசத்துடன் அவளைக் கட்டிக்கொண்டான். அவள் பெயருக்குத் திமிறுகிறாள். அவன் குழந்தையைக் கொஞ்சுவதுபோல் முகத்தை வைத்துக்கொண்டு சிணுங்குகிறான். அவளுக்கு ஆசையாகவும் பயமாகவும் இருக்கிறது. அவள் மௌனமாயிருக்க, உடல் சேர்த்துத் தழுவுகிறான். அவளது மென்மையும் சரும மணமும் அவனைக் கிளர்த்துகின்றன. எப்படிச் சட்டென ஒத்துக் கொண்டாள் என்று நினைத்தபடியே அடுத்த நகர்வுக்குச் சென்றபோதுதான் வெறுமனே கட்டித் தழுவ மட்டுமே முடியும் என்ற முடிவுக்கு வந்தான். அவன்

அசைவுகளைக் கரம் பிடித்து நிறுத்தினாள். சில வினாடிகள் கம்மென்றிருந்தாள். எல்லாமும் நின்று செயல்கள் துடிக்கும் மௌனம் கரைகிறது அவ்விடத்தில். அவன் கரத்தைத் தன் மார்பிலிருந்து விலக்கிப் பின்னால் தள்ளுகிறாள். அவன் முரண்டு பிடித்தான். என் மீது நம்பிக்கை இல்லையா என்றான். "எல்லாம் கல்யாணத்துக்கப்புறம்தான்" என்றாள். "அப்போன்னா எம்மேல நம்பிக்கையில்ல" என்றான். "யாருக்கும் தெரிலன்னாலும் பரவால்ல. ஒரு மஞ்சக் கயித்தக் கட்டிட்டு நீ என்ன வேணா செஞ்சிக்க." அழும் குரலில் உடைந்தாள். அவள் விசும்பலில் அவன் செய்கைகள் நின்று போயின. "எப்போ என்னைக் கல்யாணம் பண்ணிப்ப" என்றாள். அவன் அவள் முகத்தைப் பார்க்கத் திராணியற்று அவளைக் கட்டியணைக்கிறான். கரம் பிடித்து இழுக்கிறான். அவள் சிம்பித் தள்ளிவிட்டுப் புறமுதுகு காட்டி நிற்கிறாள். கழுத்தை முத்தி மார்பைப் பற்றுகிறான். அவள் கரங்களை விலக்கிப் பின்னே தள்ளுகிறாள். தையல் மிஷின் விலைக்கு வருவதைச் சொல்லலாமா வேண்டாமா என்ற குழப்பம் வருகிறது. வேறு நேரத்தில்தான் சொல்ல வேண்டுமென்று நினைத்துக்கொண்டாள். அவளைப் பின்புறமாகச் சேர்த்து அணைத்து, "இந்த மாசத்தில எங்க வீட்ல சொல்லி ஏற்பாடு பண்றேன்" என்கிறான். அவள் திரும்பி அவன் கண்களைத் தேடிப் பார்க்கிறாள். அவன் சிரிக்கிறான். அவனைக் கட்டிக் கொள்கிறாள். அவளைத் தீண்டியபடி அவன் உடல் உறுப்புகள் உயிர் முளைத்து அலைந்தபடி பரபரக்கின்றன. அவளுக்கு அதன் தீவிரம் தெரிகிறது. அவள் உடல் பதறுவதை அறிகிறாள். ஆண் பிடி துவள்கிறது உடல். விட்டுவிடுவான் என உடல் குறுக்கிக்கொள்கிறாள். மிருகம் விழித்தது போல் அவன் செயலில் மீண்டும் மூர்க்கம் கூடுகிறது. சதையைப் பற்றிப் பிசையும் அழுத்தத்தில் வலி ஏறுகிறது. அவள் கண்களாலும் கரங்களாலும் தடுத்துக் கெஞ்சுகிறாள். அவன் எதையும் பொருட்படுத்தாது திறக்க முடியாமல் மூடியிருக்கும் பண்டத்தைப் பிரித்துத் தின்னும் மூர்க்கத்தில் அவளைப் புரட்டுகிறான். காட்டுச் செடிகளும் தனிமையும் அவர்கள் போராட்டத்தைப் பார்த்துக் கொண்டிருக்கின்றன. அவள் திமிறி வெளியேற நினைக்கிறாள். ஆண் பலம். வெளியேற முடியாத வளையத்துக்குள் நுழைந்து விட்டது போல அவள் உடல் திமிறுகிறது மீண்டும்மீண்டும். சட்டென முளைத்த தீவிரம் அவளை அவனிடமிருந்து பிரித்து விடுகிறது. உதறித் தள்ளி விலகிப் பாதையில் ஓடி நின்றுகொள்கிறாள், உடைகளைச் சரி செய்தபடி.

அவன் அவளைக் காட்டினுள் அழைக்கிறான். அவள் உருண்டு கிடக்கும் சோற்று வாளியைக் கேட்கிறாள். அவன் எடுத்து வைத்துக்கொண்டு அவளைக் கெஞ்சுகிறான். அவள் பாதையை முன்னும் பின்னும் பார்த்து மனித அரவத்திற்கு அஞ்சிக் கேட்கிறாள். அவன் பிடிவாதமாகக் காட்டினுள் அழைத்தபடியே இருக்க அவள் அலுத்து நடக்கத் தொடங்கினாள். அவன் வாளியைக் கொடுப்பதாக மீண்டும் மீண்டும் கூப்பிடுகிறான். திரும்பிப் பார்த்தால் ஒரே ஒருமுறையெனக் கெஞ்சுகிறான்.

அவள் தீர்மானமாக வீட்டை நோக்கி நடையைக் கட்டும்போது அவள் முதுகுப் பக்கம் அவளது தூக்குப் பாத்திரம் விழுந்து உருளும் ஓசையில் திரும்பிப் பார்த்தாள். திறந்து கொண்ட வாளி சப்தமெழுப்பி உடலை உருட்டிக் கொண்டு காட்டுப் பாதையில் கிடக்க, எதிர்ப் பக்கம் சென்று கொண்டிருந்தான் அவன். அழுகை எழும்பி வர அடக்கிக் கொண்டபடி வாளியைச் சேர்த்துக்கொண்டு அவன் திரும்பிப் பார்ப்பானென அப்பாதை முடியும்வரை திரும்பித் திரும்பிப் பார்த்துக்கொண்டு நடந்து வந்தாள்.

சாயங்காலம் மௌனமாய் ஊருக்கு மேல் எட்டிப் பார்க்கிறது. லலிதா வாசற்படியில் நிலைக்கல்போல் யோசனையில் உட்கார்ந்திருக்கிறாள். ஏதேதோ நினைவுகள் முளைத்து வளர்ந்து சோற்று வாளி பாதையில் பிளந்து கிடந்ததில் வந்து முடிந்து கொண்டிருந்தது. தன்னை எப்படியாவது தேற்றிக்கொள்ள வேண்டுமென்றும் தனக்கு இன்னும் மனத் தைரியம் வேண்டுமென்றும் நினைத்துக் கொண்டாள். பயம் வந்து கொண்டிருந்தது. எதை நினைத்து என்றறியாதபடி ஆழத்தில் சிக்கிக் கொண்டிருந்தது. பிடிமானம் நழுவியது போலும் பற்றுக்கோல்கள் அற்றபடியும் தத்தளிப்பாக இருக்கிறது மனம்.

அன்னம் செல்வத்தோடு பேசியபடி வீடு வருவதைப் பார்க்கிறாள் லலிதா. அவன் சிரிப்பான் என்று எதிர்பார்த்தாள். காதலோடும் குறும்போடும் அவனைப் பார்த்தாள். அவன் அவள் அங்கு இருப்பதாகவே கண்டுகொள்ளாமல் நின்றுகொண்டிருந்தான். அன்னம் அவனை வீட்டுக்குள் அழைத்தாள். லலிதா எழுந்து வழிவிட, செல்வம் உள்ளே சென்று ஸ்டூலில் உட்கார்ந்துகொண்டான். லலிதாவுக்குத் தன் கோபத்தைக் காட்ட வேண்டும் போலிருந்தது. உள்ளே சென்று துணிகளை வாரிக்கொண்டு படித்துறைக்கு வந்து விட்டாள்.

துணிகளை நனைத்து வாரிப் போட்டுக்கொண்டு துவைக்கத் தொடங்கினாள். நினைவு தறிகெட்டு ஓடிக்கொண்டிருந்தது. அவனது கோபம் அவளுக்குப் பிடித்திருந்தது. அவளைப் பார்த்து முறைத்திருந்தால் அவள் ஏதாவது பழிப்புக் காட்டியிருப்பாள். துண்டடியான அக்கோபத்தை அவளால் தாங்கிக்கொள்ள முடியவில்லை. கிழவனின் இருமல் சப்தம் கேட்டது. ஆடை சரியாக இருக்கிறதாவென ஒரு தரம் பார்த்துக்கொண்டு அவன் இருக்கும் திசையைப் பார்த்தாள். கொட்டகையில் இருட்டில் எதுவும் தெரியவில்லை.

சிறிது நேரத்திற்குப்பின் அவளுக்குச் சட்டெனக் குறுகுறுப்பாக இருக்க, துவைப்பதை நிறுத்தி நீரள்ளித் துணிகளின் மேல் தெளித்தபடி யோசனையை நீட்டித்தாள். சட்டென வேகம் வந்தவளாய் மெதுவாக எழுந்து வீட்டினுள் சென்றாள். அவள் அம்மா மருகிப் பின்னுக்கு விலகவும் அவன் நெருங்கிப் பிடித்துச் சேர்த்து அணைக்கவும் இருந்ததைப் பார்க்க முடிந்தது. அவள் ஏதோ ஒரு வகையில் எதிர்பார்த்ததுதான். இந்த அம்மாவுக்கும் ஆண்களுக்கும் விவஸ்தையே இல்லை. அவனை வெளியே துரத்த வேண்டும் போலிருந்தது. இனி உனக்கும் எனக்கும் எந்த உறவும் கிடையாது. என்னைத் தேடிக்கொண்டு இங்கே வரவே கூடாது என்று சொல்லிவிட வேண்டும் என்று நினைத்தாள். வெளியே வரட்டும். அவன் உடனே வந்துவிடுவான் என்றுதான் நினைத்தாள். அவன் எல்லாவற்றையும் திட்டமிட்டுத்தான் செய்வதாக எண்ணினாள். சக்தியற்றவள்போல் துணிகளை வாரிப் போட்டுக் கும்மத் தொடங்கினாள். அழுகை புரட்டிக்கொண்டு எழுகிறது. வடியும் கண்ணீரைக் கட்டுப்படுத்த முடியவில்லை. அவன் மூஞ்சும் முகரக் கட்டையும். இவள் ஒரு விவஸ்தை கெட்டவள். இவளெல்லாம் ஏன் உயிரோடிருக்க வேண்டும். பஸ்ஸிலோ லாரியிலோ யார் யாரோ அடிபட்டுச் சாகிறார்கள் என்ற நினைப்பு அன்னத்தை நேருக்கு நேராய்த் திட்டும் ஆசுவாசத்தைத் தந்துகொண்டிருந்தது. அவன் வெளியே வந்து நின்று வேறு பக்கம் பார்த்தபடி நிதானமாக மரப்பாலத்தைக் கடந்து போகிறான். அவள் அவனைக் கவனியாது கவனிக்கிறாள். அவன் திரும்பிக்கூடப் பார்க்கவில்லை.

அன்னம் படித்துறைக்கு இறங்கி வருகிறாள். எந்த முகபாவத்தையும் காட்டிவிடக் கூடாத பரபரப்பு லலிதாவுக்குத் தொற்றிக் கொள்கிறது. அன்னம் நீரில் இறங்கி முகம் கைகால் அலம்பியபடி, “இந்த மாசக்

கடேசில அவுங்க வூட்ல சொல்லிப் பேசறேன்னு சொல்லிருக்கு" என்றாள் அன்னம். தன் மீதான அவனது தொடுகையில் மகளின் திருமண ஒப்பந்தமும் ஒப்பேற்றப்பட்டிருக்கிறது என்பது மகளிடம் கூறிவிட முடியாத தடையாக நின்றுகொண்டிருந்தது. இவள் எதுவும் பேசாது துணி அலசிக்கொண்டிருந்தாள். அவள் படிக்கட்டு ஏறி வீட்டுக்குள் சென்றுவிட்டாள்.

துணிகளை உதறிக் காயவைக்கும்போது அன்னம் விளக்கைப் போட்டுவிட்டுக் கடைத்தெருப் பக்கம் சென்று வருவதாகக் கூறிச் சென்றாள். இருள் கூடிக்கொண்டு வந்தது. பெயர்ந்து கிடக்கும் மண் தரை. எரிச்சலாக வருகிறது லலிதாவுக்கு. நாளை மெழுகிக்கொள்ளலாம் என்ற எண்ணம் தரும் சமாதானம் போதுமானதாக இல்லை. வாசற்படியிலேயே அமர்ந்திருக்கும் அவளது நிழல் படித்துறைக் கற்களில் நீண்டு துண்டு துண்டாய் மடிந்து இறங்கி மறைகிறது.

எல்லோரும் விளக்கு வைத்து வீட்டுக்குள் சென்று கதவடைத்துக் கொண்டதுபோல் மூடிக் கிடந்தது தெரு. யாரிடமாவது சொல்ல வேண்டும் போலிருந்தது அவளுக்கு. ஆத்திரத்துடன் ஆனால் நிதானமான நடத்தைபோல் கதவடைத்து வெறும் தரையில் சுருண்டுகொண்டாள். எல்லாவற்றையும் அழுது தீர்த்துவிடுபவள்போல் துடைக்காமல் கொள்ளாமல் அழுதுகொண்டிருந்தாள். நெருக்கமான தோழிகள் முகம் நினைவுக்கு வரக் கிளம்பிச் சென்று தங்கிவிட வேண்டுமென்று நினைத்துச் சிறிது யோசித்தாள். அவளுக்குள் கலைந்த அடுக்குகளில் நினைவுகள் குழறி ஓடின. கிழவனும் அம்மாவும் செல்வமும் அருகிலுள்ளவர்களும் யார் யாரோ தடுக்கிப் பேசிச் சென்றார்கள். கவிழ்ந்து படுத்துக்கொண்டாள். செல்வம் நடந்துகொண்டது நினைவுக்கு வந்து அழுத்தம் தந்தது.

படித்துறையில் யாரோ துணி தப்பும் ஓசையும் காறிச் சளி துப்பும் ஓசையும் மாறி மாறிக் கேட்கின்றன. நீரில் குதித்தெழும்பும் நீரடிப்புச் சத்தம் வீட்டை நிரப்புவதுபோல் வந்துகொண்டிருந்தது. மெல்ல எழுந்து படித்துறைச் சத்தங்களுக்கு நடுவே அம்மாவின் பழஞ்சேலை ஒன்றை எடுத்து ஸ்டூல் மேல் ஏறி கழியில் சுருக்கிட்டாள். ஆண் துணையற்ற அவ்வீட்டின் தனிமையை உடைப்பதாகவோ மறந்து விடுவதாகவோ தன்னை ஏதோ ஒரு புள்ளியில் அலட்சியமாகச் சமன் செய்துகொண்டாள். அவ்வூர்

ஏதோ ஓர் ஓரவஞ்சனை நீதியைப் புகட்டுவதான எண்ணம் அவள் செயலைத் தீவிரப்படுத்தியது. கழுத்தைச் சுருக்கில் நுழைத்து உடல் எடையைச் சேலை முடிப்புக்குள் மெல்லத் தக்கவைத்துத் தொங்கிப் பார்த்தாள். சில வினாடிகள் ஸ்டூலில் ஆதரவாகக் கண் மூடி நின்றுகொண்டிருந்தாள். கடந்துகொண்டிருந்த வினாடிகளில் ஒன்றில் சட்டென ஸ்டூலைக் கால்களால் தள்ளிவிட்டாள். சாவின் கணத்தை உணர்ந்தவளாய் அவள் கைகள் மேலே செல்லப் பரபரத்தன. அவள் கழுத்து இறுகுமுன் யாரோ கதவு திறந்து கத்திக் கூப்பாடு போடுவது போலும் அவள் கால்கள் பிடித்து உயர்த்தப்பட்டுக் காப்பாற்றப்பட்டுவிடுவது போலும் தாமதமான எண்ணங்கள் வந்துபோயின. இன்னும் சில வினாடிகளில் கதவு தட்டப்படப் போகிறது என்று தீர்மானமாக நம்பிக்கொண்டு சலனமில்லாமல் தொங்கிச் சுழன்று கொண்டிருந்தாள். கண்கள் மிரள நீர் கோர்த்துக் கொண்டது. வாழ்நாளில் அனுபவித்திராத இருமல் எழும்பித் தொண்டையை அடைத்தது. தனக்குள் எழும் குறட்டைச் சத்தம்போல் தெரியும் குரல் குழறியது. அவளது மங்கலான கற்பனையில் எல்லோரும் அவளுக்காக அழுதுகொண்டிருந்தார்கள். அன்னத்தைக் கரித்துக் கொட்டினார்கள். செல்வம் மூலையில் நின்று அழுதுகொண்டிருந்தான். கறுப்பேறிய கூரை அவள் விழிகளையும் துருத்தி வெளிவரும் நாவையும் பார்த்துக் கொண்டிருந்தது. கடைசியாக கூரையிலிருந்து கீழே விழுந்து கிடக்கும் ஸ்டூலைப் பார்க்க முயற்சித்தாள். மீண்டும் கைகளை மேலுயர்த்திப் பிடி தளர்த்திக் கொண்டுவர எண்ணியபோது ஏதோ ஓர் அடையாளமற்ற கௌரவம் அவளைத் தடுத்துக் கொண்டிருந்தது.

யாருமற்ற அவள் வீட்டு வாசலில் சாவைப் பற்றி நினைத்திராத சமயத்தில் துவைத்துக் காயவைத்த ஆடைகள் ஈரத்துடன் காற்றில் படபடத்துக்கொண்டிருந்தன.

எப்படியும் இந்த மாதக் கடைசியில் செல்வம் லலிதாவைப் பெண்கேட்டு வரப்போகும் செய்தியைத் தெரு முழுக்கப் பரவவிட்டுத்தான் அன்னம் வீட்டுக்கு வருவாள். அவளுக்கு இதைவிடப் பெரிதான சந்தோஷம் வேறு என்ன இருக்க முடியும்?

28

வள்ளி ஒயின்ஸ்

தானிம்மாவின் மாராப்பு விலகிக் கிடந்தது. நெஞ்சிலடித்துக் கொண்டு அழுதபோது ரவிக்கைக்குள் மார்புகள் குலுங்கின. சிறிது நேரம் அழுதபின் மூக்கைச் சிந்தி தூரப்போட்டுவிட்டு மாராப்பை ஒழுங்குபடுத்திக்கொண்டாள். எழுந்து போகப் போகிறாள் என நினைத்தபோது மறுபடியும் மார்பிலடித்துக்கொண்டு அழ ஆரம்பித்தாள்.

"கெழவி கெழவி, காசு குடு கெழவி..." கெஞ்சியபடியே பேச்சிம்மா கிழவியின் பின்னாலேயே வந்தான் மணி.

கிழவி கருவாட்டு வாசமடிக்கும் தன் ஸ்தூல சரீரத்தைப் பிரயாசையுடன் நகர்த்தி வந்து கவுன்ட்டருக்கு முன்னால் போட்டிருந்த ஸ்டூலில் அமர்ந்தாள்.

"ஒரு கலர் குடு கணக்கப்பிள்ள."

கணக்கப்பிள்ளை ஒரு ஸெவன்-அப்பை உடைத்துக் கிழவியிடம் தந்தார். ஒரு மிடறு குடித்துவிட்டு பின்னால் நின்ற மணியைப் பார்த்தாள் கிழவி. அவன் கெஞ்சல் நிற்கவில்லை. பாட்டிலைக் கவுன்ட்டர் மீது வைத்துவிட்டு இடுப்பில் செருகியிருந்த சுருக்குப் பையைத் திறந்து காட்டினாள். "சொன்னா கேக்கமாட்ட... பாரு

அசதா (1973) *என்கிற அ. சகாய ஆரோக்கியதாஸ் திருக்கோவிலூர் அருகிலுள்ள முகையூரைச் சார்ந்தவர். கவிதை, மொழிபெயர்ப்பு என இயங்குபவர். வார்த்தைப்பாடு சிறுகதைத் தொகுப்பின் மூலம் பலரது கவனத்தை ஈர்த்தவர். மனதின் மெல்லிய உணர்வுகளையும் வாழ்வின் அபத்தங்களையும் இவரது கதைகளில் சரடாய் இணைந்துள்ளன. பள்ளி ஆசிரியராகப் பணிபுரிபவர்.*

எங்கிட்ட காசில்ல இப்ப.” மணி விடுவதாக இல்லை. “போன தடவ வந்தப்பவே என்ன ஏமாத்திட்டு போயிட்ட. இன்னிக்கு காசு தராம உன்ன விடமாட்டேன்” என்றவன் கிழவி குடித்து வைத்திருந்த பாட்டிலைக் கையிலெடுத்துக் கொண்டான்.

“ஏய் கலரக் குடுடா கிறுக்குப் பய மவனே.”

“காசக் குடு கலரத் தாரேன்.”

“நெதம் ஒங்கிட்ட இதே தொந்தரவாப் போச்சி.” பொய்யாகச் சலித்தபடியே இடுப்பின் மற்றொரு பக்கம் சுருட்டி மடித்துச் செருகி வைத்திருந்த துணிப்பையிலிருந்து ஐந்து ரூபாயை எடுத்து மணியின் கையில் வைத்து அழுத்தினாள்.

“கெழவின்னா கெழவிதான்.” அவள் கன்னத்தைச் செல்லமாகக் கிள்ளிவிட்டு கேன்ட்டீனை நோக்கி ஓடினான் மணி.

“அடங்கொ...” என்ற கிழவி ஸெவன்-அப்பை குடிக்க ஆரம்பித்தாள். கிழவிக்குக் கீழ் வரிசைப் பல் ஒன்று கிடையாது. வாயில் கவிழ்ந்த குளிர்பானம் கொஞ்சம் வெளியே வழிந்து தாவாங்கட்டையில் மயிரடர்ந்து கிடந்த மருவில் வந்து சொட்டி நின்றது.

பேச்சிம்மா கிழவி மாதம் இரண்டு தடவை வள்ளி ஒயின்ஸுக்கு வருவாள். ‘ஓல்சேல்’ ஆறுமுகத்திடம் சரக்குகளை வாங்கி மூட்டை போடுவாள். கூட எப்போதும் இரண்டு மூன்று பேர் வருவார்கள். உடன் ஒரு மாட்டுவண்டியும் வரும். மூட்டைகளை மாட்டு வண்டியில் ஏற்றிக்கொண்டு கிழக்கே பார்த்துப் பயணம். சவுக்குத் தோப்புகள் தாண்டி கடல் வந்ததும் ரெடியாக இருக்கும் தோணிக்குச் சரக்கை மாற்றிவிட்டு ஆட்கள் திரும்பிவிடுவார்கள். தோணிக்காரனும் கிழவியும் இரவோடு இரவாக பாண்டிச்சேரி எல்லையைக் கடந்து கடலூர் அருகே அதிராம்பட்டிணத்தில் சரக்கோடு கரையேறி விடுவார்கள்.

பேச்சிம்மா கிழவிக்கு பத்து வருடமாக இதுதான் தொழில். சாமானியருக்கு எளிதில் விளங்காத வரிவிதிப்பு முறைகளால் பாண்டிச்சேரியில் பத்து அல்லது பனிரெண்டு ரூபாய் விற்கும் குவார்ட்டர் பிராந்தி பாட்டில் தமிழ்நாட்டு எல்லைக்குள் வந்ததும் பத்து ரூபாய் விலை கூடிப் போகிறது. இதில் புதைந்திருக்கும் எளிய வியாபார உண்மையைப் புரிந்துகொண்ட பேச்சிம்மா கிழவி போன்ற சிலர் போலீஸ் கண்ணில் மண்ணைத் தூவியும்

சில நேரம் கையில் காசை அமுக்கியும் படுஜோராகக் கடத்தல் பிசினஸ் பண்ணி நல்ல காசு பார்த்தார்கள்.

கிழவியின் கணவன் இருபது வருடங்களுக்கு முன்பு நடந்த ஒரு மீனவக் கலவரத்தில் அடிவயிற்றில் சூரிக்கத்தி வாங்கிச் செத்துப் போனான். அன்று கன்னியாங்குப்பத்திலிருந்து ஓடி வந்தவள், அதிராம்பட்டிணத்தில் கருவாட்டுக் கடை நடத்தி வந்தாள். தோழி ஒருத்திதான் அவளுக்கு 'பாட்டில் பிசினஸை' அறிமுகப்படுத்தினாள். இதில் நல்ல காசு வரவே ஒப்புக்கு கருவாட்டுக் கடையும் அதைப் பின்னணியாகக் கொண்டு பாட்டில் வியாபாரமும் நடந்தது. தொழிலில் ஒத்தாசைக்கு நாலைந்து அடியாட்களை வைத்திருந்தாள் கிழவி. இப்போது அவளுக்குச் சொந்தமாக இரண்டு மீன்பிடி படகுகளும் கடலூர் பழைய டவுனில் பெரிய வீடும் இருந்தது. போலீஸைக் கிழவி முறையாகக் கவனித்து விடுவதால் சிக்கல்கள் ஏதும் வருவதில்லை. மீறியும் கெடுபிடிகள் வந்தால் அதையும் சமாளித்துச் சரிக்கட்டிவிடுவாள்.

வள்ளி ஒயின்ஸுக்கு வரும் ஒவ்வொரு முறையும் வேலை பார்ப்பவர்கள் எல்லோரையும் பார்த்து நலம் விசாரிப்பாள். கேட்பவர்களுக்குக் காசு கொடுப்பாள். சட்டத்துக்குப் புறம்பானது என்றபோதும் தான் செய்யும் தொழிலில் அவள் ஒரு நேர்மையும் ஒழுங்கையும் பேணி வந்தாள். அப்பாவி போன்ற அவள் தோற்றத்தையும் அவள் செய்யும் தொழிலையும் பொருத்திப் பார்ப்பது சற்றுக் கடினம்தான். ஒரு சம்பவத்தைச் சொல்ல வேண்டும். ஒரு தடவை கூலிக்கு அமர்த்தி வந்த ஆள் ஒருவன் சரக்குகளை மூட்டை கட்டும்போது ஒரு குவார்ட்டர் பாட்டிலை மறைத்து வேட்டிக்குள் செருகுவதைப் பார்த்து விட்டாள் கிழவி. அவளுக்கு வந்த ஆத்திரத்தைப் பார்க்க வேண்டுமே. அவன் வேட்டியை உருவிப் பாட்டிலை எடுத்து அவன் மூஞ்சியிலடித்தாள்.

"நாறக் கழுத, திருடவாடா செய்யிற, என்கிட்டே கேட்டிருந்தா பத்தென்ன நூறு பாட்டிலக்கூட இனாமாக் குடுத்திருப்பேனடா பன்னாடப் பயலே" என்றாள்.

பேச்சிம்மா கிழவியைப் போல வள்ளி ஒயின்ஸை ஆதாரமாகக் கொண்டு 'பாட்டில்' பிசினஸ் நடத்துபவர்களில் சுருளி கோஷ்டியும் ஒன்று, சுருளிதான் தலைவன். கூட எப்போதும் ஐந்தாறு பேர் இருப்பார்கள். எல்லாமே இருபதிலிருந்து முப்பது வயதுக்குள் இருப்பவர்கள். பேச்சிம்மா கிழவிக்குக் கடல் மார்க்கமென்றால்

இவர்களுக்குத் தரை மார்க்கம். தரை மார்க்கமாகப் பிசினஸ் நடத்துவது கொஞ்சம் ரிஸ்க். போலீஸ் கெடுபிடிகள் அதிகம். ஆனாலும் அடிக்கடி சரக்கு கொண்டு போக தரை மார்க்கம்தான் வசதி.

சுருளியின் சகாக்கள் எப்போதும் வள்ளி ஒயின்ஸிலேயேதான் முகாமிட்டிருப்பார்கள். ஆட்டோ, பைக் சில சமயம் வாடகைக் கார் மூலமாகவும் சரக்கு போகும். கடலூரரை ஒட்டிய பாண்டிச்சேரி எல்லைக்குள் அமைந்த மற்ற எல்லா ஒயின் ஷாப்புகளைப் போலவே வள்ளி ஒயின்ஸும் வாடிக்கையான மது விற்பனையுடன் கள்ளக்கடத்தலுக்கான பாட்டில் சப்ளையும் செய்து வந்தது.

பேச்சிம்மா கிழவி, சுருளி கோஷ்டி தவிர்த்து இன்னொரு ‘பிசினஸ்’ பிரிவு உண்டு. முதலில் சொன்னவை ‘பெரிய கை’கள் என்றால் இவர்கள் சில்லறை பார்ட்டிகள், எல்லாருமே பெண்கள். ஏதோ மார்க்கெட்டுக்கு வருவது போல கையில் பையுடன் வருவார்கள். பத்தோ இருபதோ பாட்டிலை வாங்கிக்கொண்டு கிளம்பிவிடுவார்கள். இவர்களது போக்குவரத்து பஸ்ஸில்தான். தானிம்மா, அம்சா, கமலம், அவுலு, மகாலட்சுமி வாடிக்கையாக வருபவர்கள். தினம் ஒரு தடவையாவது சரக்கு எடுத்துப்போக வருவார்கள். ‘டிமான்ட்’ அதிகமாகும்போது சில நாள்களில் இரண்டு மூன்று தடவைகூட வருவார்கள்.

அவுலுதான் அனைவரிலும் இளையவள். கல்யாணமாகி ஒரு வருடம்தான் ஆகியிருந்தது. ஒல்லி, ஆனால் ஓங்கி மாதிரி உயரம். தானிம்மா மாநிறத்துக்கும் சற்றுக் கூடுதல். பூசினாற்போன்ற உடம்பென்றாலும் உதடுகளும் நாசியும் திருத்தமாக இருக்கும். கடவுள் அவளுக்குக் கண்களைத்தான் மாறுகண்களாகப் படைத்துவிட்டிருந்தார். அந்த மாறுகண் குறைமட்டும் இல்லையென்றால் தானிம்மாவைப் பேரழகி என ஒத்துக்கொள்வதில் யாருக்கும் தயக்கம் இருக்க முடியாது. குள்ளம் என்றாலும் அம்சாவுக்குச் செதுக்கினது மாதிரி உடம்பு. மாநிறத்துக்கும் சற்றுக் குறைவுதான். ஆனால் அந்தக் கூர்நாசியும் பளீரிடும் பச்சரிசிப் பல் வரிசையும் யாரையும் சுண்டியிழுக்கும். மேலுதட்டோரமிருக்கும் மிளகளவு மச்சம் அவளழகுக்கு முத்தாய்ப்பு.

சிலநேரம் மகாலட்சுமி, கட்டுப்போட்ட ஆறாத முழங்கால் புண்ணுடனும் நாள்பட்ட நரைத்த தாடியுடனுமிருக்கும்

கணவனோடு வருவாள். இழுத்துக் கட்டப்பட்ட கொடிக்கம்பி போல கிண்ணென்ற உடம்பு. மேலே தொப்புள் முழுமையும் கீழே கணுக்காலில் கொஞ்சமும் தெரிகிறாற்போல் புடவை கட்டும் தாராள உள்ளம் அவளுக்கு. ஒரு மகாராணிக்குரிய தோரணையோடுதான் ஒயின்ஸுக்கு வருவாள் போவாள். தான் உண்டு தன் வேலையுண்டு என இருப்பாள். நிமிஷ நேரம்கூட அங்கு வெட்டியாக உட்கார்ந்திருக்க மாட்டாள்.

சரக்கு வாங்க எல்லோரும் 'ஒல்சேல்' ஆறுமுகத்திடம்தான் வருவார்கள். மதுரைத் தமிழில், இரட்டை அர்த்தத்துடன் பேசுவதில் கில்லாடியான ஆறுமுகத்துக்குத் தனியாக ஒரு அறை ஒதுக்கித் தந்திருந்தார் முதலாளி. பாருக்கு இணையாக ஒல்சேலிலும் வியாபாரம் நடந்தது. சம்பளத்துக்கு மேல் ஆறுமுகத்துக்கு விற்பனையில் பத்து பர்சன்ட் கமிஷனும் உண்டு. வியாபாரத்தினூடே மூடிய கதவுக்குள் ஆறுமுகம் சரக்கெடுக்க வரும் பெண்களுடன் லீலாவினோதங்கள் புரிந்து வந்ததாகவும் ஒயின்ஸ் ஊழியர்களிடையே பேச்சு இருந்தது.

சுருளியின் சகாக்களில் 'பங்க்' முடியும் கையில் எவர்சில்வர் காப்புமாய் கருப்பாய் வெடவெடவென்று இருப்பவன் ராஜு. வயதுக்கும் தொழிலுக்கும் பொருத்தமில்லாத வகையில் எப்போதும் வெள்ளை வேட்டி, வெள்ளைச் சட்டையில்தான் இருப்பான். போதையில் இருக்கும்போதும் சரி, இல்லாதபோதும் சரி ஏதோ பகல் கனவில் இருப்பவனைப்போல் அவன் கண்கள் மிதந்தபடியே இருக்கும். திடீரென்று ஒருநாள் அவனைக் காணவில்லை. ஒருவாரம் கழித்து அவன் வந்தபோது உடம்பு இளைத்து முகம் பேயறைந்தாற்போல் இருந்தது.

நடந்தது இதுதான். ஒருநாள் பாரில் உட்கார்ந்து குடித்துக் கொண்டிருந்தவனுக்குச் கண்சாடை காட்டியிருக்கிறாள் அவுலு. இருவரும் ஒயின்ஸுக்குப் பின்னாலிருக்கும் சவுக்குத் தோப்புக்குள் ஒதுங்கியிருக்கிறார்கள். "யெப்பா...", அதைச் சொல்லும்போது தலையை உலுக்கிக்கொண்டான் ராஜு. "பொம்பளயா அவ, மனுஷனப் போட்டுப் பெரட்டியில்ல எடுத்துட்டா. இந்த ஜென்மத்துக்கும் தாங்கும்டா சாமி." ஆனால் அவுலுக்குப் பரம திருப்தியாம். மனங்குளிர்ந்துபோன அவள் ராஜுவுக்கு கால் சவரனில் மோதிரம் எடுத்துக் கொடுத்தாளாம். பாரில் உட்கார்ந்து சீட்டாடிக் கொண்டிருந்த ராஜுவின் இடது மோதிர விரலில் நிஜமாகவே கால் சவரன் தங்கம் மின்னிக் கொண்டிருந்தது.

அம்சா சில நேரம் ஒரு உயரமான நபருடன் வருவாள். அந்த நபர் போலீஸ்காரர் என்பது அவர் தோற்றத்தைப் பார்த்தாலே தெரியும். தமிழ்நாடு போலீஸைச் சேர்ந்தவர். அம்சா இரண்டு வருடங்களுக்கு முன் போலீஸிடம் மாட்டி ரிமாண்டில் இருந்தபோது ஏற்பட்ட பழக்கம். போலீஸ்காரருடன் வரும்போது அம்சாவின் முகத்தில் பிடிபடாத ஒரு பெருமையைப் பார்க்க முடியும். ஓடிப் போய் அரைபாட்டில் 'மேன்சன் ஹவுஸ்' பிராந்தியும் கேன்ட்டீனில் காடை வறுவலும் வாங்கி வருவாள். அவள் எதிரில் அமர்ந்து ஊற்றித்தர போலீஸ்காரர் குடிப்பார். பிறகு போலீஸ்காரர் மொபெட்டில் இருவரும் கிளம்பிப் போய்விடுவார்கள். அம்சாவிடம் மற்ற பெண்களுக்கு ஒருவித மரியாதையும் பயமும் இருந்ததற்குக் காரணம் இல்லாமல் இல்லை.

பாரில் கணக்கப்பிள்ளை என்கிற சண்முகசுந்தரமும் குமாரும் மாற்றிமாற்றி நான்கு நாட்களுக்கு ஒருமுறை டூட்டி பார்ப்பார்கள். சண்முகசுந்தரம் வயதானவர். தொழிலில் மிகுந்த அனுபவமுள்ளவர். ஒயின்ஸ் தொடர்பான முக்கிய முடிவுகள் எடுக்கும்போது முதலாளி அவரிடம்தான் ஆலோசனை கேட்பார். எப்போதும் திருநீறு அணிந்து காட்சி தரும் குமாருக்கு வீட்டில் பெண் பார்த்துக் கொண்டிருந்தார்கள்.

சண்முகசுந்தரம் தினமும் குடிப்பார். ஆனால் அதை ஓர் ரகசிய வழிபாடு போல செய்து வந்ததால் முதலாளி உள்பட நிறையப் பேருக்கு அவர் குடிப்பது தெரியாது. கணக்கு வழக்கெல்லாம் முடித்து பத்து மணிக்குக் கடையை மூடிவிட்டுக் கிளம்பும்முன் 'பெக்' போட்டு விற்கும் 'க்ரீன் லேபிள்' விஸ்கியில் சரியாக ஒரு பெக் எடுத்துக்கொண்டு பாட்டிலில் ஒரு பெக் தண்ணீரைக் கலந்துவிடுவார். யாரும் பார்க்காத ஒரு கணத்தில் மௌனமாக விஸ்கியை இறக்கிக்கொண்டு ஒரு பாக்கெட் வறுத்த முந்திரியைப் பிரித்து வாயில் கொட்டிக்கொண்டு எதுவுமே நடவாதது போல வீட்டுக்குக் கிளம்பி விடுவார். வழியில் கடவுளே வந்தாலும் நின்று ஒரு வார்த்தை பேச மாட்டார்.

குமாருக்கு இந்த 'பாட்டில் பிசினஸ்' பெண்களைக் கண்டாலே பிடிக்காது. கவுன்ட்டரில் வந்து நின்று யாராவது அவனிடம் பேச்சுக் கொடுக்க முயன்றால் 'சீ தூரப் போ' என விரட்டுவான். ஆனால் 'ஓல்சேல்' ஆறுமுகம் ஒரு நாள் சரக்கு விற்ற பணம் பத்தாயிரத்துடன் கம்பி நீட்டிவிட்டபோது முதலாளி அவனைத்தான் ஓல்சேலைக்

கவனித்துக் கொள்ளச் சொன்னார். ஆறுமுகம் எங்கே போனான் என்ன ஆனான் என்று கடைசிவரை தெரியவில்லை. அந்த மதுரைப் பேச்சும் இரட்டை அர்த்தச் சீண்டல்களும் இல்லாதது பெண்களுக்குப் பெரிய இழப்பாகத்தான் இருந்தது.

ஒரு தடவை தானிம்மாவுக்கும் அம்சாவுக்கும் ஏதோ சண்டை.

“என்ன மயிருக்குடி என் பின்னாலேயே வர்ற...? தனியாப் போக வழி தெரியாதோ தட்டுவாணிச்சிக்கு” என்றாள் அம்சா.

“ஆமாம்... ஒங்க அப்பன் வீட்டு பஸ்ஸில இல்ல வர்ரேன். ஒன்ன மாதிரி நானும் துட்டுக் குடுத்து டிக்கட்டு வாங்கிட்டுத்தாண்டி வர்ரேன். அதுலயென்னடி ஒனக்கு அப்பிடியொரு காண்டு.”

“இங்க பாரு, நான் போற பஸ்ஸில நீ வரக்கூடாது. அவ்வளவுதான். சொல்லிப்புட்டேன்.”

போலீஸ்காரருக்குத் தெரிந்த ‘பார்ட்டி’ என்ற வகையில் பஸ்களில் நடக்கும் ‘செக்கிங்’கின்போது போலீஸ்காரர்கள் அம்சாவை கண்டு கொள்ளாமல் விட்டுவிடுவதுண்டு. அவளோடு ஒட்டிக்கொண்டு போகும் தானிம்மாவுக்கும் சமயங்களில் இந்தச் சலுகை கிட்டியது. தனது செல்வாக்கின் பலனைத் தானிம்மா ஓசியில் அனுபவிப்பது அம்சாவுக்கு எரிச்சலாக இருந்தது. அம்சா இப்படிச் சொன்னதும் தானிம்மாவுக்கும் ஆத்திரம் பொத்துக்கொண்டது.

“அதச் சொல்றதுக்கு நீ யாருடி ஆக்கங் கெட்ட மூதி. நான் நீ போற பஸ்ஸுலதான் வருவேன். ஒன்னால முடிஞ்சத பாத்துக்கோடி போலீஸ்காரன் பொண்டாட்டி.”

தான் போலீஸ்காரனை வைத்திருப்பதை எல்லோர் முன்னிலையிலும் குத்திக்காட்டி தானிம்மா பேசிவிட்டது அம்சாவுக்குத் தாங்கவில்லை. மனதுக்குள் கறுவிக்கொண்டாள்.

‘ஓல்சேல்’ வியாபாரம் இருபத்தி நாலுமணி நேர பிசினஸ். திடீரென்று நடுராத்திரியில் கதவைத் தட்டி சரக்குக் கேட்பார்கள். குமாருக்கு இது பெரும் அவஸ்தையாக இருந்தது. அன்றைக்கு அப்படித்தான். ராத்திரி இரண்டு மணிக்குக் கதவைத் தட்டும் சத்தம். திறந்து பார்த்தால் அவுலு. சரக்கு இல்லையென்றெல்லாம் சொல்லி அனுப்பிவிட முடியாது. முதலாளியிடம் புகார் போனால் வேலை அவ்வளவுதான். ‘சனியனே’ என்று மனதுக்குள் திட்டியபடி

ஓல்சேல் ரூமைத் திறந்து பாட்டில்களை எண்ணிக் கொடுத்தான். அவனை விழுங்குவது போலப் பார்த்துக் கொண்டிருந்தாள் அவுலு.

“சரக்க வாங்கனயில்ல, இங்க என்ன மயிறு பார்வ, எடத்த காலி பண்ணு” என்று அடிக்காத குறையாக அவளை விரட்டினான்.

“இல்ல... கூட பத்து பாட்டில் குடுத்துட்டுக் காச நாளக்கி வாங்கிக்கிறது...” என்று இழுத்தாள்.

“ஆங்... அந்த வேலையெல்லாம் ஆறுமுகங்கிட்ட... காசக் குடுத்தியா சரக்க வாங்கினு போயிட்டேயிருக்கணும். இந்தப் பத்துவரவெல்லாம் நம்மகிட்ட வேணாம்.”

குமார் வந்து படுத்தபோது அருகில் படுத்திருந்த கேன்ட்டீன் மணி கிசுகிசுப்பாகக் கேட்டான். “இன்னா தலைவரே, தடவிப் பாத்தியா... அவளோடது ஒரு கைப்பிடிக்குள்ளாற அடங்கிடும்யா...நல்லாக் கல்லு மாதிரி...”

“அடி செருப்பால நாயே. வாயப் பொத்திட்டு தூங்குடா ஈனப்பய மவனே” என்றவன் எழுந்துபோய் முகம் கைகால் கழுவிக்கொண்டு வந்து மறுபடியும் படுத்தான்.

ஒன்றரையிலிருந்து மூன்று மணிக்கு இடைப்பட்ட நேரம் பாரில் வியாபாரம் டல்லடிக்கும் நேரம். அன்று மணி சுமார் இரண்டு இருக்கும். கணக்கப்பிள்ளை பல் குத்தியபடி அமர்ந்து சாலையை வேடிக்கை பார்த்துக்கொண்டிருந்தார். பார் ஊழியர்கள் சிலர் மேசையில் கவிழ்ந்து உறங்கியபடியும் சிலர் சுருளியின் சகாக்களோடு சேர்ந்து சீட்டாடியபடியும் இருந்தனர். இடது புறமிருந்த பெரிய வீட்டின் பாரை ஒட்டிய சுவரில் உயரமாகச் சாரம் அமைத்து இரண்டு பேர் சிமென்ட் கம்பெனி விளம்பரம் எழுதிக்கொண்டிருந்தனர். பெண்களும் யாருமில்லை. தானிம்மா மட்டும் சரக்கு எடுத்துக்கொண்டு பஸ் ஸ்டாண்டுக்குக் கிளம்பினாள்.

தானிம்மா போய் ஒரு ஐந்து நிமிடம்கூட ஆகியிருக்காது.வேகமாக பதட்டத்துடன் ஓடிவந்தாள். பின்னாலேயே ஒரு மொபெட் வந்து நின்றது. தானிம்மா ஒயின்ஸுக்கும் ரோட்டுக்கும் நடுவே நின்றாள். இரண்டு கைகளிலும் பாட்டில்கள் நிரம்பிய பைகள். வண்டியிலிருந்து இறங்கிய போலீஸ்காரர் தானிம்மாவின்

இடுப்பில் எட்டி உதைத்தார். பைகளுடன் தடுமாறிக் கீழே விழுந்தாள் தானிம்மா. 'க்ளங்க்க்' என்ற ஓசையுடன் பாட்டில்கள் உடைந்து இளஞ்சிவப்பு நிறத் திரவம் தரையில் ஓடியது. அவள் முடியைப் பிடித்துத் தூக்கி உலுக்கி மறுபடிக் கீழே தள்ளினார் போலீஸ்காரர். "த்தூ நாயே" என்று கோபமாகக் காறித்துப்பிவிட்டு வண்டியிலேறிச் சென்றார்.

வீறிட்டபடியே எழுந்த தானிம்மா மார்பிலடித்துக்கொண்டு அழுதாள். "அடப்பாவி நல்லாயிருப்பியா நீ... நாசமாப் போவே..." என்று மண்ணை வாரித் தூவினாள்.

"ஐயா, இதக் கேக்க யாருமில்லையா... அவன் நாசமாப் போவ, கை கால் வெளங்காமப் போவ, அந்தக் கைகாரி தலையில கொள்ளி விழ..."

தலைவிரி கோலமாக அழுதபடியே தரையில் அமர்ந்து அரற்றத் தொடங்கினாள். அவளது மாறுகண்களால் யாரைப் பார்த்து அழுகிறாள் என சரியாகத் தெரியவில்லை.

கணக்கப்பிள்ளை, குமார், மணி, சுருளியின் சகாக்கள் மற்ற பார் ஊழியர்கள் இவர்களுடன் விளம்பரம் எழுதிக் கொண்டிருந்தவர்களும் இறங்கி வந்து அமைதியாக வேடிக்கை பார்த்துக் கொண்டிருந்தனர்.

தானிம்மாவின் மாராப்பு விலகிக் கிடந்தது. நெஞ்சிலடித்துக்கொண்டு அழுதபோது ரவிக்கைக்குள் மார்புகள் குலுங்கின. சிறிது நேரம் அழுதபின் மூக்கைச் சிந்தி தூரப் போட்டுவிட்டு மாராப்பை ஒழுங்குபடுத்திக் கொண்டாள். எழுந்து போகப் போகிறாள் என நினைத்தபோது மறுபடியும் மார்பிலடித்துக்கொண்டு அழ ஆரம்பித்தாள். அவுலோ மகாலட்சுமியோ அல்லது வேறு பெண்களோ வரும்வரை அவள் அழுகையை நிறுத்த மாட்டாள் எனத் தோன்றியது.

29

சூலப்பிடாரி

திருக்கச்சூரிலிருந்து சாமி சிலையை ஊருக்குள் கொண்டு வரும்போது நன்கு இருட்டி விட்டிருந்தது. சாமி சிலைக்குப்பின் இளைஞர்களும் முதியவர்களும் திரண்டிருந்தனர். தெருவோரங்களில் பெண்கள் கூட்டம் அலைமோதியது. கையில் வேப்பிலையுடன் சிலைக்கு முன்பாக ஆறுமுகம் சாமி வந்து ஆடிக்கொண்டிருந்தார். பம்பையும் உடுக்கையும் அதிர்ந்தபோது இவர் ஆட்டத்திலும் வேகம் கூடியது. சுற்றி நின்றிருந்தவர்கள் எல்லாம் கன்னத்தில் போட்டுக்கொண்டனர். எங்கும் சாராயத்தின் நெடி பரவியிருந்தது. பெரும்பாலானவர்களின் விழிகள் குடித்துக்குடித்துச் சிவந்திருந்தன. போதையில் அவர்கள் பம்பை உடுக்கை வாசிப்பவர்களை வேகமாக வாசிக்கும்படி நச்சரித்தனர். பம்பை உடுக்கைக்காரர்கள் வாசிப்பில் வேகம் கூட்டக்கூட்ட இவரின் நாடி நரம்புகள் முறுக்கேறின. சுற்றிச்சுற்றி ஆடினார். நிலம் அதிர்ந்தது. சூழலை ஒரு இறுக்கம் கவ்விக்கொண்டது. கூட்டம் பெருங்குரலெடுத்து "தாயே மகமாயி" என்று தொடர்ச்சியாகக் கூவிக்கொண்டிருந்தது. தெரு சிறியதாக இருந்ததால் கூட்டத்தைத் தாண்டி சிலையைக் கொண்டு செல்ல அதிக நேரம் பிடித்தது. சிலையைத் தொடர்ந்து வந்தவர்கள் மிகுந்த அயர்வோடு காணப்பட்டனர். தொடர்ச்சியான நடை அவர்களுக்குள் சோர்வை உண்டு பண்ணியிருந்தது. நேரம் ஆகஆக கோயிலை

காலபைரவன் (1977) என்கின்ற விஜயகுமார். அன்றாட வாழ்க்கையில் நிகழ்கின்ற சம்பவங்களில் நிகழும் மனச்சிக்கல் சும்மா இராத மனதின் மனோ இயக்கத்தின் திசைகளைப் படைப்பாக்க முனைந்தவர். இதுவரை ஐம்பதிற்கும் மேலான சிறுகதைகளை எழுதியுள்ளார். திருக்கோவிலூர் அருகிலுள்ள கண்டாச்சிபுரத்தைச் சார்ந்தவர். பள்ளி ஆசிரியராகப் பணிபுரிபவர்.

நோக்கிச் செல்ல அனைவரும் வேகம் காட்டினர். ஒரு கட்டத்தில் இவர் வேகவேகமாக ஆடிக்கொண்டே வேப்பிலையை வாயில் போட்டு நறநற என மென்றபடி கோயில் நோக்கி ஓட ஆரம்பித்தார். கூட்டம் விழுந்தடித்து ஓடியது. ஈடுகொடுக்க முடியாத சிலர் பின் தங்கினர். அவர்களின் விழிகள் மதுவினால் நிரம்பியிருந்ததை உணர முடிந்தது. கோயிலை நெருங்க நெருங்க இவரின் ஆட்டத்தில் மீண்டும் வேகம் கூடியது. பம்பையும் உடுக்கையும் அதிர்ந்தன. மீண்டும் சூழல் இறுக்கமானது. கூட்டம் ஒருவித சிலிர்ப்போடு கட்டுண்டிருந்தது. உடுக்கை ஒலி உச்சத்தை அடையும் போதெல்லாம் கூட்டம் கன்னத்தில் போட்டுக்கொண்டது. கோயில் முகப்பு விளக்கு ஏற்றப்பட்டபோது வாசிப்பு படிப்படியாகக் குறையத் தொடங்க, இவரின் உடல் மெல்ல தளர்ச்சியுற்றது. பூசாரி கற்பூரத்தை ஏற்றி இவரிடம் கொடுத்தார். இவர் அதை வாயில் போட்டு விழுங்கியவுடன் மெல்லக் கீழே சரிந்தார். அருகிலிருந்தவர்கள் அவரைத் தாங்கிப் பிடித்துப் பின் தோதாகப் படுக்க வைத்தனர். அவர் சுவாசத்தில் வேகம் குறைந்திருக்கவில்லை. சாமி சிலை இறக்கப்பட்டு மேற்கிலிருந்த வேப்பமரத்தின் பக்கத்திலிருந்த பீடத்தின் மேல் வைக்கப்பட்டது. சிலைக்குத் தென்புறம் மலைத்தொடர் நீண்டும் உயர்ந்தும் இருந்தது. அண்மையில் பெய்த மழையால் எங்கும் பச்சை கட்டியிருந்ததை வெளிச்சத்தில் உணர முடிந்தது. கோயிலைச் சுற்றி நின்றிருந்த வேம்பின் அசைவுகள் காற்றில் குளிர்ச்சியை ஏற்படுத்தின. இவருக்கு மயக்கம் தெளியக் கொஞ்ச நேரமானது. எழுந்து சென்று தண்ணீர் குடித்துவிட்டு கோயிலுக்கு வெளியில் வந்து அமர்ந்தபோது, சூளக்காரர் வீட்டு தெய்வசிகாமணி இவரைப் பார்த்துச் சொன்னான்.

"சாமி உங்கள சாப்பிடறதுக்குத் தலைவர் வூட்டுக்கு வரச் சொன்னாங்க." அவன் கூறியதைக் கேட்டுக் கொண்டவராகத் தலையை ஆட்டினார். அவன் போன சிறிது நேரம் கழித்து மஞ்சள் துண்டை உதறித் தோளில் போட்டுக்கொண்டு தலைவர் வீடு நோக்கி நடக்க ஆரம்பித்தார்.

தலைவர் வீடு ஒளி வெள்ளத்தால் பகலைப் போன்று இருந்தது. காம்பவுண்டுக்கு உட்புறம் இரண்டு நாய்கள் கட்டப்பட்டிருந்தன. தெரு வராண்டாவில் ஊர்ப் பிரமுகர்கள் கூடியிருந்தனர். இவர் தெரு கேட்டைத் திறந்துகொண்டு உள்ளே வருவதற்குள் வீட்டினுள் இருந்து தலைவரும் அவர் மனைவியும் வேகமாக வந்து

அவரது காலில் நீர் ஊற்றிக் கழுவி மஞ்சளும் சிவப்புமிட்டு உள்ளே அழைத்துச் சென்றனர். வராண்டாவில் அமர்ந்திருந்தவர்கள் எழுந்து நின்றனர். இவர் ஒருமுறை அனைவரையும் பார்த்தபடியே உள்ளே சென்றார். நடுக்கூடம் ஒரு கல்யாண மண்டபம் போல இருந்தது. ஒரே நேரத்தில் குறைந்தது நூறு பேராவது அமர்ந்து சாப்பிட்டுவிட முடியும். அந்த அளவிற்குப் பரந்து விரிந்திருந்தது. கூடத்தில் நிறுத்தப்பட்டிருந்த வேலைப்பாடு மிக்க தூண்கள் வீட்டின் பழமையை உணர்த்திக் கொண்டிருந்தன. இவர் அத்தூண்களின் அழகையே பார்த்துக் கொண்டிருந்தபோது தலைவர் பேசினார்.

"சாமி வந்து உக்காருங்க நேரமாவது இல்ல."

இவர் மென்மையாகச் சிரித்தபடி தலைவர் காட்டிய இடத்தில் அமர்ந்தார். உடல் தளர்ந்து கண்கள் ஒடுங்கியிருந்தன. காலையும் மதியமும் விரதம். இரவு ஒரு வேளைதான் சாப்பாடு. பகல் முழுக்க நடந்த களைப்பு. ஊர் பிரமுகர்கள் இவருக்கு இருபுறமும் அமர்ந்து கொண்டனர். தலைவாழை இலையில் விதவிதமான உணவு வகைகள் பரிமாறப்பட்டன. தலைவரும் அவர் மனைவியும் இவரைக் கவனித்துக் கொண்டிருந்தனர். இவர் சாப்பிடுவதற்காக எல்லோரும் காத்துக் கொண்டிருந்தனர். கண்களை மூடி கைகளைக் கூப்பிச் சில நிமிடங்கள் முணுமுணுத்தபடி இருந்தவர் பின் மெல்ல சாப்பிட ஆரம்பித்தார். அனைவரும் சாப்பிடுவதில் வேகம் காட்டினர். அவர்கள் சாப்பிடுவதையே தலைவர் பார்த்துக் கொண்டிருந்தார். இவர் மெதுவாகச் சாப்பிட்டார். இவரது கண்களில் இனம் புரியாத வலியின் ரேகைகள் ஓடிக்கொண்டிருந்தன. எதையும் வெளிக்காட்டிக் கொள்ளாமல் இவர் சாப்பிட்டுக் கொண்டிருந்தார். வேண்டாம் என்று சொன்னால்கூட விடாமல் தலைவர் மனைவி இவருக்கு உணவு வகைகளைப் பரிமாறிக் கொண்டே இருந்தாள். சாப்பிட்டுவிட்டு எழுந்தபோது இவருடன் அனைவரும் எழுந்தனர். கை அலம்பிக் கொள்ள தலைவர் செம்பில் தண்ணீர் கொண்டுவந்து கொடுத்தார். இவர் கைகழுவி விட்டு மற்றவர்களிடம் கொடுத்தார். சிறிது நேரம் வராண்டாவில் அமர்ந்து பின் அனைவரிடமும் கூறிவிட்டு கோயில் நோக்கி நடந்தார். கோயில் பிரகாரத்தில் ஏற்கனவே சிலர் படுத்துக் கொண்டிருந்தனர். இவர் கிழக்குப் பக்கமாகப் போடப்பட்டிருந்த பந்தலுக்குக் கீழே படுத்துக் கொண்டார். படுத்த கொஞ்ச நேரத்திற்குள் உறங்கியும் போனார்.

கோலக்காரர் வீட்டு நிலம் கண்ணுக்கெட்டிய தூரம் பரந்து விரிந்து கிடந்தது. ஆடிப் பட்டத்துக்காக நிலத்தை உழுது கொண்டிருந்த ஆறுமுகத்தைக் கோலக்கார வீட்டு அங்கமுத்து பெரியவர் கை அசைத்துக் கூப்பிட்டார். பெரியவரின் சத்தம் கேட்டதும் ஏர் கலப்பையை அப்படியே விட்டுவிட்டு தலையில் கட்டியிருந்த துண்டை அவிழ்த்து உதறி இடுப்பில் சுற்றிக்கொண்டு பெரியவர் முன் வந்து நின்றார். சூரியனின் கதிர்கள் நெருப்பை உமிழ்ந்து கொண்டிருந்தன. பெரியவர் வெயில் தாங்க முடியாமல் அமர்ந்து கொண்டார். கொஞ்சம் தள்ளியே கைகளைக் கட்டிக்கொண்டு நின்றார் இவர். பெரியவர் தொண்டையைச் செருமிக் கொண்டபடியே இவரிடம் பேசினார்.

“நாளுவேற நெருங்கிடுச்சி எப்ப ஓட்டி எருவு அடிக்கிறது, எப்ப வெதைக்கிறது, கொஞ்சம் சுருக்கா பார்டா.”

“எல்லாம் கரெக்டா முடிஞ்சிடும் சாமி.”

“நீ இருக்கிற தெகிரியம்தான்” என அவர் கூறியதும் இவருக்கு உச்சி குளிர்ந்துவிட்டது. காது ரோமங்கள் சிலிர்த்துக்கொண்டன. மாமரத்தில் பறவைகள் சடசடத்துக் கொண்டிருந்தன. ஏர் கலப்பையில் பூட்டப்பட்டிருந்த மாடு கத்தத் தொடங்கியதும் அவர் இவரிடம் கூறினார்.

“அப்ப நான் கெளம்புறேன். ஆவ வேண்டியத பாரு புரியுதா?”

இவர் அப்படியும் இப்படியுமாகத் தலையை ஆட்டினார். அவர் கட்டிலை விட்டு இறங்கி நடக்கத் தொடங்கினார். சேறும் சகதியும் நிறைந்த நிலத்திற்குள் இறங்கி விட்ட இடத்திலிருந்து உழத் தொடங்கினார் இவர். வெயிலின் தாக்கம் கடுமையாக இருந்தது. மாடுகள் சோர்ந்து கலப்பையை இழுப்பதில் தயக்கம் காட்டின. இவர் அவற்றை விரட்டிக்கொண்டே இருந்தார். இவராலும் வெப்பத்தைத் தாங்க முடியவில்லைதான். என்ன செய்வது? உழுதாக வேண்டுமே. சாயுங்காலம் திரும்பி வந்து பார்க்கும்போது உழுது முடித்திருக்காவிட்டால் கோபம் பீறிட்டு வரும் பெரியவரின் முகத்தை எப்படி எதிர்கொள்வது என்ற எண்ணமே களைப்பைப் பொருட்படுத்தாமல் இவரை இயங்கச் செய்தது. மாடுகளோடு மாடாய் சேற்றுக்குள் உழன்று கொண்டிருந்தபோது கிணற்று மேட்டிலிருந்து தனது பெயர் சொல்லி யாரோ கூப்பிடுகிறார்கள் என்பதை உணர்ந்தவர் திரும்பிப் பார்த்தார். மரத்து நிழலில்

பெரியவரின் இளைய மகன் தலையில் கூழ்ப் பானையுடன் நின்று கொண்டிருந்தான். கலப்பையிலிருந்து மாட்டைத் தறித்து விட்டு விட்டு, தலையில் கட்டியிருந்த துண்டை உதறி இடுப்பில் கட்டிக்கொண்டு ஓடி வந்தார். அதற்குள் பெரியவரின் மகன் கூழ்ப் பானையை இறக்கி வைத்துவிட்டு அமர்ந்து கொண்டான். அருகில் வந்த இவர் அவனைப் பார்த்துக் கேட்டார். "சின்னவரே இந்த வெயில்ல நீங்க ஏன் வரணும்? சொல்லி அனுப்பியிருந்தா நானே வந்திருப்பேனே."

"இல்ல ஆறுமுகம் கொல்லி காட்ட பாக்கணும்னு ஆசை. அதான் நானே புறப்பட்டு வந்தேன்."

மரத்தின் நிழல் குளிர்ச்சியாக இருந்தது. வெயில் எங்கும் வியாபித்திருந்தது. இவர் அருகிலிருந்த மாமரத்தின் கீழ் வந்தமர்ந்தார். அவன் பானையைத் தூக்கி இவரின் கையில் கூழை ஊற்றினான். இவர் அதை ருசித்துக் குடித்தார். இவரது விரல்களில் பானையின் விளிம்பு பட்டுவிடக் கூடாது என்ற ஜாக்கிரதை உணர்வோடு கூழை ஊற்றினான். சாப்பிட்டு முடித்து கைகளின் இருபுறமும் தனது நாவால் சுத்தம் செய்துகொண்டே தொட்டி நோக்கிச் சென்றார்.

"ஆறுமுகம் எச்ச கைய அதுல கழுவாத நா மொண்டு ஊத்தறேன்" என்று அவன் கூறிக்கொண்டே தொட்டிக்கருகில் வந்து தண்ணீர் மொண்டு தூக்கி ஊற்றினான். இவர் கைகளை கழுவிக்கொண்டு அவனிடம் சொன்னார்.

"சின்னவரே போயி கட்டல்ல படுங்க வெய்ய சாயறப்ப போலாம்."

அவனுக்கும் கிணற்று மேட்டில் மரக்கட்டிலில் படுத்துக் கொள்ள வேண்டுமென்ற ஆசை. இவர் சொன்னதும் அவன் சென்று படுத்துக் கொண்டான். இவர் மண்வெட்டியை எடுத்து வரப்பு மடிக்க மீண்டும் நிலத்திற்குள் இறங்கினார்.

சூரியன் மெல்ல மேற்கு நோக்கிப் பயணித்தது. வெயிலின் தாக்கம் படிப்படியாகக் குறைந்தபோது குளிர்ந்த காற்று வீசத் தொடங்கியது. மரக்கட்டிலில் நன்றாகத் தூங்கிக் கொண்டிருந்தான் அவன். கலப்பை மண்வெட்டிகளை மோட்டார் கொட்டகைக்குள் வைத்து விட்டு, "சின்னவரே நேரமாயிட்டது எழுந்திருங்க" தூங்கிக் கொண்டிருந்தவனை எழுப்பும் விதமாகக் கூப்பிட்டார்.

அவன் புரண்டு படுத்து கண்களைத் திறந்து பார்த்தான். வெயில் முற்றிலுமாகக் குறைந்து விட்டிருந்தது. கண்களைக் கசக்கியபடியே கட்டிலை விட்டுக் கீழிறங்கிப் பானையைத் தூக்கித் தலையில் வைத்துக்கொண்டான். இவர் மாடுகளைப் பிடித்துக்கொண்டார். ஏற்கனவே அறுத்து வைத்திருந்த புல்லுக்கட்டைத் தலையில் தூக்கிக்கொண்டு அவனைப் பின்தொடர்ந்து நடந்தார்.

கோலக்காரர் வீட்டு மாட்டுக் கொட்டகையில் சாணத்தின் நெடி எங்கும் பரவியிருந்தது. புல்லுக்கட்டை இறக்கித் தொட்டி மேடையில் வைத்தார். தவிட்டைக்கொண்டு வந்து தொட்டியில் கரைத்தார். அக்கம் பக்கத்து வீடுகளில் கழிவுநீர்ப் பானைகளில் இருந்த தண்ணீரைக் கொண்டுவந்து தவிட்டோடு ஊற்றி நன்கு கலக்கினார். பின் ஒவ்வொரு மாடாக அவிழ்த்துத் தண்ணீர் காட்டிவிட்டு மீண்டும் கட்டினார். தெற்குப் பக்கமிருந்த வைக்கோல் போரிலிருந்து வைக்கோலைப் பிடுங்கி மாடுகளுக்குப் போட்டுவிட்டு நிமிர்ந்தபோது முதுகில் கடுமையான வலி ஏற்பட்டதை உணர்ந்தார். தினம்தினம் செய்யும் வேலைதான் என்றாலும் அவருக்கு மிகவும் களைப்பாக இருந்தது. கண்கள் மங்கலாகிக் கொண்டு வந்தபோது மாட்டுக் கொட்டகையின் படலைச் சார்த்திவிட்டு வீடு நோக்கி நடக்க ஆரம்பித்தார்.

வீட்டில் சிம்னி விளக்கு எரிந்து கொண்டிருந்தது. தன் மனைவி ஆக்கி வைத்திருந்ததை சாப்பிட்டுவிட்டு படுத்தவர் உடனே தூங்கிப் போனார். அந்த அளவிற்கு அவர் களைப்பை உணர்ந்தார். அவர் மனைவி பிற வேலைகளை முடித்துக் கொண்டு படுத்த சிறிது நேரத்திற்குப் பிறகு கதவு தட்டும் சத்தம் கேட்டு எழுந்து கதவைத் திறந்தாள். தலைவர் வீட்டு வேலைக்காரன் நின்று கொண்டிருந்தான். அவள் வெளியில் வந்து அவனிடம் கேட்டாள்.

“இந்த நேரத்தில் ஏது இவ்ளோ தூரம்.”

“ஆறுமுகத்த தலைவர் கையோட கூட்டாரச் சொன்னாரு.”

அவன் வார்த்தைகளில் தடுமாற்றம் இருந்ததை உணர்ந்தவள். அவன் கண்களைப் பார்த்தாள். நன்கு சிவந்திருந்தன. அவன் மீது சாராயத்தின் நெடி குப்பென அடித்தது. மீண்டும் அவள் கேட்டாள்.

“எதுக்குன்னு சொன்னாங்களா?”

அவன் தெரியாது எனும் விதமாகத் தலையாட்டினான். அவள் உள்ளே சென்று தூங்கிக் கொண்டிருந்தவரை எழுப்பினாள். இவர் புரண்டுபுரண்டு படுத்தார். சுலபத்தில் இவரால் கண்களைத் திறக்க முடியவில்லை. கண்கள் பிசுபிசுத்தன. மெல்ல முனகிக்கொண்டே எழுந்தார். கண்களில் தூக்கம் அப்படியே இருந்தது. என்ன செய்வது தலைவர் வீட்டு அழைப்பு, போகாமல் இருக்க முடியாது. துண்டை எடுத்துக்கொண்டு கீழே குனிந்து வாசல்படியைத் தாண்டி வெளியில் வந்தார். இவரைப் பார்த்து அவன் மெல்லிய சிரிப்பை உதிர்த்தான். இவர் தன் மனைவியிடம் சொல்லிவிட்டு நடக்கத் தொடங்கினார். அவன் சலசலவென பேசிக்கொண்டே வருவதை இவரால் பொறுத்துக் கொள்ள முடியவில்லை. தூக்கக் கலக்கம் வேறு. கோபம் கோபமாக வந்தது. எதுவும் சொல்ல முடியாதவராக நடந்தார்.

வேலைக்காரன்தான் என்றாலும் அவன் தலைவர் வீட்டு வேலைக்காரனாச்சே. ஆகவே, அவனிடம் எதிர்ப்புக் காட்டாமல் அமைதியாக நடந்து கொண்டிருந்தார். காலனியைத் தாண்டி ஊருக்குள் நுழையும்போதுதான் பாதை சீராக இருந்தது. தெருவிளக்குகள் பிரகாசமாக எரிந்து கொண்டிருந்தன. மஞ்சள் வெளிச்சம் இரவை ரம்யமாக்கிக் கொண்டிருந்தது. நாடக மேடையில் ஒரு கும்பல் அமர்ந்து பேசிக்கொண்டிருந்தது. அதற்கு எதிர்ப்புறமிருந்த மாரியம்மன் கோயில் வாசலில் கோலக்காரர் மற்றும் சிலர் அமர்ந்திருந்தனர். "ஆறுமுகம் என்ன இந்தப் பக்கம்" இவர் வருவதைப் பார்த்து அவர் கூப்பிட்டார்.

இவர் துண்டை எடுத்து இடுப்பில் கட்டிக்கொண்டு "தலைவர் வூட்டுக்கு சாமி" என்று தூரத்திலிருந்தே கூறினார்.

எதற்கு தலைவர் வீட்டுக்கு என்று சிறிது நேரம் யோசித்த பெரியவர் மீண்டும் பேசினார்.

"திருவிழா பத்தி சொல்றதுக்கா இருக்கும் போபோ" எனக் கூறி அனுப்பி வைத்தார்.

தலைவர் வீட்டு முன் வந்து நின்ற ஆறுமுகம் உள்நோக்கிச் சொன்னார்.

"சாமி ஆறுமுகம் வந்திருக்கேன்."

கூறிவிட்டு கதவு திறக்கிறதா என்று பார்த்தார். எந்த அசைவுமின்றி இருந்தது கதவு. மீண்டும் சொன்னார். இம்முறை குரலில் கொஞ்சம் வலு கூடியிருந்தது.

"சாமி ஆறுமுகம் வந்திருக்கேன்."

கூறி முடிக்கும்முன் தெருவிளக்கு போடப்பட்டது. கதவு திறந்துகொண்டு தலைவர் நடந்து வந்தார். இவர் இடுப்புத் துண்டை சரி செய்து கொண்டார். தெருவில் நாய்கள் குரைத்துக் கொண்டிருந்தன. காம்பவுண்ட் கேட்டுக்கு உட்பக்கமாகவே நின்றுகொண்டு அவர் சொன்னார்.

"நாளன்னிக்கு சூலப்பிடாரிக்குக் காப்பு கட்றது. வழக்கம் போல பத்து நாளும் ஊருக்குள்ளேயே இருந்திட வேண்டியது. எந்த வேலையா இருந்தாலும் நாளக்கே முடிச்சிடு. இங்க வந்துட்டா திருவிழா முடிஞ்சாதான் காலனிக்குள்ள போக முடியும். அதாலதான் சொல்றேன் என்ன வெளங்கிச்சா?"

தலைவர் படபடவென்று பேசியதை இவர் உற்றுப் பார்த்துக் கொண்டிருந்தார். கணக்குப்பிள்ளைத் தெரு முக்கில் நாய்கள் ஓலமிட்டுக் கொண்டிருந்தன. மீண்டும் தலைவர் கேட்டார்.

"வேற ஏதாவது சொல்றதுக்கு இருக்கா ஆறுமுகம்". இல்லை என்பதுபோல் இவர் தலையாட்டியதும் உள்ளே சென்று கதவைச் சாத்தி விளக்கை அணைத்தார்.

நாதஸ்வரம் ஊதும் சத்தம் கேட்டுத் திடுக்கிட்டு விழித்தார். தான் எங்கு இருக்கிறோம் என்று உணர்ந்து கொள்ள இவருக்கு கொஞ்ச நேரம் பிடித்தது. இவ்வளவு நேரமாக தூங்கிக்கொண்டுதான் இருந்தோமா என யோசித்தவாறே கையைப் பார்த்தார். காப்பு கட்டப்பட்டிருந்தது. தான் கண்ட நீண்ட கனவை நினைத்தபடியே மேளக்காரரிடம் கேட்டார்.

"ஏன்னே செத்த முன்னாடியே எழுப்பியிருக்கக் கூடாது. நடந்து வந்த களைப்பு அடிச்சி போட்ட மாதிரி இருந்திச்சு அதான்..."

இவர் சொல்லி முடித்ததும் நாதஸ்வரம் வாசிப்பவர் சொன்னார்.

"தலைவர் வூட்டு சாப்பாடுன்னா சும்மாவா?"

எல்லோரும் சிரித்தனர். மேளமும் நாதஸ்வரமும் தயார் நிலையில் இருந்தது. தீவட்டி கோயிலில் இருந்து கொண்டு

வரப்பட்டு இவரிடம் கொடுக்கப்பட்டது. தாளம் போடுபவரை எல்லோரும் எதிர்பார்த்தபடி இருக்க, அவர் மூச்சு வாங்க நடந்து வந்தார். அம்மன் ஊர்வலம் ஆரம்பமாகியது. தீவட்டியைக் கொளுத்தி இவர் தாழ்த்தி பிடித்துக் கொண்டார். இரண்டு மேளக்காரர்கள், இரண்டு நாதஸ்வரம், ஒரு தாளம், கூட இருவர் என எட்டுப் பேர்கள் ஊர்வலத்தில் கலந்து கொண்டனர். மேளச் சப்தம் கேட்டதும் ஊரார் யாரும் எதிரில் வந்துவிடாமல் வீட்டிற்குள்ளேயே பதுங்கிக் கொண்டு பார்த்தனர். மேளமும் நாதஸ்வரமும் ஒரே சீராக வாசிக்கப்பட்டன. தெரு வெறிச்சோடிக் காணப்பட்டது. தங்கள் வீட்டைக் கடந்த பிறகே ஒவ்வொரு வீட்டிற்குள்ளிருந்தும் ஆட்கள் வந்து ஊர்வலத்தைப் பார்த்தனர். தீவட்டிக்கு எதிரில் யார் வந்தாலும் அடுத்த நாள் ரத்தம் கக்கிச் சாக நேரிடும் என்பது ஐதீகமாக இருந்ததால் மக்கள் அவரவர் வீடுகளிலேயே இருந்தனர்.

ஊர் முழுக்கச் சுற்றிக் கோயிலை வந்தடைந்தபோது மணி இரண்டைத் தாண்டி விட்டிருந்தது. அனைவரும் பந்தலடியிலேயே படுத்துக் கொண்டனர். இவருக்கு மட்டும் தூக்கம் வரவேயில்லை. மனைவியின் ஞாபகம் வர மனது கனத்தது. புரண்டுபுரண்டு படுத்தார்.

மக்களால் நிரம்பி வழிந்தது கிராமம். மக்கள் எங்கும் கூட்டம் கூட்டமாக நின்று பேசிக் கொண்டிருந்தனர். இசைக் கச்சேரி, நாடகம் மற்றும் ஆடல் பாடல் போன்ற கேளிக்கைகளால் அன்றாட இரவுகள் திணறிக் கொண்டிருந்தன. தற்காலிகக் கடைகள் நிறைய தோன்றியபோது ஊரின் பிரதானக் கொண்டாட்டமாக மது அருந்துதல் மாறிவிட்டிருந்தது. எங்கும் சாராயத்தின் நெடி பரவியிருந்தது. வயது வித்தியாசமின்றி இளைஞர்களும் முதியோர்களும் ருசித்துக் குடித்துக் கொண்டிருந்தனர். ஊரின் நிறம் மாறி வேறொன்றாக மாற்றம் கொண்டிருந்தது. விழாவின் அனைத்துக் கூறுகளும் புதுமையின் வெளிப்பாட்டைக் கொண்டிருந்தன. எல்லா வேலைகளையும் ஒதுக்கி வைத்துவிட்டு, மிகுந்த ஆர்வத்தோடு தங்களையும் கொண்டாட்டத்தில் பிணைத்துக் கொண்டிருந்த மக்களின் கண்களில் மகிழ்ச்சியைப் பார்க்க முடிந்தது. இரவையும் பகலையும் பிரித்தறிய முடியாதபடி எந்நேரமும் பேச்சுக் குரலைக் கேட்க முடிந்தது. தொடர்ந்து ஊரை வலம் வந்தபடியே இருந்தது வாத்தியங்களின் ஒலி. வாண வேடிக்கைகளால் காற்றில் கந்தகத்தின் மணம் கூடிக்கிடந்தது.

ஒவ்வொரு நாள் திருவிழாவும் மாலை ஐந்து மணிக்குத் தொடங்கி நள்ளிரவுவரை நீண்டது. இரவைக் கொண்டாடுவது என்ற அளவில் திருவிழா புரிந்து கொள்ளப்பட்டு, ஒரு சாராரிடம் புணர்ச்சியின் சுகிப்பை அதிகப்படுத்தி இருந்தது. இளைஞர்கள் தங்கள் ஸ்நேகிதிகளுடன் அடர்ந்து பரவியிருந்த இருளில் ஆங்காங்கே நின்று பேசிக் கொண்டிருந்தனர். சில இடங்களில் அடர்ந்திருந்த இருள் அவர்களுக்கு அதிக சுதந்திரத்தை வழங்கி இருந்தது. தப்பையும் சரியையும் பிரித்துப் பார்க்க முடியாமல் மக்கள் திணறிக் கொண்டிருந்தனர். அனைத்துமே கொண்டாட்டத்தின் சிறுசிறு பகுதிகளாகத் தோன்றின.

தீவட்டியோடு ஊரைச் சுற்றி வரும்போது மட்டுமே ஊர் அமைதியின் பிடியில் இருந்தது. மற்ற நேரங்களில் ஊரை மெல்ல வருடிக் கொண்டே இருந்தது சப்தத்தின் நீண்ட நாவு. இதில் எதிலுமே அகப்பட்டுக் கொள்ளாமல் மிகுந்த பயபக்தியுடன் ஒரு குழுவினர் தேரை உருவாக்கிக் கொண்டிருந்தனர். ஒவ்வொரு நாளும் தேரின் வளர்ச்சியைப் பார்க்க முடிந்தது. பத்தாம் நாள் காலையில் தேர் பிரமாண்டமாக ஓங்கி நின்றுகொண்டிருந்தது. வண்ணத் துணிகளும் தோரணங்களும் தேரின் பொலிவைக் கூட்டிக் காட்டின. உச்சியில் ஒரு வெண்கலக் குடையும் அதற்கு மேலாக ஒரு கொடியும் கட்டப்பட்டிருந்தது. காற்றின் போக்கில் பறக்கும் கொடியைத் தொடர்ந்து பார்க்க முடியாதபடி இருந்தது தேரின் உயரம். தேரைச் சுற்றி மக்கள் கூட்டம் அலைமோதியது. தேரை இழுப்பதற்குக் கூட்டம் முண்டியடித்துக் கொண்டிருந்தபோது, கூட்டத்திற்குள்ளாக சலசலப்பு தொடர்ந்து கேட்டபடியே இருந்தது. ஆறுமுகம் கோயிலில் இருந்து அம்மன் சிலையைத் தூக்கிக்கொண்டு கூட்டத்திற்குள்ளாக நடந்து வந்து கொண்டிருந்தார். கண்கள் உக்கிரத்தோடு சிவந்திருந்தன. முகம் இறுகிக் காணப்பட்டது. இவர் சிலையை எடுத்து வருவதைக் கண்ட கூட்டம் ஒதுங்கி வழிவிட்டது. சிலை தங்களைக் கடக்கும்போது கூட்டம் கன்னத்தில் போட்டுக்கொண்டது. தேருக்கருகில் சென்றதும் அவர் தேரை மூன்று முறை சுற்றி வந்தார். கூட்டம் திணறிக் கொண்டிருந்தது. வாத்தியங்களின் ஒலிகள் மக்களிடம் அதிர்வை ஏற்படுத்திக் கொண்டிருந்தன. தங்களை மறந்த நிலையில் பலர் சாமி வந்து ஆடிக்கொண்டிருந்தனர். வாத்தியங்களின் ஒலி கூடத் தொடங்கியபோது, அவர்களின் ஆட்டத்திலும் ஆக்ரோஷம் கூடியது. அவர் சிலையைத் தேருக்குள்

வைத்தார். கற்பூரம் ஏற்றித் தேருக்குப் படைத்தபோது கூட்டம், "தாயே மகமாயி" என்று பெருங்குரலெடுத்துக் கத்தியது. தேர் நோக்கிப் பிதுங்கிக் கொண்டிருந்த கூட்டத்தைக் கட்டுப்படுத்த முடியவில்லை. துண்டை எடுத்து இடுப்பில் கட்டிக்கொண்டு சாமியைக் கைகூப்பி வணங்கித் தேரின் வடத்தை ஆறுமுகம் பிடித்தார். ஆவலோடு எதிர்பார்த்துக் கொண்டிருந்த கூட்டம் திமுதிமுவென ஓடிவந்து வடத்தைப் பிடித்தது. தேர் மெல்ல நகர்ந்தபோது மக்கள் வெள்ளம் ஆர்ப்பரித்தது. "தாயே மகமாயி" எனும் ஒலி எங்கும் எதிரொலிக்கத் தொடங்கியது.

பிரதான தெருக்களைச் சுற்றிக்கொண்டு தேர் நிலைக்கு வந்து சேர இரவு எட்டு மணியாகிவிட்டது. கூட்டம் குறைந்தபாடில்லை. சுற்று வட்டாரத்திலிருந்து நிறைய பேர் வந்திருந்தனர். மின்சாரம் நிறுத்தப்பட்டிருந்ததால் ஊரை இருள் சூழ்ந்திருந்தது. கோயில் மற்றும் தேர் நிற்கும் இடத்தில் பெட்ரோமாக்ஸ் விளக்கின் வெளிச்சத்தைக் காண முடிந்தது. கூட்டம் கூட்டமாக நின்று பேசிக்கொண்டிருந்தனர் மக்கள். எங்கும் பேச்சின் ஒலி கேட்டுக்கொண்டே இருந்தது. இருட்டுக்கு எத்தனை வாய்கள்! இத்தனை நாள்கள் இந்த பேச்சுகள் யாருக்காகச் சேமித்து வைக்கப்பட்டிருந்தன என்று யோசித்தபடியே பந்தலடியிலிருந்த பெஞ்சின் மீது அவர் அமர்ந்திருந்தார்.

இரவு ஒன்பது மணி சுமாருக்கு மக்கள் பந்தலடியில் குவியத் தொடங்கினர். மந்தவெளியில் ஒரு பிரிவினர் வாண வேடிக்கைகளை நிகழ்த்திக் கொண்டிருந்தனர். தெருவில் இரு முனைகளையும் தொட்டபடி நீண்ட சரவெடிகளை வைத்து வெடித்து மகிழ்ந்தது ஒரு கூட்டம். அனைவரிடத்திலும் பயத்தையும் அதிர்வையும் ஏற்படுத்தியது வெடிச்சத்தம். ஒரே புகை மண்டலம். கந்தக வெடி, மந்தவெளிக்குச் சட்டென மயானத்தின் தோற்றத்தைக் கொடுத்தது. தேரடியிலிருந்த கூட்டம் மெல்ல கலைந்தது. சிலர் வீட்டிற்கும் கோயிலுக்குமாகப் பிரிந்து சென்றனர். தொடர்ச்சியாகப் பகல் முழுக்கக் காய்ந்த வெயிலினால் ஒரே நசநசப்பாக இருந்தது பந்தலடி.

ஆறுமுகம் குளித்துவிட்டுத் தயாராக வந்தபோது மணி பத்தாகியிருந்தது. கூட்டத்தைக் கட்டுப்படுத்த முடியவில்லை. அம்மன் திருமணத்தைக் காணக் கூட்டம் அலைமோதியது. சுற்றியிருந்த கட்டடங்கள், மரங்கள் மீதெல்லாம் மக்கள்

ஏறி நின்றுகொண்டிருந்தனர். தர்மகர்த்தா வீட்டில் இருந்து கொண்டுவரப்பட்ட பட்டும் காசு மாலையும் சாமிக்கு அணிவிக்கப்பட்டது. பட்டு வேட்டியை ஆறுமுகம் உடுத்திக்கொண்டார். தவிலும் நாதஸ்வரமும் மென்மையாக வாசிக்கப்பட்டன. இரண்டின் இசையும் சூழலை ரம்யமாக்கிக் கொண்டிருந்தன. இருளும் ஒளியும் கலந்த சூழல் ஒருவித ஈர்ப்பை ஏற்படுத்தின. ஏதோ கனவில் நடப்பதைப் போன்றிருந்தது. தர்மகர்த்தா கை உயர்த்தி நேரம் பார்த்தார். பின் ஆறுமுகத்திடம் திரும்பிச் சொன்னார்.

"சாமி நேரம் நெருங்கிவிட்டது மாங்கல்யம் சாத்திடலாங்களா?"

ஆழ்ந்து யோசித்துக் கொண்டிருப்பவரைப் போல நின்று கொண்டிருந்த ஆறுமுகம் மௌனமாகத் தலையாட்டினார். மாங்கல்யம் இருந்த தட்டை எடுத்து ஆறுமுகத்திடம் கொடுத்தார் தர்மகர்த்தா மாங்கல்யத்தைக் கையில் எடுத்துக்கொண்டு அம்மனை நோக்கிச் சென்றவர் மேளக்காரர்களை நிமிர்ந்து பார்த்தார். கூட்டம் வேகமாக அடிங்கப்பா என்று வாத்தியக்காரர்களை நோக்கிக் கூவியது. வாத்தியங்களின் வேகம் கூட்டப்பட்டது. தாலி கட்டுவதைப் பார்க்க முட்டி மோதிய கூட்டத்தில் சலசலப்பு அடங்கி ஒருவித அமைதி நிலவியது. வாத்தியங்களை ஆவேசத்துடன் வாசித்துக் கொண்டிருந்தனர். அம்மனுக்கு அருகில் சென்றவர் கூட்டத்தை ஒருமுறை சுற்றிப் பார்த்தபின் மாங்கல்யத்தை அம்மன் கழுத்தில் அணிவித்தார். வாத்தியங்களின் பேரிசை கூட்டத்தில் அதிர்வை ஏற்படுத்தியது. தொடர்ந்து கேட்டுக்கொண்டே இருந்தது வெடிச்சத்தம். வாத்தியங்கள் எழுப்பும் அதிர்வைத் தங்காமல் மூலவீட்டுக் கனகாம்பாள் ஆடிக்கொண்டே அம்மன் சிலைக்கு முன்பாக வந்தாள். அவளிடம் தர்மகர்த்தா பேசினார்.

"வந்திருக்கிறது யாருன்னு சொன்னா வசதியா இருக்கும்."

உக்கிரத்தோடு ஆடிக்கொண்டிருந்த அவள் கூறினாள். "நா ஆத்தா வந்திருக்கேன்டா."

கூட்டம் கன்னத்தில் போட்டுக்கொண்டு ஆர்வமாகப் பார்த்துக் கொண்டிருந்தது. மீண்டும் தர்மகர்த்தாவே பேசினார். ஆத்தா குத்தம் கொற ஏதுமில்லையே?

குறை இருப்பதைப் போல அவள் தலையாட்டினாள். கூட்டத்தில் சட்டென ஒரு பதற்றம் தொற்றிக்கொண்டது. அவள் ஆடிக்கொண்டே இருந்தாள். அவளுக்கு உக்கிரத்தைக் கூட்ட மேளக்காரரால் அதற்கு மேல் ஈடு கொடுக்க முடியவில்லை. பம்பையும் உடுக்கையும் வரவழைக்கப்பட்டு வாசிக்கப்பட்டபோது சூழலில் மீண்டும் இறுக்கம் கூடியது. அவள் உக்கிரத்தோடு ஆடினாள். உடுக்கை வாசிப்பவரின் குரல் காத்திரம் மிக்கதாக இருந்தது. பம்பையும் உடுக்கையும் உச்சத்திற்குச் சென்றபோது தர்மகர்த்தா அவளிடம் பேசினார்.

"ஆத்தா எந்த கொற இருந்தாலும் உம் பசங்ககிட்ட சொன்னாதான தெரியும்."

"அத எப்படிடா நான் சொல்வேன்." மூச்சு வாங்க அவள் பேசினாள்.

"மனசிலே வச்சிக்கிட்டா எப்படி ஆத்தா, சொன்னாதான் தெரியும்".

இன்னும் சுவாசம் அவளுக்குச் சீராகியிருக்கவில்லை கண்கள் சிவந்திருந்தன. மீண்டும் தர்மகர்த்தாவே பேசினார்.

"ஆத்தா நேரமாவுது இல்ல சீக்கிரம் சொல்லிடு ஆத்தா."

"டேய் இவ்ளோ நாளாகியும் எனக்குனு ஒரு கோயில் உங்களால கட்ட முடியலயே." அவள் உக்கிரத்தோடு பேசினாள்.

அவளின் வார்த்தைகள் கூட்டத்தில் அதிர்ச்சியையும் சலசலப்பையும் ஏற்படுத்தின. கோயில் கட்டப்படாததற்கு ஒரு பிரிவினர் மற்றொரு பிரிவினரைக் காரணமாக்க அங்கு பேச்சு தடித்துக் கைகலப்பு ஏற்படும் போல தோன்றியது. ஆறுமுகம் எதுவும் பேசாது அமைதியாக இருந்தார். ஆடிக்கொண்டேயிருந்த அவளுடன் தர்மகர்த்தா மீண்டும் பேசினார்.

"ஆத்தா வேற ஏதாச்சும் கொற இருக்குதா?"

"மொத இந்தக் கொறைய போக்குங்கடா." அவள் கன்னத்தில் அறைவது போலச் சொன்னாள்.

"சரிதாயி அத பூர்த்தி செஞ்சிடறோம்." கூட்டம் அவளின் வார்த்தையை ஆமோதித்தது.

அவளது ஆட்டத்தில் வேகம் குறையத் தொடங்கியபோது கூட்டத்திலிருந்து யாரோ ஒருவர் கேட்டார்.

"இந்த வருஷமாவது மழை உண்டா?"

மெல்ல ஆடிக்கொண்டே, "எட்டுன தூரத்துக்கு மழை பெய்ற வாய்ப்பே இல்ல" எனக் கூறி அவள் இரு கைகளையும் நீட்டினாள். தர்மகர்த்தா சூடம் ஏற்றிக் கொடுக்க அதை வாயிலிட்டபடியே மயங்கிச் சரிந்தாள். கூட்டம் தங்களுக்குள்ளாகப் பேசிக்கொண்டது. ஆறுமுகம் அமைதியாகவே அமர்ந்திருந்தார். ஊர்ப் பெரியவர்கள் யாரும் எதுவும் பேசிக் கொள்ளவில்லை. பேசிக்கொண்டே கூட்டம் நாலா திசைகளிலும் கலைந்து சென்றது. ஆறுமுகம் எழுந்து மரத்தடியில் போய் அமர்ந்தபோது, சாமிக்கு யாரு மாங்கல்யம் சாத்தறதுன்னு வெவஸ்தை இல்லாம போச்சு" என்று யாரோ ஒருவர் பேசிக்கொண்டே இருளுக்குள்ளாக மறைவதை இவர் பார்த்தார். அதைக் கேட்ட இவரது உடல் அதிர்ந்தது. கைகள் நடுங்கின. முச்சந்தியில் நிறுத்திச் சவுக்கால் அடிப்பதுபோல உணர்ந்தார். சிறிதுநேரம் தனித்திருக்க வேண்டுமெனத் தோன்றியது இவருக்கு. உடல் சோர்வு காரணமாக அங்கேயே படுத்துக்கொண்டார். வீட்டிற்குச் சென்று விடலாமா என்று யோசித்தவர், கையில் கட்டப்பட்டிருந்த காப்பைத் தடவிப் பார்த்தார். காப்பை அவிழ்த்த பின்தான் வீட்டிற்குச் செல்ல வேண்டும் என்று யோசித்தவர், அறுத்தெறிந்தால் என்ன நடந்துவிடும் என்றும் யோசித்தார். மெல்ல தலை உயர்த்திக் கோயிலடியைப் பார்த்தார். யாரையும் காணோம். தனித்து விடப்பட்டதாக உணர்ந்தார். இந்த ஒன்பது நாள் இரவுகளையும் நினைத்துப் பார்த்தவருக்கு மனது கனத்தது. கண்களில் நீர் கோர்த்துக் கொண்டது. தான் ஏன் அழ வேண்டும் என யோசித்துக் கொண்டவர், துண்டால் கண்களைத் துடைத்துக் கொண்டார். உடல் சோர்வு காரணமாக அங்கேயே படுத்துக் கொண்டார். உறக்கம் வராமல் நெடுநேரம் புரண்டு படுத்துக்கொண்டே இருந்தவருக்குள் அவ்வார்த்தைகள் ஒரு புழுவைப் போல நெளிந்தபடியே இருந்தன.

மறுநாள் காப்பை அவிழ்க்கும் போதுகூட யாருடனும் அவர் எதுவும் பேசிக் கொள்ளவில்லை. மெல்ல வன்மம் உருக்கொள்கிறதோ என்ற அச்சம் ஆறுமுகத்தின் மனதில் தோன்றியபோது, அவர் காப்பை அவிழ்த்து நடப்பட்டிருந்த சூலத்தில் மாட்டிவிட்டு மெல்ல நடக்கத் தொடங்கினார். ஊர்ப் பிரமுகர்கள் அவரிடம்

அவரின் நிலை குறித்துக் கேட்டதற்குகூட அவர் எந்தப் பதிலையும் கூறாமல் அமைதியாக இருந்தார். யாருக்கும் எதுவும் புரியவில்லை. ஆனால் அவரின் அமைதி அனைவரையும் சங்கடப்படுத்திக் கொண்டிருந்தபோது அவர் நடக்கத் தொடங்கியிருந்தார். ஊரைக் கடந்து காலனிக்குச் செல்லும் பாதையில் கால் வைத்தபோது ஒருவிதப் பதற்றத்தோடு கூடிய சுதந்திரத்தை அவரால் உணர முடிந்தது. அவரின் உறவினர்கள் ஆறுமுகத்தின் வரவை ஆவலோடு எதிர்பார்த்துக் கொண்டிருந்தனர். ஆனால் யாருடனும் அவர் பேசாமல் நேராக வீட்டிற்குள் சென்று படுத்துக்கொண்டார். வீட்டுமுன் கூடியிருந்த கூட்டம் எதுவும் புரியாமல் மெல்ல கலைந்து சென்றது.

அவர் தூங்கி எழுந்தபோது நன்கு இருட்டிவிட்டிருந்தது. முகம் கழுவிக்கொண்டு தெருவில் வந்து அமர்ந்தார். வேலைகளை முடித்துக்கொண்டு அவர் மனைவி அவருக்கு அருகில் வந்து அமர்ந்து கொண்டாள். அவரின் மௌனம் அவளுக்குக் கஷ்டத்தைக் கொடுத்தபோது அவரிடம் கேட்டாள்.

"ஏன் ஒரு மாதிரி இருக்கீங்க ஏதாவது பிரச்சனையா?"

அவர் இல்லை எனும் விதமாகத் தலையாட்டினார். பின் இருவரும் எதுவும் பேசிக் கொள்ளாமல் நெடுநேரம் அமைதியாகவே அமர்ந்து கொண்டிருந்தனர். ஆனால் அவருக்குள் ஏதோ ஒன்று மிகுந்த சங்கடத்தோடு துடிதுடித்துக் கொண்டிருந்ததை அவளால் உணர முடிந்தது. அன்று இரவு பெருமழை பெய்து ஏரி குளமெல்லாம் நிரம்பி வழிந்தது. மறுநாள் விடியலில் ஊரைச் சுற்றி ஆக்ரோஷத்தோடு துளிர் விட்டிருந்த வன்மத்தின் கொடியை ஆறுமுகத்தைத் தவிர வேறு யாருமே அங்கு உணர்ந்திருக்கவில்லை.

30

மண் யோனி

எல்லோரிடமும் ஒரு காதல் கதை இருப்பதுபோல் என்னிடமும் ஒரு கதை இருக்கிறது. அதை உங்களுக்குக் கூறுகிறேன். பலபல வருடங்கள் கடந்து காலத்தின் இறுக்கத்திலிருந்து விடுபட்ட பிறகே சொல்வதால் இக்கதை குறித்து நானும் நீங்களும் வெட்கப்படத் தேவையில்லை. அப்போது நாங்கள் சிறாரும் இல்லை இளைஞரும் இல்லை. எங்களின் இடுப்புக்குக் கீழ் நித்திய ஜீவநதியின் எலும்புப் பாறைகள் பனியாக உருகத் தொடங்கி இருந்தபோது நாங்கள் பொன்வண்டுகளைப் பிடித்து, கழுதை பொன்வண்டையும் ராணி பொன்வண்டையும் இணை சேர்க்க கோணை புளியங்கா இலைகளை அவற்றுக்கு ஊட்டிக்கொண்டும் சிவனும் பார்வதியும் கூடலுக்கு முன்பாகத் தாம்பூலம் தரித்துக் கலவியில் தெறித்த சிவந்த எச்சில் பூமியின் பச்சைப் புல்வெளிகளில் விழுந்து பட்டுப்பூச்சிகளாகத் திரியும் பூச்சிகளைப் புல்வெளியில் தேடித் திரிந்து சிவாச்சினுருண்டைகள் ஒரு சின்ன இலையின் மீது இப்பிரபஞ்சம் அதன் முதுகின் மீது கவிந்திருக்கும் கவலையற்றுப் புணர்வதை நாங்கள் கண்டு வந்தோம்.

பூச்சிகளும் புழுக்களும் புணர்வதைப் பார்த்து வளர்ந்த எங்களிடம் விளையாடுவதற்கு எந்தப் பொம்மைகளும் இல்லாததால்

குமார் அம்பாயிரம் (1975) திருவண்ணாமலையைச் சார்ந்தவர். ஈட்டி சிறுகதைத் தொகுப்பின் மூலம் பலரது கவனத்தை ஈர்த்தவர். நாகரிகம் கறைபடாத பொதுமை நீரோட்டத்திலிருந்து விலக்கப்பட்ட மக்களின் தொன்மம், காமம், ஆவி, இயற்கை இதிலுள்ள மர்மம், மகத்துவத்தை மாயமொழி மிகுபுனைவுத் தன்மையுடன் கூடியது இவருடைய படைப்புலகம். நடுநாட்டின் கோணங்கியாக வலம் வர முயல்பவர்.

ஒவ்வொருவரிடமும் பாரபட்சமின்றி ஒன்று மட்டுமே இருந்த குஞ்சைப் பிடித்து நாங்கள் சீக்கிரமே விளையாடத் துவங்கியிருந்த காலத்தில் எங்களில் எவன் ஒருவனும் பெண்ணின் நிர்வாணத்தை முழுமையாகக் கண்டதில்லை. நேரடி தரிசனத்தை ஒருவருமே அறியாததால் ஆடிப் பட்டத்திற்கு முன்பாக வீசும் காற்று, கிணற்று நீரையும் உழவு ஓட்ட கழனியில் நிற்கும் நீரையும் கொண்டு போகும் என உழவர்கள் அக்காற்றைக் குறித்துச் சஞ்சலமுற நாங்கள் கூரையையும் பெண்களின் பாவாடையையும் தூக்கும் அக்காற்றை வரவேற்றோம். உடைகளுக்குள் அசையும் அங்கங்களின் மீது தீராத மோகம் கொண்டு வேகமாக வீசும் காற்று உடைகளை உள்ளிருக்கும் அங்கங்களின் புடைப்புத் தெரிய அழுத்தும்போது பொல்லாத பரவசமடைந்தோம். எங்களின் குடியிருப்புகள் ஊரினுள்ளும் தனித்தும் கூட்டாகவும் இந்த உலகத்தில் மொத்தமே நூற்றுச் சில்லறை குடும்பங்களே இருந்தன. அதுவும் அவை இரண்டு வகையறாக்களாக அரைப்படி வகையறா, கால்படி வகையறா என முறையாகப் பிரிக்கப்பட்டுக் கொள்வினை, கொடுப்பினை வழமையாக நடந்தேறின. இந்தக் கதையின் நாயகன் அரைப்படி வகையறாவின் இளவரசன் என்றே சொல்லிவிடலாம். அரைப்படியின் பெரிய குடும்பத்து ஒரே மகன் அவனே வம்சக்கொடி. காலத்தின் கோளாறில் உற்பத்தி ஸ்தானத்தில் குடும்பங்கள் மேலும் கீழும் போய்க் கொண்டிருந்தன. இவ்விரு வகையறாக்களும் தானியங்களைக் கூலியாகப் பெறும்போதோ, கொடுக்கும்போதோ அவர்கள் கால்படியில் அளந்து கொடுப்பதும் இவர்கள் அரைப்படியில் அளந்து கொடுப்பதுமே வகையறா தோற்றத்தின் மூலக்கதை. கால்படிகள் கால்படியில் அளந்து கொடுப்பதின் மூலம் வேலைக்காரனுக்குக் கூலி அதிகமாகப் போகிறது என பெருமை கொண்டார்கள். ஒவ்வொரு படியிலும் கொஞ்சம் சேர்ந்து போகுமில்லையா. அரைப்படிகளோ, அரைப்படியில் அளப்பதின் மூலம் உழைத்தவன் அவன் வியர்வை காயும் முன் கூலியைப் பெறுகிறான் என்பது அரைப்படியின் வாதம். இதுவே இரண்டு படிகளின் பகைக்கும் ஈகைக்கும் காரணமாக இருந்தது. தலைக்கட்டு அதிகம் கொண்ட பெரிய குடும்பங்களே இதைப் பிடித்து ஊஞ்சலாடிக் கொண்டிருந்தன. மற்ற குடும்பங்கள் கொள்வதும் கொடுப்பதும் இயல்பாக நடந்தேறின. கால்படி வகையறாவின் இளவரசி என்று சொல்லிவிடக் கூடிய உருக்கிய தங்கம் சீலா. அவளைப் பற்றி வர்ணிக்க நினைத்தால் எனக்கு இப்போது

யாரையாவது கூடவேண்டும் என்கிற உந்துதல்தான் மேல் எழுகிறது. அதுவுமில்லாமல் நண்பனின் காதலியின் அழகை வர்ணிப்பது நாகரிகமற்ற செயல்.சுருக்கமாக அவள் குறும்புக்காரி, அழகி. அவள் மீது அவனுக்குக் காதல் காதல் காதல். வேறொன்றும் அவன் உலகில் இல்லை. இதர நேரத்தில் காதல் ரசமும் காம ரசமும் சொட்டும் கதைகளைக் கூறிக்கொண்டு எங்களைச் சிரிக்க பண்ணிக் கொண்டிருந்தாலும் அவளால் உள்ளூர அவன் உருகிக் கொண்டும் உடல் இளைத்துக் கொண்டும் இருந்தான். கவலை கொண்ட அவனது பெற்றோர் பெருநகரங்களில் இயங்கும் பல்வேறு நவீன மருத்துவமனைகளுக்கு அழைத்துச் சென்றனர். ஆனால் நவீன மருத்துவத்தில் காதல் நோய்க்கு மருந்தில்லை என்று மருத்துவர்கள் கைவிரித்ததால் நாட்டு வைத்தியத்திற்குத் திரும்பினார்கள். இதைத்தான் முதல்லேர்ந்து சொல்றோம் என பங்காளிகள் பகை இல்லாமல் கூறினர். உண்மையில், அரைப்படிகளை பணியவைக்க கால்படி குடும்பத்தின் சூழ்ச்சிதான் இது என்றே அனைவரும் எண்ணினர். என் மவனுக்கு அவங்க மருந்து வச்சிட்டாங்க என அவன் அம்மாவும் முணுமுணுத்து வந்தாள். அவனை எட்டூரில் இருந்த மருத்துவச்சியிடம் அழைத்துப் போனார்கள். நாங்களும் உடன் சென்றோம் அவள் நாடி பிடித்துப் பார்த்தாள். கண்ணைப் பிதுக்கிப் பார்த்தாள். நெஞ்சை நீவி வயிற்றை அழுத்திப் பார்த்து சரியாகக் கூறிவிட்டாள். அம்மா உன் மவன் வயித்துல மருந்திருக்குது. அது கரைஞ்சு உடம்புல கரையிர மருந்து. அத கூட்டி எடுக்குறது கஷ்டம். கோழிக்கறி கொழம்பு சோத்துல அந்த பீடையோட(பெண்ணோட) தூமைய மருந்தோட கலந்து பிசைஞ்சி கொடுத்துருக்காங்க. நான் உடனே பல வீட்டுக் கொல்லையில் காயப் போட்டிருக்கும் முரட்டு தூரத் துணிகளில் முகர்ந்து பார்த்த அடர்ந்த நெடியும் கறிச்சோற்றில் கலந்து எனக்கு கிட்டவே கிட்டாத உணவின் மீதான ஏக்கத்தில் சாகும்வரை அக்கணத்தில் வீழ்ந்து போனேன். வெறும் வயிற்றில் அவனுக்குக் கறுப்பு வெத்தலையில் பூனை பீ, வால் மிளகு கலந்த சூரணங்களைக் கொடுத்தாள். குமட்டியபடியே தின்று கின்னிக்கின்னியாக வாந்தியெடுத்தான்.

இவன் பித்தத்தால் துப்பறானே கண்டி மருந்தவிட மாட்றான் என பல நாட்களுக்குப் பின் மருத்துவச்சி சலித்துக் கொண்டபோது அவள் வீட்டு முற்றத்தில் கொஞ்சம் கோழிகளும் நான்கு வெள்ளாடுகளும் சேர்ந்திருந்தன. வாந்தியெடுத்து வாந்தியெடுத்து

அவன் வெளிறிவிட்டிருந்தான். இவர்களோ அவன் தேறிவிட்டதின் வெளிச்சம் என எண்ணிக் கொண்டார்கள். அவள் குறித்த பிதற்றலும் சேஷ்டைகளும் கூடக்கூட அவளும் இவனை நினைத்து ஏக்கம் பிடிக்கட்டும். இவன் இப்படி பிதற்றானே... கண்டி அவ கண்ணெடுத்தும் காண மாட்றாளே... அவன் அம்மாவின் கோபத்தில் ஏரிமேட்டில் பூசை செஞ்சி இரத்தப் பொறிகூட இறைச்சிப் பார்த்தா. அப்பகூட அவ திரும்பியும் பார்க்கல, இவன் பித்தம் குறையவும் இல்ல. இரத்தப் பொறியை வானம் வாங்கிக்கல மண்ணுலதான் விழுந்திருக்கு. அது வேற எங்கேயும் நான் காணாத மண் வகை. சீக்கிரம் நொதிப்பு அடங்காத மண். அம்மண்ணின் மீது வாழும் யாதொன்றின் தடயங்களையும் நீடித்து வைத்திருக்கும் வல்லமை கொண்டது. ஆதலாலும் இருக்கணும். பெண் மயக்கத்தின் நீளம் நீட்டிக்கொண்டே போவது. எப்போதும் நான் ஒரு பிரச்சினை என்றால் அதைத் தீர்க்காமல் அதன் பக்கத்தில் இன்னொரு பெரிய பிரச்சினையை வைத்து அதை வலுவிழக்கச் செய்வேன். ஒரு கோட்டைச் சிறியதாக்க அதன் பக்கத்தில் ஒரு பெரிய கோடு.

இதற்கெல்லாம் மத்தியில் என் நண்பன் போட்ட பெரிய கோடு, மௌனமான ஊளையாகத்தான் முதலில் முன்னிரவில் வெளிப்பட்டது. விடிவதற்குள் கால்படி, அரைப்படி வகையறாக்களின் கடைசிக் குடும்பம்வரை அவனின் வலி நிறைந்த ஊளை சென்று சேர்ந்து விட்டது. மானம் போக்கி மடலேறி மணம் புரிந்த கதை கண்டிருக்கிறோம். என் நண்பனுக்கோ குஞ்செல்லாம் முள்ளேறி விட்டதைத்தான் வலியின் ஊளையைப் பிரித்து அறிந்து கொண்டோம். வம்ச விருத்தன், குலக்கொடி அவனொருவனே. கால்படி, அரைப்படி எல்லோருமே அவன் வீட்டின்முன் கூடிவிட்டனர். அவன் வலியில் கதறிக் கொண்டிருந்தான். நான் உடனே அதை ஊகித்து விட்டேன். பெண்கள் மூத்திரம் பெய்து விட்டுப் போனவுடன் சீறி வரும் சிறுநீரின் சீற்றத்தால் மண்ணில் யோனி போலவே மண்ணில் புடைத்திருக்கும் வடிவத்தையும் மீந்திருக்கும் சிறு வெப்பத்தையும் இவன் எப்போதும் மறைந்திருந்து தொட்டுப் பார்ப்பான். கூட்டமாகக் கூடியவர்கள் அவன் செய்கையை மெல்லவும் முடியாமல் அவள் குறும்பை மெச்சவும் முடியாமல் கை பிசைந்து நின்றார்கள். நண்பர்களுக்கு ஒன்றென்றால் ஏதாவது செய்யும் நாங்கள் இதில் ஏது செய்வதென்றறியாமல், ஒட்டுத்துணி

இல்லாமல் உள்ளறையில் படுத்துத் துடித்துக் கொண்டிருந்தவனின் குஞ்சைப் பனை விசிறியால் விசிறிக் கொண்டிருந்தோம். அது மல்லிகை மொட்டாக சிறுத்துப் போயிருந்தது. அதில்தான் எத்தனை முட்கள் பொத்திருக்கிறதோ கடவுளே... அவள் இரவில் தூங்கப் போகும்முன் போகும் மூத்திரத்தில் மண்ணில் மலரும் யோனியில் மறைந்திருந்து அவள் போனவுடன் தினமும் மண் யோனியில் புணர்ந்து எலும்பை உருக்கி தன்னுயிரை அதில் விதைத்திருக்கிறான். இதை அறிந்த அக்குறும்புக்கார அழகி, அன்றிரவு மண் யோனியில் தாசி முள்ளை விதைத்துச் சென்று விட்டாள். உயிரை விதைக்கச் சென்ற இவன், முள்ளை அறுவடை செய்து வந்து கதறிக் கொண்டிருந்தான். காலில் குத்தி எடுக்காமல் விட்டாலே கால் அழுகிப் போகும் ஒட்டுமுள் அது. ஒரு முள் விடாமல் எடுக்காமல் விட்டால், அழுகி அவனது குஞ்சு அழிந்து விட்டால் அரைப்படி வகையறாவின் பெருந்தலைக் கட்டின் வம்சாவளி வழியே முடிவுக்கு வந்துவிடும். அவனோ வலியில் அதைத் தொடக்கூட விடாமல் அணத்துகிறான். முதலில் இரண்டு படியிலும் உள்ள முதியவர்களும் பிரசவம் பார்க்கும் மருத்துவச்சிகளும் முள் வாங்கியால் முயன்று பார்த்தனர். அது மிகவும் சிறுத்துப் போய்விட்டதால் குத்திய வடுவைக்கூட அவர்களால் கண்டுபிடிக்க முடியவில்லை. காது குடைந்து முள் எடுத்து கடும் கட்டிகளை உடைக்கும் மருத்துவனை அழைத்து வந்தனர். அவனது கட்டி உடைக்கும் கருவிகள் சித்ரவதை கருவிகளைப் போல் இருக்கும் கருவியால் முனையைப் பிடித்து இழுத்து முள் வடுக்கள் தெரிகிறதா என நீவிப் பார்த்தான். இவன், இன்னும் வலியில் கத்தத் துவங்கினான். அவனைச் சூழ்ந்து நின்றவர்கள் பச்சை பார் பச்சை பார், கிளி பார் கிளி பார்... என்று வலி நிவாரணம் சொல்லித் தேற்றிக் கொண்டு இருந்தார்கள். எவ்வளவோ முயன்று பார்த்தும் வைத்தியனால் ஒரு முள்ளைக்கூடப் பிடுங்க முடியவில்லை. எந்த ஒரு நோய் குறித்தும் அதன் மருந்து குறித்த யோசனையும் எல்லாச் சமூகத்துக்கும் மருத்துவ மரபின் சிற்றறிவு இருக்கும். ஆனால் இரண்டு படிகளுக்கு மட்டுமல்ல; ஒட்டு மொத்த உலகச் சமுதாயத்திற்கே விடுக்கப்பட்ட சவாலாக யாரும் தங்கள் யோசனையைச் சொல்ல யோசனையே இல்லாமல் நின்றனர். வைத்தியன் கூறினான்: அது நன்றாக விறைத்தால் கொஞ்சம் கொஞ்சமாக முட்களைப் பிடுங்கி விடலாம் என்று. சும்மாவே விறைப்பும் விந்தும் குறைந்துவிடும் இக்காலத்தில் வலியில் எப்படி அது விறைக்கும்? அதை விறைக்க வைப்பதுதான்

நம்முன் உள்ள சவால். அந்தச் சவாலை எல்லோருமே ஏற்றுக் கொள்ளத்தான் வேண்டும். தப்பிச் செல்ல வழியே இல்லை. அதை எப்பாடுபட்டாவது எழுப்பினால் மட்டுமே வைத்தியம் சாத்தியம். இல்லையெனில் அறுத்துக் காக்கைகளுக்குத்தான் போட வேண்டும். அதில் முட்கள் நிறைந்திருப்பதால் காக்கைகள் அதைக் கொத்தித் தின்னுமா என்பதும் சந்தேகமே.

அவனின் இன்னொரு நண்பன் வலியின் வேதனையிலிருந்து அவனைச் சகஜ நிலைக்குக் கொண்டுவர முற்பகலில் ஒரு கதை கூறினான். ஒரு ஊர்ல ஒரு பொண்ணு. அவ காட்டுல ஆடு மேய்ச்சிட்டிருந்தா. அப்போ ஆங்காரமான இடி மின்னலோட மழை பெய்ய ஆரம்பிச்சது. ஆயிரம் ஆடு இருக்கும்... அது எல்லாம் நனைய ஆரம்பிச்சது. அவளுக்கு என்ன பண்றதுன்னு தெரியல. எல்லா ஆட்டையும் தூக்கி அவளோட அதுக்குள்ள வச்சிக்கிட்டு ஆடெல்லாம் நனையாம காட்டுல இருந்து வீட்டுக்கு வந்திட்டா. அவ அய்யா, காட்டுக்குப் போன ஆடு மேய்க்க, நீ மட்டும் திரும்பி வர்ற, ஆடெல்லாம் எங்கம்மா என்றார். இடி மின்னலுமா மழை வந்திச்சு. அதான் எல்லாத்தையும் எங்கூதி உள்ள வச்சிருந்தேன்னு. எல்லா ஆட்டையும் பட்டியில் இறக்கி விட்டாள். இதைக் கண்டு பிரமித்துப் போன அவங்கய்யா இவ்ளோ பெரிய இது இருக்கிற உனக்கு அதவிடப் பெரிசா பாத்துதான் கட்டி வைக்கணும்னு சொல்லி இருக்கிறதிலேயே பெரிச தேடிட்டு வர பயணம் புறப்பட்டான். இந்த இடத்தில்தான் முள் குத்தியவன் முதன்முறையாகக் கதைக்கு 'ம்' கொட்டினான். முதல்ல கடற்கரைக்குப் போய்ப் பார்த்தான். அங்க ஒருத்தன் தூரமா கரையில உக்காந்துகிட்டு பூலை தண்ணியில் விட்டு தாலாட்டிக்கிட்டிருந்தான். அவன்ட்ட போயி உன்து இவ்ளோ பெரிசா இருக்கு, என் மவள்து அவ்ளோ பெரிசு, என் மவள கட்டிக்கிறியா என வினவினான். அவன் நியாயஸ்தனாக மூத்தவன் இருக்க இளையவனுக்காவாது! எனக்கு அண்ணன் ஒருத்தன் இருக்கான், அவன்து என்தவிட பெரிசு அவனைப் போய்ப் பார் என்று தாலாட்டியபடியே வழி சொல்லி அனுப்பினான். அந்த கிராமத்த தேடி அலைஞ்சவன், தரையில மல்லாந்து படுத்து பூலாலேயே புளியங்கா அடித்துக் கொண்டிருந்தவனிடம் சென்று வழி கேட்டான். கொஞ்சம் அதைச் சுருக்கி, வளைத்து அதாலேயே திசை காட்டினான். அவனும் அத்திசையில் போய்த் தோன்றிய கிராமத்தில் முற்றத்தில் அமர்ந்திருந்தவனிடம்

கடல் பூலான் சொன்னதைக் கூறி விசாரித்தான். அவன் சொன்னது உண்மைதான். அவன்தைவிட என்னோடது மிகப் பெரிசுதான் என்று கூறினான். அதை நான் பார்க்கணுமே என்று கேட்டான். அத நீ பாக்கணும்னா, அடிய இங்க பாக்கலாம்; பக்கத்து ஊரைச் சுத்தி வேலிய போட்டிருக்கேன்; நுனிய அங்க பாக்கலாம் என்றான். கடல் பூலானைப் போலவே இவனும் மறுத்துவிட்டான். தனக்கு இன்னொரு அண்ணன் இருக்கான். அவன் மலையில இருக்கான். நாங்க மூணுபேரும் அண்ணன் தம்பி. ஒருத்தன் கடல்ல, நான் தரையில, எங்கண்ணன் மலையில, அவனுக்குத்தான் முதல்ல மணம் ஆகணும். அவன்து என்தவிட பெரிசு. அதுதான் அதுக்குப் பொருத்தமா இருக்குமின்னான். அவன் பல மலைகளில் ஏறிக் கணவாய்களுக்குக் குறுக்கே போட்டிருந்த தொங்கு பாலங்களைக் கடந்து போய் அவனைப் போய்ப் பார்த்தான். தான் வந்த கதையையும் அவன பத்தி தரைப்பூலான் சொன்னதையும் சொல்லி அவன்த காட்டச் சொல்லிக் கேட்டான். ஆமா என்துதான் இருக்கிறதுலேயே பெரிசு. என்துக்கு ஏத்தது அதுதான் என்றான். இவன் மீண்டும் காட்ட சொல்லிக் கேட்டான். நீ ஏறிவந்த மலைகளுக்குக் குறுக்க போட்டிருக்கிற தொங்கு பாலமே அதுதான். அது மேலேதான் நீ நடந்து வந்த. நீ முன்ன போ, நான் பின்னாடியே அதையெல்லாம் சுருக்கி, சுருட்டி எடுத்திட்டு வரேன்னு அவன அனுப்பி வெச்சிட்டு பின்னாடியே போன இவனுக்கும் அவளுக்கும் கல்யாணம் ஆச்சி. ”ம்…” அன்னைக்கு ராத்திரி ரெண்டு பேரையும் சேரவிட்டாங்க. “ம்…” கொஞ்ச நேரத்துல கூரையைப் பிச்சிகிட்டு ஆகாயத்துல அவ உசந்து கிட்டே போறா. அது வளர்ந்து கிட்டே போகுது. உயர போகப்போக பயத்துல அவ அலறல் சத்தம் பெரிசாகிகிட்டே போச்சி. எல்லோரும் நெனைச்சாங்க அது அகலம் அதிகம் ஆழம் கம்மின்னு. பொண்ணு படற கஷ்டத்த பாத்து மழுங்கின அருவாவை எடுத்துனு ஓடிப்போய் மலைப்பூலான்தை அடியோடு அறுத்தான். முதல் அறுப்பு அறுப்பாவல. வழுக்கி இரண்டாம் அறுப்புல அறுத்துகினு அப்படியே சாய அவ வானத்துல நட்சத்திரமா சரிஞ்சிட்டா. அதுக்கப்புறம் உலகத்துல யார்தும் பெரிசு இல்ல. அதுதான் ஏற்கனவே சிறுத்துப் போயிருக்கிறதோ. இந்தக் கதை வேடிக்கையாய் இருந்ததே தவிர, மனதில் ஒரு தாக்கத்தை ஏற்படுத்தி ஓர் இம்மி அளவுகூட எழுப்ப உபயோகப்படவில்லை.

இதற்குள் எங்களைச் சுற்றியுள்ள எல்லாச் சமூகத்தினருக்கும் செய்தி பரவிவிட்டது. முதலில் வேடிக்கையான சிரிப்பலைகளை ஏற்படுத்தினாலும் தீர்க்க முடியா பிரச்சினையின் தீவிரத்தைக் கண்டு அதை எழுப்புவதற்கான வழிவகைகளை யோசிக்கத் துவங்கினர். இரண்டு படிகள் பற்றியும் பிற சமூகத்தினர் மத்தியில் மரியாதையும் நல்லுறவும் இருந்ததால் அவரவர் தெய்வங்களிடமும் வேண்டிக் கொண்டனர். எங்களிடம் எப்போதும் அன்பாகப் பேசி சிலுவை சாமி முன் மண்டியிடச் சொல்லும் ஃபாதர் ஜோஸ் கூட, அது உயிர்த்தெழுவதற்காகப் பிரார்த்தனை செய்வதாகக் கூறி தேவாலயத்தின் மணிகளை மூன்று முறை ஒலிக்கச் செய்தார். கரகம் தூக்குவதாகவும் கஜமுகனுக்கு சந்தனக் காப்பு அலங்காரம் செய்வதாகவும் குலசாமிகளுக்குக் கடா வெட்டுவதாகவும் முருகனுக்குக் காவடி எடுக்கவும் வேண்டிக் கொண்டனர். இந்த வேண்டுதலின் அக்கறைகள் சமூகங்களுக்கிடையிலான நல்லுறவின் சின்னமாக விளங்கட்டும். விளங்கி என்ன பயன்? தெய்வத்தால் ஆகாதது மனிதனால் ஆகுமா? ஆகாது ஆகாது என அவ்வழி சென்ற பண்டாரம் சொல்லிச் சென்றார். இதற்குள் நவீன மருத்துவர்களும் வந்து சேர்ந்திருந்தனர். அது புத்துயிர் பெற்றால் மட்டுமே சிகிச்சை சாத்தியம் என்பதையே அவர்களும் உரைத்தார்கள். 'தெய்வத்தால் ஆகாதெனினும் முயற்சி தன் மெய்வருத்தக் கூலி தரும்' என்ற முதுமொழிக்கேற்ப சிலர் தங்கள் வீட்டுப் பரண்களில் மறைத்து வைத்திருந்த ஆங்கில நடிகைகளின் நிர்வாணப் புத்தகங்களை அவனுக்குக் காட்டினர். பல விதமான நிலைகளில் கூட்டுப் புணர்ச்சியாகவும் உறைய வைக்கும் பாலுறவு காட்சிகள் வழவழப்பான தாளில் அச்சிட்ட சின்ன புத்தகங்களையும் அவன்முன் பரப்பினர். மிகப் பலம் பொருந்திய அவன் மாமன் சிங்கார குளத்துச் சிற்பத்தையே பெயர்த்தெடுத்து வந்து அவன் முன் வைத்தான். பெண்களிடமும் இச்செய்தி பரவியவுடன் உள்ளுக்குள் கிளுகிளுத்துச் சிரித்துவிட்டு வெளியே 'உச்' கொட்டினார்கள். நவீன மருத்துவர்கள் பெரிய நகரத்திலுள்ள தியேட்டரில் நீலப்படங்கள் ஓடுவதாகவும் அதைப் பார்த்தால் செத்ததெல்லாம்கூட எழுந்து ஆடும். அந்தத் தியேட்டரிலேயே ஆபரேசனை முடித்து விடலாம் எனக் கூறினர். மருத்துவத் துறை வரலாற்றிலேயே முதன்முறையாகச் சினிமா தியேட்டரில் வெற்றிகரமாக நடந்த ஆபரேசன் என அறிவித்துச் சரித்திரத்தில் ஒரு மைல் கல்லை நிறுவ நினைக்கிறார்கள் என்றெண்ணி நவீன மருத்துவர்களின் இந்த யோசனையை நிராகரித்தோம். மேலும்

பிணியாளர் நீண்ட பயணம் செய்யும் நிலையில் இல்லை என்பதும் யதார்த்தம். பரிவு கொண்ட தாசி ஒருத்தி அந்தக் கொழந்த முன்னால நான் நிர்வாணமாக்கூட ஆடத் தயார் என்று வெளிப்படையாக அறிவித்தாள். இன்னும் சிலர் வலியைக் கடந்து உணர்வு பொங்கி அது உயிர்த்தெழுவதற்குத் தாங்கள் தங்கள் மனைவியுடன் அதைச் செய்து காட்டவும் தயாராய் இருப்பதாக அவன் தந்தையிடம் ரகசியமாகத் தெரிவித்தனர். எப்போதும் நியாயத்தின் பாதையிலேயே வாழ்ந்து வந்த இரண்டு படிகளும் அவர்களுக்கு நன்றி தெரிவித்து மென்மையாக அந்த யோசனைகளை மறுத்து விட்டனர். அதன் விதி, இப்படித்தான் சீழ் வைத்து அழுகி அழிந்து போகுமென்றால் அழிந்து போகட்டும். அழிந்து போவது அதுமட்டுமல்ல; இந்த வம்சமும்தான் என தந்தை மிகுந்த கவலை கொண்டார். இடையில் புகுந்த நல்லெண்ணக்காரர்கள் முள்ளை முள்ளால் எடுப்பது மாதிரி, விஷத்தை விஷத்தால் கரைப்பது மாதிரி நாங்கள் ஒரு தீர்வு சொல்கிறோம். இரண்டு படிகளுமே அதை ஏற்றுக்கொள்ள வேண்டுமென்றனர். இந்தச் சம்பவம் கொஞ்சம் அசாத்தியமாகிப் போச்சி. ஆனா இதுல முறை ஏதும் தவறிப் போகல. அவங்க கொடுக்கலாம், நீங்க எடுக்கலாம். அவனுக்கு அவ முறைதான். அதனால் அவள அவனுக்கே கல்யாணம் பேசி முடிச்சிடலாம். இதற்குள் பல பெண்கள் சேர்ந்து அவன், அவள் மேல் வைத்திருக்கும் காதலின் ஆழத்தையும் அதனால் அவன் அனுபவிக்கும் வலியையும் வேதனையையும் எடுத்துக்கூறி அவள் மனதை இளகச் செய்திருந்தனர். எல்லோருடைய வற்புறுத்தலுக்காகவும் தீர்க்க வேண்டிய, உயிர் போகிற பிரச்சினையாக இருப்பதாலும் இரண்டு படிகளுமே கல்யாணத்திற்கு ஒத்துக்கொண்டு பரிசம் போட்டு எல்லாச் சமூகத்தினருக்குமாகச் சாராயப் பணம் மாற்றிக் கொண்டனர். உடனே, எல்லோரும் சாராயம் குடித்து விழா எடுக்கவில்லை. நம்முன் தீர்க்க வேண்டி இருக்கிற, தலையாய பிரச்சினைக்கு முடிவு கட்டிவிட்டுத்தான் குடிக்க வேண்டுமென்பதில் எல்லோருமே கட்டுக்கோப்பாக இருந்து விட்டனர். பெண்கள் உடனே கால்படி வகையறாவின் இளவரசியை நன்றாக அலங்கரித்து அவன்முன் அழைத்து வந்தனர். நடமாடும் மருத்துவமனை மருத்துவர்கள் அவர்களின் யோசனையை ஏற்காததால் வந்த வழியே திரும்பிச் சென்றுவிட்டனர். இப்போது அங்கிருந்தது, காது குறும்மி எடுத்து நகத்தை வெட்டி சுளுக்கெடுக்கும் நாடோடி வைத்தியக் கிழவனும் முள்ளெடுக்கும் கிழவிகளும் முதியவர்கள்

மட்டும்தான். எல்லோரையும் வெளியில் இருத்தி விட்டனர். குறுக்கு வழியில் அவன், அவளை அடைந்து விட்டதை எண்ணி நாங்கள் அவன்மீது பொறாமை கொண்டாலும் வலியில்லாமல் அவன் காதலை ஜெயிக்கவில்லை என்பதால் ஒரு விதத்தில் பெருமை கொண்டோம். அதுதான் முள்ளை முள்ளால் எடுப்பது அவள் மீதுள்ள மோகத்தால் அவன் அடைந்த ஸ்திதியை நீக்க அவள் பிறந்ததிலிருந்தே மறைத்திருக்கும் அவள் அங்கத்தின் நிர்வாணத்தை ஒவ்வொரு உடையாகக் கழற்றி அவனுக்குக் காட்டி, உள்ளத்தில் பொங்கிக் கொண்டிருக்கும் காதல் உணர்ச்சியை உறுப்பில் ஏற்றி, அது உயிர்த்தெழுந்து விட்டால் அதைச் சுற்றி முள் வாங்கியோடு காத்திருப்பவர்கள் வம்சா வழியின் குறுக்கே வீசப்பட்ட முட்களைப் பிடுங்கி விடுவார்கள். உண்மையில், இதற்கு அவள் ஒத்துக்கொண்டது தாய்மையின் அன்பிருந்தால் மட்டுமே சாத்தியமாகக் கூடியது. யாருக்கும் காணக் கிடைக்காத பாக்கியமான அவளது நிர்வாணத்தை அவன் கண்டும் மொட்டு மலரவில்லை. உலகிலேயே எதற்கும் மலராத மொட்டு இது ஒன்றாகத்தான் இருக்குமெனச் சலித்துக் கொண்டனர். சில நேரத்தில் நோயாளியே மருந்திற்கான சூத்திரத்தைக் கொண்டிருப்பான் என்பதை இறுதியாக நம்பி அவனிடமே "இது என்ன செஞ்சாத்தான் எந்திரிக்கும், சொல்லு" என, கடவுளே உனக்கு நான் என்ன கொறவச்சேன், உனக்கு என்னா வேணும் தெய்வத்திடம் முறையிடுவதைப் போலக் குஞ்சியிடம் கேட்டனர். அவர்களை அவன் காதோரம் குனியச் சொல்லி அது உயிர்த்தெழுவதற்கான சூத்திரத்தின் ரகசியத்தை வெளியிட்டான். எல்லோருக்கும் சற்று சினம் ஏற்பட்டாலும் இறுதியான வழியாகத் தோன்றியதால் அதற்கு ஒத்துக் கொண்டனர். உடனே, புட்டுக்கூடையில் மண்ணைக் கூடைக்கூடையாக அள்ளிச் சென்று அவளருகில் பரப்பினர். அவளை நிறைய தண்ணீர் குடிக்கச் செய்து கொண்டிருந்தனர். நாங்கள் அங்கிருந்து தூரமாக விலக்கப்பட்டிருந்தாலும் இவற்றையெல்லாம் ஊகித்துக் கொண்டுதான் இருந்தோம். சற்று நேரத்தில் எல்லோர் முகத்திலும் மகிழ்ச்சி பரவியது. அது, மெதுவாக உயிர்த்தெழுவதாகவும் அதில் ஒட்டிக் கொள்ளும் மண்ணைக் கழுவிக் கழுவித் தேற்ற வேண்டுமென மூலிகை வாசம் நிரம்பிய சடையன் ஓடை நீரை ஒரு குடம் தூக்கிச் சென்றனர். அவ்வப்போது விட்டுவிட்டு அவனுடைய அலறல் சத்தம் கேட்ட வண்ணமிருந்தது. ஆவலுடன் எல்லோரும் காத்திருந்தனர். முடிவிற்காகக் காத்திருந்தனர்.

எல்லோரும் எதிர்பார்த்திருந்ததைப்போல் இறுதி முடிவு வெற்றிகரமாக அறிவிக்கப்பட்டு, ஓர் பேழையில் ரத்தம் தோய்ந்த முட்களை இவ்வுலகிற்குப் புதிதாகப் பிரசவிக்கப்பட்ட குழந்தையைத் தாதி காட்டுவதைப் போல நாடோடி வைத்தியனும் முதியவர்களும் தூக்கிக் காட்டினர்.

பின்வந்த மகிழ்ச்சியை இரண்டு படிகள் மட்டுமின்றி எல்லாச் சமூகத்தினருமே கொண்டாடினர். அவளைப்போல் பெருந்தன்மை கொண்ட பெண்ணை இப்புவியில் காண்பதரிது என எல்லோரும் அவளைப் போற்றினர். அவன்மேல் காதல் இல்லாமல் இதற்கு அவள் இணங்கியிருக்க மாட்டாளென்றும் அவளுக்காக அவன் கொடுத்த வலியும் விலையும் அதிகம்தான் என்றும் வலி இல்லாமல் எந்தக் காதலும் உலகில் வெல்ல முடியாது என்றுமே அனைவரும் பேசிச் சென்றனர். அவளோடு, சில காலம் வாழ்ந்து பட்டினத்தில் அவளோடு செட்டிலாகிவிட்ட என் நண்பன் ஊருக்கு வந்து செல்கையில் தான் வாழ்ந்த மண்ணை மறக்காமல் மூட்டைகளில் பட்டினத்திற்கு எடுத்துச் செல்கிறான்.

(இக்கதை விஸ்வநாதன் கணேசன், ஸ்ரீநேசன், யவனிகா ஸ்ரீராமிற்கு)